மெல்லக் கனவாய் பழங்கதையாய் . . .

பா. விசாலம்

மெல்லக் கனவாய் பழங்கதையாய்...

காலச்சுவடு பதிப்பகம்

மெல்லக் கனவாய் பழங்கதையாய்... ❖ நாவல் ❖ ஆசிரியர்: பா. விசாலம் ❖ © பா. விசாலம் ❖ முதல் பதிப்பு: ஏப்ரல் 1994 ❖ காலச்சுவடு முதல் பதிப்பு: டிசம்பர் 2016 ❖ வெளியீடு: காலச்சுவடு பப்ளிகேஷன்ஸ் (பி) லிட்., 669, கே.பி. சாலை, நாகர்கோவில் 629001

காலச்சுவடு பதிப்பக வெளியீடு: 744

mellak kanavaai paZankataiyai . . . ❖ Novel ❖ Author: P. Visalam ❖ © P. Visalam ❖ Language: Tamil ❖ First Edition: April 1994 ❖ Kalachuvadu First Edition: December 2016 ❖ Size: Demy 1 x 8 ❖ Paper: 18.6 kg maplitho ❖ Pages: 392

Published by Kalachuvadu Publications Pvt. Ltd., 669 K.P. Road, Nagercoil 629001, India ❖ Phone: 91-4652-278525 ❖ e-mail: publications@kalachuvadu.com ❖ Wrapper printed at Print Specialities, Chennai 600014 ❖ Printed at Mani Offset, Chennai 600077

ISBN: 978-93-5244-067-2

12/2016/S.No. 744, kcp 1654, 18.6 (1) KLL

என் இனிய சிநேகிதி
இந்திராவின் நினைவுக்கு

முன்னுரை

கனவுகளும் பழங்கதைகளும் மெல்ல மறையும் காலம்

மையாடு கண்ணியும் மைந்தரும் வாழ்வும் மனையும் செந்தீ
ஐயா நின்மாயை உருவெளித் தோற்றம் அகிலத்துள்ளே
மெய்யாயிருந்தது நாட்செல நாட்செல வெட்டவெறும்
பொய்யாய்ப் பழங்கதையாய்க் கனவாய் மெல்லப் போனதுவே

என்ற பட்டினத்தடிகளின் பாடலிலிருந்து கடைசி வரியைத் தன் சுயசரிதையின் ஆரம்பத்தில் எழுதியிருந்தார் பாரதி. அந்த ஒரே வரி, நினைவுகூரலை வலியும் இன்பமும் துயரமும் படிந்த ஒன்றாகக் காட்டியது. பொதுவுடைமைக் கட்சியின் உறுப்பினராக ஆரம்ப காலங்களில் இருந்து செயலாற்றிய பா. விசாலம், சுயசரிதையின் கூறுகளையுடைய தன் நாவலுக்குப் பாடலின் கடைசி வரியைச் சற்றே மாற்றி, 'மெல்லக் கனவாய் பழங்கதையாய்' என்று தலைப்பிடுகிறார். காரணம், அவர் நாவலில் கூற முற்படுவது எழுதப்பட்ட எந்தச் சரித்திரத்திலும் இல்லாதது; சிலரின் நினைவடுக்குகளில் அது இருக்கலாம்; ஆனால் மற்றபடி அது எல்லாரும் மறந்த ஒரு சரித்திரம்தான். மனிதநேயத்தில் நம்பிக்கை கொண்ட தந்தை ஒருவரின் மகளான பா. விசாலம் இந்த நாவலை எழுதியிருப்பது சரித்திரத்தை ஆவணப்படுத்த மட்டுமல்ல, தன் வாழ்க்கைக் கதையைக் கூறவும் மார்க்சியக் கோட்பாடு அவர் வாழ்க்கையில் நுழைந்ததும் அவர் வாழ்க்கையின் நோக்கம் எவ்வாறு உருப்பெற்றது என்பதைக் கூறவும்தான்.

கதை நாயகியின் குழந்தைப் பருவ நினைவுகளில் பல பெண்கள். பசுமஞ்சளும் பூக்களுமாய் மணந்தபடி காலையில் உட்கார்ந்து ஏகப்பட்டக் காய்கறிகளை நறுக்கும் அம்மா; குழந்தை பிறக்கவில்லை என்று கன்யாகுமரி பகவதி கோவிலுக்குப் போய் கைகளைப் பின்னால் கட்டிக்கொண்டு குனிந்து மண்சோறு தின்ற ரவிக்கை போடாத பாட்டி; முறுக்கு இட்லி சுட்டு வாழும் பெண்கள்; இப்படி அநேகப் பெண்கள். பல வயதுப் பெண்கள். புகையிலை வாசத்துடன் பல கதைகளைச் சொல்லும் எண்ணெய் விற்கும் பெண்மணி; உடலின் மேல் பாகத்தைச் சிறு துணியால் மட்டுமே மறைத்து, வேலை முடிந்ததும் கொல்லைப்புறக் கிணற்றடியில் நின்றுகொண்டு தன் வேர்வை பெருகும் முலைகளைத் துடைத்துக்கொள்ளும் வேலை செய்யும் பெண்; கள்ள ஆட்டம் ஆடுகிறாள் என்று அம்மா முணுமுணுத்தாலும் அவளுடன் தாயம் ஆடவரும் பக்கத்து வீட்டுப் பெண் ஒரு நாள் திடீரென்று மரிப்பது; தன் பெண்களுக்குப் பிரசவம் பார்த்த அம்மா ஒருத்தி கிலோ கணக்கில் உள்ளிப்பூண்டை நசுக்கிச் செய்யும் பிரசவ லேகியம்; கணவனிடம் அடிபடும் பெண்; மலடிப் பெண்; நடத்தை கெட்டவள் என்று எல்லாரும் வம்பு பேசும் பெண்; வயதுக்கு மீறிய முதிர்ச்சியுடன் திருமணம் குழந்தைப் பிறப்பு எல்லாவற்றையும் அறிந்த, அம்மா-அப்பா விளையாட்டின்போது செங்கல்லைப் பெற்றுப்போடும், கதை கூறும் சிறுமியுடன் விளையாடும் முறுக்குச் சுட்டு விற்கும் விதவை அம்மாவின் சிறு பெண் இவ்வாறு பல பிம்பங்கள். ஆனால் அந்தச் சிறுவயதிலேயே கதை சொல்லும் சிறுமிக்குத் தெரிகிறது, இத்தனை வகைப்பட்ட பெண்களும் வேறு யாரோ இடும் சட்டங்கள் மற்றும் மதிப்பீடுகளுக்குள் வாழ்வது.

சீமையைப் பற்றித் தெரியாமலே குத்துவிளக்கு முன்னால் உடகார்ந்து, "தங்கையே பார், தங்கையே பார்; சைக்கிள் வண்டி இதுவே பார்; சிங்காரமான வண்டி; சீமையிலே செய்த வண்டி," என்று பாடம் படிக்கும் சிறுமியின் அந்தப் பருவ 'ஹீரோ'க்கள் புராணக் கதைகளில் வரும் பிரகலாதனும் துருவனும்தான். அவள் மனத்தை முதன்முதல் உறுத்திய கேள்வி – மகன் பரசுராமனைத் தன் தாயின் தலையை வெட்டச் சொல்லும் ஜமதக்னி, மகனை ஏன் வெட்டச் சொல்கிறார், தானே வெட்டக் கூடாதா என்ன? அம்மாவின் தலையை எப்படி வெட்ட முடியும் யாராலும்? ராமாயணத்தில் பூமிக்குள் போய்விடும் பிடிவாதக்காரி சீதையை அவளுக்குப் பிடிக்கிறது. வெளியே கிளம்பும்போது பட்டுப் பாவாடை அணிந்துகொண்டு அவள் கிளம்ப, அவர்கள் போகப்போகும் வீடு ஏழ்மைப்பட்டவர்கள் வீடு, அதனால் அவள் பட்டுப்பாவாடை அணிந்துகொண்டு போனால் அந்த வீட்டுக்

குழந்தைகள் மனம் புண்படலாம் என்று அப்பா கூற, சிறுமி நினைக்கிறாள்: அவர்களைப் பார்க்கக் காரில் போவது மட்டும் சரியா? அது அவர்களைப் புண்படுத்தாதா?

குழந்தைப் பருவப் பள்ளிப் பாடல்கள், 'செந்தமிழ் நாடெனும் போதினிலே' போன்ற பாரதியார் பாடல்கள், 'நீயன்றி வேறில்லை துணை; தேடி வந்தேன் மலரடி இணை' என்று பாடினால் பயத்தைப் போக்கும் லக்ஷ்மணம் பிள்ளை பாடல்கள், அப்பா சொல்லும் கஸபிளாங்கா, ஸின்ட்ரெல்லா கதைகள், கோவில்களுக்கும் அருவிகளுக்கும் செல்லும் உல்லாசப் பயணங்கள், ரூபாய்க்கும் திருவிதாங்கூரின் சக்கரத்துக்குமாக உள்ள குழப்பத்தில் வர மறுக்கும் கணக்குப் பாடம், பர்மாவிலிருந்து வந்த அகதிகள் கூறும் சோகக் கதைகள், 'ஐயோ காணப் பரிதாபம் சிங்கப்பூர் குண்டுப் பிரயோகம்' என்று பாடியபடி பிச்சையெடுக்கும் பிச்சைக் காரன் – இத்தகைய பிம்பங்களும் இசை ஒலியும் பின்னணியாய்க் கூடிய வீட்டில் அந்தச் சிறுமி வளர்கிறாள்.

இந்தப் பிம்பங்களுடன் இணைந்துவரும் அந்த அப்பாவின் பிம்பம் மனத்தை நெகிழ்த்துவது. சும்மா இருக்கும்போதெல்லாம் கால்மேல்கால் போட்டுக்கொண்டு மீசையை மேல்நோக்கி முறுக்கி விட்டுக்கொண்டிருக்கும் அப்பா. நாஞ்சில் நாட்டிலேயே அதுபோல் மீசை யாருக்கும் கிடையாது என்று அம்மா பெருமைப்படும் மீசை அது. தன் இளைய மகளை அணைத்துக் கொள்ளும்போது கிச்சுகிச்சு மூட்டும் மீசை. அன்பான, நேர்மையான அன்பொழுகும் குரல்கொண்ட அப்பா. யார் மனத்தையும் புண்படுத்தக் கூடாது என்று சொல்லும் அப்பா. யாராவது உன் மனத்தைப் புண்படுத்தினால் அடுத்த நாள் போய் அந்த நபருக்கு மிட்டாய் கொடுத்துவிட வேண்டும் என்று அன்பைப் போதிக்கும் அப்பா. சிறுமி மிக நேசிக்கும், அவள் வாழ்க்கையின் ஆதாரமாய் நினைக்கும் அப்பா. அவர் அவளுக்குத் தரும் முதல் அன்பளிப்பு பாரதியார் கவிதைகள். அவருடைய அனைத்துப் பாடல்களையும் அவள் பாடப் பயில வேண்டும் என்கிறார் அப்பா. அக்காவுடன் போய்ப் பாட்டு வாத்தியார் லக்ஷ்மணம் பிள்ளையிடம் அவள் பயிலும் முதல் பாடலும் அன்பு குறித்ததுதான்:

> அன்பு செய்தலே வாழ்வினால் பயன்
> ஆய்ந்தோர் கண்டறிந்த முடிவிதுவே
> துன்பு செய்தல் நீக்கித் துன்பம் செய்தியார்க்கும்
> இன்பமெய்து வித்தல் எம் கடன் பொல்லார்க்கும்.

தானே பாட்டியற்றி, பாட்டு பயிற்றுவிக்கும் லக்ஷ்மணம் பிள்ளையின் பாடலில் உள்ள அன்பு பற்றிச் சொல்லித் தருவது

அப்பாதான். அன்பும் லட்சியங்களும் நிறைந்த இந்த அப்பாவின் வீழ்ச்சி, இந்திரா பார்த்தசாரதி கூறியிருப்பதுபோல் ஒரு கிரேக்கக் காவிய சோகம்தான். அது அவருடைய தனிப்பட்ட சோகம் மட்டுமல்ல; அவர் காலத்தின் சோகம். அவரைப் போன்ற பலரின் சோகம்; கதைசொல்லி தன் தந்தையின் மனிதநேயம், லட்சியவாதம் இவற்றின் வாரிசாகி அவர் கற்றுத் தந்த பாதையில் நடக்க ஆரம்பித்தால் அவள் எதை எதிர்கொள்ள வேண்டும் என்பதை உணர்த்தும் சூசகமாய் வருகிறது அப்பாவின் வீழ்ச்சி. ஆனால், அந்தப் பாதையில் அவள் மேற்கொள்ளும் பயணம் சரித்திரம் தீர்மானித்த தவிர்க்கமுடியாத பயணம். அப்பாவின் மறைவுக்குப் பின் அவள் குடும்பப் பொறுப்பை ஏற்க நேரும்போது அவள் வாழ்க்கையை அர்த்தப்படுத்த அவள் மேற்கொள்ள வேண்டிய பயணம்.

அப்பாவின் மறைவுக்குப் பின் அம்மாவும் பெண்ணும் தங்கள் பாட்டைத் தாங்களே கவனித்துக்கொள்ளும் நிலைக்குத் தள்ளப்படுகிறார்கள். அதுவரை தன் குடும்பம் எல்லா வகையிலும் வித்தியாசமானது என்று பெருமைப்பட்ட அம்மா நாலு பேரின் விமர்சனங்கள் குறித்துக் கவலைப்படுபவளாகிப் போகிறாள். முடிவில் ஊரை விட்டுப்போய்விட்ட அண்ணா கொண்டுவரும் மார்க்சிய புத்தகங்களைப் படிக்கிறாள் பெண். ஒரு கட்டத்தில் நிலப் பிரச்சினை ஒன்றைத் தீர்க்க நிலம் உள்ள கிராமத்துக்கு அவள் செல்ல நேர்கிறது. அவள் தனியாகப் போனால் நாலுபேர் என்ன சொல்வார்கள் என்கிறாள் அம்மா. “இப்போ அந்த நாலு பேர்ல ஒருத்தராவது வந்து நாம ஏன் பட்டினி கிடக்கணும்னு கேட்கப்போறாளா? இல்ல, என்ன செய்வோம்னாவது எட்டிப் பார்க்கிறானுகளா?” என்று பதிலுக்குக் கேட்கிறாள் பெண். அப்படித் தான் போவது கவலையாக இருக்கிறது என்றால் அம்மாவும் தன்னுடன் வர வேண்டும் என்கிறாள். விதவைகள் வெளியே வரக்கூடாது என்பதால் தயங்குகிறாள்; கடைசியில் அவளுடன் செல்ல முன்வருகிறாள் அம்மா. அப்படித்தான் பொதுவுடைமைக் கட்சியைச் சேர்ந்தவர்களைச் சந்திக்கும் வாய்ப்பு அமைகிறது. போலீஸை எதிர்கொண்ட, தங்கள் கணவர்மார் மற்றும் மகன்களுக்குப் பொதுவுடைமைக் கோட்பாட்டில் உள்ள அர்ப்பணிப்பை ஏற்றுக்கொண்ட பெண்களைச் சந்திக்கிறார்கள். அம்மாவையும் பெண்ணையும் தங்கள் குடிசைகளுக்கு அழைத்துச் சென்று அந்தப் பெண்கள் உணவளிக்கிறார்கள். அம்மா தயங்குகிறாள் ஒரு நிமிடம். பெண்ணிடம் அவர்கள் என்ன சாதி என்று ரகசியமாகக் கேட்கிறாள். மகள், அம்மாவின் கண்களை ஏறிட்டுப் பார்க்கிறாள். அம்மா உடனே சும்மாத்தான் கேட்டதாகவும், அவள் சாதி

எல்லாம் பார்ப்பதில்லை என்றும் கூறுகிறாள். பொதுவுடைமைக் கட்சிக்காக வேலை செய்பவர்கள் இவர்களின் குடும்பமாகி இவர்களின் அன்புக்குரியவர்களாகிறார்கள்.

பொதுவுடைமைக் கட்சியின் ஒரே பெண் உறுப்பினர் மகள். கோப்புகளைப் பிரதியெடுக்கும் வேலை அவளுடையது. மேடைகளிலும் பேசுகிறாள். அவர்கள் வீடு பலமுறை அந்தப் பகுதியில் தலைமறைவு வாழ்க்கை வாழ்பவர்களுக்குப் புகலிடமாகிறது. அம்மா அவர்களுக்கு உணவிடுகிறாள், புகலிடம் தருகிறாள். ஆனாலும் மகள் இவ்வளவு தீவிரமாகச் செயல்பட வேண்டுமா என்று கவலையும் படுகிறாள். 'ஜான்சி ராணி கதையைச் சொன்னது நீதானே, நானும் அவ்வளவு தைரியமாகச் செயல்பட நினைக்கும்போது அதே அம்மா தயங்கலாமா' என்கிறாள் மகள். அம்மா விட்டுக்கொடுக்கிறாள். மகளிடமிருந்து பூர்ஷ்வா, தொழிலாளி வர்க்கம் போன்ற சொற்களைக் கற்கிறாள். அவள் எதிர்காலம், திருமணம் போன்ற பேச்சை அம்மா அடிக்கடி எடுத்ததும் மகள் சொல்கிறாள் 'வானத்தில் வட்டமிட்டுப் பறக்கும் அன்னப் பறவை' தான் என்று. என்னதான் தாகமெடுத்தாலும் தாமரைக்குளம் கண்ணுக்குத் தெரியும் வரை பறந்துகொண்டேயிருக்கும் அன்னப் பறவை. சாதாரண குளத்தில் இறங்காத பறவை. அதுபோல் தன் கண்ணுக்குத் தாமரைத் தடாகம் தெரியும்வரை அன்னப்பறவை போல் பறந்து கொண்டேயிருப்பேன் என்கிறாள்.

ஐயங்களும் சோர்வுகளும் இல்லாமல் இல்லை பொதுவுடைமைக் கட்சியின் வேலையில். அவளுக்கிருக்கும் பயங்களையும் பாரபட்சங்களையும் மீறி வரவேண்டியிருக்கிறது. சிறுவயதில் சிங்கப்பூரில் குண்டுவிழுந்தபோது தன்னைச் சிங்கப்பூரில் இருந்த வீராங்கனையாக, எல்லாருக்கும் உதவுபவளாக, தன் தலையில் குண்டுவிழுவது குறித்து அஞ்சாத ஒருத்தியாகத் தன்னைப் பாவித்துக்கொண்டவள் அவள். "அச்சமில்லை அச்சமில்லை அச்சமென்பதில்லையே; உச்சி மீது வானிடிந்து வீழுகின்ற போதிலும் அச்சமில்லை அச்சமில்லை அச்சமென்பதில்லையே" என்று பாரதியார் பாடலைப் பாடியவாறு வீர சாகசம் புரிவதாகக் கற்பனை செய்தவள். ஆனால் ஓர் இளம் வயதுப்பெண்ணாக இருக்கும்போது பலமுறை அவளுக்கு அச்சம் வருகிறது; ஐயங்களும்! சுகாதாரத் தொழிலாளிகளை ஒன்றுகூட்டும்போது பாட்டிலுக்குள் ஒரு விரலை உள்ளே நுழைத்துக்கொண்டு வரும் சோடாவைக் குடிக்கத் தயக்கமாக இருக்கிறது. வம்பு பேசும் அக்கம்பக்கத்தாரைப் பற்றிக் கவலைப்படாமல் அவள் சகாக்களை ஏற்றுக்கொண்டாலும் அவளைக் குறித்துக் கவலைகொள்ளும் அம்மாவையும் அவள்

எதிர்கொள்ள வேண்டியிருக்கிறது. மறைந்த கொள்கைத் தியாகி சகாவு கிருஷ்ணப் பிள்ளையின் போட்டோவை அவள் சுவரில் மாட்டும்போது விமர்சனங்கள் எழ, அவள் சிட்டகாங் வீராங்கனை கல்பனா தத்தின் புகைப்படத்தையும் லெனின், ஸ்டாலின் ஆகியோரின் புகைப்படங்களையும் சுவரெல்லாம் மாட்டுகிறாள். பொதுவுடைமைக் கட்சியில் காலை நன்றாக ஊன்றிக்கொண்டு தமிழ் அடையாளத்துக்கான போராட்டக் காற்றில் விழாமல் நிற்க வேண்டியிருக்கிறது. முதன்முதலில் சிவப்புக் கொடியைப் பார்த்ததும் ஏற்பட்ட உற்சாகக் கணத்தில் தொடங்கி, தலைமறைவு இயக்க வேலைகளிலிருந்து கட்சி வெளிப்படும் வரை கட்சியுடன் வெகு தூரம் வருகிறாள் அவள். ஆனால் தேர்தல் களத்தில் கட்சி இறங்கியதும் அவளும் அவளுடன் இருந்த பலரும் அரசியல் ரீதியாகச் செயல்படுவதில் பேராவல் உடையவர்களால் ஒதுக்கப்படுகிறார்கள்.

பொதுவுடைமைக் கட்சியில் அவள் வேலை எளிதாக இல்லை. உடனடியாக எதையும் தருவதாகவும் இல்லை. எப்போதும் படைப்பு ரீதியில் மனத்தை உவகை கொள்ளச் செய்வதாகவும் இல்லை. சுற்றறிக்கைகளைப் பிரதியெடுக்கும் வேலையையே பெரும்பாலும் செய்கிறாள். ஒரு முறை ஓர் இடத்தில் தோற்பது நிச்சயம் என்று தெரிந்தும் சோதித்துப் பார்க்கும் முயற்சியில் அவள் தேர்தலில் நிற்க வைக்கப்படுகிறாள். உன்னை ஏன் பலிகடாவாக்குகிறார்கள் என்று கேட்கிறாள் அம்மா. ஒரு முறை ஒரு தோழர் அவளிடம் தவறாக நடக்கும்போது அதை அவள் சமாளித்துவிட்டாலும் அந்த நிகழ்வு மனத்தைக் குடைய கட்சியிலுள்ள நெருங்கிய தோழருக்கு இது குறித்து எழுதி ஆணாதிக்க உலகில் செயலாற்ற அவள் முற்றிலும் தன்னைத் தயார் செய்துகொள்ளாத நிலையில் இருப்பதைக் கூறுகிறாள். அவள் திருமணம் செய்துகொள்ள வேண்டும் என்று அறிவுரை கூறுகிறார் தோழர்; ஏதோ சாதாரணமாக எண்ணெய் தேய்த்துக் குளிக்கச் சொல்வதைப்போல். ஆனால், வீட்டிலும் இயக்கத்திலும் நிலைமை கைமீறிப் போவதுபோல் தோன்றியதும் அதே நெருங்கிய தோழரை மணக்கிறாள். ஒரு பழம் புடவை உடுத்து, இரண்டொரு இயக்கத் தோழர்கள் உடனிருக்க, பதிவுத் திருமணம் நடக்கிறது. அவள் மனத்தில் தோன்றுகிறது: "உறவு சொல்லத்தான் எத்தனை பேர்? அவர்கள் எல்லாம் எங்கே? ஏன் நான் தனியானேன்? என் கட்சித் தோழர்கள்தான் எங்கே? ஏன் அவர்கள் என்னை இப்படித் தண்டித்தனர்?" பிறகு தன்னை ஆசுவாசப்படுத்திக்கொள்கிறாள்: "ஆனாலும் என்ன? நாங்கள் நியாயமானவர்கள். கம்யூனிஸ்ட்கள். மார்க்சிஸ்டுகள். இந்த உறுதியும் திடமும் கூடஇருக்கும்போது வேறு எதுவும்

எனக்குப் பொருட்டேயில்லை." அவள் கணவன் அவளை முதல்முறையாகப் பெயர் சொல்லி அழைக்கிறான். அமிர்த வர்ஷிப்பாய் இருக்கிறது அது. அவன் கையில் இருப்பது முதன் முதலாக அவளுக்காக வாங்கிய பூவா, பழமா, இனிப்பா என்று மனம் நினைக்கிறது. அவன் கையில் ஒரு பத்திரிகை. பொதுவுடைமைக் கட்சி இரண்டாகப் பிளந்துவிட்டதைக் கூறும் பத்திரிகை. இனி தொடங்கும் புது அத்தியாயம் என்று முடிகிறது நாவல்.

இந்த நாவல் அனுபவங்களின் அப்பட்டமான உணர்வுகளின் ஆதாரத்தில் எழுதப்பட்டது. ஆனால் கற்பனைதான் என்கிறார் பா. விசாலம் தன் முன்னுரையில். குழந்தைப் பருவத்திலிருந்து இயக்கத் தோழரையே மணப்பது வரை போகும் கதையைப் படிக்கும்போது அதிலுள்ள விசாலத்தின் ஆழமான உணர்வுகள் மற்றும் சொந்த அனுபவங்களின் கனத்தை அறிந்துகொள்ள முடிகிறது. பெயரில்லா இந்தக் கதையின் நாயகியை நான் விசாலம் என்றே படித்தேன். அந்த அன்னம் வானில் பறப்பதையும் அது தாமரைக்குளத்தில் இறங்குவதையும் உணர முடிகிறது. அத்துடன் அதன் சோர்வையும் தனிமையையும்கூட.

இந்த முன்னுரை எழுதியதும் தோன்றியது, இந்த நாவலுக்கு முன்னுரை தேவையா என்று. விசாலத்தை அணைத்துக்கொண்டு, வாத நோயால் சற்றே விரைத்துப்போன அவர் கைகளைக் கன்னத்தில் வைத்துக்கொண்டு, இந்த நாவல் மூலம் ஒரு காலகட்டத்தின் சரித்திரத்தையும் ஓர் இயக்கத்தில் பங்குபெற்ற ஒரு பெண்ணின் நோக்கில் அந்த இயக்கத்தின் சரித்திரத்தையும் எழுதிய அவர் நலிந்த விரல்களின் மேல் ஒரு முத்தம் தந்தால் போதாதா? ஆனால் நான் ஒரு கதையில் கூறியுள்ளதைப்போல் சொற்களைப் பிடித்துக்கொண்டு தொங்குபவர்கள்தாமே நாம்? அதனால் முத்தத்தையும் அணைப்பையும் சொற்களாக்கி இந்த முன்னுரை. பெண்களின் வாழ்க்கையில் விடுபட்டுப்போன முத்தங்களும் அணைப்புகளும் எத்தனையோ, அத்தனையும் பெண்கள் சரித்திரத்தின் கண்ணிகள்தாம். விடுபட்டுப்போகாமல் இருப்பதற்கான ஒரு கண்ணிதான் இந்த முன்னுரை.

மும்பாய்   அம்பை
8 டிசம்பர் 2016

என்னுரை

இந்நாவலில் வரும் சம்பவங்களும் உரையாடல்களும் மற்ற நிகழ்வுகளும் கற்பனையே; ஆயினும் அவற்றின் பின் நிற்கும் உணர்வுகள் அப்பட்டமானவையாக இருக்க முடியும். எனவே என் சொந்த அனுபவங்களுக்கும் இந்நாவலில் வரும் கதாபாத்திரங்களுக்கும் மிக நெருங்கிய பந்தம் ஏற்பட்டுவிட்டது. இதில் வரும் பாத்திரங்களில் பலரும் இன்னும் என்னைச் சுற்றி இருப்பவர்களை, இருந்தவர்களைத்தான் பிரதிபலிக்கிறார்கள் என்கிற உண்மையை ஒப்புகொள்ளத்தான் வேண்டும்.

இந்நாவ்லின் கையெழுத்து நகலைப் படித்து நான் ஒரு இலக்கிய படைப்பாளி என்ற அங்கீகாரம் தந்த திரு. இ.பா. அவர்கட்கு என் நன்றி.

அச்சுக்கு ஏற்றவாறு எனது கையெழுத்து பிரதியிலிருந்து அழகிய கையெழுத்தில் பிரதி எடுத்துத்தந்த எனது சினேகிதி அலைஸ் அவர்கட்கும் என் நன்றி.

இந்நாவலை முழுதும் படித்து, பிழை திருத்தங்கள் செய்து பெரிதும் உதவிய திரு. டி.கே. இராமானுஜம் அவர்கட்கும் அச்சிட்டுத் தந்த 'ஆதிலட்சுமி பிரிண்டர்ஸ்' உரிமையாளருக்கும் ஊழியர்களுக்கும் என் நன்றி.

இந் நவீனம் கருப்பிடித்ததிலிருந்து எழுதி முடிப்பதுவரை ஊக்கம் தந்து, பின்னர் அச்சகத்திற்கும் வீட்டிற்கும் அலையாய் அலைந்து, அச்சுப்பிழை திருத்தி, அச்சாகி முடியும்வரை பெரிதும் உதவிய 'ஆர்த்தி பதிப்பகம்' எம். ராஜூ அவர்கட்கும் என் நன்றி.

புதுச்சேரி

31.3.1994

பா. விசாலம்

(முதல் பதிப்பின் என்னுரை)

மெல்லக் கனவாய் பழங்கதையாய் . . .

நான் படுத்துக்கொண்டிருந்த இடத்திற்கு நேரே மேலே சுவரில் மாட்டியிருக்கும் கடிகாரத்தில் மணி பன்னிரண்டு அடித்துநின்றது. அது அடிக்கத் தொடங்கு முன்பே நான் விழித்துக்கொண்டிருப்பேன் போலிருக்கிறது. அதனால்தான் என்னையறியாம லேயே மணி அடிப்பதை எண்ணியிருக்கிறேன். மணி அடித்து முடிந்ததும் என்ன ஒரு நிசப்தம்! பகலில் இனிமையுடன் ஒலிக்கும் அந்த மணிச் சத்தம் இரவில் பயங்கரமாயிருந்தது. நான் கண்ட கனவின் பயனா?

"யக்கா, யக்கா."

"ம்."

"எக்கா."

"ஏண்டி என்ன வேணும். கூட வரணுமா?"

"சீ... இல்லை."

"பின்ன என்னா, பேசாம ஒறங்கு."

"நான் சொப்பனம் கண்டேன். பயமா இருக்கு."

"அதுதான் நான் சொல்லியிருக்கேன்லா, எப்போம் பயம் தோண்னாலும் 'ராமா, ராமா'ன்னு சொல்லிட்டேயிரி. ஒறக்கம் வந்துரும்."

இப்போ என் பயத்திற்குக் காரணமே ராமன்கிற பேருதான்னு அவகிட்டே, இப்போ தூங்குகிற சுகத்திலிருப்பவளிடம் எப்படி விளக்குவது?

இன்னைக்கு சரித்திர கிளாஸிலே ஸார் சொன்ன சரித்திர கதை! அது உண்மையாயிருக்குமா? வெறும் கட்டுக்கதைன்னா யார் கதை கட்டியிருப்பா? அப்படின்னா ராமாயணத்திலே வர்ற அயோத்தி ராமன்? அவன் கதையும் அந்த பரசுராமன் கதை மாதிரி கட்டுக்கதையா?

அந்த முனிவர்... அவர் பேரென்ன மறந்து போச்சு. அவர் மனைவி ஆற்றில் குளித்துவிட்டு அங்கேயே மண்ணால் குடம் செய்து தண்ணீர் கொண்டுவருவாளாம். வீட்டில் தண்ணீர் குறையக் குறைய அந்தக் குடமும் சின்னதாகிக்கொண்டே வந்துவிடுமாம். மறுநாளும் அதே மாதிரி வேறு குடம் செய்து தண்ணீர் கொண்டுவர வேண்டும். ஆனால் ஒண்ணு! அவளால் இப்படிச் செய்ய முடிந்த தென்றால் அதற்குக் காரணம் அவள் எப்போதும் முனிவரையே – அவள் கணவனையே – நினைத்து பக்தியாக இருப்பதால்தான். ஒருநாள் அவள் தன் கணவனையே நினைத்து ஆற்றில் குளித்துக்கொண்டிருக்கும்போது. மேலே ஒரு பறவை பறந்து அதன் நிழல் நீரில் விழ, அவள் ஒரு கணம் தன் கணவனை நினைப்பதை விட்டு வானத்தைப் பார்த்துவிட்டாள். போச்சு! அவள் கற்புப் போய்விட்டது. குடம் செய்யும் சக்தி யும் போய்விட்டது. வீட்டிற்குப் போனாள். தண்ணீயும் குடமுமில்லாமல்; ஞான திருஷ்டியுண்டே முனிவர்களுக்கு! அவர் நடந்ததை அறிந்தார். பாவம் செய்துவிட்ட தன் மனைவியைக் கொல்ல முடிவு செய்தார். தானே செய்ய வேண்டியது தானே? தன் மகன்களிடம் சொல்ல, எல்லோரும் மறுக்க, கடைசி மகனான பரசுராமன் – தந்தை சொல்மிக்க மந்திரமில்லையென ஒரு கோடாலியால் தன் அம்மாவை வெட்டிக் கொன்றுவிட்டான். ரத்தக்கறை படிந்த கோடாலியை மலை மீதேறிக்கடலில் விட்டெறிந்தானாம். புனிதக் கோடாலி விழுந்து, கடல் விலகிவிட்டது. அப்படித் தோன்றியதுதான் நமது திருவிதாங்கூர் ராஜ்யமென்றும், மலையும் ஆழமும் நிறைந்ததால் மலையாளம் என்றும், பின்னர் சேரர்கள் ஆண்டதால் சேரநாடு என்றும் தென்னை மரங்கள் நிறைந்து தேங்காய் விளைவதால் (நாழிகேரம்) கேரளம் என்றும் பெயர்கள் உள்ளன என்று சரித்திர வாத்தியார் சொல்லித்தந்து விட்டு திருவிதாங்கூருக்கு எத்தனை பெயர்கள்? அப்பெயர்கள் வரக்காரணமென்ன என்ற, கேள்வி விடைகள் போர்டில் எழுதிப் போட்டார், நாங்கள் எழுதிக்கொண்டோம். திருவிதாங்கூர் படம் வரைந்து வடக்கே கொச்சி கோயம்புத்தூர், தெற்கே கன்னியாகுமரி (இந்துமகா சமுத்திரம்) கிழக்கே மதுரை திருநெல்வேலி, மேற்கே அரபிக்கடல் என்றும் எல்லைகள் அடையாளப் படுத்தினோம். இதுதான் "வஞ்சிபூமி!"

வேறு எல்லா வியூகங்களையும்தாண்டி – பரசுராமன் அப்பாதான் சொன்னார் என்றாலும் அம்மாவைக் கொல்லத் துணிந்தானே! என்று மனம் வியந்து சிந்தித்தது.

அப்பா சொல்வதை அடிபணிந்து அயோத்திராமன் காட்டுக்குப் போனதைப் பாராட்டுகிற மனது, பரசுராமனை வெறுக்கிறது. கோடாலியால் அம்மாவைப்போய் கொன்றானே! இதே நினைப்பில் தூங்கிப்போனேன் போலிருக்கு. அதனால் ஏற்பட்ட பயங்கர சொப்பனம்.

...ஒரு சின்னப் பையன் மலைமேலே உச்சியில் ஏறி நிற்கிறான். அவன் கையில் ரத்தம் சொட்டச் சொட்ட கோடாலி. கீழே அதல பாதாளத்தில் கண்ணுக்கெட்டிய வரை அதற்கப்பாலுமிருக்கலாம் ஹோ ஹோ என்று இரைகிற கடல் கடல் கடல்.

இப்போது நான் தூங்கிக்கொண்டிருப்பது, படுத்துப் புரண்டு கொண்டிருப்பது அந்த திருவிதாங்கூரிலா? கன்னியாகுமரி வரைக்கும் விலகி நிற்கும் அந்தக் கடலிலிருந்து வெகுதூரமில்லை நாகர்கோவில். திருவிதாங்கூரை முழுமையாக நினைத்துப் பார்க்கும்போது பல ஊர்களின் நினைவுகள் மனதில் ஓடி வந்து கொண்டிருந்தது.

கருநாகப்பள்ளி, கார்த்திகைப்பள்ளி, அம்பலப்புழை, ஆலப்புழை, சேர்த்தலை, பத்தனந்திட்டை, திருவனந்தபுரம், நெய்யாற்றின்கரை, குழித்துறை, தக்கலை, அப்புறம்... அப்புறம்... இந்த நாஞ்சிநாடு முழுவதும் எல்லா ஊர்களும் எப்போ எப்போதோ பார்த்துவந்த ஞாபகம். இருந்தாலும் தாமதித்திருந்த இடங்களில் வீடும் தெருவுமா முதலில் ஞாபகத்துக்கு வருவது காயங்குளம்தான்.

ஈத்தாமொழி வெத்திலை, செம்புராம்பூர் கீரைத்தண்டு என்கிற மாதிரி, காயம்குளம்னா கத்திதான் ஞாபகம் வருகிறது. கத்திக்கு என்ன விசேஷம்னா நினைக்கிறேளா? அந்தக் கத்தி இருபுறமும் கூராக இருக்கும். யாரோ யாரையோ “ஆளு, சும்மா யில்ல காயங்குளம் கத்தியாக்கும்”னு சொல்றதையும் நான் கேட்டிருக்கேன்.

தென்னையும் பலாவும், மாவுமாக நிறைந்த புரையிடமும் வீடும் சுற்றிலும் வராண்டாவாக உள்ள வீடு. அது சாதாரணமா நாலு கெட்டுப்படுப்புரையுமுள்ள வீடு மாதிரி கிடையாது. அது சர்க்காரு கட்டடம், வேற மாதிரிதான் இருக்கு. எப்போது பார்த்தாலும் மரங்களுக்கும் மேலே, இன்னும் மேலே மேக சஞ்சாரமும், மழை பெய்வதும்தான் அதிகம் என்றுதான் ஞாபகமிருக்கிறது. விரிந்து, பரந்து வளர்ந்து நிற்கும் பலா, மா

மரங்கள், தலை விரித்தாடும் தென்னை மரங்களையும் தாண்டி மேலே சஞ்சரிக்கும் கருமேகக் கூட்டங்கள் நெருங்கி நெருங்கி இருட்டிக்கொண்டு வருகையில், பலா இலைகளை சட்டி, பானைகளாகச் செய்து விளையாடிக் கொண்டிருக்கும்போது, மனதில் லேசாகப்பயம் கவ்வும். விளையாட்டு முடிவுறாத நிலையில் பயத்தை மீறி உட்கார்ந்துகொண்டிருக்கையில் வெட்டும் ஒரு மின்னலும், அதைத் தொடர்ந்து வரும் இடியோசையும் வீட்டிற்குள் ஓட வைக்கும். தென்னை ஓலைகள் மீதும் கனம் கூடிய பலா சருகுகள் மீதும் சரமாரியாக விழத்தொடங்கும் மழைத் துளிகளின் சப்தம் எதற்கோ ஒரு பயங்கரத்துக்குக் கட்டியம் கூறுவது போலிருக்கும். மற்ற புரையிடங்களிலும், வெளிகளிலும் நிற்பவர்கள் வீடுகளுக்குள் ஓடி ஒளிவது மாதிரித்தோன்றும். இப்போது மழை 'நின்று' நிதானமாகப் பெய்து கொண்டிருக்கும்.

வாசல் பக்கம் உட்கார்ந்துகொண்டு அந்த மழை இன்னும் பெரிதானால், இன்னும் இன்னும் வேகமாகப் பெய்தால் எப்படி இருக்கும்?

என் ஆசைக்கிணங்க கொஞ்ச நேரத்தில் ஒரு அறையிலிருந்து கூப்பிட்டால் மறு அறையிலிருப்பவர்களுக்குக் கூட கேட்காத அளவு சப்தத்துடன் மழை பேரிரைச்சலுடன் பெய்ய ஆரம்பிக்கும். சில சமயங்களில் ஆரம்பத்தில் வந்த வேகம் அடங்கி ஒடுங்கிப் போகும். வெயில் அடிக்கிற நாட்களில் காலையில் சூரிய உதயமும் பின்னர் அதுமேலே ஏறி ஏறி உக்கிரமடைந்து பின்னர் இறங்கி, இறங்கி வந்து அடையும் சூரிய அஸ்தமனமும் ஒரே மாதிரி நிகழும்போது இந்த மழைக்கு மாத்திரம் என்ன வந்தது? அது ஆரம்பிக்கவும் குறிப்பிட்ட நேரம் காலம் இல்லை, நிற்கவும் நேரம் காலம் கிடையாது.

வடக்கு தெற்கு ரோட்டைக் கடந்து மேற்கு பக்கப்புரையிடங் களில் வீடுகளில் உள்ளவர்கள் எல்லோரும் முண்டும் ஜம்பரும் போட்டிருக்கும் பொம்பிளைகள்தான். அங்கே பலா சருகு வாரிக்கொண்டு போக வரும் ஒரு முடிநரைத்த அம்மச்சி வெறும் முண்டுதான் உடுத்திருப்பாள். ஒரு துவர்த்து மேலே போட்டிருப்பாள். எல்லா இடமும் பெருக்கிவிட்டு கை கால் கழுவ கிணற்றங்கரைக்கு வருவாள். மேலே கிடக்கும் துவர்த்தை எடுத்துவிட்டு எங்கும் கழுவுவாள். அவள் திறந்த உடம்பைப் பார்க்க எனக்கு வெட்கம் வந்துவிடும். "குஞ்ஞே எந்தா நோக்கணு"ன்னு அவள் கேட்டதும் நான் செய்யத்தகாத குற்றத்தை செய்துவிட்டவள் போலுணர்ந்து வீட்டிற்குள் ஓடி விட்டதுண்டு. என் ஆத்தா கூடத்தான் ஜம்பர் போட்டிருக்க மாட்டாள். ஆனால் ஆத்தா சேலை நீங்கி நான் பார்த்ததே

இல்லை. குளிக்கும்போதுகூட மார்புக்கு மேலே குறுக்குக் கெட்டித்தான் குளிப்பாள்.

பெரியக்காவின் தாவணி கொஞ்சம் விலகியிருந்தால் கூட ஆத்தா "ஏ மக்கா பொம்பளப் பிள்ளைக்கு மேலே சீல விலகலாமா?"ங்கிறாளே. இந்த சேச்சிகள் மாத்திரம் வெறும் ஜெம்பர்தானே போடுகிறார்கள், ஆனால் ஆத்தாவுக்கு இவர்கள் முண்டும் ஜம்பரும் போட்டிருப்பது ஒன்றும் தப்பாகப்படவில்லையே? என்று அவங்களோடு நல்லாப் பேசிச் சிரிச்சுக்கிட்டிருக்கதை நான் பார்த்திருக்கேனே! அது என்னவோ அந்தச் சேச்சிகள் விஷயத்திலே சரின்னு இருக்கிற விஷயம் அக்காக்களைப் பொறுத்தவரையில் செய்யக்கூடாத பெருங்குற்றம் மேலே சீலை விலகி விட்டால்?

பெரியக்காவிற்கு மாமியாரின் பெயர் ஆனதினாலே அம்மாவுக்கு அந்தப் பெயரைச் சொல்லிக் கூப்பிட வழியில்லை யாம். மாமியார் பேரு, மாமனார் பேரு, கொழுந்தன் பேரு, மாப்பிள்ளை பேரு இந்த நான்கு பேர்களுடைய பேரு சொல்லக் கூடாதாம். அதனாலே "எவுட்டி", "எவுட்டி"ன்னுதான் எல்லோரும் கூப்பிடுகிறார்கள். பெரிய அண்ணனுக்கு தாத்தாவின் பேர் ஆனதினால் அம்மா அவனை "தம்பி"ன்னுதான் கூப்பிடுவாள்.

அம்மையைப் பெத்த ஆத்தாவின் அம்மாவிற்கு பிள்ளைகள் பிறக்க நாளாகவே, எங்கே மலடியாய் போய் விடுவோமோன்னு பயந்து, கன்னியாகுமரி பகவதியம்மன் கோவிலுக்கு பவுர்ணமி தோறும் நடந்தே போய் வந்து, விரதம் இருந்து சாணி போட்டு மெழுகின தரையில் சோற்றைப்போட்டு, புறங்கை கட்டி குனிந்துகிடந்து சாப்பிடுவாளாம். கடைசியில் ஆத்தா பிறந்தாள். அந்த ஆத்தாவின் பெயர் குமரி. இரண்டாவது பெண் பிறந்தால் அம்மாவின் அம்மா பெயர்தான் சொன்னாலும் சொல்லா விட்டாலும். எனவே, இரண்டாவது அக்கா 'கொமரி'ங்கிற குமரி. அடுத்தவள் பெயருக்குப் பின்னாலும் ஒரு கதை.

அனந்தலக்ஷ்மி என்கிற பெயரில் அப்பாவிற்கு ஒரு தங்கச்சி அதாவது அம்மாவுக்கு சம்பந்தி. அவள் அம்மாவிடம் ரொம்பப் பிரியமாய் இருந்தாளாம். அவள் திடீரென்று செத்துப்போக, அந்த சமயத்தில் அம்மா இன்னொரு பெண் குழந்தை பெற அதற்கு அனந்தலக்ஷ்மின்னு பேர்விடவும் அவளை எல்லோரும் ஆனி என்றே கூப்பிடுகிறார்கள். யார் யார் பேரை விடுகிறோமோ அவர்களைப்போலவே அந்தப் பேருவிட்ட குழந்தைகள் ஆவார்கள் என்பது அம்மாவின் பேச்சில் அடிக்கடி வந்து விழும். அதனால்தான் ஆனி அக்கா ரொம்ப அழகாக இருப்பதாகவும்

தன் சம்பந்தியைப் போலவே இவளுக்கும் கறுத்த நீண்ட முடி அழகென்றும் அம்மா சொல்லிக்கொண்டிருப்பாள்.

முதலில் ஒரு தடவை கடற்கரையில் அப்பா கையைப் பிடித்துக்கொண்டு நின்றிருக்கும்போது, அந்தக்கடல், அடேயப்பா, பார்க்கப் பார்க்க எங்கே வரைக்கும்! இந்தப் பக்கமும் அந்தப் பக்கமும் எதிர்த்தாப் போலேயும் முடிவே இல்லையா? அந்தக் கடலின் கரையில் நான் எவ்வளவோண்டு சின்னவ!

அப்பா, அம்மா, அப்பாவுடைய அம்மா, அந்த ஆத்தா அம்மாவோட அம்மா, அந்த ஆத்தா, அப்பா வீட்டிலுள்ள அத்தைகள், பிள்ளைகள், அம்மா வீட்டிலுள்ள மாமாக்கள் பிள்ளைகள், அக்காக்கள், அண்ணன்கள் இன்னும் வீட்டிற்கு வந்து வந்து போகும் ஒவ்வொருத்தர்கள். அடேயப்பா, ஒரு குடும்பம்னாலேயே கடல் மாதிரி தான். இதில் நான் ஒரு துளி மாதிரிதானே.

இந்த வீட்டில்தான் எத்தனைபேர் வளைய வளைய வந்து கொண்டிருக்கிறார்கள். திடீர் திடீர் என்று வருகிறவர்கள் வேறு! நேற்று, சித்தப்பா! அப்பாவின் தம்பியாம் வந்திருக்கிறார். அம்மாவின் தம்பிகள் மாதிரி இவர் கோட்டும் சூட்டும் போடாதவர். இவர் வக்கீலோ, அப்பா மாதிரி ஆபீசரோ ஒன்றுமில்லை. ஆனாலும் இவர் வந்தால் மாத்திரம் தனி விசேஷம்தான். ஏனென்றால் எல்லோரும் வில்வண்டியில் வந்திறங்குவார்கள். அல்லது மிஞ்சி மிஞ்சிப்போனால் பஸ்ஸில் வருபவர்கள்; இவர் ஒருத்தர்தான் ரயிலில் பிரயாணம் பண்ணி வருபவர். மதுரையிலிருந்து திருநெல்வேலி வரைக்கும் ரயிலில் வந்ததைக் கதை கதையாகச் சொல்வார். அதனால்தான் அவ்வளவு விசேஷமா? அல்லது அவர் அங்கிட்டு, இங்கிட்டு என்று பேசுவதினாலேயும் இருக்கலாம். தாத்தா இறந்ததும் ஏதோ வேலை தேடி மதுரை போய்விட்டாராம்.

அம்மா எப்பப்பார்த்தாலும் வாய்நிறைய வெற்றிலை போட்டுக்கொண்டு புளிச் புளிச் என்று துப்பிக்கொண்டே இருக்கிறாள். என்னையும் பக்கத்தில் வர விட மாட்டேன்கிறாள். அம்மாக்கிட்டே படுத்துக்கொண்டு 'ம்ம்ம்' என்று இறுத்தி மூச்சு இழுத்தால் வரும் அம்மா மணம். அந்த மணம் எனக்கு யாருகிட்டேயும் கிடைக்காதே! அப்பா ராத்திரியில், சில நாட்களில் என்னைப் பக்கத்தில் படுத்துக்கொள்ளக் கூப்பிடுவார். ஏதாவது அணில் கதை சொல்வார்.

காலையில் பலாமரத்தின் கீழ் உட்கார்ந்திருப்பேன். நெல் அதுவும் புழுங்கல் நெல் காயப்போட்டிருக்கும்போது அணில்கள் வரும். அப்பா சொன்ன மாதிரியான அந்த அணில்... என்

கற்பனையில் தோன்றி உருவாகியிருந்த அணில் அதில் எதுவாயிருக்கும் என்று பார்த்துக் கொண்டிருந்தேன்.

அம்மா அழகாக இருந்தாள். எப்பவுமே நல்லா இருப்பா, அருவாமனையில் உட்கார்ந்தாய்விட்டது. எழுந்திருக்க ஒரு மணி நேரமாவது ஆகும். பெரிய முறத்தில் வெங்காயம் ஒரு குவியல், ஒரு பாத்திரம் தண்ணீரில் நறுக்கிப் போட்டு வைத்திருக்கும் வாழக்காய், சாம்பாருக்கு காய்கறிகள் ஒரு குவியல், எல்லாம் குவியல் குவியலாய்த்தான் வெட்ட வேண்டும். அம்மா ஆசை என்னை இருக்கவிடவில்லை. பின்னால் போய் முதுகோடு சாய்ந்து கழுத்தை கட்டிக்கொண்டேன். ராத்திரி கொண்டையில் பூ வைத்திருந்தாளே அதுதானோ என்னவோ குளித்த ஈரத் தலையிலும் நல்ல மணம். முகத்திலுள்ள மஞ்சளும், ஈஞ்சை போட்டுத் தேய்த்துக் குளித்த அந்த மணமும், முத்தி இழுத்து உறிஞ்சினேன். என்கை கழுத்தை இறுக்கியதாலோ என்னவோ அம்மா "உவ்வே" என்றாள். நான் பயந்து கையைவிட்டுவிட்டேன். அம்மாவிற்கு வாந்தி வந்ததும் அருவாமனையை சாய்த்துவிட்டு புறவாசல் படியில் உட்கார்ந்து ஒரு மூச்சு வாந்தி எடுத்தாள். ஆத்தா சொன்னாள் "எனக்கௌவு ஒரு ஒவத்திரமும் கிடையாது. உனக்குத்தான் இப்படி இருக்கு. நிச்சயாம்பலத்துக்கு முந்தி சாக்கோட்டி தெளிஞ்சிட்டுன்னா நல்லாயிருக்கும்... ஆசாரி வந்திருக்கார் போலேருக்கு, மருமகன் பேசிக்கிட்டிருக்கா, குட்டிக்கு ஒட்டியாணத்துக்கு அளவு கேக்கா போலிருக்கு."

அம்மா எழுந்துவிட்டபின் அந்த அருவாமனையில் இப்போது பெரியக்கா. அக்காகிட்டேயும் எனக்கு ரொம்பபிடிக்கும். நேத்து ராத்திரி அக்கா பக்கத்திலேதானே உறங்கினேன். என் தலையில் விரலால் தடவிக்கொண்டே இருப்பாள். என்ன ஒரு சுகம்! இவளையும் கழுத்தைக் கட்டிக்கொண்டால், அம்மா மாதிரி வாந்தி எடுப்பாள். மெல்ல அருகில் நகர்ந்து உட்கார்ந்து மடியில் தலையை மட்டும் சாய்த்துக்கொண்டேன். அப்போதுதான் பெரியண்ணன் குளித்துவிட்டு குளிமுறியிலிருந்து வந்தான்.

"இவளுக்கு ஒட்டியாணத்திற்கு அளவெடுப்பானேன். பேசாம ஒரு எருமை மாட்டை வயிற்றைச்சுற்றி அளந்தால் சரியாப்போச்சு."

மற்றவர்கள் சிரிக்கவே, பெரிய அக்கா கோபத்தில் "போலே கழுதை"ன்னு சொல்லி ஓன்னு அழுதாள். அவன் ஒன்று சொல்ல இவள் ஒன்று சொல்ல 'ஆ ஆ'ன்னு ஒரே சத்தம்.

ஆத்தா "ஏ, மக்கா, நாளைக்கு மணவடையிலே இருக்கப் போறவ, வெளியே ஆம்பளையோ வேற, நீ இப்படி அழலாமா?" சொல்லிகொண்டே, அந்த இரண்டு பக்கா அரிசி வேகும்

பானையை கடையடுப்பில் வைத்து வடிக்க ஆரம்பித்தாள். அத்தை அம்மியில் ஒரு கால் நீட்டி உட்கார்ந்துகொண்டு ஒவ்வொரு கறிக்காக ஒவ்வொரு தேங்காய் பெரிசில் அரைத்து உருட்டி வைத்துக்கொண்டிருந்தாள். பாவம் அத்தை, அத்தை வீட்டிற்கு அப்பா கிடையாது. அவளுக்கு ஒன்றுமே கிடையாது. அக்கா மாதிரி பாசி வைத்துப்பின்னிய ஜம்பர் இல்லாவிட்டாலும், அம்மா மாதிரி வெள்ளை ரவிக்கை கூட கிடையாது. 'பாடி' கூடப்போடுவதில்லை, வெள்ளைச்சேலைதான் கட்டிக்கொண் டிருக்கிறாள். அக்குள் தெரியாமலிருக்க இழுத்துஇழுத்து விட்டுக் கொள்வாள்.

ஒருநாள் அத்தையும், ஆத்தாவும் பூதப்பாண்டியிலிருக்கும் போது, எல்லோரும் அங்கு போவதற்காகப் புறப்பட்டோம். சின்ன அக்கா எங்கே புறப்பட்டாலும் ஒரு பட்டுப்பாவாடை உண்டு. அதைத்தான் உடுத்திக்கிட்டுப் புறப்படுவாள்.

"அங்கே பிள்ளைகளுக்குப் பட்டுப் பாவாடை எல்லாம் கிடையாது. நமக்கில்லையேன்று நினைக்கும்லா" அப்பா சொன்னதை நான் ஆச்சரியமா பார்த்துக்கிட்டிருந்தேன். ஆனால் எல்லோரும் காரில்தான் போனோம்! அதுமட்டும் நமக்கில்லை யேன்னு நினைக்க மாட்டார்களா? அது என்னமோ திரும்பி வரும்போது எங்களோடு அத்தை பிள்ளைகளும் வந்தார்கள்.

"காலம்பற எங்க மக்களே போற" அப்பா கேட்கவும் அம்மா, "அது தெரியாதா உங்களுக்கு? என்னைக்கும் பல்லு தேய்ப்பா, அவளே அவகிராப்புத் தலையைச் சீவிக்கிட்டு ஒங்க டாக்டர் வீட்டுக்கு ஓடுவா. வரச்சில நிறைய பிச்சிப்பூ கொண்டு வந்து அதக்கெட்டி தலையிலே வச்சுக்கிட்டுத்தான் பள்ளிக்கூடத்துக்குப் போவா."

அப்பாவும், அம்மாவும் சேர்ந்து சிரிப்பது வாசலைக் கடந்து ஓடிக்கொண்டிருந்த என் காதிலேயும் லேசாகக் கேட்டது.

டாக்டர் ஜாண் பிச்சிப்பூவை ஒரு கவரிலே போட்டுத் தருவார். தாளும் பிச்சிப்பூவும் சேர்ந்து அடிக்கிற வாசம் எனக்கு ரொம்பப் பிடிக்கும்.

ஒரு அக்கா வந்து குளிப்பாட்டி விட்டாள். வெளுத்த ஒரு ஃப்ராக் போடத்தந்தாள். ஆ! என்ன சந்தோஷமாக இருந்தது.

ஆகா அணில் பிள்ளைகள் இரண்டு
அன்புடனே வசித்திருந்தனவாம்
ஓர்நாள் காற்றடித்து மழை பெய்ததில...

"சீக்கிரம் காப்பியைக் குடிச்சிட்டுப்போடி, மணி ஒம்பதாச்சு."

என் பாட்டு நின்றது.

தட்டத்தில் புட்டும் பழமும் பஞ்சாரையும், எனக்குப் புட்டைப் பார்த்த உடனே கோபம் வந்தது. "எனக்குப் பழஞ்சியே போறும்"ன்னேன்.

அங்கே வந்த சின்னண்ணன்,

"ஏ பழஞ்சிப்பானே, பழஞ்சிப்பானேய்..."

"போடா, பப்பு, பருப்பு பப்படம் பாயசம்." அதற்குள் பழையதில் நல்ல தயிர்விட்டு பிசைஞ்சு, பிசையும் போதே நாக்கில் தண்ணீர், நார்த்தங்காய் ஊறுகாய் மணமும், போதும்னு சொல்லச் சொல்ல இன்னும் ஒரு உருண்டை, இன்னும் ஒரு உருண்டைன்னு அக்கா அத்தனையும் திணித்துவிட்டாள்.

ஐய்யய்யோ! நோட்டீஸ் வண்டி! அப்படின்னா பள்ளிக் கூடம் பெல் அடிக்க இன்னும் கொஞ்ச நேரம் தானிருக்கு. ஆனாலும் வண்டியின் பின்னால் ஓடி நோட்டீஸ் வாங்கப் போனேன். 'பாலயோகினி' சினிமா வண்டியில் ஒரு பக்கம் பேபி சரோஜாவின் படம் பெரிசா இருந்தது.

நோட்டீஸ்காரன் "நீ பேபி சரோஜா மாதிரி இருக்கே, இன்னா உனக்கு இரண்டு நோட்டீஸ்."

நோட்டீஸையும் வாங்கிக்கொண்டு ஓடினேன். நான் அன்னைக்குப் புது ரிப்பன் 'போ' வைத்துக் கட்டியிருந்தேன். பிச்சிப்பூ வேறு. நோட்டீஸ்காரன் வேற நான் பேபி சரோஜா மாதிரியின்னான், எனக்கு ஒரே குதூகலமாயிருந்தது. மத்தியானம் வீட்டிற்குப் போனதும் நான் எப்படி இருக்கேன்னு கண்ணாடியிலே பார்த்துக்கிடணும். ஆனாலும் பொய்யை நம்புகிறோமோன்னு ஒரு குற்ற உணர்வு. ஏன்னா எனக்கு ஓட்டைப்பல். வீட்டிலே எல்லோரும் என்னை சப்பை மூக்குன்னு கூப்பிடறாளே. நான் எப்படி அழகா இருக்க முடியும்! ஆனாலும் நான் அழகா இருக்கேன்னு எப்படியோ எனக்குள்ளே ஓர் உணர்வு, எப்படியும் மத்தியானம் கண்ணாடியில் பார்க்க வேணும். பேபி சரோஜா மாதிரி கொஞ்சமாவது இருப்பேன் போலிருக்கு.

என்னை யாராவது ஒரு பாட்டுப் பாடுன்னாப்போதும், "கண்ணே பாப்பா மிட்டாயி வாங்கித் தருகிறேனே நானே"ன்று பாட ஆரம்பித்து விடுவேன். சாயங்காலம் வீட்டிற்கு வந்ததும் பேபி சரோஜா, நோட்டீஸ் எல்லாம் மறந்து போச்சு.

"காலம்பற போட்ட வெளுத்த உடுப்பு, சாயங்காலத்துக்குள்ளே என்னா மாதிரி அழுக்கா ஆக்கியிருக்கே." இது அக்கா.

ஸ்லேட்டிலே ஒரு பக்கம் டிக்டேஷனுக்கு 10க்கு 9 மார்க்கு. எல்லோரும் அதைப் பார்த்து சிரிக்கவே எனக்கு அழுகையா

மெல்லக் கனவாய் பழங்கதையாய்...

வந்தது. வீட்டிற்குப் பின்னால் ஓடினேன். அங்கேதான் நிறைய கொல்லாமரம். எனக்கு வசதியா ஏறி–தாழ்ந்த கொம்பிலே உட்கார முடியும். பின்னேயும் மாமரம், வேப்ப மரம் எல்லாம் உண்டு. அங்கே குழி யானைகள் தான் எனக்கு ரொம்பப் பிடிக்கும். நைசாக மணலில் சுழி சுழியாத் தெரியும் குழிகள் ஒரு விரலால் அதன் ஓரத்தில் "குழியான, குழியான, வா, வா பாலும் சோறும் தாரேன்"னு திரும்பத் திரும்பச் சொல்லிக்கொண்டே மண்ணை லேசாகக் கிளறினால் குழியானை மேலே வரும். ஒன்று, இரண்டு, மூன்று, நான்கு இப்படி பிடித்துவைத்துக் கொண்டு, ஒவ்வொன்றாக மணலில் விட்டுத் திரும்பவும் அவை குழிக்குள் போவதைப் பார்க்க எல்லாமே மறந்துபோய் உட்கார்ந்திருப்பேன்.

இது செங்கோட்டை. காயங்குளத்திலிருந்து இங்கே செங்கோட்டைக்கு எப்படி ஏன் வந்தோம்னு அதெல்லாம் எனக்குத் தெரியாது. நாகர்கோவிலுக்கு வருமுன் செங்கோட்டையி லிருந்த ஒரு கதைபோல எனக்கு ஞாபகம் வருகிறது.

அன்று காலையில் நான் கருப்பட்டியும் தேங்காயும் உள்ளே வைத்து அவித்த செனையிட்டலி சாப்பிட்டுக் கொண்டிருந்தேன். அப்பா கர்லாத்து சுற்றிக்கொண்டிருந்தார்.

"சீக்கரம்தான் சாப்பிடேண்டி, ஒன் ஊசித்தொண்டையும் கலப்பட்டி வயறும். இங்கேரு, அண்ணாவி ஒன்ன கூப்பிட வந்திருக்காரு, சீக்கிரம் போ."

இது அக்கா.

கை கழுவிவிட்டு மெல்ல வெளியில் எட்டிப்பார்த்தேன். வராந்தாவில் தொந்தியும் வயறுமா குடுமி வைத்துக்கொண்டு வெறும் தார் பாய்ச்சிய வேட்டியுடையுடன் ஒருத்தர்.

"ஏடு தொடங்கியாச்சாம்மா?" அண்ணாவி. இதற்குள் அம்மா வந்தாள்.

"பூசை எடுப்போடேயே தொடங்கியாச்சே."

"ஏடு வச்சிருக்கியா?" அண்ணாவி கேட்டது என்னைப் பார்த்து.

"ம்" உள்ளே ஓடிப்போய் என் விளையாட்டுச் சாமான் களுடன் கிடந்த பனைஓலை ஏட்டை எடுத்துக்கொண்டு வந்து அவரிடம் கொடுத்தேன்.

அண்ணாவி என்னைப் பள்ளிக்கூடத்திற்கு கையைப் பிடித்துக் கூட்டிக்கொண்டு போனார். ஒரே ஒரு அறை போலுள்ள ஒரு ஓலைக்குடில்தான் அந்தப் பள்ளிக்கூடம். பக்கத்து வீட்டுப்

பிள்ளைகள் ஒன்றிரண்டுபேர் குடிப் பள்ளிக்கூடம் போறேன் என்றார்கள், இதுதான் அந்தக் குடிப் பள்ளிக்கூடமா?

ஒரு பெரிய வளாகம். முதல் பகுதியில் நாங்களிருக்கும் வீடு. எதிர்த்தாப்போல் ஒரு சின்னக் குடும்பம் இருக்கும் ஒரு சின்ன வீடு. இரண்டே அறைகள்தான். அதன் அடுத்த பகுதியில் முன்புறம் முழுவதும் காலி மனை. ஒரு ஓரத்தில் இந்தப் பள்ளிக்கூடம். பின் பாகத்தில் அந்த அண்ணாவியின் வீடு.

பள்ளிக்கூடத்தினுள்ளே நுழைகிறேன். ஒரு ஓரமாக கொஞ்சம் நீளமான திண்டு சாணியால் மெழுகியிருக்கிறது. அதிலேதான் அண்ணாவி உட்காருவார். மத்தியானம் தூக்கம் வந்தால் அதில் தொப்பை நிமிர்ந்து நிற்க மல்லாந்து படுத்துக்கொண்டு தூங்குவார். நாங்கள் ஒவ்வொருத்தராக மாறி மாறி பனைஓலை விசிறியால் வீச வேண்டும். என்னையும் சேர்த்து பன்னிரண்டு பிள்ளைகள் படிக்கிறோம். எல்லோருக்கும் உட்கார பனைஓலை தடுக்கு ஒவ்வொன்று இருக்கும். அது அவரவர் வீட்டிலிருந்து கொண்டுபோய் கொண்டு வருவோம். முன்னால் நைசான மணல் பரப்பிக்கொள்வோம். அதில்தான் அ, ஆ எழுதிப் பழக வேண்டும். இன்னும் க,ங,ச; 1,2,3 எல்லாம் அதிலேயே எழுதிக் கற்றுக்கொண்டேன்.

ஒரு மாகாணி மாகாணி
இரு மாகாணி அரைக்கால்
மும்மாகாணி முண்டாணி

ஒருவன் சொல்ல மீதிப்பேர் கோரஸ் பாடுவது போல் சொல்வது.

இன்றும் தமிழில் ஒன்று எழுத 'க', இரண்டு எழுத 'உ' மூன்று எழுத 'ங' அதுதான் எட்டேகால் லட்சணமேன்னா அவ லட்சணம்னு தெரியும்.

எட்டு (8) எழுத 'அ'

கால் (1/4) எழுத 'வ'

இப்போது அண்ணாவி எனக்கொரு புது 'ஏடு' கொண்டு வந்து தந்தார். முதலில் எழுத்தாணி எப்படிப் பிடிக்க வேண்டுமென்று பழக்கித்தந்தார். பின்னர் ஓலைச் சுவடியில் பலமாக அழுத்தி எழுதச் சொல்லித் தந்தார்.

அன்றைக்கு வீட்டிற்குப் போனதும் "எனக்கு மஞ்சை அரச்சுத் தாக்கா."

"மஞ்சையா..? உனக்கா? என்னத்துக்கு?" கேட்ட எல்லோரும் சிரிக்கிறார்கள்.

"இன்னும் பத்து வருஷமாவது ஆகணும்டி."

"உம் ம் ம் அரச்சுத் தா ..."

அம்மி அரைபடும் சத்தம். அரைத்த மஞ்சளுடன் "என்ன செய்யணும்னு சொல்லு." என் உத்தரவுக்காக காத்து நின்றாள் அக்கா.

நான் ஓடிப்போய் சன்னலோரத்தில் வைத்திருந்த ஏட்டை எடுத்து வந்தேன். முதலில் அரைத்த மஞ்சளை ஏட்டில் தடவினேன். எழுத்தாணி பதிந்த இடங்களில் மஞ்சள் ஏறிக்கொண்டது. ஓலையும் மஞ்சளானது. பின்னர் அதைக் கழுவினேன். ஒரு கரித்துண்டு கொண்டுவந்து படிக்கல்லில் தண்ணீர் ஊற்றி உரைக்க வேண்டும். வழித்து எடுத்து சுவடியில் தேய்த்தேன். பிறகும் தண்ணீர் விட்டுக் கழுவினேன்.

ஹய்யா! இப்போ நான் எழுத்தாணியால் எழுதின அ, ஆ, இ, ஈ எல்லாம் நல்லாத் தெரியுது. அக்கா அண்ணன்களுக்கெல்லாம் ஓலைச்சுவடி கிடையாது. எல்லாம் புஸ்தகங்கள்தான் தமிழில் வாசிப்பார்கள். அல்லது இஸ்... புஸ் என்று இங்கிலீஷ் படிப்பதும் கேட்டிருக்கிறேன்.

முன்னாலே மலையாளம் பேசுவதைக் கேட்டிருக்கேன். அப்பா கூட ஆபீஸ் பேப்பர் எல்லாம் மலையாளத்தில்தான் எழுதுவார். செங்கோட்டைக்கு வந்த பிறகுதான் ஒரு அக்கா ஸமஸ்கிருதம்னு ஒரு பாஷை படிக்கிறா?

நான் எப்போ வளர்ந்து எப்போ இதெல்லாம் படிக்கப் போறேன்?

ஓலைச்சுவடியை, நான் செய்த விந்தையை எல்லோரும் வாங்கி வாங்கிப் பார்த்தார்கள். எல்லோரும் செய்யாத ஒன்றை நான் செய்திருக்கேன்.

"ஏய் அதுக்க முகத்திலே பெருமையைப் பாரேன்"ன்னு அண்ணன் என் கன்னத்திலிடித்தான். இரவு தூங்கும்போது கண்ணுக்குள்ளே மஞ்சளும் கரியும் மாறி மாறித் தெரிந்தது.

இங்கேயிருந்து இப்போ திரும்பியது நாகர்கோவில். ஒரு இடத்திலேயிருந்து இன்னொரு ஊருக்குப் போகும்போதெல்லாம் அம்மா எல்லோரிடம் சொல்வது "அவ்வோருக்கு ஸ்தலமாத்தம்." அதனாலே எனக்கும் தெரிஞ்சு போச்சு ஸ்தலமாத்தம்னா என்னன்னு.

நாகர்கோவிலில் மகாராஜா வந்து தங்குவதற்காம் அந்தக் கொட்டாரம். அங்கேயிருந்து கொஞ்ச தூரத்தில் இருக்கும்

அந்தப் பெரிய பள்ளிக்கூடம். இங்கேயும் நான் ஒண்ணாம் கிளாசில் சேர்க்கப்படவில்லை. அதற்குப் பேர் அரைக்கிளாஸ்.

முதலில் ரொம்பப் பயமாயிருந்தது. பெரிய பள்ளிக்கூடம், மட்டரளிப்பூ மரங்கள் நிறைய இருக்கு. பெரிய பெரிய வகுப்பறைகள். யப்பா, வராண்டாக்கள்தான்... எங்கே எல்லாம் சுற்றிச் சுற்றி வராண்டாக்கள். என்னைச் சேர்த்திருக்கிற வகுப்பி லிருந்து பார்த்தால் தூரத்தில் பெரிய பிள்ளைகள் படிக்கிற பெரிய பெரிய வகுப்புகள். அங்கேயே தங்கிப்படிக்கும் பிள்ளைகளுக்கான பெரிய போர்டிங் கட்டடம். விளையாடத்தான் எவ்வளவு இடம்! இன்னும் போகப் போக எத்தனை மாமரங்கள், அம்மாடி! நான் அங்கே எல்லாம் தனியாகப் போகவே மாட்டேன். மேபல், டயனா, லில்லி, ஸ்டெல்லா எல்லோரையும் எனக்கு ரொம்பப் பிடிக்கும். மத்தியானம் மாத்திரம் இவர்கள் கிட்டே மீன் வாசனை அடிக்கும். மத்தியானம் பள்ளிக்கூடம் வந்த பின் எல்லோரும் தூங்குவோம். ஆளுக்கு ஒரு பாய் தருவார்கள். அன்னைக்கு என்கிட்டே ஒரு சின்ன சிலேட்டுக்குச்சு தானிருந்தது. சிலேட்டைப் பக்கத்தில் வைத்துவிட்டு சிலேட்டுக் குச்சை வாயில் போட்டு கன்னத்தில் ஒதுக்கிக்கொண்டு படுத்துக்கொண்டேன். தூங்கி... விழித்து... அடுத்த மணி அடித்ததும் டீச்சர் எங்கள் எல்லோரையும் பூனைப்படம் வரையச் சொன்னா. குச்சு? ஆமா குச்சு என்னாச்சு? எங்கே? எங்கபோயிருக்கும்? விழுங்கி யிருப்பேன்!

அடுத்த நாள் குச்சு இல்லை. ஒரு குச்சு இரண்டு காசு. நான் குச்சு இல்ல, குச்சு இல்லன்னு சொல்லிக்கொண்டிருந்ததை யாரும் காதிலேயே வாங்கல்ல. என் எண்ணம் அப்பாவிடம் ஓடியது. அப்பா மாதிரி யாருமே இல்ல. அப்பா என்ன கேட்டாலும் தருவா. வீட்டிலிருந்து சில அடிகள் தூரத்தில் ரோட்டின் இடது புறம்தான் அப்பா ஆபீஸ். பெரிய பெரிய "பைப்"களினிடையே அப்பா தொப்பியுடன் நின்றுகொண்டிருப்பார். ஒரு ஆள் நுழைந்து ஒளிந்து கொள்கிற அளவுக்குக் கூட பெரிதான "பைப்பு." அப்பா விடம் கேட்டால்தான் குச்சு கிடைக்கும். மெல்ல அப்பாவை நெருங்கிப் போனேன். அதற்குள் அங்கு வேலை செய்யும் ஒருவர் பார்த்துவிட்டார். ஓடி என்னைக் கையைப்பிடித்து அழைத்துக் கொண்டு போனார். அப்பா மற்றவர்களை என்னென்னவோ வேலைகள் செய்யச் சொல்லிக்கொண்டிருப்பதைப் பார்த்தேன். இதோ அப்பா என்னைப் பார்த்தபடி,

"என்ன மகளே?"

"குச்சு... குச்சு இல்லேப்பா."

"காசு வேணுமாம்மா?"

"ம்."

அப்பா நாலு காசு துட்டுத் தந்துவிட்டு "ரோட்டிலே ஒதுங்கிப் போகணும்" என்று சொல்லிவிட்டு மீசை அழுந்த கன்னத்தில் ஒரு முத்தமும் தந்து அனுப்பினார்.

வெளியே வந்ததும்... ரோட்டிலே யாருமே இல்லை. ரொம்ப நேரமாகியிருக்கும். மணி அடிச்சிருக்கும். டீச்சரும் ஏசுவாளே, அண்ணன் எல்லோரும் படிக்கிற எஸ்.எல்.பி. பள்ளிக்கூடம். அதன் எதிர்த்தார் போலத்தான் அந்தக்கடை, அங்கே போய் குச்சு வாங்கிவிட்டுத் திரும்பணுமே. பயமாயிருந்தது அழுகை வந்தது. தேம்பல் வந்தது. தேம்பிக்கொண்டே போனேன். வீட்டு வாசலைக் கடந்துதான் போகணும், வாசலுக்கு நேரே நின்றுகொண்டிருந்த அம்மா என் தேம்பலைக் கேட்டிருக்க வேண்டும். என்னையும் பார்த்துவிட்டாள். அம்மா ஏதோ சொல்வதுபோல் தெரிந்தது. அக்கா வந்து கையைப் பிடித்து வீட்டிற்குள் இழுத்துக்கொண்டு போனாள்.

அப்பாகிட்டே ஆபீசிலே போய் காசு வாங்கினது தப்பா? அம்மா ஒரு அடி கொடுத்தாள். அப்போது சின்ன அண்ணன் காலேஜ் புறப்பட்டுக்கொண்டிருந்தான். அவன் எப்.ஏ. படிக்கிறான்னு தெரிஞ்சிருந்தேன். அந்த எப். ஏ. என்று சொல்வதிலியே ஏதோ இங்கிலீஸ் பேசிவிட்ட மாதிரி அம்மா பெருமையாகச் சொல்வாள். அத்தான் பி.ஏ. படித்துவிட்டு இனி பி.எல். படிக்கப்போறாராம். எப்.ஏ., பி.ஏ., எல்லாம் கேட்கும்போது, யப்பா! எல்லாம் பெரிய பெரிய படிப்புதான் போலிருக்கு–அம்மா என்னை அடித்தாளோ இல்லையோ உடனே என்னைத் தூக்கிக்கொண்டான்.

"குச்சு இல்ல, டீச்சர் ஏசுவா"ன்னு சொல்லிக்கொண்டே தேம்பினேன். "அழக்கூடாது. என்னா?" கண்ணைத் துடைத்து விட்டான். ஒரு கையில் புஸ்தகமும் ஒரு கையில் என்னையுமாகத் தூக்கிக்கொண்டு திரும்பவும் கடைக்குப் போய் சியூங்கமும், மிட்டாயும் வாங்கித்தந்து என்னை டீச்சர்கிட்டே கொண்டு விட்டான். டீச்சர் ஒன்றுமே சொல்லலை.

'கொச்சேட்டனும்', 'ஆஷாகோஷா'வும் எனக்கு ரொம்ப பிடிக்கும். கொச்சேட்டனுக்குத் தலைமாத்திரம் மேலே தெரியும். கால்கள் கீழே தெரியும். கைகளும் வெளியே தெரியும். மீதி இடங்கள் முழுவதும் சாமான்களால் மறைந்திருக்கும். ஏதோ சாமான்களுக்குள் அவன் புகுந்து கொண்டது போல. நிறைய கந்தல் மூட்டைகள், உடைந்த சாமான்களை கயிற்றில் கோர்த்துக்

கட்டிப்போட்டுக் கொண்டிருப்பான். பழைய 'டின்'கள் இரண்டு மூன்று, அவற்றையும் கயிற்றில் கட்டி மாலை போல் போட்டிருப்பான். இடுப்பைச் சுற்றி என்னென்னமோ துணிகள். வெளி வராண்டாவில் உட்கார்ந்துகொள்வான். எல்லோரும் அவனிடம் மாறி மாறி ஏதாவது கேள்விகள் கேட்டு கலாட்டா பண்ணுவார்கள். மலையாளத்தில் ஏதேதோ பதில் சொல்வான். 'கல்யாணம் பண்ணப் போரேன்' என்பான் எல்லோரும் சிரிப்பார்கள். கல்யாணம்னா என்னா? ஏன் சிரிக்கணும்? தெரியலையே!

வீட்டில் கொடியடுப்பில் கற்சட்டியில் பழைய கறி சுண்டிப் போயிருக்கும். சில சமயம் அது வற்றி வற்றி மெழுகு போல் உருட்டலாம்; அப்படி இருக்கும். அதை அவனுக்கு நிறையப் போடுவார்கள். ஒரு டப்பா நிறைய பழைய சோறும் போடுவார்கள். அவன் அவற்றை எடுத்துக்கொண்டு மாமரத்தடியில் போய் உட்கார்ந்துகொள்வான். அவனது ஒவ்வொரு மூட்டையையும் ஒவ்வொன்றாக எடுத்துக் கீழே வைப்பான். எல்லோரும் வீட்டிற்குள் இருப்பார்கள். நான் மட்டும் அவன் கூடவே இருப்பேன். அவன் எதிரில் உட்கார்ந்துகொள்வேன். ஒவ்வொரு மூட்டையிலும் என்னதான் இருக்கும்..?! ஒரு டப்பாவில் ஒரு காசு, இரண்டு காசு, நாலு காசு, எட்டு காசு துட்டுகள் வைத்திருப்பான். சக்கரம் இருக்காது, இரண்டு எட்டு காசு சேர்ந்தால் ஒரு சக்கரம். அது பெரிசு. அதனாலே அது அவனுக்குக் கிடைச்சிருக்காது.

அவன் இரண்டு கால்களிலும் பழைய துணிகளைச் சுற்றிச் சுற்றி கட்டி வைத்திருப்பான். அம்மா அவனுக்கு ஒருநாள் பழைய செருப்புகள் கொடுத்தாள். ஆனால் அவன் அதைப் போடவில்லை. துணிகளைத்தான் கட்டிக்கொள்வான். அவன் பசியோடு பழையதையும் சுண்டக்கறியையும் உறிஞ்சி உறிஞ்சி சாப்பிடும்போது எனக்கும் ஒருவாய் அதில் வாங்கிச் சாப்பிட வேணும் போலிருக்கும். கடைசியாக யாராவது தண்ணீர், அதுவும் கக்கூஸ் செம்பில் கொண்டு வந்து ஊற்றிக் கொடுப்பார்கள். அங்கேயே கழுவிக்கொண்டு போய்விடுவான். நிறையப் பழையது! எப்படி அவ்வளவு சாப்பிட்டான்னு எனக்கு ஒரே ஆச்சரியம்!

"ஆஷா கோஷா" – அவன் பேசவே மாட்டான். 'ஆஷா கோஷா', ஆஷா கோஷா'ன்னு வாய் ஓயாமல் நடக்கும்போதும் இருக்கும்போதும், சொல்லிக்கொண்டேயிருப்பான். வீட்டில பாயசம் வைக்கிற அன்னைக்கெல்லாம் ஏதாவது விசேஷம்னு அர்த்தம். அப்பா, ஆஷா கோஷாவை அழைத்து சாப்பாடு போடச்சொல்லி ஞாபகப்படுத்திவிட்டுப் போவார். நான்தான்

மெல்லக் கனவாய் பழங்கதையாய்...

அன்னைக்குப் பள்ளிக்கூடம் போகமாட்டேனே! அவன் இருக்கிற இடமும் எனக்குத்தான் தெரியும். நான் பள்ளிக்கூடம் போகிற வழியில் ஒரு ஒற்றை ரூம் உண்டு. சிறிய வராண்டாவுடனிருக்கும். அது ஏதோ ஒரு ஆபீஸ் என்று சொன்னார்கள். ஆனால் அது எப்பவும் பூட்டியேயிருக்கும். அந்த வராண்டாதான் ஆஷா கோஷாவின் வீடு என்று எனக்குத் தெரியும். அவனுக்குத் தாடியும், மீசையுமிருக்கும். ஆனால் ஒரே ஒரு துண்டு மட்டும் தான் உடுத்தியிருப்பான். ஒன்றுமே வைத்திருக்க மாட்டான். கொச்சேட்டனுக்கு நேர் எதிர், "சாப்பிட வா" என்றால் கேக்காத மாதிரி இருப்பான். "வீட்டுக்கு வா, சாப்பிட வா" என்று கத்துவேன். "நீ, போ" என்கிற மாதிரி கையைக் காண்பிப்பான்.

நான் போவேன். 'ஆஷா கோஷா' 'ஆஷா கோஷா' என்று புலம்பிக்கொண்டே பின்னால் வருவான். அவன் படி ஏறிவந்து வராண்டாவிலே உட்காருவான். இலை போட்டு நல்ல சொம்பில் தண்ணீர் வைப்பார்கள். அவனிடம் எப்போதும் சக்கரம், காசு எல்லாம் இருக்கும். பக்கத்தில் அடுக்காக வைத்துக்கொண்டு பின்னர் சாப்பிடுவான். சாப்பிட்டு விட்டு பல நாட்கள் சக்கரம், காசை எடுக்காமலேயே போய்விடுவான். அம்மா என்னைக்கொண்டு போய் கொடுத்துவிட்டு வரச் சொல்வாள். கொண்டுபோய் கொடுப்பேன். வாங்க மாட்டான். திரும்ப வீட்டிற்கு ஓடி வருவேன். "வாங்கல்லேன்னாலும் அவன் பக்கத்தில் வைத்துவிட்டு வந்துவிடு" என்பாள். திரும்பவும் எடுப்பேன் ஓட்டம். அங்குபோய் பார்த்தால் அவன் இருக்க மாட்டான்.

"ஆஷா கோஷா..."

"ஆஷா கோஷா..." என்று கத்திக்கூப்பிட்டுப் பார்ப்பேன். வேறு என்ன செய்ய? அங்கேயே வைத்துவிட்டுத் திரும்பி விடுவேன். அந்த இடத்திற்கு அவனும் அவனைத் தேடி நானும் போவதைத் தவிர வேறு யாரும் வந்து நான் பார்த்ததில்லை.

ஜல் ஜல்னு ஒரு வில் வண்டி வந்தது. வண்டி சத்தம் கேட்டு எட்டிப்பார்த்தேன். வண்டியிலிருந்து அக்காவும் அத்தானும் இறங்கினார்கள். எல்லோரும் பார்க்க ஓடிப்போனார்கள்.

"மக்கள் வந்தாச்சு." அப்பாவிற்கு ரொம்ப சந்தோஷம் போல் தெரிகிறது.

"டீ. மத்தியானம் ஏதாவது பிரதமனும் வச்சுரு. நான் ஆபீஸ் போயிட்டு சீக்கிரம் வாறேன்."

என்னவோ அண்ணைக்குப் பெரிய விசேஷம்தான் போலேயிருக்கு! அக்கா இப்போதுதான் என்னைக் கவனிக்கிறாள்.

"வாவுட்டி இங்க"ன்னா, அத்தான் லேசாகச் சிரிச்சாரு, அக்கா கைகளைப் பிடித்துப் பார்த்தேன். அய்யய்யோ! எவ்வளவு வளையல்கள், தங்கம், வெள்ளி, கண்ணாடி, அங்கேயும் இங்கேயும் நீக்கிப்பார்த்தேன். வளையல்கள் சத்தம் கேட்க எவ்வளவு நல்லா இருக்கு! ஒரு நீளமானச் செயினின் 'பென்டன்ட்' வயிற்றுக்கும் கீழே ஊஞ்சல் ஆடியது. பிடித்துப் பார்த்தேன்.

அத்தானை, அம்மாவுக்குப் பிடிக்காதோ என்னவோ, நேராகப் பேசமாட்டார்கள். நாங்கள் எல்லோரும் பேசுவோம். அப்பாவும் பேசுவார்கள். அம்மா ஏதாவது கேட்கனும்னா கதவுக்குப் பின்னால் எங்கேயாவது ஒளிந்து கொள்வதுபோல் நின்றுகொண்டு பேசுவாள். அப்போதுதான் எனக்கு ஞாபகம் வந்தது. ஆத்தா எங்கப்பாவிடம் நேராகப் பார்த்துப் பேசியதில்லை. மற்றவர்கள் பேசியதிலிருந்து மாமியாரானால் மருமகன் எதிரில் வரக்கூடாதாம். மாமியார் ஒளிக்கனுமாம். நல்ல ஒளிச்சு விளையாட்டு!

பகலில் அக்காவுடனேயே இருப்பேன். தூங்குவதும் அவளுடன்தான். ராத்திரி மாத்திரம் "அக்கா வயத்திலே பாப்பா இருக்கு. நீ கை, காலை மேலே போட்டிருவே"ன்னு படுக்க விடமாட்டார்கள்.

காலையிலே பாத்தா அக்காவைக் காணாது. ராத்திரி எங்கே போயிருப்பா? பார்த்தால் எல்லோரும் அக்காளையும் அத்தானையும் விழுந்து விழுந்து உபசரிப்பா, அப்பாவே போய் வென்னீர் சூடாயாச்சான்னு பார்த்துட்டு வருவார்.

அடுக்களையிலும் பாத்திரங்களின் ஓசை தடபுடலாக இருக்கும். என்னன்னே புரியாது. ஆனால் அந்த நேரங்களில் நான் ஒரு வேண்டாத விருந்தாளி மாதிரி எனக்கே தோணும். எங்களை எல்லாம் மறந்துவிட்டு அவர்களுக்கு அத்தனை உபச்சாரம் நடக்கும். அத்தான் பி.ஏ. தான் படிச்சிருக்காரு, இனிதான் பி.எல். படிக்கப்போறாராம்.

அன்று காலையில் வீட்டுப் பாடம் எழுத உட்கார்ந்தேன். அம்மா, அக்கா, அணில், அன்னம்... எல்லாமே 'அ'வில் தொடங்கும் வார்த்தைகள். ஸ்லேட்டில் எழுதி முடித்துவிட்டேன். அக்கான்னு எழுதும்போது அக்காவைப் பார்க்கணும் போலிருந்தது.

"அக்கா, அக்கா..."

கூப்பிட்டுக்கொண்டே ஓடினேன். ஆத்தா "அங்க போகாத மக்கா, அக்கா பேசிக்கிட்டிருக்கா, இப்பம் வந்துருவா அதுவரை நீ போய் விளையாடிட்டுவா"ன்னு ரூம் வரைக்கும் போன

என்னை, கையைப் பிடித்து திரும்பப் போகச் சொன்னது அவமானமும் வருத்தமுமா இருந்தது.

பழையபடி உட்கார்ந்து ஸ்லேட்டில், தம்பி, தங்கை, தட்டம், தண்ணீர் என்று எழுதிக்கொண்டிருந்தேன். உள்ளே அம்மா, அப்பா, சின்ன அக்கா எல்லோருமாகப் பேசுவது கேட்டது. என் பெயர் அடிபடவே எழுதுவதை நிறுத்திவிட்டு கேட்கத் தொடங்கினேன்.

மகளைப் பார்த்து அப்பா "பூஜைப்புரையிலேதான் வீடு கிடைச்சிருக்கு. மூத்த மாப்பிள்ளைக்கும் வசதியாத்தான் லாகாலேஜிலேயும் இடம் கிடைச்சிருக்கு" என்றார்.

அம்மாவைப் பார்த்து "இப்பம் ரூம் எடுத்து தங்கிட்டிருக்கான்லா, ஒந் தம்பியையும் இனி வீட்டிலேருந்து காலேஜுக்குப் போய் வரச் சொல்லு. இந்தக் குட்டிக்குத்தான் பக்கத்திலே அனுப்புறாப்புலே தமிழ் ஸ்கூல் இல்ல" என்றார்.

"அதுக்கென்னா எங்க அம்மையிருக்கா, அத்தையிருக்கா, கோட்டாத்துலே விட்டுரலாம். எதித்தாப்புலே பள்ளிக்கூடம், அங்க போயிட்டிருக்கட்டும்."

ஆத்தாகூட இருந்தாலும், எனக்கு அம்மாகூட இருக்கிற மாதிரிதான். ஆனா ஆத்தா அம்மா மாதிரி இருக்கமாட்டாள். ரவிக்கை போட்டிருக்க மாட்டாள். வெளியே போகும்போது நார்ப்பட்டு, காசிப்பட்டுன்னு ஒரு மங்கின நிறத்தில் சேலை கட்டியிருப்பா, கழுத்தில் ஒன்றும் போட்டிருக்க மாட்டாள். அறுத்தக் கழுத்து, காதுகளில் பாம்படம். கருப்பட்டிப் புகையிலையுமா, வெத்தலையுமா மணம் ஆத்தாகிட்டே இருந்துக் கிட்டே இருக்கும். அங்கே போனால் அய்யா! அத்தையுடன் பாறைக்கங்காலுக்குக் குளிக்கப்போகலாம். கொஞ்சம் தண்ணி போய்க்கிட்டிருந்தா விளையாடி விளையாடிக் குளிக்கலாம். ரொம்பத் தண்ணி போனா படியிலேயேதான் நின்னுக்கிட்டு முங்கி முங்கிக் குளிக்கணும்.

○

2

கோட்டாறு வீட்டிலே ஒரு முருங்கை மரமும் ஒரு வேப்ப மரமும் மாத்திரம்தான் இருக்கும். இந்த வீடு மாதிரி தரையில் ஓடு போட்டிருக்காது. சாணிப்போட்டு மெழுகியிருக்கும் தரைதான். வியாழக்கிழமை சாயங்காலமே அத்தை எங்கிருந்தோ நிறைய சாணி கொண்டு வந்து வைத்திருப்பாள். ராத்திரிக்குள்ளே அத்தை எல்லா இடமும் மெழுகி விடுவாள். உறக்கம் வருவதற்குள் நன்றாகக் காய்ந்து விடும். ஆனாலும் அன்றிரவு தலையணைப் பக்கத்தி லிருந்து சாணி காய்ந்த வாசனை வந்துகொண்டே யிருக்கும்.

காலையில் ஆத்தா பழையது சாப்பிட்டிக் கொண்டிருந்தாள். தண்டகைப் பலகையிலிருக்கும் பரணிலிருந்து அத்தை ஊறுகாய் எடுத்து வந்து கொடுத்தாள். ஆத்தா தரையில் வாயால் தூசியை ஊதிவிட்டு ஊறுகாயை வைத்துக்கொண்டாள். மிட்டாயோ அல்லது கடலையோ கீழே விழுந்தால் அதைக்கூட திரும்ப எடுத்து தின்னா அப்பா எப்படி ஏசுவார்! ஆனால் ஆத்தாவைப் பாரேன். தரையிலேயே ஊறுகாயை வைத்துச் சாப்பிடு கிறாளே!

புற வாசலில் நிற்கும் முருங்கை மரம் எனக்கு ரொம்பப் பிடிக்கும். சாணி தெளித்து பெருக்கிய முற்றத்தில் நிறைய முருங்கைப்பூ உதிர்ந்து கிடக்கும். அணில்களுக்கு அதில் என்னதானிருக்கும்? ஒவ்வொரு பூவாக எடுத்து முன்னங்கால்களில்

வைத்துப் பிடித்துக்கொண்டு எதையோ எடுக்குமோ இல்லையோ, போட்டுவிட்டு அடுத்த பூவை எடுக்கும்.

“தட்டுக்குப் போக மர ஏணிப்படிதான். தட்டுக்குப்போனா எனக்கு ஏதோ பழைய காலத்துக்குப் போய்விட்ட மாதிரி இருக்கும். பெரிய நெல்லு போட்டு வைக்கிற குதிலு. நிறைய நெல்லு இருக்கும். இன்னும் காலியான சின்னது, பெரிசு, நிறைய குதில்கள் இருக்கும். அதெல்லாம் ஆத்தாவுக்கு அம்மையே வாங்கி வைச்சிருக்கா போலேருக்கு. ஆத்தாவே இப்படி இருக்கா! ஆத்தாவுக்கும் அம்மை எப்படி இருப்பா? ஆத்தாக்கள் செத்துப்போனா, மக வயத்திலேயோ பேத்தி வயத்திலேயோ வந்து பிறப்பாளம். ஒருவேளை நான் ஆத்தாவுக்கு அம்மையாயிருந்து இப்போ எங்கம்மா வயத்திலே வந்து பிறந்திருப்பேனோ? ஆத்தாவுக்கும் அம்மைக்கும் எவ்வளவு வித்தியாசம், அம்மைக்கும் எனக்கும் கூட அப்படித்தானே. அம்மா சின்ன வயசிலே, எட்டு, பத்து வயசிலே எப்படி இருந்திருப்பாள்? ஒரு குதிலில் சிறு பயறு வறுத்து உடைத்த பருப்பு, ஒரு குதிலில் கருப்பட்டி, அம்மா பாவாடை திறப்பில் ஒரு சின்ன பக்கறை போலே செய்து அதிலே நிறைய உடைத்த சிறு பயறு குருணையும், கருப்பட்டியை முழுசா எடுத்து நிலைப்படியில் தட்டி உடைத்து எடுத்து அதையும் சேர்த்துப் போட்டுக்கொண்டு தின்று திரிவாள். ஏன்னா அம்மாதான் பள்ளிக்கூடம் போனதில்லையே! வேறே என்ன வேலை. ஆங் நான் என்ன சொல்ல வந்தேன். குதிலிலே பச்ச நெல்லு. கீழே தரையிலே புழுங்கல் நெல் காயப் போட்டிருக்கும். அத்தை குனிந்து இரண்டு கால்களையும் கொஞ்சம் அகற்றி வைத்துக்கொண்டு இரண்டு கைவிரல்களையும் பரக்க விரித்து வளைவு வளைவா நெல் கிண்டி காயப்போடுவது நான் சலிக்காமல் பார்ப்பேன். அந்த வரிகளையும் வளைவுகளையும் கலைப்பதற்கென்றே அணில்கள் கூட்டமாக வரும்.

இப்போ நான் ஒண்ணாம் கிளாஸ் படிக்கிறேன். விளையாட்டு மணி அடித்ததும் வீட்டிற்கு ஓடி வந்து தண்ணீர் குடித்துவிட்டுப் போகலாம். அத்தனை பக்கத்தில்தான் பள்ளிக்கூடம். இந்தப் பள்ளிக்கூடத்தில் மேபல், ஸ்டெல்லா வெல்லாம் கிடையாது. கோமதி, கல்யாணி, மங்களம், பார்வதி, அலமேலு இப்படி… இல்லேன்னா உச்சிமாளி, காளியம்மை, லட்சுமி, யசக்கியம்மை, அழகம்மை இப்படி… ஒரு வகுப்பிற்கு ஒரு அழகம்மையாவது இருப்பாள். ஏன்னா இங்கே ‘அழகம்மன்’ கோயிலிருக்கு. சுசீந்திரத்தில் நிறைய தாணு பிள்ளைகள் இருப்பார்கள். திருவனந்தபுரத்தில் நிறைய பத்மனாபபிள்ளைகள். இப்படி இருக்கிற மாதிரிதான் இங்கே வடிவம்மை, அழகம்மை நிறைய

உண்டு. கீழ் வீட்டு செல்லப்பன், கிட்டு, வடக்கு வீட்டில் லட்சுமணன், விநாயகம், ஐயாவு, குமரி எல்லோரும் எங்கக்கூடப் படிக்கிறார்கள்.

பள்ளிக்கூடம் இல்லாத நாட்களில் நாங்கள் இந்தப் பள்ளிக்கூட காம்பவுண்டிலும் வராந்தாக்களிலும் இஷ்டம்போல் ஒளிந்து விளையாடுவோம். வீட்டிலிருந்து செப்புகள் கொண்டுபோய் சோறு பொங்கி கறி வைத்து விளையாடுவோம். அங்கே 'கேட்' உண்டு. ஆனால் யாரும் பூட்டுவதில்லை. இஷ்டம்போல் போவோம். வருவோம். எங்களை மாதிரியே ராத்திரியிலும் அந்தப் பள்ளிக்கூடத்திற்கு போகிறவர்கள் உண்டு. ஆனால் அவா எல்லோரும் எங்களை மாதிரி சின்னப் பிள்ளைகள் இல்லை.

சில நாட்கள் விளக்கு வைத்தபின் இடைவழி வாசலில் கீழ வீடு, வடக்கு வீதி, அவ இவன்னு எல்லோரும் ஒன்றாக வரும் சமயங்களில் சில சுவாரஸ்யமான சங்கதிகள் எல்லாம் பேசப்படும். அம்மாவும் கோட்டாத்துக்கு வந்திருக்கும் நாட்களில் ரொம்பநேரம் பாடு பேசுவார்கள். அந்த நேரத்தில் நான் அனேகமாக குத்துவிளக்கு முன்னால் உட்கார்ந்து பாடம் படிப்பேன்.

"தங்கையே பார், தங்கையே பார்
சைக்கிள் வண்டி இதுவே பார்
சிங்காரமான வண்டி
சீமையிலே செய்த வண்டி"

சீமை சீமைன்னு எல்லோரும் சொல்லுவா.

"ஆமா இவன் பெரிய சீமை; போடா."

"ஓய் இந்த சீமத்தனம் மாத்திரம் இங்க காட்டாத."

"பெரிய சீமையிலேருந்து வந்தவன் கணக்கேல்லா பேசுகா."

ஆமா, இந்த சீமை சீமத்தனம் எங்கேதானிருக்கு? அது மட்டும் ஒருத்தரும் சொல்லவேயில்ல.

எங்கதானிருக்கு? எனக்குத் தெரியவேயில்ல!

"மகராசவுள்ள வீட்டிலே தாழக்குடியிலேருந்து பொண் எடுத்திருக்கில்லா, கல்யாணம் ஆகி இரண்டு வருஷமாகப் போகு, மூணுமாசம்னு அலசி, அலசிப் போகுதாம்." இரண்டு மாசம், போகாம பின்ன? தாழாக்குடியிலே அவ அம்மா அவ மருமகளச் சின்னபாடா படுத்தினா? சாமம் வரைக்கும் வேலை வாங்குவா. மாப்பிள்ளைக்குக்கூடப் போய் படுக்க விட மாட்டாளே. பின்ன மகளுக்கு அலசாம என்ன செய்யும்?

“நான் தெரண்டு ஆறுமாதத்திலே கல்யாணம், நேரே ஒராம் வருஷம் தலைப்பிள்ளை பெத்தேன். குட்டி தெரண்டு இந்த ஐப்பசி மாதம் வந்தா இரண்டு வருஷம் தெகையப் போகு, மாப்பிளத்தரம் ஒண்ணும் சரியில்லை. நல்ல குடும்பமா வரட்டும்னு பாத்திட்டிருக்கோம்.”

“நல்ல வடிச்சுக்கறி வைப்பாளா?”

“ஆமா, ஆமா அதெல்லாம் தன்னால வந்திராது?”

“ஒரு ஊரு பொண்ணு தெரண்டா ஏழூரு பொண்ணும் தெரளும்ங்கிற மாதிரி, நேத்து மேட்டுத் தெருவிலே இரண்டு குட்டிகளும் தெரண்டுண்ணு தலைக்குத் தண்ணிவிட வீட்டுக்குப் போனேலா, நேத்து விடியக்காலம்பற குலவச் சத்தம் கேட்டுன்னு பாத்தா அழகம்ம மக குட்டி பங்கசம் தெரண்டுட்டாம்.”

“வெண்ணை தெரண்டு வரும்போது தாழி உடைந்ததாகச் சொல்லி ஒருநாள் டீச்சர் சொன்னாள் எதுக்காகவோ. அது என்ன பொண்ணும் தெரண்டாளாம். வெண்ணையும் தெரண்டுதாம். அது என்ன தெரளல்?”

அன்னைக்கு என்னவோ நான் படிக்கப் போகாமல் அம்மா மடியில் சாய்ந்து உட்கார்ந்து கொண்டேன். பேச்சு சுவாரஸ்யத்தில் என்னை மறந்திருக்கணும். இல்லாவிட்டால் “பெரிய பொம்பளையோ பேசுக இடத்திலே சின்னப்பிள்ளைகள் இருக்கக்கூடாதுன்னு எத்தற மட்டம் சொல்லனும்”னு சொல்லி விரட்டியிருப்பாள்.

அப்போதுதான் என் பள்ளிக்கூட சங்கதி எனக்குத் தெரியவந்தது.

“கேட்டேளா மதினி நேத்து நடந்த சங்கதியே?” அம்மா ஆச்சரியத்தோட ஏன் என்ன நடந்துட்டு அப்படி?

“இவன், அவன் ... அவமகன் எல்லோரும் பள்ளிக் கூடத்திலே ராத்திரி சீட்டுகளி அதுதான் சூதாட்டம் நடத்திக் கிட்டுருந்தானுகளாமே!”

‘ம்’ அப்புறம்? உனக்கு எப்படித் தெரியும்?”

“உங்க சின்ன மகன்தான் சொல்லிச் சொல்லி சிரிச்சுக் கிட்டிருந்தான். அது கேளுங்கோ கதைய. அவன் கையிலே ஒரு விசில வச்சுக்கிட்டு “ஏய், 304. ஏய், 208, புடிடான்னா’னாம். எல்லாவனும் போலீஸ் வந்திட்டுன்னு பயந்துபோய் ஆளுக்கொரு மூலையா சிதறி ஓடுனாளாம் பார்க்கனுமாம். இருந்தாலும் ஒங்க சின்ன மகனுக்கு கொஞ்சம் தைரியம்தான்.”

நான் அம்மாவின் முகத்தைப் பார்த்தேன். பெருமைப் படற மாதிரி தெரிஞ்சுது.

'மதினி, இன்னொரு சங்கதி. உங்க மூத்த மகனை நீங்க கொஞ்சம் திருத்தணும். இந்தக் கூட்டத்திலே அவனும் கூடயில்லா இருந்திருக்கான். அதனால்தான் உங்க சின்ன மகனும் இந்த வேலையைச் செய்திருக்கான்."

இப்போ அம்மா முகத்தைப்பார்த்தேன். முகம் கறுத்துவிட்டது. நானும் கொஞ்சம் நெளிந்தேன். திடீரென்று அப்போதுதான் என்னைப் பார்த்தாள்.

"ஏவுட்டி, ஒன்ன எத்தனை தடவ பொம்பளைங்க பாடு பேசுக இடத்திலே இருக்கப்படாதுன்னு சொல்லியிருக்கேன்லா." கோபத்தோட என்னை அதட்டினாள். எனக்கு அழுகை வந்தது. எழுந்து போய்விட்டேன்.

ஒரு நாள், நானும் கிட்டுவும் லட்சுமணனும் இன்னும் கோசலை, காளியம்மை எல்லோரும் பள்ளிக்கூடத்தில் போய் சாயந்திரம் விளையாடிக் கொண்டிருந்தோம். என்னென்னமோ விளையாடிவிட்டு வேற என்ன விளையாடலாம் என்று யோசித்துக்கொண்டிருக்கையில் கோசலைதான் சொன்னாள்.

"கல்யாணம் கழிச்சு விளையாடலாமா?" எனக்கும் ஆசையாகத்தானிருந்தது. எப்படி கல்யாணம் பண்ணனும்னு பார்த்துடலாமே!

நான்தான் 'பொண்ணு', கிட்டு 'மாப்பிள்ளை' என்றும் முடிவாயிற்று. கோசலை ஓடிப்போய் அவள் வீட்டிலிருந்து ஒரு கண்டாங்கித்துண்டு அவள் அம்மாவுக்குத் தெரியாமல் எடுத்துக்கொண்டு வந்தாள். பொண்ணுக்கு சீலை உடுக்க வேண்டுமே! அப்போதுதான் ஒரு விஷயம் தெரிய வந்தது. பாவாடை கட்டியிருந்தால் தான் அதில் சொருகிச் சுற்றிக் கொண்டு வந்து சீலை மாதிரி தோளில் போட்டுக்கொள்ள முடியும். நான்தான் ஃப்ராக் போட்டிருக்கேனே! அதில் எப்படிச் சொருகுவது? எனக்கு கிடைக்க விருந்த 'பொண்ணு' ஸ்தானம் போய்விட்டது. ஏமாற்றமாயிருந்தது ஒரு நிமிஷம்தான். அடுத்த நிமிஷம் எல்லோரும் கோசலையின் பாவாடையில் சொருகி அவளுக்குத் தாவணி மாதிரி கட்டியாகிவிட்டது.

கல்யாணத்திற்கு முக்கியமா வேண்டியது பூ மாலை. மாலை கொண்டு வர கிட்டுவும் லட்சுமணனும் ஓடினார்கள். எங்க வீட்டிற்குத் தெற்கு மேற்காக இரண்டு தெருக்களும் சந்திக்கிற இடத்தில் இருக்கிற அந்த பிள்ளையார் கோயில் வாசலுக்கு

எல்லோரும் ஓடினோம். அந்தக் கோவில் வாசல் தான் மணமேடை. காலையில் "சாமி" பிள்ளையாருக்குப் போட்டிருந்த மாலைகளை சாயங்காலம் எடுத்து வெளியே போட்டு விடுவார்கள். அந்த இரண்டு காய்ந்துபோன சருகு மாலைகள் தான் கிடைத்தன. கிட்டு, கோசலை கழுத்தில் மாலை போட்டான். கோசலை கிட்டு கழுத்தில் மாலை போட்டாள். கோசலைக்கு எல்லாம் தெரியும். குரவைவிடச் சொன்னாள். எல்லாரும் வாயைத் பொத்தியும், பொத்தாமலும் "லொ, லொ, லொ" என்று சத்தம் உண்டாக்கினோம். பொண்ணுக்கும் மாப்பிள்ளைக்கும் பாலும் கொடுக்கப்பட்டது. எல்லாம் வெறுங்கையால்தான்.

கோசலைக்கு எல்லாம் தெரிவதால் அவள் சொன்னபடி தான் எல்லாம் செய்யப்பட்டது. அவளுக்கு அப்பா கிடையாது. ஒரு சின்ன வீடுதான் அவளுடையது. அவர்கள் இருக்கிற வீட்டிற்கு பின்னாலிருக்கும் அந்தப் பெரிய வீடு அவள் தாத்தாவுடையது தானாம், அவளது அப்பா குடித்துக் குடித்து, குடிபோர்தையில் கையெழுத்துப் போட்டுக் கொடுத்து அதனால் எல்லா சொத்தும் போய்விட்டது என்று அம்மா பேசிக்கேட்டிருக்கிறேன். குச்சு வீட்டிற்கு பக்க வாட்டிலும் மேல்புறமாக களமும் வீடும் எல்லாம் பன்னிரண்டு சென்டு. எல்லாம் கோசலை பிறக்கும்போது அவள் அப்பாவின் சொத்தாக இருந்ததாம். பாவம் கோசலை. ஆனாலும் அவளுக்கு எல்லாம் தெரிகிறதே! எப்படி? மற்றவர்களுக்கு ஏற்படும் எல்லா சந்தேகங்களையும் அவள்தான் தீர்த்துவைப்பாள். அவள் இப்போதெல்லாம் பள்ளிக்கூடம் வருவதில்லை. அவர்கள் வீட்டில் தினமும் முறுக்குச் சுடுகிற வேலை. ஆமா, தினமும் சுடுவார்கள்.

"ஏம்மா, கோசலை வீட்டில் மாத்திரம் தினமும் முறுக்குச் சுடுகிறாளே, நாம மாத்திரம் எப்பாவதுதானே சுடுவோம். அது ஏம்மா?"

அம்மா, "அதுகள் என்ன செய்யும் பாவம். கோசலையின் அப்பாதான் செத்துப் போனாரில்லா. மூணு பிள்ளைகளையும் வளர்க்கணுமே! முறுக்குச் சுட்டு வித்து அதுலே ஏதோ கிடைக்கிற காசை வச்சுத்தான் அவ காலத்த ஓட்டிட்டிருக்கா. காலம்பற இட்லி விக்கிறா ... 'ம்' ... அவ உழைப்பிலேயே பிள்ளைகள் வளர வேண்டிருக்கு. என்ன செய்ய, எல்லாம் விதி."

எனக்குப் புரியுதோ இல்லையோ, அம்மா பாட்டிற்கு சொல்லிக்கொண்டே போனாள். என் மனதில் அப்பாக்கள் செத்துப் போனா அம்மாக்கள் எல்லோரும் முறுக்குச் சுடணும் அல்லது இட்லி வியாபாரம் பண்ணணும் போலிருக்குன்னு

நினைத்துக்கொண்டேன். முறுக்குத் தின்னனும் போலிருக்கவே நாலுகாசு எடுத்துக்கொண்டு போனேன். எப்போதும் நான் போனால் அவள் கோசலைதான், முறுக்குச் சுற்றும் அழகையே பார்த்துக்கொண்டிருப்பேன். அந்த முறுக்கு அம்மா வீட்டில் சுடுகிற முறுக்கு மாதிரி இருக்காது. சின்னச்சின்னதாக அழகாக இருக்கும். காசுக்கு ஒரு முறுக்குதான். கோசலைக்கு சோறு பொங்கி கறி எல்லாம் கூட வைக்கத் தெரியும்னு சொல்லியிருக்கா. அவளுக்கு பிள்ளை பெறக்கூடத் தெரியும். சின்னச் செங்கல்தான் அவளுக்கு எப்போ பார்த்தாலும் குழந்தையாகப் பிறக்கும்.

o

3

அடுத்த நாள் காலையிலே பிரமு அக்கா – அவதான் நீராவிக் கிணற்றிலிருந்து வீட்டிற்குத் தண்ணீர் எடுத்து வருவாள். நாங்கள் கல்யாணம் பண்ணி விளையாடினோம்னு அம்மாகிட்டே சொன்னாள்.

அம்மா என் கன்னத்தை திருகுகிறமாதிரி பிடித்துக்கொண்டு "பிள்ளையார் கோவில் வாசலிலே விளையாடப் போனியா?"

விசனத்தில் வேற என் வாய் கோணியது, "ஆமாம்."

இனிமேல் இந்த மாதிரி கல்யாணம் கழிச்சு விளையாடுவியா சொல்லு–ம், இனிமே இப்படிப் போய் விளையாடுவியா, ம் போவியான்னு சொல்லிக் கோப முகத்தையும் காட்டி கன்னத்தை திருகியே விட்டாள்.

நான் அழவே இல்லை. மனம் ஸ்தம்பிச்சுப் போச்சு. என் பிஞ்சு மனது; அதன்மீது யாராவது அம்மிக் குழவியை வைத்து அழுத்துவாளா? அப்படி வலித்தது.

கல்யாணம் வைத்து விளையாடினால் என்னா தப்பு? இனி, இப்படி ஆம்பளப் பிள்ளைகள் கூட விளையாடக் கூடாதாம்! ஏன்? இன்னிக்கு 'சாமி' வந்து சாயந்திரம் கோவில் நடை திறந்தவுடன் பிள்ளையாரை ரொம்ப நேரம் கும்பிட வேண்டும். அம்மா இப்படி ஏசிவிட்டாளேன்னு

பிள்ளையாரிடம் சொல்லவேண்டுமென்று நினைத்தவுடன் அழுகை அழுகையாக வந்தது.

நான் தினமும் பிள்ளையார் கோவிலுக்கும் பெருமாள் கோவிலுக்கும் போவேன். எல்லாம் கிட்டக்கிட்டத்தானே. போன வருஷம் அரை கிளாஸ் படிச்சேனே, அந்தப் பெரிய பள்ளிக்கூடம், அங்கே படிக்கும்போது 'ஜபம்' தான் சொல்லுவேன். விளக்கேத்தினதும் எல்லோரும் குத்து விளக்குக்கும் படங்களுக்கும் விளக்குச்சரம் சாத்தி

பித்தா பிறை சூடிப் பெருமானே
அருளாளா ...

பாட ஆரம்பிச்சா, நான் குத்து விளக்கு முன்னால் முழங்காலிட்டு சிலுவைக் குறிபோட்டு,

"பர மண்டலத்திலிருக்கும் எங்கள் பிதாவே
உம்முடைய நாமம் அர்ச்சிக்கப் படுவதாக
உம்முடைய ராச்சியம் வருக
உம்முடைய சித்தம் பரலோகத்தில் செய்யப்படுவது போல்
பூலோகத்திலும் செய்யப்படுவதாக..."

இப்படி ஜெபம் செய்வேன்.

"பனை மண்டையிலிருக்கும் எங்கள் பிதாவே"ன்னு பரிகாசம் பண்ணும் அண்ணனை என்ன செய்வது?

"அப்பா, இங்க பாருங்கப்பா"ன்னு கத்துவேன். அப்பா அவனை அதட்டிவிட்டு "நீ ஜபமே செய் மக்களே, எது செய்தாலும் ஒண்ணுதான்" என்பார்.

ஆமா அப்பா சொல்வது எல்லாம் எப்பவும் சரியாத் தானிருக்கும்.

அங்கே ஸ்டெல்லாவுடனும் மேபலுடனும் கேட்டிக்கீஸ்ம் கிளாசுக்குப் போவேன். எனக்கு மட்டும் வகுப்பில் பைபிள் கிடையாது. அதனால் பக்கத்தில் யார் புத்தகத்தையாவது பார்த்துக்கொள்வேன்.

மோஸஸ் தலைமையில் மக்கள் வெளியேறுவதையும், கடல் விலகி அவர்களுக்கு வழிவிட்டதும் இன்னும் இஸ்ரேல், நாசரேத், இப்படிப் பேர்கள் எல்லாம் ஞாபகம் கொஞ்சம் வருகிறதே தவிர மீதிக்கதைகள் எல்லாம் மறந்தே போச்சு. பரசுராமனுடைய மழுவுக்கும் கடல் விலகியது, அதே மாதிரி அங்கேயும் கடல் விலகி வழி விடுவதும் ஐய்யோ! பார்த்தால் எப்படி இருக்கும்!

பிள்ளையார் கோவில் பூஜை முடிந்ததும் பெருமாள் கோவிலுக்கு எடுப்போமே ஓட்டம். அங்கேயும் ஒரு பிள்ளையார் உண்டு. அவருக்குப் பொரி, நைவேத்யம் பண்ணித்தான் தீபாராதனை நடக்கும். அந்தப் பொரியை வாங்கத்தான் அப்படி ஓடுவோம். பொரி நடுவே அந்தச் சின்னத்தட்டத்தில் ஒரு சின்னத்துண்டு சர்க்கரை இருக்கும். சாமி தீபாராதனை முடித்து தட்டோடு எங்கள் யார் கையிலாவது பொரியைக் கவிழ்த்துவிடுவார். சர்க்கரைத்துண்டை கிள்ளிக்கிள்ளி பங்கு வைப்போம். சண்டை வராமலிருக்க பொரியை எண்ணிக்கூட பங்கு வைப்போம்.

பிள்ளையார் கோவிலை விட பெருமாள் கோவில் ரொம்ப பெரிது. அங்கே ஒளிச்சு விளையாட நல்ல வசதி. புரட்டாசி மாசம் வந்தால் ஒளிச்சு விளையாட ரொம்ப நல்லாயிருக்கும். ஒரே கூட்டமாக இருக்கும். கூட்டத்துக்குள்ளே யாருக்கும் யாரையும் கண்டுபிடிக்க ரொம்ப கஷ்டம். கடைசியில் தீபாராதனை முடிந்து சுண்டலும் பொரியும் எல்லோருக்கும் கை நிறைய விளம்புவார்கள். தீபாராதனை முடிந்து வெளியே போகும் பொம்பிளைகளும், பொம்பளப் பிள்ளைகளும் கையில் பிரசாதத்துடன் அப்படியே கடலையையும் பொரியையும் பக்தியுடன் வாங்கிப்போய் விடுவார்கள். ஆனால் கிட்டு, லட்சுமணன் போல் நிறையப் பையன்கள் ஒரு தடவை வாங்கி விட்டு வெளியில் வந்ததும் விளம்புவர்களை ஏமாற்றிவிட்டு திரும்பவும் கோவிலுக்குள் நுழைந்து, திரும்பவும் சுண்டல் பொரி வாங்கி வந்துவிடுவார்கள். நான் இரண்டு தடவை, நான் மூன்று தடவை, டேய் நான் நாலு தடவை வாங்கிட்டேண்டான்னு பெருமையடித்துக்கொள்ளும் பையன்களைப் பார்க்க வேண்டுமே! அடேயப்பா என்ன தைரியம்?

○

4

கழுவந்தட்டு. அந்தப் பெரிய கேட்டுக்கு மேலே பெரிய இரும்பு வளைவு. இரண்டு கேட்டு களின் இருபக்கமும் இரண்டு கழுகுகளின் பொம்மைகள் ஈயத்தில் செய்த மாதிரித்தெரிகிறது. அது இருக்கவேதான் அந்த இடம் "கழுவந்தட்டு"ன்னு ஆகியிருக்கணும். பழைய காலத்திலே அங்கே கழுமரம் இருந்ததுன்னு ஆத்தா சொன்னா. யுத்தத்திலே பிடிச்ச பேர்களையும் கொலை, கொள்ளை செய்தவர்களையும் இங்கேதான் கொண்டுவந்து கழுவேத்துவாண்ணும் ஆத்தா சொன்னா. அந்த காலத்துலே அங்கேய்லாம் வெறும் காடாக் கிடந்த தாம். பூசைப்புரையிலிருந்து ஸ்தலமாத்தம் கிடைச்சு பழையபடி எல்லோரும் இங்கே வந்தாச்சு.

குட்டி அண்ணனும் நானும் மணல் அளைந்து விளையாடிக் கொண்டிருந்தோம். மணலோட சேர்ந்து வெள்ளை வெள்ளையா எலும்புப்பொடிகள் மாதிரி ஏதோ விரவியது மாதிரி இருந்தது.

"ஏண்ணே இந்த மணலப் பார்த்தியா, நிறைய எலும்புப்பொடி மாதிரி இருக்குல்லா?"

"மாதிரி இருக்கா, எலும்புப்பொடியேதான். முந்தி முந்தி ரொம்ப ரொம்ப முந்தி காலத்திலே இங்கதான் எல்லாத்தையும் கழுவிலேத்திக் கொல்லுவா. கழுமரத்திலே செத்துப் போயிருப்பாளே அப்பம் கழுகுகள் வந்து சதை எல்லாம் கொத்திக் கொத்தி தின்று போட்டுப்போன பிறகு எலும்பெல் லாம் நாளாக ஆகப்பொடி உதுந்துதான் இப்படி மணலோட மணலா ஆகியிருக்கு."

“அப்படின்னா ஆயிரம்பேர் செத்திருப்பாளா?”

“சீபோடி ஆயிரம் பேரா? பத்தாயிரம், இருபதாயிரம், எத்தனையோ ஆயிரம் பேர் செத்திருந்தாத்தான் இவ்வளவு எலும்புப்பொடி இருக்க முடியும்.”

எப்படி அவ்வளவு பேர் சாக முடியும்? அவ்வளவு பேரையும் யார்தான் கொண்ணிருப்பா? எனக்கு இதெல்லாம் ஒண்ணுமே தெரியல்லன்னு விட்டுட்டேன்.

தினமும் சாயங்காலம் அப்பா வரும்போது நான்தான் முதலில் பார்த்து “அப்பா வந்தாச்சு”ன்னு சொல்லணும். அதற்காக அந்த நேரத்தில் தெரு நடையிலேயே இருந்துக்கிட்டிருப்பேன். வந்ததும் அப்பா இரண்டு கைகளையும் நீட்டுவார். நான்மேலே ஏறி நிற்பேன். அப்பாவின் இரண்டு கன்னத்திலும் ஒவ்வொரு முத்தம். “ஆ மீசை குத்தது”ன்னு சொன்னா அப்பாவிற்கு சந்தோஷம்.

சும்மா இருக்கும்போதெல்லாம் அப்பா கால்மேல் கால்போட்டுக்கொண்டு மீசையை மேல் நோக்கி முறுக்கி விட்டுக்கொண்டிருப்பார். நாஞ்சில் நாட்டிலேயே அதுபோல் மீசை யாருக்கும் கிடையாதாம். இது அம்மாவோட பெருமை. அதனால் அப்பா மீசையைப் பார்க்கும்போது எனக்கும் பெருமை தான்.

ஆனால் அப்பா ஒரு ‘தீவாளிப்புள்ளி’ இது ஆத்தாவின் மாற்ற முடியாத அபிப்பிராயம். ஆத்தாவுக்கும் அவள் மக்கமாருக்கும் ‘இராப்பாளித்தனம்’ அதிகம். இது அப்பாவின் ஆழமான முடிவு. அப்பா எல்லோரையும் கூட்டிக்கொண்டு அந்தப் பெரிய காரில் தான் சந்தோஷமா பேச்சிப்பாறை, கன்னியாகுமரி என்று புறப்படும்போதெல்லாம் அம்மா ஆரம்பித்துவிடுவாள். “பவுன் விலை இருபத்தஞ்சு ரூபாய்னு ஏறிப்போச்சு. இவ தெரெண்டு வருஷம் மூணாகப்போகு. ஒரு உருப்படியும் செய்து வைக்கல்ல. இந்த லட்சணத்திலே இந்த மாதிரி செலவெல்லாம் என்னத்துக்கு?

“போடி, இது உங்க அம்ம புத்தி. செலவு? என்ன பெர்ரிய செலவுங்கிற” அம்மா அப்பா சண்டை முடிவதற்கும் எல்லோரும் காரில் ஏறி முடிந்திருக்கும்.

“சும்மையா சொன்னான் தீவாளி குளிக்கிற குடும்பம்னு” முணுமுணுத்துக்கொண்டே பட்டுச்சேலையும் மஞ்சள் குங்குமம் எல்லாம் கலந்த வாசனையுமாக காரில் ஏறிக்கொள்வாள் அம்மா.

பேச்சிப்பாறையில் சைஃபன் பார்க்க ரொம்ப அதிசயம்மா யிருக்கும். எல்லோரும் தேக்கு இலையில் சாப்பிடுவோம்.

அதுவும் அந்தக் காட்டுப்பகுதியிலே மரத்தடியிலே எல்லோரும் சுற்றியிருந்து சாப்பிடும்போது அந்தச் சாப்பாட்டின் ருசியிருக்கே! குழந்தைகளுடன் இயற்கையையும் சாப்பாட்டையும் ரசிப்பதுதான் அப்பாவின் ஏக இன்பம் மாதிரி தெரியும். நாஞ்சில் நாட்டிலேயே ஒருத்தருக்கும் அப்பா மாதிரி இங்கிலீஷ் பேசத்தெரியாது. இதுவும் அம்மாவின் மேன்மையான பெருமைகளில் ஒன்று, இன்னும் இது மாதிரி நிறையப் பெருமைகள் உண்டு.

"ஆமா . . . முத முதல்ல பாம்படத்தைக் கழத்தி கம்மல் போட்டது, இந்த நாஞ்சி நாட்டிலேயே நான்தாலா! புறவுதான் ஒவ்வொருத்திகளும் காதறுத்து கம்மல் போட ஆரம்பிச்சதே."

ஃபாஷனைப்பத்தியும் ஒரு பெருமை உண்டு. மகளுக்கு கல்யாணம் ஆகி மருமகன் வந்த பின்னும் அம்மா ரவிக்கை போட்டுக்கொண்டிருக்கிறாள்! முதல் முதலாக யாரும் செய்யாத காரியம். எல்லோரும் நின்னு குடும்ப ஃபோட்டோ எடுக்கையிலே ஆத்தாவின் பின்னால் அப்பாவும் நின்று . . . போட்டோவைப் பிறகு பார்த்த ஆத்தா அதிசயிக்க நாஞ்சில் நாட்டில் யாரு இப்படிச் செய்வா? அப்பாதான் இப்படிச் செய்திருக்காருன்னு அம்மாவிற்குப் பெருமை! இதெல்லாம் நிஜமா, பொய்யா? அதாவது நாஞ்சி நாட்டிலேயே தானும் தன்னைச் சார்ந்தவர்களும்தான் எல்லாவற்றிலும் முதன்மை என்கிறது எந்த அளவுக்கு நிஜம்? அதெல்லாம் எனக்குத் தெரியாது. ஆனால் அம்மா சொல்கிற ஒவ்வொரு பெருமையையும் கேட்டுக்கேட்டு நான் என் மனதை பெருமையால் நிறைத்துக் கொள்வேன். சொல்லப்போனால் சில விஷயங்களில் நானும் அம்மா மாதிரியே பெருமைப்பட ஆரம்பித்துவிட்டேன். தலைமுடியை அழுந்த வாரி சடைபின்னி கடைசியில் கம்பளி நூலால் கட்டிக்கொள்வதுதான் அன்று எல்லா பிள்ளைகளுடைய வழக்கமாயிருக்கையில் எனது கிராப் முடியில் முன்னால் ரிப்பன் வைத்து 'போ' கட்டியிருப்பேன். மற்றக் குழந்தைகள் அதைத் தொட்டுப் பார்க்கும்போது எனக்கும் 'அந்தப் பெருமை வரும். மற்றவர்களை விட எதிலோ எப்படியோ நாம் மாத்திரம் வித்தியாசமானவர்கள் அல்லது உயர்ந்தவர்களோ என்ற எண்ணம் அடிக்கடி தோன்றி கர்வமடையச் செய்தது.

○

5

“ஆமா இப்படியே ஒண்ணையும் நெனைக்காம ஓங்கபாட்டுக்குச் செலவழிச்சுக்கிட்டே போனா இது எங்க போய் முடியும்?” – அம்மா.

“என்னடி உளறுக? இப்ப என்ன வேணும்ங் கிற” – இது அப்பா.

அன்றைக்கு எனக்கு காய்ச்சல். அதனால் பள்ளிக்கூடம் போக வேண்டாமென்று சொல்லி விட்டார்கள். சம்பாஷணை தொடர்கிறது.

“அவ தெரண்டு ரண்டு வருஷமாச்சு, அடுத்தவளுக்கும் அன்னா இன்னான்னு ஒரு வருஷம் தொகையப்போகு. இப்படி குதிலுபோல கொமருகள வீட்டிலே வச்சிட்டிருந்தா என்ன அர்த்தம்?”

“என்ன? என்ன அர்த்தம்? எல்லாம் தன்னால வருவாண்டி.”

“ஆமா . . . அதுதான் வந்தவனையும் வேண்டாம்னுட்டேளே?”

“ஹாங்! அது பின்ன என்னடி? அவனுக்குக் கிருஷிங்கிறான். வெறும் வைக்கோல் படைப்பத்தான் பார்க்க முடியும். நாலு பேரோட பழகத் தெரியாது; நாலு இடம் போகத் தெரியாது . . . என்னடி, அவனுக்குப்போய் பொண்ணக் குடுக்க முடியுமா?”

அக்கா நாலாம் பாரம்தான் படிச்சிருக்கா. எனக்குத் தெரியும். இதுவே பெரிய படிப்புப் போலிருக்கு! அந்த மாப்பிள்ளை எட்டாம் கிளாஸ்தான் படிச்சிருக்கானாம்! அம்மா அப்புறம் ஒன்றுமே பேசவில்லை. அம்மாவும் "நியாயம்தான் சர்க்கார் சோலிக்காரனைப் பார்ப்பது தான் நல்லதுன்னு" நினைச்சிருக்க0ணும்.

வடக்கு வீட்டில் உமயம்மையத்தைக்கு பிள்ளைகளே பிறக்கவில்லை. அவள் குளிக்க ஆத்துக்குப் போகும்போது என்னையும் ஒக்கலில் தூக்கிக்கொண்டு போவாள். சினிமா பார்ப்பது அவளுக்கு ரொம்ப இஷ்டம். சில வேளைகளில் சினிமாப்புரை வரையிலும் நடத்திக் கூட்டிச் செல்வாள் டிக்கட்டு கொடுத்து உள்ளே போகுமிடத்தில் மட்டும் என்னை ஒக்கலில் தூக்கிக்கொள்வாள். அப்போதுதான் சின்னக்குழந்தை என்று எனக்கு டிக்கட்டு கேட்க மாட்டானாம். அப்படி டிக்கட்டுக் காரனை ஏமாத்தி விட்டோம்னு அத்தைக்கு ஒரே சந்தோஷம், தரைக்கு ஒரு சக்கரம் டிக்கட்டு. மேலே தட்டுக்குப்போனால் ஒரு பணம்.

அம்மா மாத்திரம் சினிமாவே பார்க்க மாட்டாள். அப்பாவும் தான். ஒரே ஒரு தடவை 'பேசும் படம்' வந்திருக்காமென்னு அந்த அதிசயத்தைப் பார்க்காலமேன்று சொல்லி அத்தைமார்களுடன் 'கிருஷ்ண லீலா' ஒண்ணே ஒண்ணு பார்த்திருக்களாம். யப்பா! நான் எத்தனை சினிமாக்கள் பார்த்துவிட்டேன். 'சாந்த சக்குபாய்', 'சிந்தாமணி', 'கந்த லீலா', 'சகுந்தலா', 'சாவித்திரி'. அந்த அத்தை இருக்காளே, அனேகமா எல்லா சினிமாவையும் இரண்டு தடவை பார்த்துவிடுவாள். அனேகமா என்னோடுதான். சில நாட்களில் பாதி சினிமாவிலேயே நான் தூங்கிப்போவேன். தூங்காமல் முழுப்படமும் பார்த்தேன் என்றால் வீட்டில் வந்ததும் சொல்லிச் சொல்லித் தீராது. எப்படியோ இப்படியாக எனக்குச் சில இதிகாசப் பெண்களும் அறிமுகமானார்கள்.

எங்களிருவருக்கும் அத்தனை நெருக்கம் இருக்கும்போதும் ஒரு நாள் உமயம்மையத்தை எனக்குச்சோறு பிசைந்து ஊட்டி விட்டபோது, அம்மா,

"ஏண்டி இவ்வளவு நேரம் அங்கேயா இருந்த நீ?"

"யம்மா, அத்தை எனக்குச்சோறு பிசைஞ்சு தந்தா. நான் சாப்பிட்டேன்."

“ஏன் சாப்பிட்டே?” அம்மா கோபமாகக் கேட்டாள். நான் ஏதோ குற்றம் புரிந்துவிட்டு வந்து நிற்பதுபோல் அக்கா அண்ணன் எல்லோரும் என்னைப் பார்ப்பது போல் உணர்ந்தேன்.

இனிமேல் யார் வீட்டிலும் எது தந்தாலும் வேண்டாம் என்று சொல்லனும்னு எனக்கு கண்டிப்பான உத்தரவு.

ஒரு சமயம் ஒரு வீட்டில் சாப்பிடச் சொன்னபோது “அம்மாதான் சாப்பிடக்கூடாது, வேண்டாம்னு சொல்லணும்னு சொல்லியிருக்கான்னு” உண்மையைச் சொன்னேன். அது அம்மாவிற்குத் தெரிந்ததும், வந்தவர்கள் போனதும் அம்மா தான் சாப்பிடக்கூடாதுன்னு சொன்னேனென்று சொல்லாமான்று ஒரே ஏச்சு. பழைய படியும் குற்றவாளிக் கூண்டில் நிறுத்தப்பட்டேன். ஏன்? நானாகத்தான் வேண்டாமென்று சொல்லணுமாம். என்னடா இது?

கோட்டாத்தில் எங்கள் வீட்டிற்கு மூன்று வீடுகள் தள்ளி ஆராம்புளி ஆச்சி வீடு. ஆச்சிக்கு ஊரில் வயதான அம்மா செத்துப் போனாள். துட்டிகேட்க அம்மா போனாள். நானும் கூடவே போனேன். அம்மா அந்த ஆச்சியிடம், செத்துப் போன ஆச்சியின் அம்மாவைப் பற்றி விசாரித்துக் கொண்டிருந்தாள். விளையாடு கையில் சில பையன்கள் செத்தமாதிரி கிடப்பதற்காக, நாக்கை வெளியே துறுத்தி கண்களை உருட்டி விழித்து நிலை குத்தி நின்று விடுவது மாதிரி செய்வதைப் பார்த்து பயந்திருக்கிறேன். ஆனால் நிஜமாக யாரும் சாவதையோ செத்ததையோ நான் எங்கே பார்த்திருக்க முடியும்? ஆராம்புளி ஆச்சி சொன்னாள், ‘சிலேப்பம்’ இழுத்தது இரண்டு மூன்று நாட்களாக இழுத்ததாம். ஒவ்வொருத்தராக ஒவ்வொரு கரண்டி பால் வாயில் ஊத்தவும் மெல்ல மெல்ல சீவனடங்கிப் போச்சுன்னு மாத்திரம் சொன்னதும் எனக்குச் சப்பென்றிருந்தது. சே! சாவுன்னா இவ்வளவுதானா? பேசிக்கொண்டே ஆச்சி அடுக்களைக்குப் போனாள். அம்மாவையும் என்னையும் சாப்பிட அழைத்தாள். அம்மாவா சாப்பிடுவாள்?

“இப்போதான் சாப்பிட்டேன்.”

ஆச்சி என்னைப் பார்த்து “நீயாவது ஒரு தோசை சாப்பிடேன் மக்கா.” தாலத்தில் நல்ல மணமுள்ள சூடான தோசை. நல்ல மிளகாய்ப்பொடி. பப்படம் வறுத்த தேங்காய் எண்ணெய். சாப்பிட மனம் துடித்தது. தோசையையும் அம்மாவையும் மாறி மாறிப் பார்க்கிறேன். அம்மா கண்ணை உருட்டி ஆச்சிக்குத்

தெரியாமல் என்னைப் பார்த்து, அந்தப் பார்வையாலேயே பயமுறுத்தினாள். "அவளும் இப்பம்தான் என்கூட சாப்பிட்டுட்டு வாராள்" – அம்மா.

    அதன் பிறகும் ஆச்சி விடவில்லை. கட்டாயப்படுத்துகிறாள். நான் வீட்டிலே சாப்பிடவே இல்லை. அம்மா சொன்ன பொய்யை நானும் சொன்னேன். "என்ன வந்தாலும் பொய் மாத்திரம் சொல்லவே கூடாதுன்னு" அப்பா எத்தனை தடவை சொல்லியிருக்கார். போதாக்குறைக்கு அம்மாவே ஹரிச்சந்திரன் கதை சொல்லித் தந்திருக்கிறாள். என்ன பயன்?

O

6

எனக்கு எங்கிருந்து தொத்திக்கொண்டதோ தெரியவில்லை. வயிற்றளைச்சல். ஒரே ரத்தம், சளியாகப் போய்க்கொண்டு இருந்தது. 15, 20 நாட்கள். துரும்பாப் போயிட்டேன்னு பார்க்கிறவர்கள் எல்லோரும் சொன்னார்கள்.

திட்டிக்கதவு பக்கம் கிடத்தியிருந்தார்கள் என்னை. அந்த திட்டிக்கதவு வழி வெளியே படுப்புரையும், இரண்டு வழியாக இருக்கும். ஒரு இடைவழி முடுக்குத் தெருவிலிருந்து வீட்டிற்குள் வரும் வழி. இன்னொரு இடைவழி உரக்களம் மாதிரி; கீழே படிக்கல்லுகள். நீண்ட கல்லுகள் பாவியிருக்கும் அங்கேதான் கோலமக்காள் எப்போதும் நெல்குத்துவாள். தூங்குகிற நேரம் போக மீதிப்பொழுதெல்லாம் கோலமக்காள் அரிசி புடைக்கிற சத்தம், ஒரு ரிதம் மாதிரி காதில் கேட்டுக்கொண்டேயிருக்கும். அவள் பக்கவாட்டில் சுளவை (முறம்) அசைக்கும்போது "கெக்கேசு" "கெக்கேசு" என்று கேட்கும். மேலும் கீழாகா விரலால் தட்டித்தட்டி புடைக்கும்போது "ஸ்பிச்சு" "ஸ்பிச்சு"ன்னு கேட்கும். இரவில் லேசாக காய்ச்சல் இருக்கும் போதும் கண்மூடி தூங்க முயலும்போதும் காதுக்குள் "கெக்கேசு" "கெக்கேசு" "ஸ்பிச்சு" "ஸ்பிச்சு"ன்னு அதுவும் ராகத்தோடு கேட்டுக்கொண்டேயிருக்கும். வர, வர எழுந்து உட்காரக்கூட முடியாமல் போன போது காதுகளும், கண்களும் மாத்திரம் ஏதோ இயங்கிக் கொண்டு இருந்தது. சுவரில் பட்டிருக்கும் அழுக்குக் கறைகளுக்கு ஒவ்வொரு உருவம் கொடுப்பதில்

கண்கள் ஆழ்ந்திருக்கும். பசிதாங்க முடியாவிட்டால் மாத்திரம் சிணுங்குவேன். சவ்வரிசி கஞ்சியும், நார்த்தங்காய் ஊறுகாயும் இருபது நாட்களுக்கு மேலாக சாப்பிட்டதில் சவ்வரிசி என் ஆயுசுக்கும் வெறுத்துவிட்டது. ராத்திரி ஆகவும் நடைகழுவி விளக்கேற்றுவார்கள். குத்து விளக்கு ஏற்றியதும் பின்னைக்காய் எண்ணெய் வாசனை வரும். ஏற்றிய விளக்கு காற்றில் அசைந்து, அசைந்து எரியும். காற்று இல்லாதபோது நின்று எரிவதையும் பார்த்துக்கொண்டே படுத்திருப்பேன். பிறகு ஒவ்வொருவராக அடுத்த திண்ணையில் சாப்பிடும்போது பூசணிக்காய் "தீயல்" வாசனை வரும். ஒருநாள் முருங்கக்காய் புளிக்கறி வாசனை வரும். இந்த இரண்டு குழம்புகளும் மத்தியானத்தைவிட ராத்திரி எல்லோரும் சாப்பிடுகையில்தான் அதிகமாக மணம் மிகுந்திருக் கிறது. அந்தச் சாப்பாட்டின் ஏக்கம் மனதை அலைக்கழிக்க சிணிங்கிக்கொண்டே தூங்கிப்போய்விடுவேன்.

இந்த வியாதி மாதிரியே எங்கிருந்து எப்படி தொற்றிக் கொண்டதோ தெரியவில்லை, மயில்போட்ட பாவாடை வேண்டு மென்ற ஆசை. ஜுர வேகத்தில் மயில்போட்ட பாவாடை வேண்டுமென்று அடம்பிடித்தேன்.

அன்று சாயங்காலம் தூங்கிக்கொண்டிருந்தேன். நெற்றியில் அப்பா கை வைத்து பார்த்துக்கொண்டிருந்தார். விழித்துக்கொண்ட நான்,

"அப்பா ... மயில் பாவாடை."

"எத்தர கடையிலே கேட்டேன்மா, கிடைக்கவே இல்ல. இங்கப்பாரு, இந்த 'டின்'ல நிறைய சக்கரம் வச்சிருக்கேன். நீயே வச்சுக்கோ, உனக்கு காய்ச்சல் குணமானதும் கடைக்குப் போய் மயில்போட்ட துணி வாங்கிக்கலாம்"னு சொல்லி ஒரு டப்பாவில் நிறைய சக்கரம் போட்டுத் தந்தார். வீட்டில் ஒரு பழக்கம்; யாருக்காவது காய்ச்சல் வந்துவிட்டால் மற்ற எல்லோரையும்விட அவருக்குத்தான் சலுகை, சாப்பாட்டை தவிர! காய்ச்சலாக படுத்திருப்பவர்கள் என்ன சொன்னாலும் மற்றவர்கள் பணிய வேண்டும். அதை அனுபவிப்பதற்காகவே காய்ச்சல் விட்டாலும் கட்டிலை விட்டு இறங்காதவர்களும் உண்டு. இன்னும் இரண்டு நாளைக்கு கஞ்சிதான் என்று சொல்லிவிட்டால் குட்டு வெளியாகிவிடும்!

என் நிலமை ரொம்ப மோசமாகவே, எல்லோரும் கரிசனம் காட்டினார்கள். 'மயில்பாவாடை' ஏக்கத்தில் எனக்கு என்ன ஆகுமோன்னு பயந்தனர்களோ என்னவோ அடுத்தநாள் சாய்ந்திரம் வரும்போது அப்பா கையில் புதுத்துணியிருந்தது. 'மயில் போட்ட' துணி.

அக்காக்கள் எல்லோரும் பெரியவர்களாகிவிட்டதால் அவர்களுக்கு ‘பாடி’ தைக்க டைலரிடம் எப்படி கொடுப்பது! ஆத்தாவும் மட்டுமல்ல, அம்மாவும் கூட அதை விரும்புவது இல்லை. அதனால் வீட்டிலேயே ஒரு தையல் மிஷின் வாங்கிப் போடப்பட்டிருந்தது. அக்காவே பாவாடை, அம்மாவுக்கு ரவிக்கை எல்லாம் தைப்பாள். அன்று ராத்திரியே எனது ‘மயில் பாவாடை’ அக்காவிடம் தைக்க சொல்லி ஏற்பாடாயிற்று.

நான் காலையில் கண் விழித்ததும், கையில் அம்மா ‘மயில் பாவாடை’யை வைத்துக்கொண்டு உட்கார்ந்திருந்தாள்.

“பாத்தியாம்மா, மயில் பாவாடை.”

போட்டிருந்த உடுப்பை கழற்றிவிட்டு அப்பாவே பக்கத்தில் உட்கார்ந்து என்னை தூக்கி நிறுத்தி பாவாடையைக் கட்டிவிட்டார். அந்த பாவாடையில் உள்ள மயில்களை பார்த்ததும் எனக்கு எங்கிருந்து தெம்பு வந்ததென்றே தெரியவில்லை. படுக்கையில் கிடந்துவிட்டதினாலும், பலஹீனத்தினாலும் கால்கள் நடக்க முடியாமல் நடுங்கிய போதிலும் ‘மயில் பாவாடை’ மகிழ்வித்ததில் நடந்து பார்த்தேன். முடிந்தது! திட்டி வாசல் கதவு நிலைப்படியில் உட்கார்ந்தேன். உட்கார முடிந்தது, எழுந்திருக்க முடிந்தது. பாவாடையை இருகைகளிலும் விரித்து பிடித்து ஒரு சுற்று கூட சுற்ற முடிந்தது. நான் அந்த பாவாடையை மூன்று நாளாக அவிழ்க்கவே இல்லை. கடைசியாக முதன் முதலாக தலைக்கு தண்ணீர் ஊற்றும்போதுதான் அவிழ்த்தேன்.

ஒரு அக்கா “ஏட்டி இங்கே வா தலையைக் கொண்டா. ஒரே பேன் புளுத்து போயிருக்கு. சளசளன்னு நீ வாய் பொரிக்கிற மாதிரிதா ஒன் தலையிலே பேனும் பொரிக்கிறது.”

7

வெளியிலிருந்து வீட்டிற்கு வருகிறவர்கள் என்னைச் செல்லமாக "வாயாடி" என்பதும் அதே சமயம் வீட்டிலுள்ளவர்கள் "யார் வந்தாலும் இப்படி வாய் பேசாதே என்றும் மாறி மாறி சொல்வதனால், எது தப்பு எது சரின்னே தெரியவில்லை. ஆனால் மனதில் என்ன குழப்பம் ஆனாலும் சரிதான், உடனே பாட்டுப்பாட ஆரம்பித்து விடுவேன்.

வஞ்சி பூமி பாதே சீரம்
சஞ்சி தாபம் ஜெயிக்கேணம்

இந்தப் பாட்டுக்கூட தெரியாமல் யாராவது இருப்பார்களா? எங்கள் பள்ளிக்கூடம் நாலாம் கிளாஸ் வரையில்தான். காலையில் மணியடித்ததும் நாலாம் கிளாஸ் பிள்ளைகள் மட்டும்தான் பாடணும். நாங்கள் எல்லோரும் கும்பிட்டுக்கொண்டே நிற்க வேண்டும். நாங்கள் பாடாவிட்டாலும் எல்லோருக்கும் அந்தப் பாட்டு தெரியும். அது சின்னப் பாட்டு தான், சீக்கிரம் பாடி முடிந்துவிடும்.

அடுத்தாற்போல் எனக்குப் பிடித்த பாட்டு,

ஆஹா அணில் பிள்ளைகள் இரண்டு
திரைகடலோரத்தில்
தென்னை மரத்தில் கூடுகட்டி
அன்புடனே வசித்திருந்தனவாம்.
ஒருநாள் காற்றடித்து மழை பெய்ததில்
தென்னை மரம் சாய்ந்தது கூடுடனே

ஐயோ, பாவம் . . . அணில் என்னவாயிருக்கும்? என் மனதிற்கு விசனமாயிருக்கும். அதை மறக்க, "கண்ணே பாப்பா, மிட்டாய் வாங்கித்தறேனே

நானே" – நானே எனக்கு மிட்டாய் வாங்கித்தருவதாக ஆறுதல் சொல்லிக்கொள்கிறமாதிரி அந்தப் பாட்டு. இதெல்லாம் நான் பாடுகிற பாட்டு.

ஒருநாள் அப்பா சாப்பிட்டுவிட்டு கட்டிலில் படுத்துக் கொண்டிருந்தார். நான் ஏதோ பாடிக்கொண்டே விளையாடிக் கொண்டிருந்தேன்.

"மக்ளே, இங்கே வா, உனக்கு எத்தர பாட்டுத்தெரியும், சொல்லு."

நான் ஒன்று இரண்டு... ஐந்து பாட்டுகள் வரை சொன்னேன்.

"நீயும் அக்கா கூடப்போய் பாட்டுபடுச்சிக்கேன்."

அவ்வளவுதான் மனதில் ஒரே குதூகலம். நான் ஏதோ எல்லோரையும் போல இனி பெரிய பெரிய பாட்டுக்கள் எல்லாம் பாடலாம் இல்லையா?

அன்னைக்கு ஸ்கூல் விட்டு வந்ததும், அக்கா புறப்படும் போது 'நானும் வருவேன்'னேன்.

"சரி சரி வா. எனக்கும் துணைக்கு யாராவது வேணுமே."

"நான் துணைக்கு ஒண்ணும் வரல்ல. நானும் ஒன்ன மாதிரி பாட்டுப் படிக்கப்போறேன்."

"ஓஹோ... ஹோ... ன்னானாம். அதிருக்கட்டும், சரிகமபதநிச தெரியுமா?"

"...ம் தெரியுமே. 'ஸரிகமபதநிஸ, ஸரிகமபதநிஸ.'"

"அட! எப்படி தெரிஞ்சுது?"

"நீ எப்பவும் பாடச்சிலே நா கேட்டிட்டிருப்பேன் அதனாலே தான்."

"சரி, சரி, வா போகலாம்மா."

"எனக்கு நோட்டு?"

"அதெல்லாம் நீ நல்லா பாடத் தெரிஞ்சுதக்கப்புறமா வாங்கிக்கலாம்."

அதுவும் சரிதான்னு, நானும் நாய்க்குட்டி மாதிரி அவள் பின்னாலேயே போனேன்.

லஷ்மணம் பிள்ளையின் வீட்டு வாசலில் ஏறும்போதே வீணையின் நாதம் இனிய ரீங்காரம். உள்ளே போனால் ஒரு

பாயில் வீணையுடன் லஷ்சுமணம் பிள்ளை உட்கார்ந்திருக்கிறார். வீட்டில் அக்கா, அண்ணன்கள் எல்லோரும் ‘லஷ்சுமணம் பிள்ளை பாட்டா’னு சொல்கிற அந்தப்‘பாட்டா’வேறொருவர் புல்லாங்குழல் வாசித்துக் கொண்டிருந்தார். புல்லாங்குழலும் வீணையும் சேர்ந்து அன்றுதான் முதன் முதலாகக் கேட்கிறேன். பிரம்மை பிடிச்ச மாதிரி நின்றுகொண்டு இருந்தேன். அக்கா அதற்குள் இன்னொரு வீணையுடன் உட்கார்ந்திருந்தாள். என் ப்ராக்கை பிடித்திழுத்து உட்காரும்படி சைகை காட்டினாள். எல்லோர் முன்னிலையிலும் அக்காவே பேச பயப்படும்போது! நானும் பாட்டில் லயித்தவாறு அதன் காரணமாகவும் வாயடைத்து இருந்தேன்.

அன்பு செய்தலே வாழ்வினால் பயன்
ஆயந்தோர் கண்டறிந்த முடிவிதுவே
துன்பு செய்தல் நீக்கித் துன்பம் நீக்கியார்க்கும்
இன்பமெய்து வித்தல் எம்கடன் பொல்லார்க்கும்
அன்பு செய்தலே... ...

முதலில் லஷ்மணம் பிள்ளை வாயால் பாடி அக்காளை பாட வைத்தார். இரண்டு, மூன்று தடவை அக்கா பாடினாள்.

“இது அடுத்த சங்கதி, இது அடுத்த சங்கதி”ன்னு திரும்பத் திரும்பச் சொல்லிக் கொடுக்கும்போது ‘சங்கதி’கள் என்றால் என்னவென்று மனதிற்குப் புரிந்தது. முதன் முதலாக தாளம், ராகம், சங்கதி இந்தப்பேரெல்லாம் தெரிந்தது.

பிறகு வீணையில் அதை வாசிக்க சொல்லிக்கொடுக்கிறார். வாயாலும் பாடிக்கொண்டே, வீணையிலும் வாசித்தார்கள். சரியாக வருகிற வரையிலும் திரும்பத் திரும்ப அக்கா வீணையில் வாசித்தாள்.

“சரணம், அடுத்த வாரம் சொல்லிக்கலாம்”ன்னு சொல்லி விட்டு லஷ்சுமணம் பிள்ளை அப்பாவை பற்றி விசாரித்தார்.

புல்லாங்குழல் வைத்திருப்பவரிடம், “வீரக்குமார் போனபின் இவ அப்பாதான் எனக்கு ஆறுதல்” என்றார். கண்கள் கூட கலங்கிய மாதிரியும், விசனம் நிறைந்ததாகவும் எனக்குத் தோன்றியது.

“அப்பாவை நான் பார்க்கணும்னு சொல்லம்மா.”

அக்கா ‘சரி’ன்னு தலையாட்டிவிட்டு, “போயிட்டு வறேன் ஸார்”னு மாத்திரம் சொல்லிக்கொண்டே என் கையைப் பிடித்துக் கொண்டு கிளம்பினாள்.

போகும் வழியில், “அக்கா எனக்கு வீணை சொல்லித்தாயேன்.”

“ம் . . . முதல்ல ஸரிகம எல்லாம் படிச்சிட்டு அப்புறமா பாட்டு, வீணை எல்லாம் படிக்கலாம், என்னா?”

வீட்டிற்கு போனதும், என்னையறியாமலேயே

அன்பு செய்தலே வாழ்வினால் பயன்
ஆஞ்சோர் கண்டறிந்த முடிவே

ன்னு பாடினேன். அக்காவுக்கு ஒரே ஆச்சரியம்.

“எப்படி நீ அதுக்குள்ள அதைப்பாட படிச்சிட்டியோ!”

“ஆஞ்சோர்” இல்ல, ‘ஆய்ந்தோர்’னு பாடணும்.”

அக்கா தொடர்ந்து, ‘அன்பு செய்தலே . . .ன்னு தொடர்ந்து பாடினாள். நானும் கூடவே பாடினேன்.

துன்பு செய்தல் நீக்கி, துன்பம் நீக்கி
யார்க்கும் இன்பமெய்து வித்தல் எம்கடன் . . .
பொல்லார்க்கும் . . .
அன்பு செய்தலே . . .

அம்மா ரூமிலிருந்து அப்பா வெளியே வந்தார். என்னைத் தூக்கி, கன்னத்தில் முத்தம் கொடுத்து,

“நீ மட்டும் பாடு பார்க்கலாம்.”

நான் தனியாக பாடிக் காண்பித்ததும், அம்மா உள்பட எல்லோருக்கும் அதிசயமாகத்தானிருந்திருக்கணும்!

அக்கா அன்னைக்கு எண்ணெய் தேய்த்துக் குளித்துத் தலையை விரித்துப் போட்டிருந்தாளாம். யாராவது ‘கண்’ போட்டிருப்பார்கள் என்று சொல்லிக்கொண்டு, முதலில் அக்காவை நிற்கவைத்து கையில் எதையோ வைத்துக்கொண்டு தலையை மூன்று சுற்று இப்படியும், மூன்று சுற்று அப்படியும் சுற்றிவிட்டு அந்தக்கையில் வைத்திருக்கும் சாமான் மீது துப்பச் சொன்னாள். நிஜமாகத்துப்பாமல், சும்மா பேருக்கு அக்கா, து, து, து என்று மூன்று முறை துப்பினாள். மற்ற எல்லோரும் ஏதோ அதிசயம் பார்க்கிற மாதிரி பார்த்து நிற்கும்போதே எனக்கும் அதே மாதிரி சுற்றிவிட்டு, துப்பவும் சொல்லி, பிறகு அதை எரிந்துகொண்டிருக்கும் அடுப்பில் கொண்டு போட்டாள். நானும் அம்மா பின்னாலேயே போனேன்.

“அடுப்பில் போட்ட ஒரு கடுகு கூட வெடிக்கல்ல பாத்தியா? மிளகாயும் கமறவே இல்லையே, சரியான ‘கண்’ தான் விழுந்திருக்குன்னு” சொல்லிக்கொண்டே வெளி ஹாலுக்கு வந்தாள்.

அப்பா மாத்திரம், "போடி, கண்ணும், கிண்ணும்தான், ஒனக்கு வேற வேலையில்ல"ன்னுட்டு லஷ்சுமணம் பிள்ளையின் உடல் நலம் பற்றி அக்காவிடம் கேட்டுவிட்டு, "அவர் திருவந்திரம் (திருவனந்தபுரம்) போறதுக்குள்ளே எல்லாநாளும் ஒழுங்காகப் போய் கொஞ்சம் அவர் கீர்த்தனங்களைப் படிச்சுரு"னு சொன்னார். பாரும்மா,

துப்பு செய்தல் நீக்கி . . .
துன்பம் நீக்கியார்க்கும்
இன்பமெய்து வித்தல் எம்கடன்.
பொல்லார்க்கும் . . .

அந்த "பொல்லார்க்கும்..." ங்கிறதிலேதாம்மா, நான் ரொம்ப அவர் மனசைப் புரிஞ்சு அதிசயிக்கிறேன்!

"பகைவனுக்கருள்வாய்"ன்னு பாடின பாரதியார் மாதிரி இவரும் நிறையப்பாட்டு எழுதணும்னு நான் நினைச்சுக்கிட்டிருக்கேன். ஆனால் அவருக்கு வாழ்க்கையில் ஏனோ ஒரு மனக் கவலை. அதனாலே அவர் தேகத்துக்கும் சுகமில்லாம ஆகுது"ன்னு கவலையோடு அப்பா சொல்லிக்கொண்டு இருந்தார்.

'அது யாரு பாரதியார்?'

அடுத்த நாள் வீட்டிற்கு இரண்டு, மூன்றுபேர் வந்தார்கள். விருந்தினர்கள். காப்பி, சாப்பாடெல்லாம் முடிந்தது. அன்று எல்லோருக்கும் லீவ் நாள். வந்தவர்கள் வீட்டிலிருக்கும் வீணையைப் பார்த்துவிட்டு,

"யார் பாட்டுப்படிக்கா"ன்னு கேட்டார்கள். பிறகு அக்கா அங்கு வந்து அவர்கள் கேட்டுக்கொண்டபடி வீணையை வைத்துக்கொண்டு,

பஜனை செய்வோம் கண்ணன் நாமம்
பந்த மருள் தரும் பரந்தாமனை
நினைத்தடி பணிவோமே . . .
. . . பஜனை செய்வோம்.

அடுத்து சின்ன அண்ணனை ஒரு பாட்டு பாடும்படி சொன்னார்கள், அவன்.

சிவ பெருமான் கிருபை வேண்டும்
வேறென்ன வேண்டும் – சிவபெருமான்.

என்னை யாரும் பாடச்சொல்லாதது ஏமாற்றமாயிற்று. ஒருவேளை சின்னப்பிள்ளைகளை யாரும் பொருட்படுத்த மாட்டார்கள் போலிருக்கிறது. ஆனால் என்னவோ, அப்பா மாத்திரம் என் பாட்டை ஆசையாகக் கேட்டுப்பார். அம்மாவும்

சிலசமயம் ஆசையாகக் கேட்பாள்; வேற எல்லோரும் பரிகாசம் தான் பண்ணுவார்கள்.

இப்போதெல்லாம் பாடப் புத்தகத்திலேயே நிறைய பாட்டுகள்.

“தேசிய விநாயகம்பிள்ளை எழுதின பாட்டைப் பாடும்மா”– அப்பா.

அது என்ன பேத்தி முறையோ? அப்பாவுக்கு சொந்தமோ? இருந்தாலும் இருக்கலாம். அம்மா சொன்ன மாதிரி “எடுத்தும், கொடுத்தும்” நாஞ்சி நாட்டு மருமக்கவழி வெள்ளாளனுக் குள்ளேயே சம்மந்தம் பண்ணிக்கிறதனாலே சுற்றிச் சுற்றிப் பார்த்தால் எல்லா மருமக்க வழிக் குடும்பமும் ஒரு வழியிலே இல்லாட்டா ஒரு வழியிலே எங்கேயாவது ஒரு சொந்தம் ஒட்டிக்கிட்டிருக்குமாம்; இதுவும் அப்படி இருக்கலாம். ஆனால் நெருங்கின சொந்தமா தூரத்து சொந்தமான்னு தெரியல. மருமக்க வழிக்காரன்கள் எல்லோரும் சொந்தக்காரன்கள்தான். அப்படின்னா எனக்கு எவ்வளவு சொந்தக்காரன்கள் இருக்க வேண்டும். ஆயிரமா, இரண்டாயிரமா, மூவாயிரமா ... யார் கண்டா?

‘தங்கையே பார், தங்கையே பார்’னு நான் பாட ஆரம்பிச்சதும், அப்பாவும் கூடவே “சைக்கிள் வண்டி இதுவே பார்”ன்னு பாட, நான் அப்பாவுக்கு இந்தப்பாட்டு எப்படித் தெரியும்னு நான் பாடுவதை நிறுத்திவிட்டு ஆச்சரியமா பார்க்க,

“ம் பாடும்மா.”

சிங்காரமான வண்டி
சீமையிலே செய்த வண்டி
தீயுமில்லை, புகையுமில்லை
தீவிரமாய் சென்றிடும் பார்

ன்னு என் கூடவே பாடினார். அப்பா என்ன ஆசையாகப் பாடுவார். ஆனால் கேட்டால் எனக்கு என்னவோ சிரிப்பாத்தான் வரும். அப்பாவிற்கு பாட்டின் ராகமே வராது.

எனக்கு பள்ளிக்கூடத்தில் பாட்டு வாத்தியார் உண்டு. அவர் வெற்றிலைப் போட்டு குதப்பிக்கொண்டே பாட்டுச் சொல்லித்தருவார். இப்போ எனக்கு ‘சரிகமபதநிச’ வரிசை நல்ல பாடமாகிவிட்டது. யாராவது பாடச்சொன்னால் ‘மா, பா, தா, ஸா, ரி’ன்னு இழுத்துப்பாடுவேன்.

8

ஏற்கனவே அப்பா சொல்லியிருந்தபடி அப்பாவிற்கு ஸ்தல மாத்தம். திருவனந்தபுரத்திற்கு எல்லோரும் போகப் போகிறார்கள். நான் பழையபடி கோட்டாறு வீட்டில் கொண்டுவிடப்படுவேன். பிள்ளையார் கோவில், பெருமாள் கோவில் எல்லாம் ஞாபகம் வருகிறது. பழையபடி வீட்டின் அருகிலிருக்கும் பள்ளிக்கூடம். எல்லாமே எனக்குப் பிடித்தமானவைதான்.

இந்தக் கோட்டாறு வீடு அம்மாவிற்கு ஆத்தாவால் கொடுக்கப்பட்டுவிட்டதுன்னு எல்லோரும் பேசிக்கொள்வதிலிருந்து தெரிந்து கொண்டேன்.

இப்போது நான் மூணாம் கிளாஸ் முடிக்கப் போகிறேன். நான் தான் என்னவெல்லாம் தெரிந்து கொண்டுவிட்டேன்! அத்தை கூடவே தினமும் தண்ணீர் எடுக்க சின்ன காசி குடத்தை எடுத்துக் கொண்டு போவேன். அத்தை பெரிய குடத்தை சாம்பலும், புளியும் போட்டுத் தேய்ப்பாள். என் குடத்தை நானே தேய்ப்பேன். அத்தை குடம் வெறும் செம்பு; என் சின்னக்குடம் வெண்கலம். நடுவில் ஒரு செப்புக்கோடுவரும், கைவலிக்கத் தேய்ப்பேன்.

அத்தைக்கு மூன்று பையன்களும், என் வயதில் ஒரு பெண்ணும். எதற்கெடுத்தாலும் அவளுக்கும் எனக்கும் அடிக்கடி சண்டை வரும். நாலுகட்டிலுள்ள கூரை; அதுவும் நாழி ஓடுகள். கூரையிலிருந்து ஒரே பக்கமாகச் சேர்ந்து 'சோ'ன்னு வந்து விழும் மழைத்தண்ணீரில் குளிக்கும்போது மாத்திரம் இருவருக்கும் சண்டையே வராது.

அத்தனை உற்சாகம். சிலசமயம் மழை சீக்கிரமாக நின்றுவிட்டால் ஏமாற்றமாக இருக்கும். வடக்கு வீட்டு அம்மாளு ஆத்தாவும், என் ஆத்தாவும் எப்பொழுது பார்த்தாலும் தரையில் கட்டம் கீச்சி தாயம் விளையாடுவார்கள். சிலசமயங்களில்,

"நீ எங்காயை நகத்திட்டே."

"ஆ ஒன்னதை நா தொடவே இல்ல."

இந்த ஆத்தா முணுமுணுப்பாள்.

'போடு ஒரு தாயம்'ன்னு கையை வீசி பளிச்சின்னு போடுவா. தாயம் விழாவிட்டால் தன் காய் வெட்டுபட்டுவிடும். கோபம் வந்து ரெண்டு பேரும் சண்டை போடுவது வேடிக்கையாக இருக்கும். பிறகு பார்த்தால் 2, 3 நாட்கள் அம்மாளாத்தாவை காணமுடியாது. ஒருநாள் திடீரென்று பார்த்தால் 'போடு ஒரு தாயம்'ன்னு பழையபடி சத்தம் கேட்கும், பார்க்காத 2,3 நாட்களுக்குள்ள ஊர்க்கதைகளோடு தாயம் விளையாட்டு ஜரூராக நடந்துகொண்டிருக்கும். இரண்டுபேர் காதிலும் பாம்படங்கள் குஷாலாய் ஆடும். சண்டை போடும்போதும் பாம்படங்கள் ஆடுவதைப் பார்க்க வேண்டுமே!

ஒரு நாள் காலையில் நான் தூங்கி எழுந்து பார்த்தபோது வீடு அமைதியாயிருந்தது. அத்தையின் பிள்ளைகள், ஒவ்வொருத்தர் பல் தேய்த்துக்கொண்டும், இங்கேயும், அங்கேயுமாக உட்கார்ந்து கொண்டிருந்தார்கள். அத்தையும், ஆத்தாவையும் காணோம். அந்த அமைதியை கிழித்துக்கொண்டு சங்கு ஊதுவது கேட்கிறது. அது என்னவோ பயமாயிருந்தது. நான் அவர்களைப் பார்த்து விழிக்க, அத்தை மகன் பெரியவன், "அம்மாளாத்தா செத்துப் போயிட்டா"ன்னு சொன்னான்.

"ம் . . . எப்படி செத்துப்போனா?"

"வயசானா எல்லோரும் செத்துத்தான் போவா."

"இனி தாயம் விளையாட வரமாட்டாளா?"

"ஆமாடி, இனி வரமே மாட்டா. அம்மாளாத்தாவை சுடுகாட்டிலே கொண்டு போய் எரிச்சிருவா."

நான் பய உணர்வுடன் சுடுகாடு எப்படி இருக்கும், எப்படி எரிப்பான்னு யோசனையில் ஆழ்ந்தேன். மெல்ல வடக்கு வீட்டுப்பக்கம் வாசலைப்பார்த்தேன்.

"ஒருத்தரும் அங்க வரக்கூடாதுன்னு சொல்லியிருக்கா."

இப்பொழுது சங்கு ஊதுவதுடன் சக்கிலியன்மார் நான்கு பேர்கள் பெரிய கொட்டு வைத்துக்கொண்டு

அடிக்க ஆரம்பித்தார்கள். சங்கும், இந்தக் கொட்டுச்சத்தமும் வயிற்றை என்னமோ செய்தது. ஆனாலும் பயத்தையும் மீறி அம்மாளாத்தாவைப் பார்க்கணும், அதாவது 'செத்துப் போனாள்'ன்னா என்னன்னு பார்க்கணும்கிற ஆசை, ஆவல் அதிகமாயிற்று. மெல்ல கதவை கொஞ்சம் திறந்துகொண்டு எட்டிப்பார்த்தேன். இதற்குள் அவர்கள் வாசல் முன் நிறைய மூங்கில்கள், முற்றத்தின் மேலே பச்சை தென்னை ஓலை பரப்பியிருந்தது. ஒரு பக்கத்தில் ஒரு புதுச்சட்டியில் தீ புகைந்துகொண்டு இருந்தது. இரண்டு கடகம் நிறைய பூவும், பூமாலைகளும் வந்திறங்கிற்று. ஆனால் என் ஆவல் நிறைவேறுகிற மாதிரி தெரியவில்லை. நாலைந்து பேர்கள் வீதம் வருவதும், போவதும், சிலர் வாசல் முன்னாலேயே படுப்புரைகளில் உட்கார்ந்துகொண்டு, கூடி நின்று பேசிக்கொள்வதுமாக; உள்ளே என்ன நடக்கிறது என்பதே தெரியவில்லை. இதற்குள்ளே பிள்ளைகளுக்குள்ளே செத்தவர்கள் பேயாய் மாறுவது பற்றிய கதைகள். சிலர் செத்த பின்பு தெய்வமாயிருந்து நம்மைக் காப்பாற்றுவார்கள், இப்படி கருத்துக்கள். பேசிக்கொண்டே பசி தெரியாமல் எல்லோரும் எதற்கோ காத்துக் கொண்டு இருந்தோம். ஆவல் மிகுதியால் இப்பொழுது எல்லோருமாக கதவை நன்றாக திறந்து வைத்துக்கொண்டு பார்த்துக்கொண்டு நின்றோம்.

கட்டப்போவது சாதாரணப்பாடை இல்லையாம், தேர்ப் பாடையாம். சாதாரண பாடையில் 'ஏணி மாதிரி' கிடத்தி எடுத்துக்கொண்டு போவார்களாம். "எங்க அம்மையை நாங்கோ தேர்ப்பாடையிலேதான் கொண்டுபோவோம்"ன்னு அம்மாளாத்தாவின் ஆண்மக்கமார் சொல்லிவிட்டார்கள். தயாராகிறது தேர்ப்பாடை ஆச்சே... இன்னும் கொஞ்சநேரத்தில் அம்மாளாத்தாவை பாடைக்குக் கொண்டு வந்துதானே ஆகணும்.

ஆ! என்ன இது? ஆத்தாவின் கண்களில் மஞ்சள் அரைச்சு அப்பிவச்சிருக்கு. வாய் நிறைய அரிசி வழிகிறது. அதுக்குப்பேரு 'வாய்க்கரிசி'யாம். ஆத்தா செத்த உடனேயே கொஞ்சம் நெல்லைக் குத்திப் புடைத்து அரிசியாக்கி ஊறவைத்து எல்லோரும் வாயிலே கொஞ்சம், கொஞ்சம் அரிசி போட்டார்களாம். அதுதான் வாய் நிறைய வழிகிறது.

ஆத்தாவை தேர்ப்பாடையிலே சங்கு ஊத, மேளம் அடிக்க எடுத்துகிட்டு போயாச்சு. 'பேயி'னு யாரும் பயப்படாம எல்லோரும் கையெடுத்து கும்பிடுவதைப் பார்த்தேன். என்னையும் கூட்டத்தில் நின்ற யாரோ 'கும்மிடு, கும்மிடு' என்று சொல்லவே நானும் கும்பிட்டேன். கடைசியாக ஆத்தா, அத்தை எல்லோரும் வெளியில் வந்தார்கள். வீட்டிற்குள் வராமல் எங்களிடம் துவர்த்து

மெல்லக் கனவாய் பழங்கதையாய்... 63

கேட்டு வாங்கிக்கொண்டு போனார்கள். கொஞ்சநேரத்தில் எல்லோரும் பறைக்கங்காலில் குளித்துவிட்டு ஈரச்சீலையுடன் வந்தார்கள். செத்த வீட்டிற்கு போனால் குளிக்காமல் யாரையும் தொடக்கூடாதாம். 'துட்டி'க்கு வந்த எல்லோருக்கும் சொந்த வீட்டிலேதான் சாப்பாடு. நாங்கள் யாரும் அங்கே போகவில்லை. எங்களுக்கு சாப்பாடு அங்கிருந்து கொடுத்தனுப்பப்பட்டது.

"ஏனம்மா, இது என்ன குழம்பு?"

"ஏண்டா, எழவு வீட்ல சாம்பாரா வைப்பா?"

ஆச்சு... இன்னைக்கு பதினாறு அடியந்திரம். இதற்கிடையில் ஒவ்வொரு வியாழக்கிழமையும், ஞாயிற்றுக்கிழமைகளிலும் 'கிழமை' அழுதார்கள்.

ஒரு வியாழக்கிழமை பயத்தங்கிழமை – பயிறு அவித்து வீடுகளுக்கு விளம்பினார்கள். ஒரு ஞாயிறன்று வடை சுட்டு மூலையில் வைத்து அழுது எல்லோருக்கும் விளம்பினார்கள். ஒவ்வொரு நாளும் முற்றத்தில் காலையிலும் சாயுங்காலமும் மாரடிப்பும், அந்தி அழுகையுமாக நாட்கள் ஓடியதே தெரிய வில்லை. இன்று 'பதினாறு'. கல்யாண வீட்டு சாப்பாடுமாதிரி இரண்டு பாயாசத்துடன் சாப்பாடு. சாப்பாடு முடிந்ததும் ஆம்பிள்ளைகளும், பொம்பிளைகளுமா ஒரே சண்டை. நான் என்னென்று மெல்ல அங்கே நுழைந்து பார்த்தேன்.

அம்மாளாத்தாவின் காது உருப்படி – பாம்படங்கள் எட்டு பவுன் தேறும். சின்னமகள், "அம்மா உனக்கு பொம்பளை பிள்ளை யிருக்கு, பாம்படத்தை நீ எடுத்துக்கொள்ளுன்னு சாகறதுக்கு முந்தி சொன்னா. அதனாலதான் நான் எடுத்துக்கிட்டேன்."

மூத்த மகனின் பெஞ்சாதி, ஆவேசம் வர,

"ஏன் எனக்கு பொண்ணடி முடிஞ்சு போச்சுன்னு நீ எப்படி சொல்லுவே. என் பிள்ளைக்கு பிறக்காதா? யாராருக்கு என்னென்னு யாரு கண்டா. நீ வச்சிருக்கது ஒரே பொண்ணடி."

இளையவன் மனைவி "அடசண்டாளி, என் பொண்ணடிய நீ காராடினேன்னா, ஈரேழு சென்மத்துக்கும் பொண்ணடி அத்துத்தான் போவே."

எனக்கு சண்டையை பார்த்தாலே மனம்கசந்து. வீட்டிற்குள் ஓடியே வந்தேன். எல்லோரும் ஒற்றுமையா அன்னைக்கு தேர்ப்பாடை கட்டியிருக்கார்கள், இன்னைக்கு பாம்படத்திற்கு சண்டையா?

வர, வர ஆத்தாளுக்கு தாயம் விளையாட ஆளில்லாமல் அம்மாளாத்தா போனதின்பின் வெறுப்பு ஏற்பட்ட மாதிரி இருந்தாள்.

அந்த சமயத்தில்தான் அப்பாவிற்கு பின்னேயும் ஸ்தல மாத்தம் என்றும் லீவு போட்டுக்கொண்டு எல்லோருமாக வரப்போவதாகவும் 'எழுத்து' வந்தது. ஆத்தாவும் விட்டால் போதுமென்றுதான் மகன்கள் வீட்டிற்கு திருவனந்தபுரத்திற்கு புறப்பட்டு விட்டாள்.

அம்மா எல்லோரும் வந்தபின், அத்தை, மாமா, பிள்ளைகள் எல்லோரும் வேறு வீட்டிற்குப் போய்விட்டார்கள். ஆத்தா, மாமாக்களுடன் போனவள் பின்னர் வரவேயில்லை. மாமாக்களும் வருவதில்லை. அவர்கள் முகங்கள்கூட எனக்கு மறந்து போய்விட்ட மாதிரி தெரிகிறது. எப்படி சண்டை வந்தது? யார்யாருக்கும் சண்டை வந்தது? ஏன் பேசக்கூட மாட்டேன்கிறார்கள்? தெரியவில்லை. வீட்டிலுள்ளவர்கள் பேசிக்கொள்வதிலிருந்து ஒன்றுமே தெரிந்துகொள்ள முடியவில்லை. அம்மாளாத்தா வீட்டில் பாம்படத்திற்கு சண்டை வந்து எல்லோரும் வேறு வேறு வீட்டிற்குப் போய்விட்டார்கள். இங்கே மட்டும் எதுக்காக சண்டை போட்டுவிட்டார்கள் என்றே தெரியவில்லை. பெரியவர்கள் விஷயம் நமக்கு என்ன தெரியும்?

அம்மாவின் அப்பா – தாத்தா, இந்த வீட்டை விலைக்கு வாங்கினாராம். இப்போ வீடு பல இடங்களில் நாழி ஓடுகள் நகர்ந்து மழை வந்தால் ஒழுகுகிறது. கதவுகள் எல்லாம் 5 அடி உயரத்திற்கு மேல் இல்லை. ஆறடி உயரம் உள்ள அப்பா ஒவ்வொரு வாசலிலும் குனிந்து, குனிந்து போகும்போது பார்க்க வேடிக்கையாக இருக்கும். சிலசமயங்களில் அப்பாவின் தலைக்கும், வாசல் நிலைக்கும் மோதல் நடக்கும்போது பார்க்க வேதனையாக இருக்கும்.

நான் தூங்குகிற வரையில் அப்பா என்னுடன் படுத்துக் கொண்டு கதைகள் சொல்வார். இவற்றில் ஒன்று 'காசபியாங்கா' கதை. கடைசியில் கேட்க முடியாமல் மனது விம்மும். அடக்கிக் கொண்டே கேட்பேன். தந்தை சொல் மீறாத பரசுராமன், ராமன், காசபியாங்கா! மேலும் அப்பாவிற்கு திருக்குறள் நிறையத் தெரியும்.

வகுப்பில் தாமா என் பென்சிலை பிடுங்கிவிட்டு என்னையும் அடித்துவிட்டாள் என்று சொன்னபோது,

"நாளைக்கு நீ அவளுக்கு இரண்டு மிட்டாய் கொண்டு கொடுத்திடு."

"ஏம்ப்பா அவ என்னை அடிச்சா, நா அவ கூட 'கா' விட்டுட்டேன், பேச மாட்டேன்."

"இன்னா செய்தாரை ஒறுத்தல்" சொல்லு; நீ திரும்பச் சொல்லு.

"இன்னா செய்தாரை ஒறுத்தல்."

"அவர் நாண."

"அவர் நாண."

"நன்னயம்."

"நன்னயம்."

"செய்துவிடல்."

"செய்துவிடல்; அப்படின்னா என்ன அப்பா?"

அப்படின்னா, "அவ உன்ன அடிச்சான்ன, நீ என்ன செய்யணும், நாளைக்கு சந்தோஷமா அவளுக்கு இரண்டு மிட்டாய் கொடுக்கணும். அப்போ..."

"அப்போ..?"

"அவளுக்கு வெட்கமாய் போயிரும், நேத்து அடிச்சதுக்கு அவளே வருத்தப்படுவா."

"சரிப்பா."

கக்கூஸ் எடுக்கும் தோட்டி வரலேன்னா ரொம்பக் கஷ்டம். அவன் தெருவிலிருந்தபடியே ஒரு சிறியகதவு மாதிரி இருக்கும், அதை மேலே தூக்கி குனிந்து உள்ளே நிறைந்திருக்கும் வாளியை எடுத்து அவன் கொண்டுவந்திருக்கும் பீப்பாயில் கொட்டிக்கொண்டு போவான். இப்போது அப்பா வந்தபின் அதை மாற்றி நாலு பக்கமும் சுவர்கள் கட்டி வரிசையாக நீண்ட கல்லுகள் போட்டு கக்கூஸ் கட்ட ஏற்பாடு செய்தார். அவன் களத்திற்குள்ளே வந்து எல்லாவற்றையும் ஒரு வாளியில் எடுத்துக்கொண்டு போவான். பார்க்க கஷ்டமாக இருக்கும். நல்லவேளை நான் தோட்டி வீட்டில் பிறக்கவில்லை. தோட்டிக்கு என்னை மாதிரி மகள் இருப்பாளா? அவள் என்ன செய்வாள்?

"ம், அவளெல்லாம் பள்ளிக்கூடம் கூட வந்து படிக்க முடியாது. ஏன்னா, அவர்களை யாரும் தொட முடியாதே."

கடைசியில் எல்லா வீட்டுக் கக்கூசும் ஒரு லாரியில் எடுத்துச் செல்லப்படும். அம்மாளு ஆத்தா, என் ஆத்தா எல்லாருக்கும் அந்த லாரி போனால் மணி 12 என்று கணக்கு. நீராவியில் தண்ணீர் வற்றிப்போனால் சில லாரிகளில் தண்ணீர் கொண்டு வந்து தெருவுக்குத் தெரு கொடுப்பார்கள். அதுவும் முனிசிப்பாலிட்டி லாரிதான்.

○

9

கதைகள் படிக்க, கேட்க ரொம்பப்பிரியம். புஸ்தகங்கள் வாங்கின உடனேயே அதிலுள்ள கதைகள் எல்லாம் படித்து முடித்துவிடுவேன். 'சாவித்திரி' கதை வாசித்தேன். என்னவென்றே புரியவில்லை. பாடம் எடுக்கும்போது புரியுமாக்கும் என்று பார்த்தேன். இல்லை, சாவித்திரி பிள்ளைகள் வேண்டுமென்று யமனிடம் கேட்டாளாம். யமன் கொடுத்துவிடுகிறான். அப்புறம் யமனுக்கு தவறு தெரியவே, சத்தியவான் உயிரையும் கொடுத்து விடுகிறான். ஏன்? எப்படி? சாவித்திரி சினிமா வந்தது; அதிலிருந்தும் கண்டு பிடிக்க முடியவில்லை. அப்பா இருந்தால்தான் குழந்தைகள் இருக்குமா?

அண்ணன்கள், அக்காக்கள் படிக்கத்தான் அரிக்கேன் லாந்தார். நான் எப்போதும் ஆடி ஆடிச் சுடர் விடும் குத்துவிளக்கின் கீழ்தான். அது என்னவ்வளவு உயரமிருக்கும்! வெளிச்சம் புஸ்தகத்திற்கு எட்டாது, அடுப்பங்கரையிலிருக்கும் சின்ன கைவிளக்கு பின்னைக்கெண்ணெயில் தான் எரியும். அதுதான் எனக்கு ரெம்பப்பிடிக்கும், பார்க்க அழகாக இருக்கும் கைவிளக்கு. அப்படியும், இப்படியும் திருப்பி வைத்துக்கொண்டிருப்பேன்.

○○○

அப்பா வேலையில் சேரப் போய்விட்டார். எல்லோருக்கும் பரீட்சை முடிகிற வரையில் நாங்கள் காத்திருக்க வேண்டியது ஆயிற்று.

கோட்டாறு வழி சுசீந்திரம் வந்து, வழுக்கம் பாறையில் திரும்பி, இங்கே வந்து சேர இரண்டுமணி நேரமாச்சு.

இந்த வீடு எத்தனை வித்தியாசமாக இருக்கிறது. பெரிய காம்பவுண்ட் சுவர். அதில் பெரிய 'கேட்டு'கள். வண்டிகள் எல்லாமே கேட்டுகள் திறக்கப்பட்டு, அதனூடே நுழைந்து முற்றம் வரைக்கும் போவது ஆச்சரியமாயிருந்தது. அங்கு நான்கைந்து பேர் நின்றுகொண்டிருந்தார்கள். அப்பா ஆபீசில் வேலை பார்க்கிறவர்களாம். எல்லாரும் கைகளைக் கட்டிக்கொண்டு அப்பாவை 'எசமான்', 'எசமான்' என்று சொல்வது வேடிக்கையாயிருந்தது. சிலர் தலைக்கு மேலே கையைத் தூக்கி கும்பிடவும் செய்தார்கள். எங்க அப்பா என்ன பெரிய ராஜாவா! அம்மா வண்டியிலிருந்து இறங்கி அந்த வீட்டினுள் நுழையும்போது அவர்கள் கைகட்டி வழிவிட்டு நின்றதைப் பார்க்கும்போது, ராணி கொட்டாரத்துக்குள் போகிற மாதிரி இருந்தது. நம்மைப் பார்த்து கும்பிடு போட நாலுபேர் – நாலே நாலு பேர் இருந்த உடனேயே ஏதோ நாம் அவர்களைவிட உயர்ந்தவர்கள் என்கிற எண்ணம் வந்து, மனதை ஏதோ ஒரு கர்வம் பிடிக்க வைத்துவிடுவதை உணர்ந்தேன். கடைசியில் நான் வண்டியிலிருந்து இறங்கும்போது – நான் சின்னப்பிள்ளைதானே – ஓடிவந்து அவர்கள் கை கொடுத்து இறக்கிவிடும்போது பல்லக்கிலிருந்து இறங்கும் சின்ன ராஜகுமாரியாக என்னை நினைத்துக்கொண்டேன். அந்தச் சின்ன ராஜகுமாரி மட்டும் அரண்மனைக்குள்ளேயே போகவில்லை. அரண்மனையைச் சுற்றியே நோட்டம் விட்டாள். எவ்வளவு பெரிய பெரிய மரங்கள்! வேப்பமரங்கள்தான் அதிகம். வடக்குப்பகுதியில் மாத்திரம் வரிசையாக உடை மரங்கள். யப்பா! பெரிய பெரிய முட்கள். ஓரங்களில் நிறைய அரளிப் பூக்களுடன் கூடிய அரளிச்செடிகள். அதிலும் இரட்டை அரளி நிறைய இருந்தன. அதுதானே! சின்னராஜகுமாரியாகப் பாவித்துக்கொள்ள இவ்வளவும் போதாதா என்ன? பின்புறம் ஐம்பது, அறுபது அடிகள் தள்ளிப்போய் ஒரு பெரிய கிணறு. பின்னர் தரை முழுவதும் ஒரே குற்றுச்செடிகள் மயம். பாம்புகள் கூட இருக்குமோ? இருந்தால் என்ன? பலப்பல நிறங்களில், தரையோடு தரையாகவே பரந்து கிடக்கும் சின்னச்சின்ன செடிகளில் எத்தனை விதமான பூக்கள்! நெற்றியில் வைக்கும் பொட்டை விட சின்ன, இன்னும் சின்ன பூக்கள். ஐந்து ஆறு அடிக்கு மேல் வளர்ந்துவிட்ட பெரிய மனிதர்கள் இதை எங்கே குனிந்து பார்த்து ரசிக்கப்போகிறார்கள்! என்னை மாதிரி சின்னக் குழந்தைகள் ரசிக்க மாத்திரம்தான் இந்தச் சின்னப் பூக்கள் பூக்கிறதோ?

வீட்டைச் சுற்றிலும் நான்கு பக்கமும் திறந்த பெரிய வராண்டாக்கள். அப்பாவிற்கு ஆபீசு ரூம் தனியாக. அங்கே சுவரில் மாட்டப்பட்டிருந்த ஃபோனைப் பார்த்து எல்லோருக்கும் அதிசயம்.

அன்று அப்பா ஆபீஸ் போகும் போது "நான் ஆபீஸ் போய் உங்களை ஃபோனில் கூப்பிடுகிறேன்; நீங்கள் பேசணும்"னு சொல்லிவிட்டு போய்விட்டார். கொஞ்ச நேரத்தில் ஃபோனில் கிர்ரிங் கிர்ரிங் என்று சத்தம் வந்தது. சைக்கிள் மணி மாதிரி அடித்தது. ஒவ்வொருத்தராக அப்பாவிடம் பேசினோம். அப்பாவின் குரல் ஒரு கருவியில் கேட்பதும் அதன் மூலம் நான் சொல்வதை அப்பா அங்கே கேட்டு பதில் சொல்வதும் ஆச்சரியம்னா ஆச்சரியம்; அப்படி ஆச்சரியமா இருந்தது.

"'ஐய்! அப்பா எங்கிட்டே என்ன வேணும் மக்ளே'னு கேட்டா, ஓங்கிட்ட அப்பா என்ன பேசினார் அக்கா" என்றேன். "பள்ளிக்கூடம் புறப்பட்டாச்சான்னு கேட்டார்" என்றாள்.

எங்கிட்டேதானே அப்பா நிறைய பேசினார். நான்கு குதியில் வாசலைக் கடந்து என் பூச்செடிகளிடம் ஓடினேன்.

சுசீந்திரம் சர்க்கார் பள்ளிக்கூடம். இதிலிருந்து ரெண்டு மைல் தூரமிருக்கும். அக்காவுக்கு ஐஞ்சாம் பாரம். அண்ணன் நான்காவது பாரம் சேரப்போகிறார்கள். நான்? இன்னும் திரிசங்கு சொர்க்கத்தில்தான். பிரைவேட்டா பரிட்சை எழுத வைத்து என்னைச் சேர்த்துக்கொண்டால்தானாச்சு.

◯

10

அன்று காலையில் என்னையும் சீக்கிரம் குளிப்பாட்டி விட்டார்கள். தலைசீவி நல்ல ஒரு பிராக் அணிவித்தார்கள். நான் இரண்டு வருஷம் சேர்க்கப்படாமல் மூன்றாவது வகுப்பிலேயே படித்தேன். தினமும் டீச்சர் வீட்டிலிருந்து யாராவது, 2வது வகுப்பு படித்த பள்ளியிலிருந்து T.C. வாங்கிவரச் சொல்லிவிடுவார்கள். ஆனால் வீட்டில் நடக்கும் கோலாகலங்களில், அடுப்பில் மூன்று தோசைக்கல்லில் அடை சுடுவதும், காலையில் ஒரு பசுவிலிருந்து கறந்த பாலை ஒருவர் பக்கத்திலேயே நின்று காய்ச்சுவதும், அப்பா, அவர் ஆபீஸ் வேலைகளிலும் அவரைத்தேடி வருபவர்களிடம் பேசுவதிலும், மற்றவர்கள் அவரவர்கள் பள்ளிக்கூடம் போவதிலும் இத்தனை விஷயங்கள் நடக்கும். அந்த பரபரப்பில் என்னை வகுப்பில் பதிவு செய்து சேர்க்க ஆள் இல்லை. பெரியக்கா வந்து போகும் ஒவ்வொரு தடவைகளிலும் கூடவே கொண்டு செல்ல முறுக்கு, தேன்குழல் கூடவே முந்திரிக் கொத்து சுடவேண்டும். ஓகோ கோன்னு அதெல்லாம் நடப்பதற்கு இடையில் சுண்டைக்காயான என்னை வகுப்பில் சேர்க்கும் விஷயமாக யாரும் பொறுப்பாக இல்லாததால் ஒவ்வொரு தடவையும் டீச்சர் கேட்கும் போது நான் வீட்டில் போய் சொல்வதோடு சரி. வீட்டிலுள்ள யாருக்குமே அது பற்றி ஞாபகம் இருக்காது. இப்போது எல்லோரும் என்னை பிரைவேட்டாக சேர்க்கப் படாதபாடுபடுகிறார்கள்.

அக்கா காலையிலிருந்தே, "*What is your name*"ன்னு கேட்டா என்ன சொல்லுவே?

"… …"

"சொல்லுடி என்ன சொல்வே?"

"… …"

"அட குட்டி, இப்படி பேசாம இருந்தா அப்புறம் ஒன்ன சேர்த்துக்க மாட்டா. சொல்லு."

நான் மெதுவாக "My name is…"னு இழுத்தேன்.

"ஆ, சொல்லு, சரிதான் சொல்லு."

நான் சொன்னதும் அக்காவிற்கு திருப்தி. "அங்கே வந்து மண்ணு மாதிரி நிற்காதே. நல்லா சொல்லணும் என்னா?"

நான் தலையாட்டினேன். அண்ணன் பார்த்தான்.

"என்ன அம்மாளு ஸ்கூலுக்கா? Who is your fatherன்னு கேட்டா என்ன சொல்லணும்?"

எனக்கு என்ன சொல்லணுமென்று தெரியவில்லை.

"My father's name is…" மாத்திரம்தான் எனக்கு தெரியும்.

திரும்பவும் எனது இரண்டு கைகளையும் கூட்டிப்பிடித்துக் கொண்டு, அதட்டுகிற மாதிரி,

"சரி, ABCDயாவது தெரியுமா?"

"தெரியும்."

"சொல்லு."

"ABCDEFGH……"ன்னு பாட்டாகப் பாடினேன். அதுகூட வீட்டிலேயோ, 3ம் கிளாசிலேயோ யாரும் சொல்லித்தரலை. நானாக என் வகுப்பில் படித்த இன்னொரு பொண்ணு கோமதி—அதை ஒரு பாட்டாகப் பாடுவாள். அதனால் அந்தப் பாட்டை அவளிடமிருந்து திருப்பித்திருப்பிக் கேட்டு எனக்குத் தெரிய வந்தது. ஆனாலும் எல்லோரும் என்னை ஒவ்வொருவராக கேட்டு மடக்கியதில் எனக்கு பயம் பிடித்துக்கொண்டது.

பள்ளிக்கூடம் போய்ச் சேர்ந்ததும் என்னை ஹெட்மாஸ்டரிடம் கூட்டிக்கொண்டு போனார்கள். எனக்கு பயத்தில் ஒன்றுமே புரியவில்லை. ஒரு நாற்காலியில் உட்காரவைத்தார்கள். என்னிடம் ஒன்றுமே கேட்கப்படவில்லை "அப்பாடான்னு" இருந்தது, ஆனால் ஒரு காகிதமும், பென்சிலும் தரப்பட்டது. அதில் மொத்தம் மூன்று கணக்குகள். கணக்குக்கும் எனக்கும் எப்போதுமே தீராப்பகை. செய்துகொண்டிருக்கும்போதே

தப்புப்போடுகிறோம்னு உள்மனம் சொல்லும். ஆனாலும் விடை தப்பாக வந்து டீச்சர் சுட்டிக் காண்பித்த பின்னரே எங்கே தப்புப் போட்டேன்னு தெரியும். அரை மணி நேரத்தில் என் விடைத்தாளை வாங்கின ஹெட்மாஸ்டர்; அக்காவையும், அண்ணனையும் கூப்பிட்டு சொன்ன பதில் எனக்கு புரியவில்லை. யாரும் என்னிடம் எதுவும் கேட்கவில்லை. வீட்டில் சாய்ந்திரம் அப்பாவிடம் சொல்லியிருப்பார்கள் போலிருக்கிறது. என்னை கூப்பிட்டார் அப்பா.

"மக்ளே"னு என்னைப் பார்த்து சிரித்தார்.

"இதுகூடத் தெரியலன்னா, சரியான முட்டாக் கழுதை" இப்படி எல்லோரும் பேசினார்கள். ஆனால் அப்பாவின் அந்த 'மக்ளே'ங்கிற அழைப்பு, அப்பான்னா அப்பாதான்னு மனம் எல்லாவற்றையும் மறந்து அப்பாவிடம் சிரித்துக்கொண்டு ஓடவைத்தது.

"மக்ளுக்கு வேறு பள்ளிக்கூடத்தில் சேரலாம் என்ன!, நாளைக்கு அப்பா கூட்டிக்கிட்டு போறேன்."

"அப்பா, நாளைக்கே எனக்கு புது நோட்டு, பென்சில் எல்லாம் வாங்கித்தருவேளா?"

"நாளைக்கு பள்ளிக்கூடத்திலே சேர்த்துட்டு உடனே வாங்கித்தறேன்."

மறுநாள் காலையில் குளிப்பாட்டி வெளுத்த பிராக் போட்டு, தலையில் ரிப்பன் கட்டிவிடப்பட்டு ரெடியானேன். ஒரு வில் வண்டி கேட்டைத்தாண்டி உள்ளே வந்து நின்றது.

"நாங்கள்ளாம் நடந்து போனோம். இந்தப் பெரிய மனுசி இன்னைக்கு பள்ளிக்கூடத்திலே சேர வண்டில்லா வந்திருக்கு"—இப்படி அக்கா, அண்ணன் எல்லோரும் கிண்டல் செய்ய, அப்பாவுடன் வண்டியில் புறப்பட்டேன். அப்பா வண்டிக்குள் இருக்க படும் கஷ்டத்தை பார்க்க வேடிக்கையாக யிருந்தது. என் தலை வண்டியில் பட் பட் என்று இடிப்பதை பார்த்த அப்பா, ஒரு கையை என் கழுத்தை சுற்றிப் போட்டு அணைத்துக்கொண்டார். அப்பாவின் மிக அருகில் நெருங்கி இருக்கும் இம்மாதிரி சந்தர்ப்பங்கள் எப்போதாவதுதான் கிடைக்கும். அப்பாவுடன் சேர்ந்தணைந்து உட்காரும்போது அப்பாவின் அந்த மணமும், அணைப்பிலிருந்த அந்த நிம்மதியும் எப்போதும் கிடைக்காதான்னு ஏங்க வைக்கும். பள்ளிக்கூடம் வந்துவிட்டது.

இங்கே ஹெட்மாஸ்டர் இல்லை போலிருக்கு. அங்கி அணிந்த சாமியார் வந்தார். அப்பாவுடன் கைகுலுக்கி அழைத்துச்சென்றார். உள்ளே சென்றதும் எனக்கு மிகவும் ஆச்சிரியமாக இருந்தது. சுவர்களில் ஏசுநாதரின் படங்கள்! சிலுவை சுமந்து செல்லும் ஏசுநாதரின் படம். பார்த்தாலே அழுகை வரும் போலிருந்தது.

இன்னொரு பெரிய படம். ஏசுநாதர் பலருடன் சாப்பிட அமர்ந்திருக்கிறார். கையில் ஒரு பொட்டியோ எதுவோ பிடித்திருக்கிறார். அந்த வழுக்கத்தலை சாமியாரையும் எனக்கு பிடித்துவிட்டது. அப்பாவும் அவரும் தண்ணீர் விடுவதைப் பற்றியும், அங்குள்ள ஏழைகளின் வயல்களுக்கு தண்ணீர் விடாமல் பெரிய நிலச்சொந்தக்காரர்கள் தண்ணியைத் திருப்பிவிட்டுக்கொள்வதும் பேசப்பட்டது. அப்பா ஏழைகளின் பக்கம்தான் என்பதும் பேச்சிலிருந்து தெரிந்துகொள்ள முடிந்தது. அப்பாவிற்கும் எனக்கும் ஏதோ ஒரு பழச்சாறு கொண்டுவந்து குடிக்கச் சொன்னார். இருவரும் எழுந்துகொண்டார்கள். சாமியார் என்னை, கையைப் பிடித்துக் கூட்டிக்கொண்டு அப்பாவுடன் இன்னொரு கட்டிடத்தை நோக்கி போகிறோம். அதுதான் பள்ளிக்கூடம். சாமியார் வீட்டிற்கும், பள்ளிக்கூடத்திற்கும் நடுவில் ஒரு பெரிய கோவில். அது ஏசுநாதர் கோவில்ன்னு சொல்வோம்.

நான் வகுப்பறையில் கொண்டு விடப்பட்டேன். Preparatory 'A' Division. இங்கு யாரும் என்னை எதுவும் கேட்கவில்லை. மாறாக எல்லா பிள்ளைகளும், பையன்களும் சாமியாரே கொண்டுவிடும் என்னை வியப்புடன் பார்த்தார்கள்.

அடுத்தநாள் வகுப்பிற்கு வந்ததும் நெடிய உருவமாக, குண்டாக, வாயில் நிறைய வெற்றிலையுடன் ஒருவர் உள்ளே வரவும், மற்றவர்கள், "டேய், ஜார்ஜ் வாத்தியார்டா" என்பது என் காதில் விழுந்தது.

"நீ தான் புதுசா, நேத்து வந்து சேந்தியாம்மா?" அப்பா பேரை சொல்லிக்கொண்டு "அந்த ஆபீசர் மகத்தானே நீ."

நான் தலையை ஆட்டினேன். மற்ற பிள்ளைகள், பையன்கள், "டேய், அவ ஆபீசர் மகடா"ன்னு குசு, குசுத்ததும் எனக்கு ஏன் பெருமையாக இருந்ததுன்னு தெரியவில்லை. எல்லோரும் என்னைப் பார்க்கிற மாதிரி உணர்ந்தேன். மனதில் ஏதோ ஒரு கர்வம் பொங்கி வழிந்தது. இங்கே உள்ள பிள்ளைகள் பேரெல்லாம் வித்தியாசமாக ஒலித்தது. தங்கப்பழம், அன்னக்கிளி, தங்கராஜு, கண்ணம்மை, நாடாத்தி, சின்ன ஆத்தா இப்படி

மெல்லக் கனவாய் பழங்கதையாய் ...

எல்லாம் இருந்தது. இந்த ப்ரிப்பாட்டரி வகுப்பிலிருந்துதான் *ABCD* ஆரம்பம். எனக்கு அவர்கள் எல்லோரையும் விட நிறைய ஆங்கில வார்த்தைகள் தெரியும். வீட்டில் எல்லோருமாகச் சேர்ந்து சொல்லிக்கொடுத்தார்கள்.

காலையில் புதியதாக வாங்கின புத்தகத்தை விரித்து வைத்துக்கொண்டு, "இட்... இஸ்... எ பென்சில்"ன்னு இழுத்தேன். "இட்... இஸ்... எ... புக்..." அது, இதை நீளமாக இழுத்தேன்.

ஆபீஸில், அறையில் யாருடனோ பேசிக்கொண்டிருந்த அப்பா, "ஐய்யய்யோ! இப்படியா இழுத்து வாசிப்பா! 'இட் இஸ் எ பென்சில், இட் இஸ் எ புக்' அப்படின்னு சொல்லு பார்க்கலாம்."

திரும்பவும் "இட்ஸ்... எ... பென்சில்..." திரும்பவும் அப்பா "இட் இஸ் எ பென்சில்" இப்போ சரியாகச் சொன்னேன்.

"இட் இஸ் எ பென்சில்" அதிலிருந்து தினமும் இங்கிலிஷ் புக் எடுத்துக்கொண்டு அப்பா பக்கத்தில் போய் நிற்பேன்.

நாற்காலியில் உட்கார்ந்து என்ன எழுதிக்கொண்டிருந்தாலும், அதை மூடி வைத்துவிட்டு எனக்கு வாசிக்க சொல்லித்தந்துவிட்டுத் தான் வேறு. வேலை முதல் பரீட்சையில், அதாவது ஓணப் பரீட்சையில் – அந்த பரீச்சை முடிந்ததும் ஓணம் வரும். ஓணத்திற்கு லீவு விடுவார்கள் – நான் இங்கீலீஷில் நூத்துக்கு நூறு வாங்கினேன்னு அம்மாவை கழுத்தைக் கட்டிக்கொண்டு சொன்னேன்.

"போரும் விடுடி. கழுத்தைப் பிடிச்சு இறுக்காதே. அப்பா, மக்களுக்கு இங்கீலீஷில் மட்டும் குறைச்சல் இல்ல" அப்போது தான் வந்திருந்த ஒரு ஆத்தாவுடன் அம்மா பேசிக்கொண்டாள். அக்காவின் மாப்பிள்ளையின் அக்கா, அவள் மாப்பிள்ளை, பிள்ளைகள் எல்லோரும் வந்திருந்தனர்.

"ஆமா, ஆமா, இங்கிலீஷ் படிப்பு கேக்கவா வேணும்! மாமாவே ஒரு இங்கீலீஷ் துரை மாதிரி தானே?" இது அந்த மதினி. அந்த ஆத்தாவுக்கு என் தாத்தாவைப்பற்றி எல்லாம் தெரியும்; ரொம்பத் தெரியும் போலிருக்கு.

"ஒங்க தாத்தாவே பெரிய இங்கீலீஷ் மேதை. ஒங்க அப்பா ஒரு தொரையேதான். ஒங்க தாத்தா கோவிலுக்கு போனா பப்பனாபுரத்திலே அவர் பின்னால விளக்கு புடிச்சுட்டு போக ஆளு. இப்ப மட்டும் என்னவாம். அந்த அப்பனுக்கு மகன் குறைஞ்சா போனாரு? சூட்டும் கோட்டும் போட்டு, தொப்பியும்

வச்சுட்டு போனார்னா அசல் இங்கிலீஷ் துரைதான். அந்த நாள்ல நாஞ்சில் நாட்டிலேயே ஒங்க தாத்தா மாதிரி படிச்சவ யாரிருந்தா?"

ஓகோ, இதுவும் அம்மாவின், 'நாஞ்சில் நாட்டிலேயே' ...லிஸ்டில் சேர்ந்தது போலிருக்கு.

அன்னைக்கு ஒடுக்கத்தி வெள்ளிக்கிழமையாம். நானும் எனது தமிழ் பாடப்புத்தகத்தில் படித்திருக்கிற வரையில் 'ஒடுக்கத்தி'ன்னு ஒரு வார்த்தை படித்ததே இல்லை.

"யம்மா, ஒடுக்கத்தி வெள்ளிக்கிழமைன்னா என்ன?"

"மாசத்திலே கடைசியா வரும்லா, அதுதான் ஒடுக்கத்தி வெள்ளிக்கிழமை."

11

எல்லோரும் எங்கேயோ புறப்பட்டுக் கொண்டிருந்தார்கள். என்னை யார், யாரோ வந்து எழுப்புவது தெரிகிறது. அம்மாவுக்குத்தான் என்னைப் பார்த்ததும், எனக்கு காய்ச்சல்னு தெரிகிறது. நான் கண்மூடிக்கிடந்தேன்.

"மேல் நல்லா சுடுது. கை வைக்க முடியல. அவள எழுப்பாண்டாம். அவள பேசாம வீட்ல விட்டுட்டுப் போலாம்"னு அம்மாவும் சொல்லியாச்சு. விட்டுட்டுப் போவார்களோன்னு நினைச்சதும் உடனே எழுந்து உட்கார்ந்தேன். போக முடியாதுன்னு எனக்கே தெரிகிறது. வாட்ச்மேன் ஒருத்தரை துணைக்கு வைத்துவிட்டு எல்லோரும் ஒரு வில்வண்டியில் கோவிலுக்குப் போகிறார்கள். ஒரு அரிக்கேன் லாந்தர் என் பக்கத்தில் எரிந்துகொண்டிருக்கிறது. 'வாட்சர்' வெளியே துள்ளிக்கொண்டிருந்த கன்னுக்குட்டியைப் பிடித்துக்கட்டிவிட்டு, பசுவிற்கு வைக்கோல் போடப்போய்விட்டான். இடி இடிக்க ஆரம்பித்தது; மின்னல் பயங்கரமாக இருந்தது. பயத்தை எப்படி போக்குவது? பாட்டு பாடினால் பயம் போகும்ன்னு எனக்கு எப்படியோ தெரியும். அக்காவின் கூடவே சென்று தெரிந்துகொண்டுள்ள லஷ்மணம்பிள்ளை பாட்டுகள்தான் எப்போதும் பயத்தைப் போக்கும்.

நீ யன்றி வேறில்லை துணை
தேடி வந்தேன் மலரடி இணை

ன்னு பாடினேன். அந்த 'நீ' தான் சுவாமியைக் குறிக்கிறது என்று எனக்கும் புரிந்துபோயிருந்தது.

அது எந்த சுவாமியாகவும் இருக்கலாம். சிவனோ, விஷ்ணுவோ, கிருஷ்ணனோ, ஏசுவோ யாராக வேணும்னாலும் நினைத்துக் கொள்ளலாம். இன்னும் இரண்டு பாட்டுகள் பாடுவதற்குள் 'வாட்சர்' பக்கத்திலே வந்து உட்கார்ந்துகொண்டான். எல்லோரும் வர ரெம்ப நேரமாச்சு.

வந்ததும் அப்பாவும், அம்மாவும் மாறி, மாறி என் நெற்றியில் கை வைத்துப் பார்த்து சமாதானம் அடைந்தார்கள். காய்ச்சல் விட்டிருந்தது. நான் மாத்திரம் சுவாமியை நினைத்துப் பாட்டுப்பாடியதில்தான் காய்ச்சல் விட்டது என நினைத்துக் கொண்டேன்.

மருங்கூரிலுள்ள சுப்ரமணிய சுவாமி கோவிலுக்குத்தான் எல்லோரும் போய் வந்திருக்கிறார்கள். அங்குள்ள பெரிய லைப்ரரியில் ஆண்டு விழாவாம், பாவலர் என்பவர் அங்கு வரப்போவதாகவும், அதற்கான ஏற்பாடுகளைச் செய்துவிட்டு வரவே அத்தனை நேரமாயிற்று என்பதும் பேசிக்கொள்வதில் இருந்து தெரிந்துகொண்டேன்.

அடுத்த நாள் வீட்டில் அம்மா பிரதமனுடன் எல்லாம் செய்துகொண்டு இருப்பதைப் பார்த்தேன். மத்தியானம் 4, 5 பேர்கள் வந்தார்கள். அவர்களும், அப்பாவுமாக ரெம்ப விஷயங்கள் பேசினார்கள். அதிகமாகப் பேசியது 'பாரதியார்' என்பவரைப் பற்றித்தான். என்ன பேசுகிறார்கள் என்று ஒன்றும் புரியவில்லை தான். எங்கேயோ ஒருபக்கம் உட்கார்ந்துகொண்டோ, சில சமயங்களில் நின்றுகொண்டோ அவர்கள் பேசுவதையும், வந்திருந்தவர்களையும் மாறி, மாறி பார்த்துக்கொண்டேயிருந்தேன். அதில் யார் பாவலர் என்று யாரும் சொல்லாமலேயே புரிந்து கொண்டேன்.

அவர்தான்! அவர்தான்! கழுத்தைச் சுற்றி போட்டிருந்த நீண்ட அங்கியால் அடிக்கடி வாயைத் துடைத்துக்கொண்டே பேசினார். எச்சில் அடிக்கடி ஒழுகியது. அதனால் பார்ப்பதற்கு மனதிற்கு கஷ்டமாக இருந்தது. அந்தப் பாவலரும், அவர்பேசிய பாரதியையும் நான் மறக்காமல் மனதில் பதித்துக்கொண்டேன்.

ஒரு நாள் திடீரென்று என் தமிழ் பாடப்புத்தகத்தை புரட்டிய போது ஒரு பாட்டு,

செந்தமிழ் நாடென்னும் போதினிலே...

அதன் கீழே 'பாரதியார்'னு போட்டிருந்தது.

"யப்பா, யப்பா"ன்னு கத்திக்கொண்டே ஓடினேன்.

"யப்பா, யப்பா... என்ன யப்பா? அப்படிக் கூப்பிடக்கூடாது. அப்பான்னு கூப்பிடு."

நான் ஓடி வந்த வேகம் கொஞ்சம் தடைபட்டது.

"அப்பா."

"இப்பம் சொல்லு, என்ன மக்ளே?"

"அப்பா, பாரதியார் பாட்டு எனக்குக்கூட இருக்கப்பா" புஸ்தகத்தைப் பிரித்துக் காட்டினேன். அப்பாவும் கீழே குனிந்து புஸ்தகத்தைப் பார்த்தார்.

"செந்தமிழ் நாடென்னும் போதினிலே... ஆமா, உனக்கு பாடத் தெரியுமா?"

"தெரியாதுப்பா."

அப்பா

செந்தமிழ் நாடென்னும் போதினிலே
இன்பத் தேன்வந்து பாயுது காதினிலே

கைகளைக் கொட்டி, தாளம் போட்டுக்கொண்டே பாடினார். அப்பாவுக்குத்தான் பாட்டு வராதே! எனக்குச் சிரிப்பாக வந்தது. அப்பா சின்னக்காவை கூப்பிட்டு, "இதை எப்படி டி பாடணும்"னு கேட்க அக்காவும், "அப்பா, இதை கும்மிப்பாட்டு மெட்டிலே பாடலாம்ப்பா."

"வா, ஊஞ்சலுக்கு, உனக்கு பாடச்சொல்லித் தாறேன்"னு சொல்ல, இருவரும் ஊஞ்சலுக்குப் போனோம். அக்கா சொல்லித் தந்தது போல் எனக்கு நல்லாவே பாடமுடிந்தது. அன்று முழுவதும் என் வாயில், "செந்தமிழ் நாடென்னும் போதினிலே" தான். பாட்டு முழுவதும் மனப்பாடமாகிவிட்டது.

காலையில் படுக்கையிலேயே சோம்பேறித்தனமாக படுத்துக் கொண்டிருந்தேன். அக்கா, அண்ணன் இவர்கள் முணு முணுத்த குரலில் பாடங்கள் படித்துக்கொண்டிருந்தனர். வேலைக்காரி பாத்திரங்களை உருட்டும் சத்தமும், அம்மியில் சட்னிக்காக தேங்காயை தட்டி அரைக்கும் சத்தமும் கேட்டது. கருப்பட்டி போட்டு கொதித்த காப்பியின் மணமும், தோசையின் மணமும் வந்துகொண்டிருந்தது. அந்த மணத்தினால் உடனேயே வயிற்றில் பசி எடுக்கிற மாதிரி தோன்றியது. உமிக்கரி எடுத்துக்கொண்டு பல் தேய்க்கப்போனேன். தூரத்தில் கிணற்றங்கரைப்பக்கம் சூரியன் மேலே வந்துவிட்டிருந்தான். நெருஞ்சி முள் செடி உள்பட எத்தனையோ சின்னச் சின்ன, தரையை விட்டு ஒரு அங்குலம் கூட எழும்ப முடியாத செடிகள். அவற்றில் பல விதமான நிறங்களைக் கொண்ட பூக்கள். பல்தேய்த்து, வாய் கொப்புளித்து, முகம் கழுவிவிட்டு அந்தச் செடிகளில் பூத்திருக்கும்

பூக்களை நுள்ளி, நுள்ளி எடுத்து கை நிறைய வைத்துக்கொண்டு பார்த்தேன். மஞ்சள், ஊதா, வெள்ளை, ரோஸ் நிறங்களில் பூக்கள், அந்தப் பூக்களை என்ன செய்வது? ஊசியில் கூட கோர்க்க முடியாது. அத்தனை சின்னவை, சாமிக்கு யாரும் போடமாட்டார்கள். ஆனால் அவற்றின் அழகு சின்னதாக இருப்பதாலேயே உள்ள தனி அழகு! ஆனால் இவற்றை யாரும் பார்ப்பதுமில்லை. நடந்து செல்கையில் கால்களின் அடியில் மிதிபடுவதை தவிர அவற்றிற்கு வேறு கதியே இல்லையே. பூக்களைப் பார்க்க பாவமாக இருந்தது. வீட்டினுள் சென்று ஒரு சன்னலின் ஓரத்தில் அவற்றை வைத்துவிட்டு மெல்ல அப்பாவின் அறையில் எட்டிப் பார்த்தேன். அதற்குள் யார் யாரோ வந்து பேசிக்கொண்டிருக்கின்றனர். யார் பேசிக்கொண்டிருந்தால் என்ன? அப்பா என்னைப் பார்த்துவிட்டார்.

“இங்கே வா, மக்ளே.”

நாற்காலியில் உட்கார்ந்தவாறே என்னையும் ஒரு கையால் அணைத்துக்கொண்டே மேஜை டிராயரைத் திறந்தார். சாக்லேட்டாக இருக்கலாம். ஆனால் பெரிசா ஒரு புஸ்தகம்!

“இதைப் பாத்தியா?”

மேலே அட்டையில் ‘பாரதி பாடல்கள்’ என்று எழுதியிருக்கக் கண்டேன். அதோடு, முகமும், கழுத்து மட்டும் தெரிகிற பாரதியார். தலைப்பாகை, பொட்டு, மீசை மனதில் பதிந்தது.

நான் ஆச்சரியமும், சந்தோஷமும் கொண்டு அப்பாவை பார்க்க, அப்பாவும் சிரிப்புடன் என்னைப் பார்க்க,

“இது உனக்கு என்னா! நீ இதிலே உள்ள எல்லா பாட்டையும் பாடணும் என்னா.”

நானும் புஸ்தகத்தை வாங்கி நெஞ்சோடு, கை கொள்ள முடியாமல், அணைத்துப் பிடித்துக்கொண்டேன்.

அப்பா எனக்கு ஏதோ தருகிறார் என்று தெரிஞ்சதும். சின்ன அக்கா, பெரியவள், அண்ணன், சின்ன அண்ணன் எல்லோரும் உள்ளே வந்தார்கள்.

அது என்ன என்கிற தோரணையில் எல்லோரும் என்னைப் பார்த்துப் பார்த்து நிற்க, ‘எனக்குத்தானே முதல் பரிசு’ என்கிற பாவனையில் நான் நின்றேன். அப்பா வந்திருக்கும் ஆட்களுடன் பேசத் திரும்பிவிட்டார்.

“எல்லோரும், எங்க, தா, பாப்போம்”; “கொண்டாடி பார்க்கலாம்” இப்படி ஆளுக்கு ஆள் கேட்க எனக்கு கர்வம்

வந்துவிட்டது.

ஆனாலும் அவர்கள் சொல்லித் தந்தால்தானே நானும் பாட முடியும். அவர்கள் கையில் கொடுத்துவிட்டேன். அவர்கள் பேசிக்கொள்வதிலிருந்து, அது விலைக்கு கிடைக்காத புஸ்தகம், அப்பா யாரிடமோ சொல்லி வாங்கியிருக்க வேண்டும் எனத் தெரிந்துகொண்டேன். அதிலுள்ள எல்லா பாட்டுகளும் வெளியில் பாடக்கூடாதாம்; சட்ட விரோதமாம். அப்படின்னா என்ன? அம்மா, 'நடராஜர் பத்து' 'அருட்பா' இப்படி நிறைய புத்தகங்கள் வைத்திருந்தாலும் அவை எல்லாம் சின்னதாகத்தான் இருக்கும். எனக்கு இத்தனை கனத்தில் ஒரு புத்தகம், அதுவும் பாட்டுகள் பாடுவதற்கென்று ஒரு புத்தகம் எனக்குத் தரப்பட்டதும் எனக்குப் பெருமை பிடிபடவில்லை.

லீவு நாட்களில் மத்தியானம் சாப்பிட்டுவிட்டு சின்ன அக்காவும் நானும் ஒரு நார்க்கட்டிலில் படுத்துக்கொள்வோம். "ஓடி விளையாடு பாப்பா", "முருகா, முருகா", "எந்தையும் தாயும் மகிழ்ந்து குலாவி" இப்படி அக்காவிற்கு மெட்டுப் போடத்தெரிந்த எல்லா பாட்டுக்களையும் எனக்கும் பாடச் சொல்லிக்கொடுத்தாள். கொஞ்ச நாட்களில் நிறைய பாட்டுகள் எனக்கு மனப்பாடமாகிவிட்டது. 'ஓணம்' வந்தபோது பெரிய வேப்ப மரத்தில் பெரிய வடம் கொண்டு ஊஞ்சல் போடப் பட்டிருந்தது. அது நிரந்தரமாகவே கிடந்தது. எப்போ பார்த்தாலும் அதில் உட்கார்ந்து ஆடிக்கொண்டே பாரதியாரின் பாட்டுக்களைப் பாடுவதுதான் எனக்கு பெரிய பொழுதுபோக்கு அதோடு வீட்டில் 'கிராமபோன்' வேறு இருக்கிறது. 'சகுந்தலை' சினிமாவில் எம்.எஸ். சுப்புலட்சுமி பாடிய ரிக்கார்டுகள். திரும்பத் திரும்பச் சலிக்காமல் எல்லோரும் அதைப் போட்டுக் கேட்டார்கள்.

'எங்கும் நிறை நாதப் பிரம்மம்' அல்லது 'மனமோகனாங்க... அணங்கே'ன்னு ஒரு பாட்டு. இவை எல்லாம் நான் பாடுவேன்.

இராத்திரி நல்ல நிலா வெளிச்சம் அடிக்குமே, அப்போது அக்கா ஊஞ்சலில் ஆடிக்கொண்டே சத்தமாக லஷ்மணம் பிள்ளை கீர்த்தனங்கள் பாடுவாள். நானும் கூட ஆடிக்கொண்டே பாடுவேன். நிலாவிலே ஊஞ்சலும், பாட்டும்...தூக்கம் கண்ணைச் சுழத்தும் – அந்த சுகத்தை விட்டுப்போக மட்டும் மனம் வராது.

அடுத்து எனக்கு மிகவும் ரெம்ப ருசியான விஷயம் கதை கேட்கிறது. அது ஒரு அலாதியான ருசிதான்.

இங்கு வந்த பின்புதான் அம்மா, 'சித்தி'ன்னு கூப்பிடுகிற ஒரு ஆத்தா வருவாள். அடிக்கடி வருவாள். அந்த ஆத்தா ஒரே கருப்பு. வெள்ளைச் சேலையில் அந்தக் கருப்பு இன்னும்

மெருகூட்டும். பாம்படமும் பளிச்சென்று மின்னும். நாங்கள் எல்லோரும் அவள் கருப்பு நிறத்தை கேலி செய்தால்,

"கருப்பிக்கு பொன் போட்டு காத வழி பாக்கணும், செவப்பிக்கு பொன் போட்டு செருப்பாலே அடிக்கணும்"ம்பாள். இன்னும் கேலிசெய்தால்,

"கறுப் பெல்லாம் கொழுப்பு

வெள்ளை எல்லாம் சொள்ளை" என்பாள்.

அப்போ சின்ன அண்ணன், "வாணிச்சி எல்லாம் சோணிச்சி"ன்னு சும்மா வாயில் வந்ததைச் சொன்னான். ஆத்தாவுக்கு கோபம் வந்துவிட்டது.

அப்போதுதான், அவள் எண்ணை விற்கும் வாணிச்சி என்றும், அம்மாவின் ஆத்தா காலத்திலிருந்தே அவள் குடும்பத்தார் கலயம் கலயமாக எண்ணெய் கொண்டு வந்து கொடுப்பவள் என்கிற சமாச்சாரம் தெரியவந்தது. எப்படியோ... அம்மாவிற்கு சித்தி என்றால் எங்களுக்கு ஆத்தா.

ஆத்தா வரும்போதெல்லாம் ஏதாவது பண்டம் கொண்டு வருவாள். எப்போதும் அதில் ஒரு அயிட்டம் 'பொரி உருண்டை'. கருப்பட்டிமணம் நிறைந்தது; கூடவே தோல் கருத்துப் போன குழு, குழு என்று பழுத்துப்போன 'பேயம்பழம்.' அவளது எண்ணெய் சிக்கு வாசனை லேசாக வரும். புடவை தலைப்பில் முன்னால் ஒரு குழந்தையைத் தொட்டிலில் போட்டிருக்கிற மாதிரி போட்டுக்கொண்டு வருவாள். அந்தப் பொரி உருண்டையில் அவள் கூடவே வைத்திருக்கும் கருப்பட்டிப் புகையிலை (போயிலப்பொட்டின்னு ஒண்ணு இருக்கும்) வாசணை லேசாக வரும். எனக்கு அதனால் அந்தப் பொரி உருண்டை பிடிக்காது. சில சமயங்களில் நிறையப் பனங்கிழங்கும் கொண்டு வருவாள்.

வெற்றிலை தட்ட தட்டுக்கல் எடுத்து வரச்சொன்னாள். எடுத்துக் கொண்டு கொடுத்தேன். வெத்திலை தட்டிக்கொண்டே,

"ஒரு கதை சொல்லுகேன் கேக்கியா?"

"ஆத்தா, கதையா, சொல்லு ஆத்தா, சொல்லு ஆத்தா"ன்னு பிடித்துக்கொண்டு விட்டேன்.

வெத்திலை இடிக்கும்போது அந்தப் பொக்கை வாயும், பாம்படம் ஆடும் அழகும், நான் ரசிப்பேன். ஆத்தா இடித்துக் கொண்டே கதை சொல்ல ஆரம்பித்தாள். முதலில் பாக்கு வரட்டுப்பாக்குத்தான் போடுவாள் என்று சொல்லி, அம்மா கடையிலிருந்து வாங்கி வரச்சொல்லி கொடுத்திருந்தாள். ஆத்தா

போகும் வரையில் வெத்திலைத் தாம்பாளம் நிறைய வெத்திலைப் பாக்கும், சுண்ணாம்புக் கரண்டமும் நிறைந்திருக்கும். கதையைக் கொஞ்சம் சொல்லி நிறுத்திவிட்டு தட்டுக் கல்லிலிருந்து இடித்த வெத்திலை பாக்கை ஒரு பொட்டுக்கூட ஒட்டியிருக்காமல் பக்குவமாக எடுத்து வாயில் போடுகிற வரை நான் பொறுமை யின்றித் தவிப்பேன். தட்டுக்கல்லில் வெத்திலையின் சிவந்த நிறம் படர்ந்திருக்கும். ஆத்தா அந்தவெத்திலையை வாயில் போட்ட பின் விரலால் கொஞ்சம் சுண்ணாம்பு உருட்டி அதையும் பொக்கு வாயில் விட்டெறிவாள். பிறகு கொஞ்சம் கருப்பட்டிப் போயிலையையும் கொஞ்சமாக எடுத்து வெத்திலையுடன் வாயில் ஒதுக்குவாள். தட்டுக்கல்லை நான் தொட்டு நக்குவேன். ஆனால் வாசனை அடிக்கும் அந்தப் புகயிலையை மட்டும் தொடவே விடமாட்டாள். பின்னேயும் தொடராமல் "தட்டுக்கல்லை உள்ளே கொண்டு வச்சிட்டு வா" என்பாள். சில சமயங்களில் அம்மா, ஆத்தாவுடன் இருந்து 'பாடு' பேசுவாள். அதற்கு பயந்து, "யாத்தா, வெத்தல போட்டாச்சில்லா, நாம வேப்ப மரத்தடிகிட்டேயிருந்து கதை சொல்லலாமாத்தா, வா"ன்னு அவளைக் கையைப் பிடித்து இழுப்பேன். ஆத்தா என் ஆசைக்கிணங்கி வேப்பமரம் பக்கமாக வராந்தாவிற்கு வந்துவிடுவாள். அப்படியே முந்திச்சேலையை விரிப்பாள். தலையைச் சாய்ப்பாள். நான் பக்கத்திலேயே உட்கார்ந்து கதை கேட்டவள், மெல்லக்கதையுடன் ஆத்தாவாலும் ஈர்க்கப்பட்டு, அவள் விரித்த முந்திச்சேலையில் ஒட்டிக்கொண்டு படுத்துக்கொள்வேன். ஆத்தாவுக்கும் அப்படி பக்கத்தில் படுக்கும் பேத்திகள் யாரும் இல்லையோ என்னவோ? முந்திச்சேலையை எனக்காக நல்லா விரித்துத்தந்து படுக்க வைத்து கதையைத் தொடருவாள். வெத்திலையைக் குதப்பிக்கொண்டே, ஆத்தா சொல்லும் கதையில் நான் சொக்கிப்போய்விடுவேன். அப்படியே தூங்கியும் போய்விடுவேன். மறுநாள் காலையில் எழுந்ததும் விட்டகதையை தொடர்ந்து சொல்லச்சொன்னால்,

"நீ பள்ளிக்கூடம் போயிற்று வா, ராத்திரிதான் சொல்வேன்"னு சொல்லி அனுப்பி வைத்துவிடுவாள்.

பள்ளிக்கூடம் போனாலோ அடிக்கடி கதைதான். முடிக்காமல் விட்ட கதை–ஞாபகம் வரும். ராஜ குமாரன் என்ன ஆனானோ? கவலையாக இருந்தது. ராத்திரி ஆனதும் நான் படுக்கும் இடத்தில் படுக்காமல் ஆத்தாவுடன் படுத்துக் கொண்டேன். ஆத்தா கதையை முடித்தாள்.

"இன்னொரு கதையாத்தா." ஆத்தா சொல்ல ஆரம்பித்தாள். எப்படி தூங்கினேன்னே தெரியாது. அடுத்த நாளும் பள்ளிக்கூடம் போனபின்பு, அதே கதை ஏக்கம். ராத்திரி படுத்ததும் விட்ட

இடத்தில் தொடர்ந்தோம். சொல்லிச்சொல்லி அலுத்துவிட்ட ஆத்தா, "நா எத்தனை கத சொல்லியாச்சு. நீ அதுல ஒண்ண திருப்பிச் சொல்லு பாக்கலாம்" என்பாள்.

"போ ஆத்தான்னு" சொல்லிவிட்டு தூங்கிவிடுவேன். அவளுக்கும் என்னிடமிருந்து தப்ப இது ஒண்ணுதான் வழி. இரண்டு மூன்று நாட்கள் இருந்துவிட்டு போய்விடுவாள் ஆத்தா. திரும்பவும் என் படுக்கையிடம் மாறும். ஆத்தாவின் கதைகள் மூலம் நான் போகாத காடுகள், உலகங்கள் இல்லை. சந்திக்காத மிருகங்கள் இல்லை. பேசாத, பழகாத ராஜகுமாரன், குமாரிகள், மந்திரிகுமாரன், குமாரிகள் இல்லை. இவர்களிடமெல்லாம் ஆத்தா என்னை அறிமுகப்படுத்தி வைத்துவிட்டாள்.

ரெம்பப் பிடித்த கதை வாணியப்பெண்ணின் கதைதான். ஒரு ஊரிலே ஒரு பொல்லாத ராஜகுமாரன் இருந்தானாம். அவனைப்போலவே ஒரு பொல்லாத வாணியப் பெண்ணும் இருந்தாளாம். அவள் வயலில் வேலை செய்துகொண்டிருக்கும் போது குதிரையில் வந்த அந்த ராஜகுமாரன்,

எள்ளுலே பொறந்து எள்ளுலேயே வளர்ந்த
எள்ளு வாணியப் பெண்ணே, எள்ளுலேயும்
சின்னது எது

ன்னானாம். அதற்கு அந்த வாணியப்பெண்,

பூமியிலே பொறந்து பூமியிலே வளர்ந்து
பூமியை ஆளும் ராஜாவே, பூவிலெல்லாம்
சிறிய பூ என்ன பூ

என்று கேட்டாளாம்.

அதனால் ராஜகுமாரனுக்கு கோபம் வந்துவிட, "ஒன்னையே கல்யாணம் பண்ணி, ஒன்னை சிறையிலே அடைச்சிருவேன் பார்" என்று சொல்ல, சளைக்காத வாணியப் பெண்ணும்,

"நான் ஒனக்கே பொண்டிருந்து, ஒனக்கே பிள்ளையப் பெத்து, அந்தப் புள்ளையைக் கொண்டே ஒன்னை சவுக்கால அடிப்பேன்"னு சொன்னாளாம்.

இப்படிப் போனது அந்தக்கதை. ஆனால் ஆத்தா அதிகமாக அழைத்துப்போனது பயங்கரமான காடுகளுக்குத்தான். அதனால் காட்டுக்குள்ளே போக வேண்டுமென்கிற ஆசை என் மனதிற்குள் எப்படியோ வித்திட்டு முளைத்து வளர்ந்துகொண்டேயிருந்தது.

○

12

அடுத்த தடவை எங்கள் வெளி உல்லாசப் போக்கு, சீதப்பால், தாடகை மலை, தாடிக்காரன் கோணம் என்று போய் வந்தோம். சீதப்பாலிலிருந்து 'உலைக்கருவி'க்குப் போனோம். நிஜமாகவே காட்டிற்குள் போகும் அனுபவம் கிடைக்குமென்று எதிர்பார்க்காமல் நிகழ்ந்துவிட்டது. முன்னால் இரண்டு பேர் அரிசி, விறகு, சமையல் சாமான்களுடன் செல்ல, பின்னால் அம்மாவும், பிள்ளைகளுமாக மலை ஏறிக்கொண்டிருந்தோம். ஒத்தயடிப்பாதை; ஆரம்பத்தில் ஒரு இடத்தில் இரண்டாகப்பிரிய உலைக்கருவிக்குப் போகும் பாதையை விட்டு மற்ற பாதையில் ஏற ஆரம்பித்து விட்டார்கள். அப்பா சொல்லியனுப்பியது. "நீங்க எல்லோரும் அருவியிலே குளிச்சிட்டிருங்கோ. நான் வேலைகளை முடிச்சிற்று அங்க வந்து சேர்ந்துருகே"னு.

நாங்கள் மலை ஏறுகிறோம், ஏறுகிறோம், ஏறிக் கொண்டேயிருக்கிறோம். மணி என்ன இருக்கும்? யாருக்கும் தெரியவில்லை. ஆனால் எங்களை கூட்டிக்கொண்டு போகிற ஆட்கள் இருவருக்கும் தவறு புரிந்துவிட்டது. அம்மா மேலே ஏற, ஏற புலம்ப ஆரம்பித்துவிட்டாள்.

"அப்பாவே, ஒரு மணிக்கூறிலே வந்துருவேன்னு சொன்னாளே, நாம இவ்வளவு நேரமா ஏறிக்கிட் டிருக்கோம். சூரியன் கூட உச்சிக்கு வந்திட்டாப்பிலே இருக்கு! டேய் நாராயணா, வேலாயுதம் இனி போக வேண்டாம்... எப்படியோ கீழே இறங்கிட்டோம்னா சரி. அவ்வோளும் அதுக்குள்ளே உலைக்கருவி போய்

சேர்ந்து நம்மளைத் தேடுவாளோ! தெரண்ட பிள்ளைகளையும் கூட்டிக்கிட்டு இப்படி வந்து சேர்ந்தோமே...”

அம்மாவின் முகம் பார்க்க சகிக்கவில்லை. துடிப்புடனும், உற்சாகத்துடனும் ஏறிக்கொண்டிருந்த அக்காக்களும், அண்ணன் களுக்கும் கூட முகத்தில் கிலிபடர, திரும்ப ஆரம்பித்தார்கள்.

இரு ஆட்களும் ‘ஒ, ஓங்’ என்று சக்தியுள்ள மட்டும் சத்தம் போட்டுக் கூவினார்கள். ஊஹுூம்... ஒரு பதிலுமில்லை. உச்சி வேளையில் மரங்களடர்ந்த மலைக்காட்டின் பயங்கரமான அமைதி. ஆ! இதுதான் ஆத்தா கதையில வரும் காடு! என் மனம் மட்டும் எதையோ ரசித்தது. ஆனாலும் வேலையாட்களின், “ஒ, ஓங்” என்ற ஓங்கார சத்தம் எனக்கும் பயத்தை ஏற்படுத்தியது. கொஞ்ச நேரத்திற்குப் பிறகு எங்கேயோ தூரத்திலிருந்து அதே மாதிரி ‘ஒ, ஓங்’ என்ற சத்தம் கேட்கவே, கூர்ந்து கவனித்த எல்லோர் முகத்திலும் சற்று கிலி விலகியது. இப்போது எல்லோருமே பதிலுக்கு, ‘ஓம், ஓம்’ என்று கத்த தொடங்கவே, என் பங்கிற்கு நானும் கத்தினேன். எப்படியோ உலக்கருவி சென்று பார்த்துவிட்டு திரும்பிய அப்பாவும், ஆட்களும்–நாங்களும் ஓர் இடத்தில் சந்திக்க நேர்ந்தது, பின்னர் எல்லோரும் உலக்கருவி போய் சேர்ந்தோம்.

நடந்து போனதை மறந்துவிட்டது போல் ஆட்கள் ஒரு பக்கம் சமையல் செய்ய எல்லோரும் அருவியில் குளிக்க இறங்கியாகிவிட்டது. ஒரே அட்டகாசம்தான்.

நான் மாத்திரம் ஆத்தா ஏற்றிவிட்ட கதைகளின் ஒருவித போதையில் சுற்றிலும் தெரிந்து மலைகளினூடே, எங்கு பார்த்தாலும் அடர்ந்து நின்ற மரங்களிடையேயும் ஒருவிதக் கற்பனை உலகில் உலாவித் திரியலானேன். ஆத்தாவின் கதைகள் பலவும் நாடகமாக அரங்கேறிக் கொண்டிருந்தன.

“ஏண்டா, டேய், ஓங்கள நான் அசம்பு மலைக்காடா கூட்டிற்றுப் போகச் சொன்னேன்! இந்த ஒரு மணி.” இந்த ஒரு மணி சமயத்திலே ‘மிளா தண்ணி குடிக்க வரும், புறத்தாலே புலியும் வரும். ஆனை கூட ஒண்ணு, ரண்டு நடமாட்டமிருக்கும். ஒத்த ஆனையா வந்திருந்தா?’ இப்படி எல்லாம் அப்பா கேட்டதை வைத்துக் கொண்டு, எவ்வளவு பயங்கரகான விஷயம் நடக்கவிருந்தது என்று எல்லோரும் பயத்துக்கும் மேலே ஏதோ ஒரு உணர்வுடனிருந்தார்கள்.

ஆனாலும் அருவியின் அழகிலும், குளியலிலும் உள்ள சந்தோஷத்தில் எல்லோரும் எல்லாவற்றையும் மறந்துவிட்டார்கள் போல் தெரிந்தது. “வரும் வழியில் ஒரு பாறை–அது பாறை போல் இல்லாமல் பிள்ளையார் உருவமாகவே தெரிந்தது. அந்தப்

பிள்ளையாராலேதான் எல்லோரும் காப்பாற்றப்பட்டோம்" என்று அம்மா அபிப்பிராயப்பட்டாள். அதுவும் சரியாக இருக்குமோ? எப்படி சரியாக இருக்கும்?

"எல்லோரும் குளிச்சாச்சா? இந்தக் குட்டி எங்கே?" என்னைத் தேடுகிறார்கள்.

"அன்னா பாரு, அந்தப் பாறையிலே இருந்து கிட்டு எங்கயோ பார்த்துக்கிட்டிருக்கா. போ, போயி கூட்டிகிட்டு வாடா."

சின்ன அண்ணன் ஓடி வந்தான். "எடி, இந்தப்பாறையிலே இருந்துகிட்டு என்னத்த பார்த்து கிட்டிருக்கே? வா இறங்கி, அருவிலே குளிக்க என்ன ஜோரா இருக்கு தெரியுமா?"

நான் அப்போது மனசில்லாமலேயே என் காடுகளையும், கதைகளையும் விட்டு அவன் பின்னால் போனேன்.

பிறகு திரும்பி வந்து சீதப்பால் கவர்ன்மென்ட் பங்களாவிற்கு வந்து சேர்ந்தோம். எல்லோருக்கும் கொஞ்சம் படுத்துத் தூங்கத் தான் விருப்பம் மாதிரித் தெரிந்தது.

"இது இருக்கே! இதைப்பிடிச்சுப் போட்டாலும் அடங்கிக் கிடந்து ஒறங்காதே"ன்னு சொல்லி, என்னைவிட்டுவிட, நான் ஒரு மரத்தின் கிளையைத் தேடிப்போய் ஏறி இருந்து, மறுபடியும் கண்ணுக்குத் தெரிகிற வரையிலான அந்தக்காடுகளில் போய்விட்ட மாதிரியும்... பலப்பல கற்பனைகளில் மூழ்கிவிட்டேன்.

இந்த மாதிரி உல்லாச 'வெளிப்போக்கு' அநேகமாக இரண்டு, மூன்று நாட்களுக்கு மேலிருக்காது. அங்குள்ள கோயில்கள், இடங்கள் எல்லாம் பார்த்தாகிய பின், அப்பா திரும்புவதற்கான ஏற்பாடுகளை செய்ய ஆரம்பித்துவிடுவார். வில் வண்டியில் போகும்போது, 'கோச்சுப் பெட்டியில' இருக்கவே மாட்டேன். காளைகளை வண்டிக்காரன் சாட்டையால், "காள இஞ்சா..., இஞ்சா காள..."ன்னு சுரீர், சுரீர்ன்னு அடிக்கும் போது மனது அதைத் தாங்காது தவிக்கும். அதனால் பின்பக்கம் உட்கார்ந்து காலைத் தொங்கப்போட்டுகொண்டு வருவதுதான் பிடிக்கும். அந்தக்காட்டுப் பகுதிகளையும், மலைப்பகுதிகளையும் விட்டுப் பிரிந்து செல்கையில் என் மனம் படும்பாடு. இப்படி கண்ட, கண்ட கதைகளைச் சொல்லி அவற்றை எல்லாம் கற்பனைக் காட்சிகளில் கண்டு கண்டு பழகிக்கொள்ள வைத்த ஆத்தாவை மறக்கவே முடியாது.

ஆனாலும் ஆத்தா சொல்லும் கதைகளுக்கும், அப்பா சொல்லும் கதைகளுக்கும் எனக்கு ரெம்ப வித்தியாசம் தெரிகிறது.

ஒரு காட்டுப் பக்கத்தில் ஆடுகளை மேய்த்துவிட்டு இருட்டானதும் அவற்றை 'கிடையில்' அடைத்து காவலுக்கு வைக்கும் ஆளிடம், "புலி வரும், கிலி வரும், கடுவா வரும், கிடுவா வரும், கவனமா பாத்துக்கோ"ன்னுட்டுப் போனானாம். ஆடு பிடித்துத் தின்ன வந்த புலி ஒன்று ஏற்கனவே அந்த ஆடுகளுடன் தந்திரமாக வந்து படுத்துக் கொண்டிருந்தது. ஆட்டுக்காரன் சொல்வதை அந்தப் புலியும் கேட்டுக்கொண்டிருந்தது. 'புலி வரும், கிலி வரும்னானே, அது நம்மைவிட பெரிசாருக்குமோ'ன்னு பயந்துகொண்டே படுத்திருந்தது.

பக்கத்து ஊரில் 'சொள்ள மாடன்' கோவில் கொடை. கொடைக்கு வெட்ட ஆடு வேணுமே. அவனுகள் ஒரு ஆட்டைக் களவாடத் தீர்மானித்து, அந்த ஆட்டுக்கிடை பக்கம் வந்தார்கள். காவல்காரன் உறங்கியதும் ஒரு சாக்குடன் உள்ளே புகுந்து ஒரு ஆட்டை தூக்கினான். அந்த ஆடு லேசாக இருக்கவே வேறொன்றைத் தூக்கினான். ஊஹூம் திருப்தி இல்லை. கடைசியா ஆடுகளுடன் படுத்திருக்கும் புலியைத் தூக்கினான், பயங்கரக்கனம். புலி என்ன நினைத்தது என்றால், "புலி வரும், கிலி வரும்னானே" இதுதான் கிலிபோலிருக்கு, நம்மையே தூக்கிக்கொண்டு போகனும்னா? என்று நினைத்து பயந்து போயிருக்க, கொடைப்பூசாரிகள் புலியை சாக்கில் போட்டுக் கட்டிக்கொண்டு போய்விட... மறுநாள் காலையில் ஆடு வெட்ட பூசாரி ஆட்டை அவிழ்க்கப்போனபோது புலி பாயவும்... இப்படி யெல்லாம் கதைகள் வேடிக்கையாகவும் போகும்.

அப்பா சொல்லும் 'காசபியான்கா' கதை, "கப்பல் தீப்பிடித்து எரிந்து, தான் நிற்கும் இடத்தை நெருங்கும் போது, அப்பா நிற்கச் சொன்ன இடத்திலேயே நின்று, அப்பாவின் உத்திரவின்றி வெளியே வராமல்... அந்த அப்பா சொல் மீறாத காசபியான்கா கதை ஏதோ உண்மை சம்பவம்; வெறும் கற்பனையல்ல என்று மனதால் உணர முடிந்தது. அதே மாதிரி, 'இஞ்ச் கேப்-ராக்' கதையும் மறக்க முடியாததுதான்."

அம்மாவிடமிருந்து கேட்ட கதைகளில் முதலாவதாக ஞாபகத்திற்கு வருவது, இராமாயணம்' தான். பிறகு துருவனின் கதை. குத்துவிளக்கும் சுவாமிப்படங்களும் இருக்குமிடத்தில் ஒரு படம். ஒரு சிறு பையன் காட்டில் ஒரு மரத்தடியில் தவமிருக்க, முன்னால் சங்கு சக்கரத்துடன் விஷ்ணு தோன்றுகிறார்.

"அந்தப் படத்தில் இருக்கும் பையன் யாரும்மா?" என அம்மாவைக் கேட்டபோது – (அம்மா சொன்ன ராஜாவின் பெயர் மறந்துவிட்டது) இரு மனைவிகளாம். ஒருத்தி சுநிதி, ஒருத்தி சுருதி. முதல் பொண்டாட்டியின் மகன் துருவன்.

மெல்லக் கனவாய் பழங்கதையாய்...

இரண்டாவது மனைவி தன் மகனுடன் சிம்மாசனத்தில் ராஜா வுடன் உட்கார்ந்திருக்க–அது என்னவோ ஆத்தா சொல்லும் கதைகளிலும் எல்லாருமே ராஜாவானாலும் சரி, சாதாரண ஆளாக இருந்தாலும் சரி, மூத்த பெண்சாதி ஒதுக்கப்பட்டு இரண்டாம் பெண்டாட்டிதான் ஆட்சி செலுத்துவாள். கடைசியாக நன்மையாக முடிந்தாலும் சரி, அது வேறு விஷயம்னு வச்சுக்கங்களேன்.

அப்பாவின் மடியில் உட்கார ஆசைப்பட்டு துருவனும் போக, அவனை சிற்றன்னை விரட்ட, அவமதிக்கப்பட்ட துருவன் அவமானம் தாங்க முடியாமல் காட்டுக்குப்போய் ஒரு தனி இடத்திலிருந்து, தான் எல்லோராலும் மதிக்கத்தகுந்த உன்னத நிலையடைய தவமிருந்ததையும், அவன்தான் துருவ நட்சத்திரமாக வானத்தில் மின்னிக் கொண்டிருப்பதையும் சொன்னாள்.

அப்புறம் ஒரு கதை.

“தோழிகளுடன் விளையாடச் சென்ற ராசகுமாரி ஒரு புற்றினுள் விளையாட்டாக குச்சியால் குத்த, புற்றுக்குள்ளிருந்த முனிவரின் கண்ணில் பட்டு ரத்தம் வழிந்து குருடாகிவிட, அவள் அவருக்கே மனைவியாகிவிட, பின்னர் அந்த ராசகுமாரி கணவன் மீதுள்ள பக்தியால் முக்தியடைந்து அருந்ததி நட்சத்திரமானாள் என்ற கதையும், அதனாலே தான் தாலிகட்டி முடிந்ததும், எல்லா பெண்களும் அம்மி மிதித்து அருந்ததி பார்ப்பதாகவும் சொன்னாள்.”

இன்னும் பிடிவாதம் மிகுந்த பிரகலாதனின் கதை. உண்மையே பேசிய ஹரிச்சந்திரன் கதை. இந்தக் கதைகள் மனதிற்கு எந்த அளவுக்கு உரமேற்ற முடியும் என்பது அந்தந்த மனத்தின் தன்மைகயைப் பொறுத்துத்தான் அமையும்னு நினைக்கிறேன். இல்லாவிட்டால் இந்தக் கதைகளை எல்லாம் தெரிஞ்சிருந்தும் சின்ன அண்ணன் ஏன் நிறையப் பொய் சொல்கிறான்? பெரிய அண்ணன் ஏன் அப்பா சொற்படி கேட்காமல் ஊர் சுற்றவும், பீடி குடிக்கவும் செய்கிறான்?

அப்பா அவனை ஒரு நாள் ‘பெல்ட்’டால் அடி, அடி என்று அடிக்க, பார்த்துக்கொண்டு நின்ற நான் ‘ஓ’ என்று அழ,

“பாருடா, இந்தச் சின்னப்பிள்ளை எதனால அழுகுதுன்னு பாத்தையாடா? உன் மனசு கல்லா? வீட்டிலே எல்லாருமே வேதனைப்படற மாதிரி ஏண்டா நடக்கிற?”

இதல்லாம் மறந்துவிட மனது மறுக்கிறது.

13

அடுக்களையில் எல்லாம் செய்ய வேண்டியது தெரண்ட பிள்ளைகளின் வேலை. கறிக்கு அரைக்கவும் பாத்திரம் தேய்க்கவும், வீடு பெருக்கவும் பிரமு ஆத்தா இருக்கிறாள்.

அம்மா கால் சாக்கு அல்லது அரை சாக்கு உளுந்து பருப்பு இதையெல்லாம் யாரையாவது கூட வைத்துக்கொண்டு காயப்போட்டு புடைத்து எடுத்து வைப்பாள். வருகிறவர்களோடு பாடுபேசணும். அப்பாவிற்கு சாப்பிடும்போது கிட்ட இருந்து விளம்புவாள். அப்பா தனியாகவே உட்கார்ந்து சாப்பிடுற வழக்கமில்லை. நாங்கள் பிள்ளைகளும் கூட இருக்கணும், என்ன வானாலும் சரி, அப்பா சாப்பிட்ட இலையில் தான் அம்மா சாப்பிடுவாள்.

சாப்பாடு முடிந்தால்தான் “அப்பாடா…”ன்னு வீடு கொஞ்சம் அமைதியாகும். அம்மா படுத்துக் கொண்டு ஏதாவது ஒரு புத்தகத்தை வைத்துக் கொண்டு ஒரே ராகத்தில் பாட்டானாலும் சரி. வசனமானாலும் சரி வாசிப்பாள். சனி, ஞாயிறு களில் நான் அம்மாவுடன் மத்தியானம் படுத்துக் கொள்வேன். அதனால் அப்பரும், சுந்தரரும், ராமலிங்கரும் எனக்கு அறிமுகமானார்கள். இன்னும் சித்தர் பாடல்கள், பட்டினத்தார் புலம்பல் எல்லாம் கேட்டுக் கேட்டு தமிழ் கவிநயத்தின் இனிமை நெஞ்சை வருட தூங்கிப்போன நாட்கள் எத்தனையோ! அம்மா பாடியவை காதில் ஒலித்துக் கொண்டே இருக்கும்.

எல்லோருக்கும் அவரவர் வேலைகள் இருப்பது போல் எனக்கு என் சொந்த வேலைகள் – பள்ளிக்கூடம் விட்டு வந்ததும் பாண்டி ஆடவேண்டும். அல்லது கழச்சி ஆடவேண்டும். தட்டான் பூச்சி பிடிப்பது ரெம்பவும் பிடித்தமான விஷயம். தட்டான் பூச்சிகளைத் தேடித் தேடி, அவை பறக்க பறக்க, அவற்றை பிடிக்க பயித்தியமா அலைவேன். வீட்டில் மட்டுமல்ல; பள்ளிக்கூடத்திலும் சாப்பிட்ட நேரம்போக மீதி உள்ள இடைவேளையில் சுற்றிலுமிருக்கும் வேலிகளிலும் நிறம் நிறமாகப் பறக்கும் தட்டான் பூச்சிகள் என்னைக் கவர்ந்து இழுக்கும். ஒவ்வொன்றும் ஒவ்வொரு நிறத்திலிருப்பதைப் பார்க்க இன்னொன்றையும் பார்க்கனும்... இன்னுமொன்றைப் பார்க்கனும் என்று மணி அடித்தாலும் போக மனம் வராமல் லயித்துவிடுவேன்.

கடைசியில் தட்டான் பூச்சியைப் பிடித்துப் பிடித்து அலுத்துப்போய் அதைக்கூறு போட்டு பார்க்கிற வரையில் மனம் போனது. ஒரு பிளேடால் வெட்டி மூன்று கூறு போட்டேன். பிறகு மண்ணிற்குள் புதைத்து விட்டேன். யாருக்கும் தெரியாமல் அதைச் செய்தேன். பிறகு ஒரு வாரமாக துண்டு துண்டுகளான தட்டாம் பூச்சி. அதற்கு அம்மா அப்பா இருக்குமோ, அது தேடுமோ? அல்லது அதற்குப் பிள்ளைகள் இருந்து அவை தேடுமோன்னு அடிக்கடி ஞாபகம் வந்து மனதிற்கு கஷ்டமாக இருந்தது. யாரையாவது கொண்ணுட்டா அது பேரு கொலைன்னு அண்ணன் சொல்லித்தந்திருந்தான். கொலை செய்தவனை தூக்கிலே போட்டு அவனைக் கொல்லுவார்களாம். நான் தட்டான் பூச்சியை கொல்லலாமா? நிறைய எறும்பு கொன்னிருக்கேன்! அதெல்லாம் கொலையா? இனிமே எதையும் கொல்லக் கூடாதுன்னு மாத்திரம் திட்டமா நினைத்துக்கொண்டேன்.

அக்கா கையில் ஒரு புஸ்தகம் வைத்திருப்பதைப்பார்த்தேன். "கருங்குயில்குன்றத்துக் கொலை"ன்னு போட்டிருந்தது. பெரியக்கா வாசித்து முடித்துவிட்டாளாம். 'யக்கா, அது என்ன புஸ்தகம்? கொலைன்னு போட்டிருக்கு?'

"இது ஒரு கதை. இதுக்குப் பேரு நாவல். சரி, சரி; நீ போய் விளையாடு, உனக்கு இதெல்லாம் தெரியாது போ."

மருங்கூரிலே லைப்ரரி. அங்கே நிறையப் புஸ்தகங்கள் இருக்காம். அங்கேயிருந்து எடுத்து வந்து ஒரு புஸ்தகம் இல்லா விட்டால் இன்னொரு புஸ்தகமாக எல்லோருமாக மாறி மாறி வாசித்தார்கள். எனக்கும் மௌனமாக அவர்களை மாதிரி ஏதாவது படிக்கணுமே!

அந்த நாவல் படிக்கக் கேட்டேன்.

"ஐயே, சின்னப்பிள்ளைகள் இதெல்லாம் படிக்கக்கூடாது. உனக்குத் தெரியாது. உனக்குத் கதை தானே படிக்கணும். இதப்பாரு 'ஆனந்த விகடன்' இதிலே 'பாப்பாமலர்'னு போட்டிருக்குப் பாரு, நீ அந்தக்கதை எல்லாம் தான் படிக்கணும்" என்று சொல்லி விட்டாள்.

O

14

காலையில் எழுந்திருக்கும்போதே வீடு களை கட்டியிருந்தது. எல்லோரும் ஒருத்தர் பின் ஒருத்தராகக் குளிப்பதும் இரண்டு அக்காக்களும் "நான் இத உடுக்கேன்; நீ அத உடுத்துக்கோ"ன்னு சேலைகளை மாற்றி மாற்றி வைத்துப் பார்ப்பதும், கொண்டு போக வேண்டிய சாமன்களை சரி பார்ப்பது மாக இருப்பதைப் பார்த்தேன். இரண்டு நாட்களாக முழுவதும் ஆத்தாவின் கதை கேட்பதிலும், ஊஞ்சலில் ஆடிக்கொண்டு, வாய்க்கு வந்த பாட்டு களைப் பாடுவதிலுமாக இருந்துவிட்டேனா, ஒன்றுமே தெரியவில்லை.

"பல்லுத் தேய்டி சீக்கிரம்."

"நம்மோ எங்க போறோம்?"

"தெரியாதா? கன்னியாகுமரிக்கு."

"ஐய்யா, கன்னியாமாரிக்கா? நம்ம முந்தி ஒருக்க போய் பாத்திருக்கோமே, அந்தக் கன்னியாமாரிக்கா?"

"பின்ன இரண்டு கன்னியாகுமரியா இருக்கு?"

பல் தேய்ச்சு குளிக்க வந்து நின்னேன். அக்கா தான் கையைப் புடிச்சு இழுத்துக்கிட்டு குளிமுறிக்குப் போனாள். மடமடவென்று வெந்நீர் ஊற்றினாள்.

"எக்கா, எனக்கு 'கன்னியாகுமரி'ன்னு ஒரு பாடம் இருக்கு."

"ம்" சோப்பை முகத்திலே தேய்ச்சாள்.

“பகவதியம்மனை கல்யாணம் செய்ய சாமி வந்துக்கிட்டிருக்கச்சிலே கோழி கூவி காலம்பற ஆகிப்போச்சாம். அதனாலே அரிசி எல்லாம் மணலாப் போச்சாம்.” ம்... ம்... ம்... அப்புறம்..?”

“அப்புறம், கடப்புறம், முதுகைக் கொண்டா.”

“கேளுக்கா, அப்புறம் சாந்து கறுப்பு மண்ணாச்சாம். குங்குமம் செவப்பு மண்ணாச்சாம். இண்ணைக்கி அதெல்லாம் பார்க்கலாமாக்கா?”

“ம்... தலையைத் துவட்டிக்கோ, கொண்டா சீக்கிரம் வந்து உடுப்புப் போட்டுக்கோ.”

கல்யாணம் கழிக்க முடியாமல் பகவதியம்மன் ஏமாந்து போனாளா? பாவம்! அந்த அம்மனும் சாமிதானே? எப்படி இருப்பாளோ? இன்னைக்கு கோவில்லே அவளை நல்லாப் பாக்கணும்.

ஒரு மாதத்திற்குப் போதுமான அரிசி, சாமான்கள் கறவைப் பசு, கன்னுக்குட்டி, பாத்திரங்கள், விறகு எல்லாம் எடுத்துக்கிட்டு இரண்டு வில்வண்டியிலுமாக எல்லோரும் புறப்பட்டாச்சு.

அம்மாவிற்கு கார் இருக்கும்போது இருந்த வசதி இப்போது இல்லாதது கஷ்டமாகத்தானிருக்கும்.

ஒருநாள் வீமனேரி அத்தையிடம் அம்மா பேசிக்கொண்டிருந்தாள் “அதையேன் கேக்கியோ மயினி. வெள்ளைக்காரன்களைப் போல பிள்ளைகளை வளர்க்கேன்னு சொல்லி எனக்கிருக்கே ரண்டு தறுதலைக் கொள்ளியோ. காரை கையிலே கொடுத்தனுப்பிட்டா, இவனுகளும் இன்னும் நாலு பிரண்ட்ஸ்களோடு சேர்ந்துக்கிட்டு காரைக்கொண்டு போயி, தலைகீழா மறிஞ்சு விழுந்து ஒருத்தன் அண்டம் கீறி வந்துகிடந்தான். ஒருத்தன் கையிலேயும் காலிலேயும் கட்டுப்போட்டுக்கிட்டுத் திரிஞ்சான்.”

“ஒங்க அண்ணன் ஒரு வார்த்தை ஏசணுமே! இப்போம் களத்திலே போயிப்பாரு. காரு பிள்ளைகளுக்கு விளையாட்டுச் சாமானாட்டும்; மழை வந்தாக்கா வைக்கோலு வாரிப்போட்டு வைக்கவும் நல்ல உபயோகமாக இருக்கு.” அந்த அத்தை சிரிக்கிறாள்.

இப்போது தலை முட்டி முட்டி வில் வண்டியில் போவதும் நல்லாதானிருக்கு.

சத்திரத்தின் ஒருபகுதியில் சென்று சாமான்கள் இறக்கப்படுகிறது. பக்கத்துப் பகுதியிலேயே இன்னொரு குடும்பம்

எங்களை வரவேற்கிறது. அப்பாவின் சின்ன வயசிலிருந்தே உள்ள சினேகிதம். ஆனால் 'மக்கள் வழிக்காரர்கள்' இதை எங்கள் அம்மா சொல்வது மக்கோழிக்காறங்கன்னும் 'மருமக்கள் வழியை' மருமக்கோழின்னும். மக்கோழிக்காரர்கள் எல்லாம் அனேகமாக சுத்த சைவம்தான். அவர்கள் வீட்டில் இரண்டே அக்காக்கள். பெரிய அக்காவிற்கு என்னைப் போலவும் இன்னும் இரண்டு, மூன்று வயது வித்தியாசத்திலும் இரண்டு குழந்தைகளுமாக மொத்தம் மூன்று பிள்ளைகள். அவர்கள் வீட்டிலும் இரண்டு அண்ணன்கள்.

கன்னியாகுமரி அப்பா வேலை பார்க்கும் செக்ஷனின் கீழ் வருவதால் எல்லா சவுகரியங்களையும் அனுபவிக்கிறோம் என்பது எனக்கு எப்படியோ தெரிகிறது. கடற்கரையில் அரண்மனைத் தோட்டம் என்று ஒன்று இருக்கிறது. அதற்கு உள்ளே எல்லோரும் போக முடியாது. உள்ளே போகும் 'கேட்டி'ன் தாக்கோல் எங்ககிட்டதானே இருக்கும். இரண்டு அக்காக்களுக்குப் பதில் இப்போது நாலு அக்கா மாரும் இரண்டு அண்ணன்களுக்குப் பதில் நாலு அண்ணன்களும். நாங்கள் பிள்ளைகள் நான்கு பேரும் எல்லோரும் காலை ஒன்பது மணி வாக்கில் அந்த அரண்மனைத் தோட்டத்தில் கடலில் குளிக்க உள்ளே புகுந்தோமானால் – கடல் அலைகள் ஓய்ந்தாலும் ஓயலாம்; இவர்களது சிரிப்பலைகள் மாத்திரம் ஓயாது போலிருக்கும்.

இப்படி எல்லோரும் எப்போதும் சிரித்துக்கொண்டே இருந்தால் எவ்வளவு நல்லா இருக்கும்! குளித்துக் கரையேறி 'கேட்டை'ப் பூட்டிக்கொண்டு வெளியே வர ஒரு மணியாகும். மத்தியானச் சாப்பாடு முடிந்து எல்லோரும் அப்படி இப்படி உறங்கினவர்களும், உறங்காதவர்களும் பின்னர் வெளியே கிளம்பினோமென்றால், சத்திரத்திலிருந்து மேற்கே போகும் ரோட்டில் நெடுக நடந்தோமென்றால், மலை மாதிரி மணல். அதுக்கு பேருதான் மணல் குன்று. அம்மாக்களும், அப்பாக்களும் நடந்து பகவதியம்மன் கோவில் பக்கமாக போயிருக்க இந்தப் பெரிய பிள்ளைகள் அந்த மணல் குன்றையே உண்டு இல்லை என்று ஆக்கிவிடுபவர்கள். ஒருவரை ஒருவர் ஓடிப்பிடித்து விளையாடுவதும் அந்த மணல் மலை மீது எங்களுக்கு தான் எவ்வளவு ஆனந்தம்.

மணல், மணல் ஒரே மணல்.

மெல்ல மெல்ல சூரியன் கடலுக்குள் இறங்கும் காட்சி, பவுர்ணமியன்னைக்கு சூரியன் கடலில் விழுவது போல் கிழக்கே கடலிலிருந்து அம்புலி அம்மாச்சன் எழுந்து வருவான். காலையிலே இவன் இங்கே விழும்போது சூரியன் கிழக்கே

உதிச்சு வருவதும் பார்த்தால் எங்களைப் போலவே அவர்களும் ஒளிந்து விளையாடுகிறார்களோ என்று நினைத்துக்கொள்வேன்.

நமக்கெல்லாம் கன்னியாகுமாரி மாதிரி இப்படி ஓர் அழகான இடம் நமக்காக யாரு செய்து தந்திருப்பா? அந்த பகவதியம்மனா? வேற கடவுளா?

சூரியன் மறைந்து நிலவு உதித்து மேலே மேலே வரவும் கோவிலில் 'தீவார்னை'க்கு நேரமாச்சுன்னு எல்லோரும் மணல் குன்றை விட்டு இறங்கும் போது ஏன்தான் இப்படி ராத்திரி ஆகிறதோ என்றிருக்கும்.

கோவிலுக்கு உள்ளே போய்விட்டால் சிரித்துக்கொண்டு நிற்கும் அம்மன் என் கூட விளையாட வரமாட்டாளா என்று தோன்றும். ஆனால்..? எங்க அக்காக்களுக்கு எல்லாம் கல்யாணம் ஆகி அப்புறம்... அப்புறம்... ம் எனக்குக்கூட கல்யாணம் ஆகி, அப்புறமும் இவளுக்கு மட்டும் கல்யாணமே ஆகாது–நினைத்துக் கொண்டே அம்மனைப் பார்க்கையில், பாவம்னுதான் தோணும்.

கோவிலின் கிழக்கு வாசல் எப்போதுமே பூட்டியிருக்கும். அம்மா ஒருநாள் சொன்னாள். அம்மனின் மூக்கில் ஒரு மூக்குத்தி போட்டிருந்தாளாம். ஒருநாள் ஒரு கப்பல் தூரத்திலிருந்து பார்க்கையில் மூக்குத்தியின் ஒளியை கலங்கரை விளக்குன்னு நெனச்சு வந்து பாறையில் முட்டி ஒடஞ்சி போச்சு. அதிலிருந்து அந்த மூக்குத்தியையும், கழத்தி கிழக்கு வாசலையும் சாத்தினது தான். அதிலிருந்து தொறக்கவேயில்லை.

கல்யாணமும் ஆகவில்லை. நேரே பார்த்திருக்கும் வாசலையும் சாத்திவிட்டார்கள். கொடி மரத்தின் பக்கத்தில் வரும்போதெல்லாம் அம்மனையும் அடைத்திருக்கும் வாசலையும் நான் ஏன் மாறி மாறிப் பார்க்கிறேன்னு எனக்கே தெரிஞ்சால் தானே! தீபாராதனை நடக்கும்போது "அங்கே என்னடி பாக்கிற, இங்க பாரு சாமிகும்பிடு... சாமிகும்பிடு"ணு யாராவது என்னைச் சொல்வார்கள். சின்னக் கோபுரம் போல் அடுக்கடுக்காக எரியும் அந்த விளக்குத் தீபாராதனை செய்யும்போது எல்லோருடைய வாயும் ஏதோ முணுமுணுக்கும். "தேவி, அம்மா, தாயே"ன்னு கூட்டத்திலுள்ள எல்லோரும் முணுமுணுப்பார்கள். பிறகு எல்லோரும் விழுந்து கும்பிட்டுக்கொண்டே என்னையும் "விழுந்து கும்பிடுடி" என்பார்கள். விபரம் புரியாத எனக்கு எல்லாம் புதுப்புது அனுபவம்தான்.

கிழக்குப்பக்கம், தெற்குப்பக்கம், மேற்குப்பக்கம், எந்தப் பக்கம் பார்த்தாலும் கடல் பாட்டுப்பாடுவது போன்ற இறைச்சலும், பாறைகளில் மோதி, மோதி அவைபேசும் பேச்சுக்களும் எனக்கு

ரெம்பப்பிடித்திருந்தது. சத்திரத்தில் தங்கும் ஒரு சில ஹிந்திக் காரர்களும், கோவிலின் வடக்கு வாசலோடு சேர்ந்திருக்கும் இரு வரிசை வீடுகளில் வாழும் பிராமணர்களும், ஒன்றிரண்டு 'காப்பி சாப்பாடு ஓட்டல்'களும். சத்திரத்திற்கும் இதற்குமிடையே ஒரு நூல் நிலையம் தவிர வேறு அதிகமாக ஆட்கள் யாரும் அங்கு நடமாட்டமில்லை. அமாவாசை, பவுர்ணிமைக்கு சிலர் வருவதும் போவதும் தவிர மத்தியான நேர அமைதியில் பகவதியம்மனின் மவுனமானத் தவமும் கடலம்மனின் 'ஓம் ஓம்' என்ற இடைவிடாத அலை ஓசைகளையும் தவிர கேட்பது எங்களிரு குடும்பங்களின் பிள்ளைகளின் ஓசைதான். விளையாட்டு, விளையாட்டு, ஒரே விளையாட்டு. ஆளரவம் அற்ற அந்தக் கடற்கரை ஓரம் முழுவதும் எங்களுக்காகவே திறந்து விடப்பட்டது போல் பெரிய பிள்ளைகளும் சின்னப்பிள்ளைகளுமாக சுதந்திரமாக விளையாடித்திரிந்தோம்.

இதோ... ஆச்சு, லீவு முடியப்போகிறது. பள்ளிக்கூடம் திறக்கப்போகிறது திரும்பித்தான் ஆகவேண்டும். எனக்கு மட்டுமல்ல, யாருக்குமே திரும்பிப்போகவும், இரு குடும்பங்களும் பிரிவதிலும் மனமில்லை என்றாலும் உணரமுடிகிறது.

வீடு வந்து சேர்ந்தாகிவிட்டது.

◯

15

ஒருநாள், அம்மா அப்பாவிடம் ஏதோ எதிர்த்துப் பேசிக்கொண்டிருந்தாள். அப்பாவிடம் எதிர்த்துப் பேசி யாரும் பார்த்ததில்லை. அதனாலே எல்லோரும் ஒரு அதிசய அமைதியுடன் இருந்தார்கள்.

"என்னடி சொல்ற? இந்த இன்சினியரிங் காலேஜில இடம் கிடைக்கிறதே கஷ்டம். இவன் போயி அந்தந்த பரீட்சையிலெல்லாம் செலக்ஷனாகி ஜெயிச்சு கிடைக்கணுமென்று நானிருக்கேன். நீ என்னடான்னா என்னவோ பட்டாளத்திலேயே சேரப்போறான். ஐய்யோன்னு புலம்பறயே?"

ஏதோ ஏரோப்ளேன் ஓட்டற பைலட்டாப் போறான்னு எல்லோரும் சின்ன அண்ணனைப் பரிகாசம் பண்ணினார்கள். அவன் பழையதும், பழங்கறியும் ருசித்து சாப்பிட்டுக்கொண்டிருக்கும் போது அவனை "ஏய் பழங்கறி பைலட், பைலட்டா ஆகப்போறானாம் பழங்கறியப்போய் திங்கிறான் பாரு"ன்னு பரிகாசம் செய்யவும் எல்லோரும் விழுந்து விழுந்து சிரிக்கவும் ஒரே கூத்துத்தான். அம்மா கூட கோபம் தெளிந்து சிரித்துக்கொண்டாள். அம்மாவும், அப்பாவும் நாகர்கோவில் போய் அங்கேயிருந்து திருநெல்வேலி வரைக்கும் போய் அண்ணனை அனுப்பி வைத்துவிட்டுத் திரும்பி வந்தார்கள்.

இரண்டு மூன்று நாட்களாக வீட்டில் கலகலப்பே இல்லாமலாகிவிட்டது. பிறகு மெல்ல மெல்ல எல்லாம் பழையபடி ஆனது. இரவு குத்து விளக்கேத்தி எல்லோரும் சேர்ந்து உட்கார்ந்து

மண்ணாதி பூதமொடு விண்ணாதி அண்டம் நீ
மறை நான்கினடி முடியும் நீ

என்று தொடங்கி

ஈசனே சிவகாமி நேசனே எனையின்ற
தில்லைவாழ் நடராஜனே

என்று பாடி முடித்துவிட்டு எல்லோரும் சாப்பிட உட்கார்ந்தோமானால் அந்த சாப்பாட்டுக் கச்சேரி முடிய மணி எட்டு, எட்டரை ஆகிவிடும்.

பழையபடி அப்பாவிற்கு ஸ்தலமாற்றம். இங்கிருந்து பூதப்பாண்டி, பூதப்பாண்டியிலிருந்து நாங்கள் எல்லோரும் எப்படி பள்ளிக்கூடம் வருவது? அதனாலே கோட்டாறு வீட்டிற்கே போவதாக முடிவாயிற்று. அப்பாவின் சாப்பாடு விஷயத்தில் அம்மா ரெம்ப அக்கரையுள்ளவளானதினால், அவள் மாத்திரம் கூடப்போய்விட்டாள்.

அம்மா இல்லாமல் எல்லோரும் எப்படி இருப்பது? எப்படி இருப்பார்கள். நான் தினமும் பள்ளிக்கூடம் விட்டு வந்ததும் ஸ்லேட்டில் வாங்கி வரும் மார்க் காண்பிப்பதிலிருந்து இப்போதெல்லாம் வாத்தியார்கள் சொன்ன கதைகளை அம்மாவிடம் சொல்வது; அம்மா 'உம்' கொட்டிக் கேட்டுக் கொண்டிருப்பாள். நிஜமா கேக்கிறாளோ இல்லையோன்று எனக்கு சந்தேகம். இருந்தாலும் எல்லாவற்றையும் பேசி முடித்தால்தான் எனக்கு திருப்தி. சில சமயங்களில் "சளசளன்னு பேசினது போரும், போய்ச் சாப்பிடு"ன்னு நிறுத்திவிடுவார்கள். என்ன இருந்தாலும் அம்மாதவிர வேறு யாரும் என்னை அத்தனை பொருட்படுத்துவது இல்லை.

கோட்டாறு வீடு, பழைய நாழி ஓட்டு வீடு. அம்மாவிற்கு 'வளையம் கழற்றியது' இந்த வீட்டிற்கு வந்த பிறகுதானாம். அதன்பிறகு சமஞ்சு சடங்கு கழிஞ்சதும் இந்த வீட்டில்தான். பிறகு கல்யாணம்!

நம்ம வீட்டிற்கும் தெற்கு வீட்டிற்கும் இடையே ஒரு முடுக்கு. தெற்கு வீட்டு அத்தை கைப்பிள்ளையை அம்மாவிடம் கொடுத்து வைத்திருந்தாள். குழந்தை அழவே அத்தை அம்மையை முடுக்குப்பக்கமாகக் கூப்பிட்டாள். எல்லாம் ஒரு ஏற்பாடு. அம்மாவும் ஏதுமறியாது முடுக்கு மதிலைத்தாண்டி கைகளை நீட்டி பிள்ளையைத் தெற்கு வீட்டு அத்தையிடம் கொடுக்க, அத்தை குழந்தையை வாங்கிக்கொண்டே மேலே சன்னலை ஒரு

நிமிஷம் ஏறிட்டுப்பார்க்கவே, அம்மாவும் பார்க்கவே, அங்கே ஒரு மீசை வைத்த வாலிபன் ஒருவன் இவர்களைப் பார்த்துக் கொண்டிருந்தான். அம்மா பதறியடித்து சாய்படிக்குள் ஓடி வந்து வேர்க்க விறுவிறுக்க நின்றபோதும் யாரும் கண்டும் காணாம லிருந்த அதிசயம்! அதுதான் அப்பா அம்மாவை பெண்பார்த்த படலம். அம்மா இதை அடிக்கடி சொல்லியதுண்டு; சொல்லும் போதெல்லாம் அதென்ன முகத்திலொரு நிறமாற்றம்! என்னதான் சின்னப் பிள்ளைகள் பாடுகேக்கக் கூடாது என்றிருந்தாலும் இதெல்லாம் என் காதிலும் எப்படியோ விழுந்து வைக்கும்! நான் கேட்டது கேட்டதுதானே!

ஆத்தா திருவனந்தபுரம் மகனோடு போய்விட, வீடு அம்மாவுக்கென்று ஆகிவிட, யாரும் இருந்து கவனித்துக் கொள்ளாததால் அந்த நாலுசுத்துக்கட்டு படுப்புரை வீடு பாழடைந்து கிடந்தது. நான் முன்பு சுகவீனமாய் படுத்திருந்த இடமும் திட்டி வாசலும் சவ்வரிசிக்கஞ்சியை ஞாபகப்படுத்தின. முற்றமும் முருங்கைமரமும் முருங்கைப் பூவிற்கு வரும் அணில்களும் மனதிற்கு இதமாயிருந்தது.

எல்லா சாமான்களும் வந்து இறங்கியாகிவிட்டது. தெரு வாசல் பக்கம் போய் தெருவைக் கவனித்தேன். எத்தனை மாற்றம்? முன்பெல்லாம் சலனமில்லாது "ஓ" என்று கிடந்த ரோட்டில் – அது தேரோடும் வீதி ஆனதால் மிகவும் அகலமாதா யிருந்தது – இப்போது அடிக்கடி கடகடவென்று போய்க் கொண்டிருக்கும் கட்டை வண்டிகளும் ஓரிரு வில் வண்டிகளும் அல்லாமல் ஆட்களும் நடந்து போய்க்கொண்டிருப்பது கலகலப்பாக இருந்தது. ஆனால் வீட்டிற்குள்ளே அத்தனை கலகலப்பாகவே இல்லை. அண்ணன் பெரியவன் மெட்ரிகுலேஷன் தோற்று விட்டு சும்மா திரிந்துகொண்டிருந்தான். பீடி குடிக்கிறான் என்றும் கேள்வி. வீட்டிலுள்ளவர்களுக்குத் தெரியாமல் மாடி சன்னல் வழியாக இறங்கி பத்துமணிக்கு சினிமாவிற்குப் போய் வருவதாகவும் அதைத்தெரிந்துகொண்டு வீட்டிலுள்ள எல்லோரும் வருத்தப்படுவதையும் புரிந்துகொண்டேன்.

"ஒரொருத்தன் எங்கிட்ட மூத்த மகன் என்ன செயறான்னு கேட்டா என்ன பதில் சொல்ல? இவனாலே ஒரு நிம்மதி இல்ல." அப்பா அம்மாவிடம் சொல்ல அம்மாவிடமிருந்து ஒரு நீண்ட பெருமூச்சு. அந்தப் பெருமூச்சு எனக்கு எதை எதையோ தெரிவித்தது. மகன் சரியில்லை என்றால் ஒரு அப்பாவின் மனம் என்ன பாடுபடும் என்பதை நானே அப்பாவின் ஸ்தானத்தில் என்னை வைத்து உணர்ந்து பார்த்தபோது ஏற்பட்ட மன

நோவில் எப்படி இதற்கான ஆறுதல் பெறமுடியுமென்று என் மனம் ஏங்கிய ஏக்கம்!

அம்மாவும் "இப்படி நாஞ்சி நாட்டிலே எந்தப் பிள்ளை தறுதலையாத் திரியான். என் தலை எழுத்துன்னு ஒண்ணு இருக்கே! இல்லேன்னா... நீங்க யாருக்கும் கெடுதல் நினைச்சதில்ல. நானறிய யாருக்கும் ஒரு பாவமும் செய்யல்ல, இப்படி ஒரு பிள்ளை நமக்கு பிறக்கணும்னா நாம முந்திய ஜென்மத்திலே செய்த பாவமோ என்னவோ?"ன்னு அங்கலாய்க்கும் போதும் நான் என்னை அம்மாவாகப் பாவித்துப் அந்தத் துயரத்தை முழுவதுமாக உணர்ந்தேன்.

இரண்டாவது மகளுக்கு மாப்பிள்ளைத்தரம் ஏதும் உறைப்பாகவில்லை. வருவோர் போவோர் "இவ தெரண்டு எத்தர வருஷமாச்சு?" என்று கேட்க,

"இந்த அல்பசி வந்தா அஞ்சு வருஷம் தெகையப்போகு. அடுத்தவ தெரண்டு மார்கழியோட மூனு வருஷம்"னு அம்மா பெருமூச்சு விடுவதைப் பார்க்கிறேன்.

"நாஞ்சிநாட்டிலே எந்தக்குடும்பத்திலே இப்படி அஞ்சு வருஷமா தெரண்ட புள்ளையை வச்சிருப்பா?"

நாஞ்சி நாட்டிலே தான்தான் முதன் முதலா பாம்படக் காதறுத்து கம்மல் போட்டதிலேயிருந்து பிள்ளைகளிடம் பேசும்போது நாஞ்சி நாட்டிலே ஒங்கப்பாவைப் போல எவனுக்குத் தைரியமும் வீரமுமிருக்கு. ஒங்கப்பாவை போல எவன பொம்பிளப் பிள்ளைகளையும் ஆம்பிளப்பிள்ளைகப் போல சைக்கிள் ஓட்டவும், கார் ஓட்டவும் சொல்லிக்கொடுத்து வளத்திருக்காள்... என்றெல்லாம் பேசுகிற அம்மா இப்போது எல்லாம் தலைகீழா சொல்ல ஆரம்பித்துவிட்டாளா! அம்மா தன் தம்பிமார்கள் திருவிதாங்கூரிலே பேரெடுக்கும் அளவுக்கு படித்து பட்டம் வாங்கினதையும் உத்தியோகம் பார்ப்பதையும் சொல்லிச்சொல்லிப் பெருமைப்படுவதெல்லாம் இப்போது அம்மாவை விட்டு விலகிவிட்டது. அவர்களும் எதற்குச் சண்டை போட்டுக் கொண்டார்கள். எப்படி விலகி விரோதிகளானார்கள்? எனக்கு மட்டுமல்ல; அது யாருக்குமே தெரியாது போலிருக்கு. அம்மா அப்பாவின் நாகரிகத்தையும் திறமைகளையும் சொல்லிச் சொல்லி பெருமைப்படுவாளே. எல்லாம் வானத்தில் சஞ்சரித்து பின் உருமாறி மறையும் மேகங்களோடு எங்கோ போய்விட்டன. மூத்த பிள்ளை உதவாக்கரையாகவும், மூத்த மாப்பிள்ளையோ கொடுக்கக் கொடுக்க நிறையாத மனம் கொண்டவனுமாகிய குடும்பத்தின் பெருமையை பின்னுக்குத் தள்ளியதோ?

“மூத்த மருமகன் வீட்டுக்கு வந்தாச்சுன்னா எனக்கு ஒரு வலது கையாயிருந்து குடும்பத்தை கவனிப்பான்னு நெனச்சேன். மற்ற பிள்ளைகளுக்கும் வேணுமேன்னு பார்க்காம இங்கேயே எல்லாத்தையும் அனுபவிக்கனும்னு இருக்காரே.”

“என் பேச்சை இங்கே யாரு கேட்கா, நான் அப்போ இருந்தே சொல்லிட்டு வார்றேன். உங்க காதிலே விழுந்தாத்தானே. மக்ளே, மக்ளேன்னு தூக்கிவச்சு ...”

அப்பாவுக்கு பொறுக்கவில்லை. “போறும்டி. நிறுத்து. பிள்ளைகள் காதிலே விழுந்துரப்போகு.”

ஒரு வழியாக அக்கா தனியாக வீடு பார்த்துப் போனபின் ஆசையாக ஒரு நாள் அக்கா வீட்டிற்குப் போனேன். எனக்கும் அக்காவின் மூத்த குழந்தைக்கும் மூன்று வயது வித்தியாச மிருக்குமா? நேற்றுத்தான் போலிருக்கிறது. இந்த அக்கா என்னை ஒக்களில் தூக்கி நடந்தது.

“எங்கவுட்டி வந்த?”

நான் பதில் சொல்லத் தெரியாமல் நிற்கிறேன்.

“என்னடி தந்தா உங்க அம்மா? பெருசா என்னத்த செய்திட்டா. பிள்ளைகளை பெத்துட்டாப் போறாதுடி” இப்படி என்னென்னவோ அடுக்கிக்கொண்டே போகிறார். என்னிலிருந்து கால் நூற்றாண்டுப் பெரியவர் என்னைப் பார்த்து..! விசனம் நெஞ்சை அடைக்கிறது. இந்த அக்காவாவது ஏதாவது சொல்லப்படாதா? அத்தான் கூடச்சேர்ந்துவிட்டார் போலிருக்கிறது. அம்மாவை திட்டினா யாராவது கேட்டுட்டு சும்மா இருக்கலாமா? ஒருவேளை... ஒருவேளை அக்காவிற்கு அப்புறம் பிள்ளைகளாகிய நாங்கள் எல்லோரும் பிறக்காம லிருந்திருந்தால் தாங்களே எல்லாவற்றையும் அனுபவிக்கலாமே அல்லது எடுத்துக்கொள்ளலாமே என்று இரண்டுபேருமே நினைக்கிறார்களோ? இல்லாவிட்டால் “டசன் கணக்கிலே பிள்ளைகளைப் பெத்துக்கிட்டு...”ன்னு எல்லாம் எங்கிட்ட போய் பேசுவாரா? அதனாலதான் என்னைக் கண்டால் கூட அத்தனை ஆத்திரம் வருகிறதோ?

“மத்தியானம் சாப்பிட்டதுதானே, பசிக்கும் ஒனக்கு; சூடா இருக்கு ரண்டு ‘அடை.’ சாப்பிட்டுட்டுப் போடி”

“இல்லக்கா, வேண்டாம் எனக்குப் பசி இல்ல.”

அத்தான் பக்கத்திலே வந்தார். “என்னவுட்டி ரெம்ப சீமத்தனம் காட்டுக, மரியாதைக்கு சாப்பிட்டுட்டுப்போ”ன்னு அதட்டினார்.

அக்காவும் ஆசையாக பேசி சாப்பிட வைத்த 'அடை'யின் ருசியில், இருவரும் அம்மாவையும், அப்பாவையும் குற்றஞ் சாட்டியது கூட மறந்துவிட்டது.

ஆனாலும் வீடு திரும்புகையில், ஒரு காரணமும் இல்லா விட்டாலும் மருமகன் என்றிருந்தால் மாமனார், மாமியாரை இப்படித்தான் பேசணும்னு இருக்கோ, என்னவோ? பேசுவதையும் பேசிவிட்டு அப்புறமா என்னை ஆசையா சாப்பிடவும் வைத்தார்களே! ஏன், அப்பா மாதிரி எல்லோரும் இருக்க மாட்டேன்கிறார்கள்? இந்த அப்பாவிற்கு இப்படி ஒரு மருமகன். இப்படி ஒரு மூத்த மகன். இதெல்லாம் ஆச்சரியமாயில்ல!

◯

16

கணக்குன்னா எனக்கு எப்போதும் சிம்ம சொப்பனம்தான். அதிலும் இந்த பிரிட்டீஷ் ரூபா சர்க்கார் ரூபா கணக்கு! யப்பா... ரெம்பவும் பயங்கரம்.

சர்க்கார் ரூபாய் ஒண்ணுக்கு 28 சக்கரம். ஒரு சக்கரம் 16 காசு. பிரிட்டீஷ் ரூபாய் ஒண்ணுக்கு (28 1/2 சக்கரம்) 16 அணா. ஒரு அணா 12 பைசா.

குறிப்பிட்ட தொகை சர்க்கார் ரூபாயை பிரிட்டீஷ் ரூபாய், அணா, பைசாவாக ஆக்குக. அல்லது இத்தனை பிரிட்டீஷ் ரூபாய் திருவிதாங்கூர் சர்க்கார் ரூபாய் சக்கரம் காசு ஆக்குக. இந்தக் கணக்குகள் என்னை உதை உதை என்று உதைத்தது.

ஒரு அணாவிற்கு ஒண்ணே முக்கால் சக்கரம். அதனால் பிரிட்டீஷ் ரூபாயை சர்க்கார் ரூபாய் ஆக்குகிற கணக்கு சரியாக வரும். ஆனால் சர்க்கார் ரூபாயை பிரிட்டீஷ் ரூபா அணா பைசா ஆக்குவதற்கு எப்போதும் திணறுவேன். இதற்கு என்ன வழி?

"ஏம்பா, நமக்கு மட்டும் ஏன் பிரிட்டீஷ் ரூபாய், சர்க்கார் ரூபாய்? ஏன் எல்லாம் ஒரே ரூபாயாக இருக்கல்ல?"

'நம்ம திருவிதாங்கூர் தனியா மகாராஜா ஆட்சியிலே இருக்கு. நீ சரித்திரத்திலே படிக்கல்ல? மார்த்தாண்ட வர்மா மகாராஜா, தர்மராஜா அப்புறம் சுவாதித்திருநாள், விசாகம் திருநாள், மூலம் திருநாள் அப்புறம் இப்போ சித்திரை திருநாள். மீதி இந்தியாவில் முக்காலும் பிரிட்டீஷ் கீழே தான்.

நாமளும் பிரிட்டீஷ்காரன் கீழேதான். ஆனால் நாம கப்பம் கட்டணும். அப்பா விளக்கமாகச் சொல்லிக்கொண்டே போக என் மனது எழவு, சனியன் எல்லாம் ஒரே ரூபாயாக ஆகாட்டா நான் கணக்கு பரீட்சையிலே பாசானாப்பலதான்னு நினைச்சு ஏங்கிக்கொண்டிருந்தது.

அப்பா திரும்பவும் “இப்போ நாமோ சுதந்திரத்துக்காகப் போராடிக்கிட்டிருக்கோம். சுதந்திரம் கிடைச்சாச்சுன்னா எல்லாம் ஒண்ணாகிரும்.

எப்படியோ, பின்னர் வேறு வழியின்றி அந்தக் கணக்கோடு நான் மாரடித்தது வேதனையான விஷயம்தான். என்றைக்கெல்லாம் இந்தக் கணக்குச் செய்து தப்பாகி மார்க்கு கிடைக்காமல் போகுமோ அன்றைக்கெல்லாம் சுதந்திரம் எப்போது தான் வரும்? இப்படியே நினைத்து சுதந்திரத்திற்காக ஏங்கிக்கொண்டே தூங்கிப் போவேன். அப்போதெல்லாம் பள்ளிக்கூடத்திலும், வீட்டிலும் வெளியிலும் எல்லோரும் காந்தியைப் பற்றிப் பேசினார்கள். வீட்டில் ஒரு பக்கம் அம்மா, அக்கா எல்லோரும் நேருவின் சுயசரிதை படித்தார்கள்.

17

அன்று காலையில் எட்டு மணி இருக்கும். வீட்டின் முன் ஒரு ஜட்கா வண்டி வந்து நிற்கும் சப்தம் கேட்டது. ஒரு மூன்று வயது பெண் குழந்தை, மற்றும் ஒரு கைக் குழந்தையுடன் ஒரு அம்மா இறங்கினார்கள். ஒரு பெரிய டிரங்குப் பெட்டி இறக்கப்பட்டது. கூடவே இறங்கினவரை மாத்திரம் நான் அடிக்கடி வீட்டில் வந்து தங்கி யிருந்து பார்த்திருக்கிறேன். அவர்தான் ரயிலில் வரும் சித்தப்பா. கூட வந்தவர்கள். யாராக இருக்கும்? புரிகிறது. சித்தியும், குழந்தைகளும். அப்படித்தானிருக்கும். நான் நினைத்துக்கொண்டே அவர்கள் பக்கத்தில் போவதற்குள் தெரு நடையில் எல்லோரும் வந்துவிட்டார்கள்.

“ஏய்! சித்தி, சித்தப்பா வந்திருக்கா”ன்னு சொல்லி ஒருத்தர் கைக்குழந்தையை வாங்கிக்கொள்ள, ஒருத்தர் பெண் குழந்தையை வாங்கிக்கொள்ள, வீட்டிற்குள் வந்து, கொஞ்ச நேரம் ஒரே ஆரவாரம்.

மெட்ராஸ் எவ்வளவோ தூரமாம். அவ்வளவு தூரத்திலிருந்து அதுவும் மெட்ராஸிலிருந்து வந்து இறங்குவதாலேயே அவர்களுக்கு மற்ற யாருக்கும் கொடுக்கப்படாத ஒரு விருந்தினர் மரியாதை கொடுக்கப்படுகிறது, என்று எனக்குப்புரிகிறது. நானெல்லாம் ரயில் பார்த்ததில்லையே! இவர்கள் ஒரு நாள் பூராவும் ரயிலில் பிரயாணம் பண்ணி யல்லவா வந்திருக்கிறார்கள்!

மெட்ராஸில் குண்டு போடப் போறானாம். எங்கேயோ யுத்தம் நடக்குதாமே! அதனால் பயந்துப் போய்தான் வந்திருக்கிறார்கள்.

சித்தப்பா மாத்திரம் ஊர் திரும்பிவிட்டார். அங்கே ஒரு இடத்தில் ஒரு குண்டு விழுந்ததாம். சனமெல்லாம் எப்படி எப்படி பயந்தார்கள், என்னென்ன பேசினார்கள் என்றெல்லாம் சித்தி மெட்ராஸ் பாஷையில் இழுத்து இழுத்து கதையாக அளந்துகொண்டிருந்தார். நான் பள்ளிக்கூடம் போய்விட்டேன்.

பள்ளிக்கூடத்தில் எனக்காக ஒரு அதிசயம் காத்திருந்தது. எல்லோருக்கும் புது விதமான பயிற்சி கொடுக்கப்பட்டது. முதலில் எங்க டீச்சர் பாடம் எடுப்பதை விட்டுவிட்டு உலக யுத்தம் நடந்து கொண்டிருக்கின்றது என்றும், ஒருவேளை இங்கும் குண்டு போடநேர்ந்தால் என்ன செய்வதென்றும் விளக்கினாள். பாடத்தை விட்டு வேறு எது செய்தாலும் தான் பிள்ளைகளுக்குப் பிடிக்குமே!

அப்போது நீளமாக ஒரு 'சைரன்' கேட்டது. டீச்சர் சொன்னது போல் நாங்கள் எல்லோரும் பெஞ்சை விட்டு இறங்கினோம். முழங்காலை ஊன்றி சாமி கும்பிடுவது போல் படுத்துக்கொள்ள வேண்டும். பென்சிலை கடித்துக் கொள்கிறோம். காதிரண்டையும் ஆட்காட்டி விரல்களைக்கொண்டு பொத்திக்கொள்கிறோம். அப்படியே சில நிமிஷங்கள் அசையாமல் இருக்க வேண்டும். ஆனாலும் அந்தச்சில நிமிஷங்களில் நான் நிஜமாகவே யுத்தக் களத்தில் இருப்பது போலவும் நிஜமாகவே குண்டுகள் விழுவது போலவும் கற்பனை செய்துகொள்கிறேன். அது ஆசையாக வளர்ந்து நிஜமாக குண்டுகள் விழாதான்னு ஏக்கமா ஏங்குவேன். காப்பாற்றிக்கொள்ளும் திறமை எனக்கு இருக்கிறதா இல்லையான்னு பார்த்துவிடலாமே..! அந்தப் பாழாப்போன யுத்தம் இங்கே வந்து தொலைஞ்சாத்தானே! இங்கேயும் பாம் விழுந்தாத் தானே! ஒவ்வொரு நாளும் எதிர்பார்த்தேன். ஏரோப்ளேன் சத்தம் கேட்டால் எல்லோரும் ஒருத்தரை ஒருத்தர் பார்ப்போம். "குண்டு விழுமா"ன்னு கேட்போம். அடுத்த "சைரன்" ஊதியதும் எல்லோரும் எழுந்துவிட வேண்டும்.

"எல்லோரும் பாடத்தை கவனியுங்கோ"ன்னு டீச்சர் சத்தம் போடவும், அதற்குள் ஏரோப்ளேன் சத்தமும் தூரத்தில் சென்று மங்கி மறைந்துவிடும். மனதிலும் ஒரே ஏமாற்றம் நிறைந்து நிற்கும்.

ஒரு நாள் எதிர் வீட்டில் வேலை செய்யும் சுப்பம்மா வந்து அம்மாவிடம் சுவாரஸ்யமாகப் பேசிக்கொண்டிருக்கிறாள். அவளைச் சுற்றி தெற்கு வீட்டு, வடக்கு வீட்டு கீழ் வீட்டு

அத்தைமார்கள் மட்டுமல்ல, அக்காக்களும் சுற்றி நின்று, ஒரு கூட்டமே, ரெம்ப சிரத்தையோடும், மனதில் பயங்கரத்தோடும் கேட்டுக்கொண்டிருக்கவே, நானும் பள்ளிக்கூடத்திலிருந்து வந்தவள், வந்ததும் சாப்பிடும் ஆர்வத்தைக் கூட விட்டுவிட்டு அவர்களுக்கிடையே தலையை நீட்டிக் கொண்டு நின்றேன்.

சித்தி சொன்ன மெட்ராஸ் நிகழ்ச்சிகளை விட இது எவ்வளவு பயங்கரமானது.

ஆமாம். எதிர் வீட்டிலே நிறைய குழந்தைகள்; ஆணும் பெண்ணுமாய் குழந்தைகளுடனும் பால் குடி மாறாத சின்னச் சின்ன பச்சைப் பிள்ளைகளையும் தூக்கிக்கிட்டு, பர்மாவிலிருந்தே நடந்து இந்தியாவுக்கு வந்த கதைதான். ஏய் எங்க அப்பா! பர்மா எங்கேயிருக்கு? ஜாக்ரஃபி வகுப்பில் 'மேப்'பில் பார்த்ததை கண் முன் நிறுத்தி, பர்மாவுடன் இணைந்த இந்தியா 'மேப்'; அது பர்மாவுடன் சேர்த்துத்தானிருக்கும். இந்தியாவும் பர்மாவும் எல்லைப் படுத்தப்பட்டிருக்கும். அவ்வளவுதான்.

பசியோட; பசி என்ன பசி! தாகத்துக்கே தண்ணீர் கிடைக்கா மலும் அவர்கள் குடும்பத்தைச் சேர்ந்தவர்களும், இன்னும் சிறுவர்கள், வயதானவர்கள் பலரும் வழியில் சாக நேர்ந்ததையும், அவர்களை அங்கேயே புதைத்துவிட்டு, அல்லது முடியாமல் பிணத்தை அப்படியே விட்டு விட்டு, இன்னும் சிலரை குற்றுயிரும் குலையுயிருமாக விட்டுவிட்டு அது எவ்வளவு பயங்கரமான விஷயம் அப்பப்பா! – மற்றவர்கள் பயணத்தை மனதாலும் உடலாலும் நரகவேதனைக்குட்பட்டு தொடர்ந்து வந்து சேர்ந்த கதைகளை. அதிலும் அவர்கள் சுமந்து வந்த பிள்ளைகள் பட்ட கஷ்டத்தை அவர்கள் கதைகதையாக சொன்னவற்றை அங்கே கேட்டு இங்கே வந்து அளந்தாள்.

ஆத்தாவின் பயங்கரமான கதைகளை எல்லாம் விட இவை நிஜ பயங்கரங்களாக அதுவும் மிக மிக பயங்கரமானவைதான் என்று நினைத்துப் பார்க்கும்போது இப்படிப்பட்ட கஷ்டங்கள் யாருக்குமே வரக்கூடாது என்று சங்கடப்பட்டேன்.

○

மெல்லக் கனவாய் பழங்கதையாய் . . .

18

ஜப்பான்காரன்கள் சிங்கப்பூரை பிடித்து விட்டானாம். வெத்தலைப்பாக்குக் கடை வச்சிருக்கும் கிட்டு மாமா கூட நான் பப்பர்மின்ட் வாங்கப் போயிருக்கையில் ஒரு ஆளுடன் பேசிக் கொண்டிருந்தார் இதைப் பற்றி.

என்ன அதிசயம்! அப்போதுதான் நான் அந்த பர்மா – இந்தியப் பயணத்தை கொஞ்சம் மறந்திருந்தேன்.

ஐய்யோ காணப் பரிதாபம்
சிங்கப்பூர் குண்டுப் பிரயோகம் . . .

பாட்டு! யாரு? பிச்சைக்காரன் கட்டையடித்துக் கொண்டு வீட்டுக்கு வீடு பாடுவதைக் கேட்டேன். சின்ன வயசுப் பிள்ளை வயிற்றில் தாளமடித்துக் கொண்டு பாடுவதை வேடிக்கையாக நினைத்தாலும், இந்தப் பாட்டை அவர்கள் கொச்சை பாஷையில் கேட்க கேட்க பரிதாபமாகத்தான் இருந்தது. அண்ணன், அக்கா, நான் எல்லோருமாகச் சேர்ந்து நாலு காசும் கொஞ்சம் பழையதும் கொடுத்து இன்னுமொரு தடவைப் பாடச் சொல்லிக் கேட்டோம்.

மற்ற சினிமாப் பாட்டுக்களுக்கு ஈடாக இந்தப் பாட்டும் என் வாயில் சில நாட்கள் படாத பாடுபட்டது. ஆனால் பாடும்போதெல்லாம் எதிர் வீட்டாரின் பர்மா – இந்தியப் பயணக்கதைகள் மனதில் படமாக ஓடிக்கொண்டிருக்கும். குண்டு வீச்சுக்கு பயந்து ஓடிவருகிறவர்கள் நிலையே

இப்படின்னா, அங்கேயே இருக்கிறவர்கள்? அவர்களில் ஒருத்தியா, அங்கே இருக்கிற சின்னப் பெண்ணொருத்தியாக நான்; அப்போது என்ன செய்வேன்? ஆபத்திலிருக்கிறவர்களை எல்லாம் ஓடி ஓடிப்போய் காப்பாற்றுகிறேன். என் மேலேயே ஏரோப்ளேனிலிருந்து குண்டு விழுந்தால்? அப்படின்னு நான் பயப்படுகிறேனா? ஊஹூம், எனக்கு தான் “அச்சமில்லை, அச்சமில்லை” என்கிற பாரதியார் பாட்டு தெரியுமே!

“...உச்சி மீது வானிடிந்து வீழுகின்ற போதிலும் அச்சமில்லை அச்சமில்லை அச்சமென்பதில்லையே...”

பாடிக்கொண்டே என்னென்ன வீர சாகசமெல்லாம் செய்கின்றேன். காசி நாடான், தொரகாப்பு, ஜம்புலிங்கம் இவர்கள் செய்ததெல்லாம் அம்மா சொல்லியிருக்காளே! பொல்லாத கொள்ளைக்காரர்களாக இருந்தாலும் அவர்களின் வீர சாகசங்களில் என்னை அறியாமலேயே எனக்கும் பெரிய ஈர்ப்பு உண்டு.

ராமாயணத்திலேயே பிடித்தது கடைசியாக அம்மா சொல்லித்தந்தது—சீதை கடமை முடிஞ்சு போச்சின்னு பூமா தேவி வெடித்து சீதை அதற்குள் போய்விட்டதையும்—அப்போது காட்டுக்கு சீதையை விரட்டிய ராமனுக்கு அப்படித்தான் வேணும்—லவனும் குசனும் அந்த அப்பாவை எதிர்த்து சண்டை போட்டது ஞாபகம் வருகிறது. துருவன்! எனக்கு இணை பிரியாத நண்பன், பிரகலாதனின் வைராக்கியம் எனக்கு வரணும்னு எனக்கு பேராசைதான். நான் அதை எப்படி செய்து பார்ப்பது, “நாராயணா, நாராயணா”ன்னு நான் சொன்னா யார் தடுக்கப் போறா? எப்போதாவது நான் ஒரு நல்ல காரியம் செய்தால், என்னையும் யாராவது தடுத்தால் எனக்கும் அந்த வைராக்கியம் வராமலா போகும்?

இந்த துருவன், பிரகலாதன் போல உள்ள குட்டிப் பிள்ளை களை என் கற்பனை உலகத்திற்குக் கூட்டிக்கொண்டு போய் அவர்களுடனேயே விளையாடிக்கொண்டிருப்பேன்.

“இது ஏன் இப்படித் தனக்குத்தானே பேசி விளையாடிக் கிட்டிருக்கு? பயித்தியமாடி நீ . . . ம்?” இப்படி என்னை அக்காவோ அண்ணனோ பல தடவைக் கேட்டாலும் நான் பொருட்படுத்தியதே இல்லை.

அடுத்த குழந்தை பெறுவதற்காக அக்கா வந்தாச்சு. அடுப்பிலே எப்போ பார்த்தாலும் பழையபடி குறுந்தட்டிக் கஷாயம். அப்பாவிற்கு மூத்த மகளும், பேரனும் வந்துவிட்டால்

போதும், நாங்கள் யாருமே ஒரு பொருட்டில்லை என்கிற மாதிரி நடந்துகொள்வார். பிஸ்கட் பாக்கெட்டை கொண்டு வந்து நேரா பேரனைத் தேடிக்கொண்டு போய் அவன் கையில் கொடுப்பார். அவன் எத்தனை முடியுமோ அத்தனையும் தின்றுவிட்டு மீதி இருந்தால் நான் எடுத்துக்கொள்ளலாம்.

அன்றைக்கு வீட்டிலே நிறைய ஆட்கள் நடமாட்டம். அக்காவின் மாமியார் வீட்டிலிருந்து யார் யாரோ வந்திருக்க, என்னை பள்ளிக்கூடம் புறப்படவைக்கும் வழக்கத்திற்கு மாறாக என்னை யாருமே கவனிக்கவில்லை. நானே தலைசீவிக் கொண்டேன். புஸ்தகங்களை பையில் எடுத்து வைத்தேன். சின்ன அக்காவிடம் போய் உடுப்பு எடுத்துத்தரச் சொன்னேன். எனக்கு ஒரு வெல்வெட் உடுப்பு உண்டு. அது தான் வேணும்னேன்.

“ஏட்டி, தந்ததைப் போட்டுட்டுப் போ; இப்பம் ஒண்ணும் வெல்வெட் உடுப்பைத் தேடி எடுத்துக்கிட்டிருக்க முடியாது.”

அதுதான் வேணும்னு சிணிங்கினேன்.

“நீ மரியாதையா ஸ்கூலுக்குப் போப்போறயா இல்லையா?” வெடுக்கென்று அதட்டினாள்.

எனக்கு அழுகை வரும் போலிருந்தது. அதே சமயம் அப்பா பேரனுக்கு கொண்டு வந்திருந்த ‘பக்கிள்ஸ்’ வைத்து தைத்திருந்த நிக்கரையும், ஷர்ட்டையும் போட்டுப் பார்ப்பதில் எல்லோரும் ஈடுபட்டிருந்தார்கள். அவனுக்குப் பிறந்த நாளாம்! என்னை எல்லோரும் ஒதுக்கிவிட்டது போலிருந்தது. என் பிறந்த நாளைப்பற்றி ஒருத்தரும் சொல்லியதில்லை.

புத்தகப் பையுடன் மத்தியானத்திற்கான இட்லி தூக்குமாக, வாசற்படி இறங்குகையில் நான் ‘சின்ட்ரல்லா’வாக மாறிவிட்டிருந்தேன். எல்லோரும் என்னை மாத்திரம் வெறுக்கிற மாதிரியும்; என்னை ஒதுக்கிற மாதிரியும்; ஆனாலும் நான் நல்ல பிள்ளை ஆனதால் ஆமாம்! நான் பொய் சொல்ல மாட்டேன், அம்மா, அக்கா, அண்ணன் எதைச் செய்யச் சொன்னாலும் மறுக்காமல் செய்வேன். ரெம்ப நல்ல பிள்ளைன்னா இப்படி எல்லாம் தானே இருக்கணும்!

ஒரு நாள் சின்ட்ரல்லாவிற்கு நடந்தது மாதிரி என்னையும் ஒரு குட்டி ராஜகுமாரன் – ஆத்தா சொன்ன எத்தனையோ ராஜகுமாரன் கதைகள் ஞாபகத்திற்கு வந்தன – என்னை சந்திப்பாண்ணு நான் நிச்சயமா நம்பினேன். அதற்குள் ஸ்கூல் வந்துவிடவே, ரூ, அணா, பை, கணக்கு ஞாபகம் வரவே எல்லாம் மறந்துவிடும். சின்ட்ரல்லாவின் ஷூஸ், பூசணிக்காய் வண்டி எல்லாம் மறைந்த மாதிரி என் நினைவுகளும் மறைந்து விடும்.

ஒரு நாள்...

பள்ளிவிட்டு வந்துகொண்டிருக்க, வீட்டு வாசலில் சிலர் நடை ஏறிப் போவது தெரிந்தது. அதே சமயம் சிலர் இறங்கி வெளியே வருகின்றனர். இரண்டு, மூன்று பேர் வெளியில் நின்று ஏதோ ரகசிய பாவனையில் பேசிக்கொள்கின்றனர். கிட்ட நெருங்க, நெருங்க, வயிற்றில் ஏதோ பயம் கலக்கியது. நின்றவர்கள் என்னை அனுதாபத்துடன் பார்க்கின்றனர். நான் சிரிப்பதா, மௌனமாக உள்ளே போய்விடுவதா என்று யோசிக்கையில் அவர்கள், "ம்... போம்மா, போ, உள்ளே போ" என்கின்றனர். உள்ளே போனால், என்ன இது? எனக்கு ஒன்னுமே விளங்கவில்லையே? அம்மா எங்கே? ஒருத்தரையும் காணோமே? என்ன இது. இடி விழுந்த வீடு மாதிரிம் பாங்களே, அப்போது இப்படித் தானிருக்குமா? ஏனிந்த மயான அமைதியும் பயங்கரமும்?

வீட்டில் அப்பா, அண்ணன் இவர்கள் யாருமே இல்லாத நேரத்தில் தந்தி வந்திருக்கிறது. சின்ன அக்காதான் பிரித்து படித்திருக்கிறாள். "ஏதோ டெக்னிகல் இன்ஜீனிரிங்"ன்னு நான் தெரிந்து வைத்திருந்தேன். அம்மாவிற்கு அது சொல்ல வராது. வந்தவர்கள் யாராவது அம்மாவிடம், "மக்கா அவன் பட்டாளத்திலே சேந்து படிக்கப் போயிருக்கானா"னு கேட்டால் அம்மாவும், "ஆமா, ஆமா"ன்னு சொல்லி ஏனோ பேச்சை அதோடு நிறுத்திக்கொள்வாள். அடி மனதில் பட்டாளம்னாலே பயம் என்ற ஒன்று இருந்துகொண்டிருந்ததோ என்னவோ?

'அந்த அண்ணன் Expired, Letter follows'ன்னு தந்தி வந்திருக்கிறது. யுத்த சமயம் ஆனதினால்தான் அந்தப் படிப்புப் படிக்க ஆட்கள் எடுக்கப்பட்டதாகவும், அதனால்தான், அவனுக்குச் சேர முடிந்தது என்றும் படித்து வந்துவிட்டால் பின்னர் பெரிய பதவி கிடைக்கும் என்றும் அப்பா சொல்லிக் கேட்டிருந்தேன். இப்போது?

இந்தப் பேரிடியைக் கேட்டதும், அம்மா கேட்ட இடத்திலேயே விழுந்ததுதான். அங்கேயே கிடக்கிறாள். சுற்றிலும் எல்லோருமாக அழுதுகொண்டும், என்ன சொல்லுகிறோம் என்று தெரியாமல் அரற்றிக்கொண்டும்,

"போனவாரம்தானே அவங்கிட்டேருந்து எழுத்து வந்து; இன்னும் பத்து நாள்ல வருவேன்னு எழுதியிருந்தானே! சண்டாளன் சதி பண்ணிட்டானே"ன்னு ஒரு அக்கா.

"பைலட், பைலட்னு பரிகாசம் செய்தா, அப்பெல்லாம் ஒரு சிரிப்பு, ஒரு புன்சிரி. பைலட்டா வந்து இறங்குவேன்னு

நெனச்சுக்கிட்டிருக்கோம், எல்லா ஆசையிலேயும் மண்ண வாரிப் போட்டிட்டியே"ன்னு இப்படி ஆளுக்கு ஆள் என்ன சொல்கிறோம், என்ன செய்கிறோம் என்று தன்னறியாமல் பிதற்றவும் அழவும் செய்கையில், புஸ்தகப் பை என் கையிலிருந்ததை எங்கே போட்டேன், எப்படி அம்மா பக்கத்தில் வந்திருந்தேன் என்று எனக்கே தெரியவில்லை. துயரத்தின் முழு அழுத்தமும் எனக்குத் தெரியாமல் போனாலும், எல்லோருடைய அழுகையும், அப்பா அம்மாவின் நிலையையும் பார்த்த என் சின்ன உள்ளம் அவர்களைப் பார்த்து கலங்கியது. என் மனதிற்குள் கன்னியாகுமரி யின் கடல் அலைகள் ஓங்கி, ஓங்கி அறைந்து கொண்டிருந்தன.

"ஏ… நான் வளர்த்த ஐயா"ன்னு யாரோ உச்ச ஸ்தாயியில் கதறிக்கொண்டே உள்ளே வருகிறார்கள்.

கொஞ்ச நேரத்தில்,

"சீராளா, சிறுத்தொண்டா…"ன்னு ஒப்பாரி வைக்கும் ஒரு வெள்ளைச் சீலைக்காரி.

ஒவ்வொருவர், நேரம் காலம் பார்க்காமல் வருவதும், வந்தவர்கள் தாங்கள் அழுது எல்லோரையும் அழ வைத்து, பின்னர் தங்களை அடக்கிக்கொண்டு, அம்மாவையும், மற்றவர்களையும் தேற்றுகிறார்கள். கொஞ்சம் அமைதி அடைந்ததும்,

"ஏ மக்கா, எப்படின்னு மக்கா, தந்தியா வந்தது? அங்க என்னதாம்மா நடந்து போச்சு. இப்படி ஒரு இடி விழும்னு யார் நெனச்சா?"

இவற்றிற்கு பதில் சொல்லிச் சொல்லி முடியவும், அமர்ந் திருந்த அழுகை திரும்பவும் பொத்துக் கொண்டு வர, ஒருவரை ஒருவர் மாறி, மாறித் தேற்றவும், ஏதோ நொண்டிச் சமாதானம் சொல்லி அழுகையை நிறுத்தச் செய்வதுமாக…

இப்படி எத்தனை நாட்கள் போச்சுன்னு எனக்கும் தெரிய வில்லை. வீட்டிலே யாருக்குமே என்ன கிழமை, என்ன தேதி, யார் சாப்பிட்டது, யார் சாப்பிடாததுன்னு ஒன்றுமே தெரியவில்லை.

அம்மாவை, 'அம்மா'ன்னு கூப்பிட்டு எத்தனை நாளாச்சு? அப்பாவின் சிரிப்பும், அதட்டலும் நிறைந்த ஒலிகள் கேட்கவே யில்லை. அம்மா ஒரேயடியாக படுக்கையில். அப்பா கண்ணீருடன் கலந்தே அம்மாவுக்கு சொல்லும் எத்தனையோ ஆறுதல்கள், அப்பா இத்தனை தேற்றுகிறாரே, அதற்காகவது அம்மா எழுந்திருக்க மாட்டாளா? ஊஹூம். ஒன்றுமே பலனில்லை. வீட்டில் பத்துப் பன்னிரண்டு பேர்கள் இருந்தும் ஒரே சூன்யமாகத் தெரிகிறது.

அத்தையோ, மற்றவர்கள் யாரோ வந்து தங்கியிருந்தும், ஓரிருவர் ஏதோ சோற்றைப் பொங்கி, ஏதோ குழம்பும் கறியும் வைத்துப் போட்டார்கள்.

வீட்டிற்கு 'துட்டி' கேட்டு எத்தனையோ பேர் இன்னும் வந்துகொண்டிருக்கிறார்கள். அவர்கள் வந்து, வந்து போனபின் ஏற்படும் ஒரு அமைதி இருக்கே, பயங்கரமான அமைதி. எல்லோரும் 'ஓ'வென்று அழுவதைவிட இந்த அமைதிதான் என்னைக் கொன்று போடும் போலிருந்தது. செய்வதறியாமல் திகைத்தேன். வருகிற ஒவ்வொருவரும் செத்துப் போனவனை புகழ்ந்த புகழ்ச்சி என்னையும் இப்படி புகழ்வார்களானால் நான் கூட செத்துப் போலாமோன்னு நினைத்தேன். புகழுக்காக இப்படி ஒரு தாகமா? அடங்காத தாகம்தான் அது.

ஆனால் அவன் செய்தி மாதிரி எல்லாம் நானும் சாவதற்கு முன் செய்யவேண்டுமே?

"விறகு வெட்டறவன் வரல்லன்னா வீட்டிலே இருக்கிற ஆம்பிளப் பிள்ளைக்கு நாலுகை விறகு கீறிப்போட முடியாதா..?"ன்னு அப்பா ஒரு சத்தம் போட்டுவிட்டு, ஒரு ஈரத்துவர்த்தை கட்டிக்கிட்டு, அவரே கொஞ்சம் விறகு கீறிப் போட்டார். அப்பா அந்தப்பக்கம் குளிக்கப் போவதற்குள் இவன் ஷர்ட்டை கழற்றிப் போட்டான். முண்டை மடித்துக் கட்டினான். ஒரு கால் டன் விறகு போல், நின்று கீறிப்போட்டு விட்டுத்தான் மத்தியானம் சாப்பிட வந்து உட்கார்ந்தான். அவனது அந்தச் செய்கை வீட்டில் எல்லோருக்கும், அவனிடம் ஒரு பயம் கலந்த மரியாததையை ஏற்கனவே ஏற்படுத்தியிருந்தது.

இதெல்லாம் என்னால் முடியுமா? ஒரு வைராக்கியம் பிடித்தவன் போல் அவன் பாட்டிற்கு, அந்த கால் டன் விறகையும் கீறிப் போடுகிற வரைக்கும் அவன் கை ஓயவே இல்லை. அது உடல் பலமா, மனப்பலமா? எங்கேயோ போய் உட்கார்ந்து யோசித்துக் கொண்டிருப்பேன்.

ஸ்கூல் மைதானத்தில் நிறையப் பேருடன் அவனும் பேட்மின்டன் விளையாடுகிறான். சேதுலட்சுமிபாய் மகாராணி கட்டின பள்ளிக்கூடம் அது. மைதானம், மைதானமா நிறைய, நிறைய இடம்; எங்கேயோ ஒன்றிரண்டு புன்னை மரங்களும் உண்டு; கட்டிடத்தினருகில் பல வேப்ப மரங்களுமுண்டு.

புன்னை மரம் நான் ஏறுவதற்கு வசதியாக தாழ்ந்த, தாழ்ந்த கொம்புகள். மரத்தடிக்குப் போகப்போன என்னை அண்ணன் பார்த்துவிட்டான். எல்லோரும் விளையாடுவதைப் பார்த்தால் ரெம்ப அசாத்யமாகத்தானிருந்தது.

“இங்கேயேன் வந்தே, வீட்டுக்குப்போடி”ன்னு கோபமாகச் சொல்லுவான்னுதான் எதிர்பாத்தேன். ஆனால் கையிலிருந்த மட்டையோடேயே என் கிட்ட வந்து என்னைத் தூக்கிக் கொண்டது ஞாபகம் வருகிறது. உடுப்பில் பட்டனை சரி பண்ணினான். முடியை ஒதுக்கிவிட்டு சரியாக ஹேர் பின் குத்திவிட்டான். மற்றவர்களிடம் சொல்லிவிட்டு என்னை கடைக்குக் கொண்டு போய் சுவிங்கம் வாங்கித்தந்தது. கன்னியாகுமரியில் அடித்த கொட்டத்திற்கு இடையிலும் பிள்ளைகளாகிய எங்களை அலைகள் வரும்போது குளிப்பதற்குப் பழகித்தந்தது. எப்போதும் சைக்கிளில் ஏற்றிக்கொண்டு சுற்றி, வீட்டில் கொண்டு விடுவது; இப்படி பலப் பலவும், அதோ மெல்ல மெல்ல மேலே வந்து கொண்டிருக்கும் அம்பிளி அம்மாச்சனைப்போல் எனக்கு ஞாபகம் வந்துகொண்டிருக்க, ஏதோ ஒரு பெரிய சாமானைத் தொலைத்துவிட்டு வந்து நிற்பது போல் இருக்கிறது. அது எப்படியாவது திரும்பக் கிடைத்துவிடாதா என்று மனது ஏங்கியது.

“அவன் ஒருத்தன் போரும்ண்டி! குடும்பத்தக் காப்பாத்தண்ணு நெனச்சு நம்பி இருந்தேனே, என்னை ஏமாத்திட்டில்லா போயிட்டாண்டி!”ன்னு அம்மாவுடன் சேர்ந்து அப்பாவும் புலம்புவதைக் கேட்டபோது,

ஏன் அதை நான் செய்ய முடியாது?

ஏன் நான் செய்ய முடியாது? முடியும்.

இன்றைக்கிருந்தே செய்ய முடியும். ஆனால் என்ன செய்வது? எப்படிச் செய்வது?

குடும்பத்தைப் பாக்கணும்.

அம்மா குளித்துவிட்டு, இன்னும் உட்கார்ந்திருக்கத் தெம்பு வராமலோ என்னவோ தலையை விரித்துப் போட்டுக் கொண்டு தரையில் படுத்திருக்கிறாள். அப்பா அம்மாவின் தலைமாட்டில் உட்கார்ந்து கொண்டு,

“பகத்சிங் கதை தெரியுமில்லையாடி உனக்கு. என்மகன் அவன்னு சொல்லிப் பெருமைப்படறதைவிட, பகத்சிங்கின் அப்பா நான்னு சொல்லத்தான் பெருமைப்படறேன்னு சொன்னாராம்; அவன் அப்பா அது மாதிரி, இப்படிப்பாருடி, அவன் போன சேதி அறிஞ்சு எத்தற பேரு வாறா பாருடி. இவன் இவ்வளவு பெரிய ஆளுன்னு பெருமைப்படறேன்டி. மூணு வருஷ படிப்பை ஆறே மாசத்திலே படிக்க செலக்ட் ஆகிட்டானே! இப்படி எல்லாம் சொல்லி அம்மாவை அப்பா தேற்றிக்கொண்டிருந்தார். நான் கேட்டுக்கொண்டிருந்தேன்.

ஏன் நான் ஒரு பகத்சிங்காக மாறக்கூடாது?

அப்போதுதான் அம்மா சற்று கண்ணயர்ந்திருக்க வேண்டும். அப்பா ஈசிச் சேரில் சாய்ந்துகொண்டு கண்மூடிக் கிடந்தார். மூடியிருந்த கண்களிலிருந்து கண்ணீர் வழிந்தோடுவது கூட அப்பாவிற்கு தெரியவில்லையோ? தெரிந்தால் கண்ணீரை வெளியே விட்டிருக்க மாட்டார். மடியில் பெரிய அளவிலான காகிதங்கள்; சில போட்டோக்கள்.

மெதுவாக நான் பக்கத்தில் போனேன்.

"அப்பா."

"அப்பா."

திடீரென்று விழித்துக்கொண்ட அப்பா, என்னைப் பார்த்ததும் வலிய ஒரு சிரிப்பை கஷ்டப்பட்டு வரவழைத்து சிரித்தார்.

"என்ன மக்ளே?"

தண்ணீரில் தத்தளிப்பவன் எது கிடைத்தாலும் பிடித்துக் கொள்வதைப் போல அப்பா என்னை ஒரு கையால் அணைத்துப் பிடித்துக்கொள்கிறார்.

"என்னப்பா இதெல்லாம்?"

"பாரும்மா, அவனுக்கு என்ன மரியாதை பார்த்தியா? எனக்கெல்லாம் கிடைக்க முடியாத மரியாதை."

நான் புரியாமல் விழித்தேன்.

படம். ஒரு வனாந்தரப் பகுதி, கட்டிலில் முகம் தெரியப் படுக்க வைக்கப்பட்டிருப்பது அண்ணன், பாதங்கள் வரைக்கும் மலர்களால் மூடப்பட்டு கிடக்கிறான். ஒருபக்கம் சந்தனக் கட்டைகள் அடுக்காக வைக்கப்பட்டிருக்கிறது. முன்னூறுக்கும் மேற்பட்ட பட்டாளக்காரன்கள், ஆபீசார்கள் தலைகீழாகத் துப்பாக்கிகளைப் பிடித்த வண்ணம் அணிவகுத்து நிற்கின்றனர்.

நான் போட்டோவைப் பார்க்கிறேன். அப்பாவின் முகத்தை ஏறிட்டுப் பார்க்கிறேன்.

அப்பா அந்த போட்டோவிலுள்ள விபரங்கள் பற்றி இன்னும் என்னிடம் பேச வேண்டும் என்று எதிர்பார்த்தேன். ஆனால் இன்னும் கண்ணீர் வந்து நிறைந்து நின்ற அந்த அப்பாவின் கண்களைப் பார்க்க முடியாமல் நான் மெதுவா, மெதுவா அங்கிருந்து நழுவிச் சென்றேன்.

"எப்படிப்பட்ட வீரனை நாங்கள் இழந்துவிட்டோம்" என்று அவனது கமான்டர்–இன்–சீஃப் எழுதிய துயரம்

தோய்ந்த கடிதத்தை எல்லோரும் திரும்பத் திரும்ப படித்தனர். அம்மாவிற்குத் தமிழில் சொன்னார்கள்.

"அவனது உடைகளையும், மற்றும் உடமைகளையும் பார்க்கவோ, பெற்றுக்கொள்ளவோ எங்களுக்கு திராணியில்லை. எவற்றையும் அனுப்பித்தர வேண்டியது இல்லை, அவனது போட்டோக்கள் ஏதாகிலும் இருந்தன வென்றால் அவற்றை அனுப்பித் தாருங்கள். அவனை எரித்த இடத்தில் நாங்கள் யாராகிலும் வந்து பார்க்க ஏதுவாக ஒரு ஞாபகச் சின்னம் அவன் பெயர் பொறித்து வையுங்கள்" என்று அப்பா பதில் எழுதியதையும் அம்மாவிடம் சொன்னார்கள்.

பத்து நாட்கள். யப்பா! பயங்கரமாய் கழிந்துவிட்டிருந்தன. அம்மாவிற்கு சித்தி முறையாகும் ஒரு ஆத்தா அம்மாவைப் பார்த்து,

"எந்தி மக்கா, இப்படியே கெடக்கலாமா? மருமகன்தா என்ன மாதிரி ஒடஞ்சு போனா நீயும் மனசு ஒடஞ்சு போயிட்டேன்னா இதுகளை எல்லாம் கரையேத்தாண்டாமா? எந்தி மக்கா எந்தி"ன்னு அம்மாவைக் கட்டாயமாகத் தூக்கி உட்காரவைக்கிறாள்.

அம்மாவின் தொண்டையிலிருந்து சத்தமே வரமாட்டேன்கிறது. எல்லோருமாக அம்மாவை இழுத்துக்கொண்ட குளிமுறிக்குப் போகிறார்கள். குளிக்க வைத்துவிட்டார்கள். வாயில் நிர்ப்பந்தமாக கொஞ்சம் காப்பியை ஊற்றி விடுகிறார்கள். எல்லோருமே அன்று காலையிலிருந்து ஒவ்வொருவராக குளித்தார்கள். நானும்தான். அதுவரையில் யார், யார் என்றைக்கு குளித்தோம், என்னென்ன சாப்பிடுகிறோம்; ஒன்றுமே தெரியாமல் போய்விட்டது.

அக்கா, என்னையும் சின்ன அண்ணனையும் பள்ளிக்கூடம் போகச் சொன்னாள். போக ஆரம்பித்தோம்.

அன்றைக்குப் பள்ளிக்கூடம் விட்டு வந்ததும் நேரா அம்மா எப்படி இருக்கிறான்னு பார்க்கப்போனேன். அப்பாடா! இன்று தான் உட்கார்ந்து கொண்டிருக்கிறாள். தலை மட்டும் சுவரில் சாய்ந்தே கிடக்கிறது. அத்தையும் பக்கத்திலிருந்தாள். எனக்கு நல்ல பசி. தாலத்தில் சோறு போட்டுக்கொண்டு வந்து அம்மாவின் எதிரிலியே குனிந்து உட்கார்ந்துகொண்டே சாப்பிட்டேன்.

"இப்படி நடுச் செங்கல்லை உருவினாப்பலே போயிற்றானே"ன்னாள் அத்தை. அம்மாவின் அடி வயிற்றிலிருந்து வந்தது ஒரு கேவல்; அதனால் வீட்டையே குலுக்க முடிகிறதா? இல்லை, இந்த உலகத்தையே உலுக்குமா? அண்டத்தையே உலுக்கும் அந்தக் கேவல் என்னை என்ன செய்ததென்று எனக்கு சொல்லத்

தெரியவில்லை. என் தொண்டையில் சோற்றுருண்டை உள்ளேயும் போகாமல் வெளியேயும் வராமல்... பார்த்துக்கொண்டிருந்த அத்தை ஓடிவந்து "ஏன் மக்கா, ஏம்மா, என்னாச்சுன்னு கேட்கவும் நான் அப்படியே வாந்தி எடுத்துவிட்டேன். அம்மாவின் அந்தக் கேவலுக்கு இத்தனை சக்தியா? அது என் வயிற்றை அப்படி தாக்கியதேன்? அல்லது தாய்மை என்ற ஒன்று சின்னவளோ பெரியவளோ ஒவ்வொரு பெண்ணிடமும் நீறு பூத்த நெருப்பாக உள்ளேயே கனன்று கொண்டிருக்குமா என்ன? அம்மாவின் கேவல், அதைத்தான் என்னுள்ளும் தீண்டி இருக்கவேண்டும்.

வகுப்பில் தமிழ்ப்பாடம் நடந்துகொண்டிருக்கிறது. செய்யுள் தான் எனக்கு ரொம்பப் பிடிக்கும். வாத்தியார்

> கூடப் பிறந்தவர்க்கெய்து துயர் தமதுதுயர்
> கொள்சுகம் தம்சுகம் எனக் கொண்டு
> தாம்தேடு பொருள் அவர் தேடுபொருள்...

என்று அடுக்கிக்கொண்டே போனார்.

எங்கேயோ பொறியில் ஏதோ தட்டுப்பட்டுவிட்ட ஒரு சந்தோஷம். குடும்பத்தைப் பார்க்கணும், காக்கணும்னா அதற்கு என்ன செய்ய வேண்டுமென்கிறது இப்போ தெரிஞ்சு போச்சு. இந்தச் செய்யுளைக் கேட்கவே எவ்வளவு சந்தோஷமாக வருகிறது. ஆனால் அக்கா, அண்ணன் இவர்கள் இப்படி இல்லையே. அம்மாவிற்கு அவள் ஆத்தா கொடுத்தாளாம் தலையில் வைக்கிற நாகரும், திருக்குப்பூவும். அம்மா, "ஒன் கல்யாணத்திற்கு வச்சது மாதிரி அடுத்தவ கல்யாணத்துக்கும் தலையிலே வைத்து சடை பின்னணும், அதக்கொண்டுவந்து தா"ன்னு எத்தனையோ தடவைக் கேட்டும் தரமாட்டேன்கிறாள் என்று அக்காவை பற்றிச் சொல்லி அம்மா வருத்தப்பட்டுக் கொண்டிருக்கிறாளே! இந்தப் பெரியண்ணன் அன்று,

"நீ இருக்கியேடா, நான் ஒன்னுக்குமே கவலைபடாண்டான்னு இருந்தேனே..."ன்னு தம்பியை நினைத்து அழுதான். இப்போ என்னடான்னா வீட்டுக்கே நேரத்தோட வருவது கிடையாது. வந்தாலும் சாப்பிடுவான். உறங்குவான், பிறகு எங்கே போவான், வருவான்னே யாருக்கும் தெரியாது.

"இரண்டு குமரு இருக்கே கரையேத்தனுமேன்னு அவனுக்கு கொஞ்சமாவது நெனப்பிருக்கான்னு அம்மா அடிக்கடி கேட்கிறாள். அது எங்கேயோ காற்றோட கலந்து போயி..."

ஆங்கில வகுப்பு *"The Unknown Warrior"* எனும் பாடம். இந்தப் பாடம், புஸ்தகம் திறந்து வாத்தியார் ஒவ்வொரு நாளும் பகுதி, பகுதியாக நடத்துகையில்; துப்பாக்கிகளை தலை கீழாகப்பிடித்து

நிற்கும் ராணுவ வீரர்களின் அணி வகுப்பும், முகம் மட்டும் தெரிய அண்ணன் படுத்திருக்கும் ஃபோட்டோ காட்சி நினைவில் நின்று என்னை ஆட்டுவிக்கும். ஓரிரு தடவை கண்கள் கலங்க, மற்றவர்கள் பார்க்காமல் துடைத்துக்கொள்கிறேன்.

He may be from the tilt of Dorset
and the broad vowelled speech of devon…

வாத்தியார், அவன் அயர்லாந்துக்காரனாகவும் இருக்கலாம். ஸ்காட்லாந்துக்காரனாகவும் இருக்கலாம் இப்படிப் பல, நாடு களையும் சொல்லிக்கொண்டே போகும்போது என் மனசு அவன் இந்தியாவின் தென்கோடியில், நாகர்கோவிலில் கோட்டாற்றுக் காரனாகவுமிருக்கலாம் என்று சேர்த்துக்கொண்டது.

அந்த யுத்தத்தில் இறந்தவர்களின் நினைவுச் சின்னத்தின் படம் ஒன்று அந்தப் பாடத்தின் நடுவே போடப்பட்டிருந்தது. அது எனதண்ணனுடையவும் நினைவுச் சின்னம்தான். அந்தப் பாடம் மாத்திரம் திரும்பத் திரும்ப வாசித்து எனக்கு மனப்பாட மாகியிருந்தது. *The Unknown Warrior, The Unknown Warrior* என்று அரற்றிக் கொண்டிருக்கும் மனம்.

19

வீட்டில் எல்லாம் கொஞ்சம் கொஞ்சமாக பழைய மாமூல் வாழ்க்கைக்குத் திரும்பிக்கொண் டிருந்தது. ஆனாலும், அம்மாவும் அப்பாவும் பழைய மாதிரி இல்லை. ஒருவேளை பெரிய அக்காவும் அத்தானும் அப்பா அம்மா ஸ்தானத்திலிருந்து கொண்டு குடும்ப காரியங்களை கவனித்தால் அது அவர்களின் மனதிற்கு ஆறுதலாக இருக்குமோ என்னவோ? அண்ணன் வீட்டிற்கு 'காரணவன்'கிற பட்டம்! அவன் ஒரு வேலையில் சேர்ந்து அது கூட வேண்டாம், வீட்டிற்கு வேண்டிய காரியங்களைச் செய்து, வயல் வேலைகளைக் கவனித்து, அறுத்து அடிச்சு, வீட்டிற்கு ஒழுங்காக நெல்லைக் கொண்டு வந்து போட்டு... இப்படி எல்லாம் செய்தால்கூட அப்பா அம்மா கொஞ்சம் மனம் தேறுவார்களே! அப்பா பக்கத்தில் உட்கார்ந்து "அவன் போயிட்டா என்ன, நானிருக்கேன்ப்பா, நீங்க கவலையே படக்கூடாது"ன்னு சொல்லவாவது செய்யலாமே இல்லையா! ஏன் சொல்லலாமே! அன்றைக்கு மாத்திரம் "ஒன்ன நம்பில்லாடா நான் இருந்தேன்"னு சொல்லி அழுததோட சரி பழையபடி எல்லாம் அவன் வழக்கப்படி, பீடி, நண்பர்கள், வெளியே சுற்றுதல்தான். எல்லோரிலும் சின்ன அண்ணன் இருக்கானே, அவன் இந்த நிலைமையிலும் 'பீஸ்' கட்ட கொடுத்த பணத்தை ஏதோ செலவழித்துவிட்டு தொலைத்துவிட்டதாக

வீட்டில் வந்து பொய் சொன்னான். இது தெரிஞ்சுபோன அப்பாவின் முகம் வேதனையில் என்னவோ மாதிரி ஆனது. ஆனாலும் தன் துயரம் மறைத்து அம்மாவையும் எங்களையும் தேற்றிக்கொண்டிருந்தார் அப்பா.

எப்படியோ நாட்கள் ஓடிக்கொண்டிருந்தன. இரண்டாவது அக்காளுக்கு கல்யாணம் நிச்சயமாயிற்று. அம்மா விரும்பின மாதிரி சர்கார் உத்தியோகமுமில்லை, விரும்பாத மாதிரியுமில்லை; ஒரு இரண்டுங்கெட்டான். அப்பாவிற்கும் வர வர உடல்நிலை சரியில்லைதான். அதற்காக இப்படியா?

இப்போ நெல்விலை எல்லாம் ஏறிப்போச்சுன்னு அம்மா சொல்லிக்கொண்டிருந்தாள். யுத்தம் வந்ததுதான் வந்தது. பண்ணையார்களுக்குப்பெரிய மவுசு வந்து போச்சு, அப்பாவின் சித்தியின் மகள், அந்த அத்தை தக்கலை பக்கத்தில் ஏதோ ஒரு ஊரிலிருந்து வந்திருக்கிறாள். அந்த அத்தை கணவனுக்குக் கொஞ்சம் வயல் இருந்தது, யுத்தம் வந்த பிறகு அவருக்கு எப்படி இத்தனை கோட்டை விதப்பாடு பெருகியது? வட்டிக்குக் கடன் கொடுத்தும், உருப்படி பணயம் பிடிச்சுமே இத்தனை பணமா?

காதுக்கு இரண்டு 'பாம்பட'மும், கழுத்தில் 'சுத்துரு'வும் மூணுகொத்துச் செயினும்தான்! நூறாம் நம்பர் சேலைதான்! வாய்நிறைய சிவக்கச் சிவக்க வெற்றிலையும் குதப்பிக்கொண்டு பாம்படங்கள் ஆட கழுத்தை நீட்டி நீட்டிப் பேசுகையில் நாங்கள் எல்லோரும் 'பே' என்று பார்த்து விழிக்கிறோம். அம்மா பெனாரஸ்பட்டு கட்டிக்கொண்டு அவர்கள் வீட்டுக் கல்யாணத்திற்கு காரில்போய் இறங்கிய கதை எல்லாம் எங்கேயோ போச்சு! அப்போது "மதினி வாருங்கோ, வாருங்கோ பிள்ளைகளை கூட்டிக்கிட்டு வரலையா..! ஏ மக்கா வெத்தலத் தாம்பாளம் எங்கே? சுண்ணாம்பு கரண்டகத்திலே சுண்ணாம்பு இருக்கான்னு பாரு" ஏக தடபுடலான வரவேற்பு. இது அன்று! இன்று ஏழு பணத்திற்கு வாங்குகிற மொற மொறத்த கண்டாங்கிச் சேலையைத் தவிர ஏதும் தெரியாதவ நூறாம் நம்பர் சேலை உடுத்திக்கொண்டு சொந்த வில் வண்டியில் வந்து இறங்குகிறாள்! ஏணி வச்சாலும் எட்டாத தன் அண்ணன் குடும்பம் என்கிற நிலை மாறி, எங்கிட்ட இருக்கிற பணமும் சொத்தும் உங்கிட்ட இருக்கா, பணமில்லாம என்ன நடக்கும் என்கிற தோரணையில் அப்பாவிடம் பெண் கேட்கிற அளவுக்கு அவர்களை உயர்த்திவிட்டுவிட்ட அந்த யுத்தம் பொல்லாத யுத்தம்தான்.

அம்மா சொன்னாள்: "பணம் பாதாளம் வரையிலும் பாயும் தெரியுமாடி?"

பணச் செருக்கு இருந்த போதிலும் அண்ணனிடம் மாத்திரம் பெரும் மரியாதைதான். அவர்களுக்கு வீட்டில் கூடப் பிறந்த ஆண் பிள்ளைகள் இல்லையாகையால் 'கணவன்' ஸ்தானத்தி லிருந்து அப்பாதானே எல்லாம் செய்து வருகிறார். அந்த மரியாதைதான் அது.

அப்பா சாப்பிட்டுவிட்டு கட்டிலில் வந்து படுத்துக்கொண் டிருந்தார். அத்தை அப்பாவின் முன்னால் பவ்யமாக நின்று கொண்டு "அண்ணா நான் பிடிக்கது, ஒங்கையல்ல அண்ணா, காலுண்ணு நெனச்சுக்கிடனும். ஓம் பொண்ணக் கொடுத்து நீ தான் என் மகன சீராக்கணும். இண்ணைக்கிருக்கிற நிலைமையிலே, அவளுக்கு உருப்படி ஒண்ணும் போடாண்டாம். கல்யாணம் கூடப் பெரிசா ஒண்ணும் வேண்டாம். ஒரு கோவிலில் வச்சு தாலிகட்டி அனுப்பிட்டா போரும்" என்கிறாள்.

அப்பா உடனே சரி என்று சொல்லிவிடவில்லை. ஒரு பெருமூச்சு விட்டுவிட்டுத் திரும்பிப் படுத்துக்கொண்டார். அத்தையும் சட்டெனத்திரும்பி உள் பக்கமாகப் போய்விட்டாள்.

இதை எல்லாம் கேட்டுக்கொண்டிருந்த நான் அப்பா இந்தப்பக்கம் மறுபடியும் திரும்பிப் படுக்கிறாரா என்று பார்க்க காத்திருந்தேன். அப்பா நன்றாகத் தூங்கிப்போயிருக்க வேண்டும்.

இரவு எனக்கு எப்படிப் பாதித்தூக்கத்தில் முழிப்பு வந்ததுன்னே தெரியல. நான் அனேகமாக அம்மா பக்கத்திலே வந்து படுத்துக்கொள்வேன்! அன்றும் அப்படித்தான் படுத்திருந் தேன். அம்மாவும் அப்பாவும் படுக்காமல் உட்கார்ந்து பேசிக் கொண்டிருக்கிறார்கள்.

"என்னடி சொல்ற? அவன் மைனர்மாதிரி திரிஞ்சுக்கிட் டிருக்கான். அவகிட்ட இருக்கிற பணத்திமிரிலே நம்மட்ட பொண் கேக்கா! இவன நம்பி எப்படிப் பொண்ணக் குடுக்கதுண்ணுதானே யோசிச்சுக்கிட்டிருக்கேன்."

"நீங்க நல்லா ஆலோசிச்சுப் பாருங்கோ. என்னன்னாலும் ஒங்க தங்கச்சி மகன்னு ஆயிப்போகும். அதனாலே குடும்பம், கோத்ரம்னு பாக்காண்டாமே. இவளோ "திங்கு திங்கு"ன்னு ஓசரமும் வளத்தியுமாயிருக்கா. இதவிட்டாலும் நமக்கு கஷ்டம்

தானே. படிப்பு இல்லதான், உடற்பயிற்சி கழகத்லேயோ, கிளப்போ என்னவோ சொன்னாளே, அதிலே சேர்ந்து நல்லா உடம்பை வளத்து வச்சிருக்கான்; அதனாலே தரம் பார்க்காண்டாம். பாத்தேளா? படிச்ச மாப்பிள்ளைக்குக்குடுத்து என்னத்தக் கண்டோம். இவன், மாமா, அத்தை, பிள்ளைகள்னு கொஞ்சம் பாசமாட்டாவது இருக்க மாட்டானா?"

"அதென்னடி நிச்சயம்? எல்லாம் பொண்ணக் கட்டறவரை இப்படி இருக்கிறவன் அப்புறம் மாற மாட்டான்னு யாரு கண்டா?"

"ஆமா நீங்க இப்படி பார்த்துக்கிட்டேயிருந்தா..?" ஒரு பெருமூச்சு விட்டுக்கொண்டே அம்மா என் தலையணையிலேயே படுத்துக்கொண்டுவிட்டாள்; படுத்த பின்பும் அம்மா தொடருகிறாள்:

"எனக்கும் எத்தற நாள் வயித்திலே நெருப்பக்கட்டிகிட்டு இருக்க முடியும்ங்கியோ? நான் சொல்லுகத கொஞ்சம் கேக்கேளா?"

"ம்..." என்றார் அப்பா

"இவ அவ அக்காகிட்டே என்ன சொல்லியிருக்கா தெரியுமா? அம்மைக்கும் அப்பாக்கும் கவலையேயில்லக்கா. நீயும் அத்தானும்தான் எனக்கு சீக்கிரம் மாப்பிள்ளை பார்க்கணும்னு கூடப் பேசியிருக்கான்னா பார்த்துக்குங்களேன்!"

அப்பா படுத்தவர், இதைக்கேட்டதும் சடக்குன்னு எழுந்திருந்து உட்கார்ந்தார்.

"நீ என்னடி சொல்ற? பிள்ளைகளுக்கு என்னடி தெரியும். திருவந்தரம் செல்லப்பன் இன்சினியர் மகனுக்கு இவளப் பேசியிருந்தோம்லா, அது ஏன் நின்று போச்சுன்னு உனக்குத் தெரியுமா? அந்தப் பையன் அடிக்கடி உன் மூத்த மகள் வீட்டிற்குப் போய் வந்தான். நானும், வரப்போகிற சகலனாச்சேன்னு உன் மூத்த மருமகன் ரொம்பப் பிரியமாயிருக்கானுக்கும்னு நெனச்சேன். நடந்தது என்னன்னு தெரியல்ல. கையிலே ரொக்கம் ஐய்யாயிரம் வேணும்னு ஒரு ஆளை அனுப்பி, இவ்வளவு தந்தால் தான் நிச்சயாம்பலம்னு சொன்னான். பணத்துக்கொண்ணும் என் மகள நீ வில பேசாண்டாம்னு நான் சொல்லியனுப்பிட்டேன். ஒங்கிட்ட சொன்னா நீ "தெய், தெய்"ன்னு ஆடுவேன்னு தான் சொல்லல்ல."

“அடப்பாவி! இப்படியும் நடக்குமா?”ன்னு அம்மா வாயைப் பிளந்தவள், சுய நினைவுக்கு வர, வாயை மூட கொஞ்ச நேரமா யிருக்கும்.

“உஸ்... சத்தம் கித்தம் போடாத. பிள்ளைகளுக்குக் கேக்காண்டாம்.”

அம்மாவா நிறுத்துவாள்! “மூத்த மருமகன்னு சொல்லி எண்ணைக்கு இந்த வீட்டிலே காலடி எடுத்து வச்சானோ அன்னைக்கே நமக்கு சனியன்தான் பிடிச்சான். அவனும் அவன் பார்வையும்...”

“ஒன் தம்பிமார்கள்தானேடி பாத்து வச்சான்க. இப்பம் குறைசொல்லி என்னடி பிரயோஜனம்?”

அம்மாவிடமிருந்து எந்த பதிலுமேயில்லை! எப்படியோ கல்யாணம் வந்தால் சரிதான்னு அந்த சந்தோஷ நினைப்பிலேயே நானும் தூங்கினேன்.

❍

20

அப்பா எதிர்பார்த்த மாதிரியே அவர் திருந்தவே இல்லை. அக்காவை விட்டுவிட்டு மாதக் கணக்காக ஊர் சுற்றி விட்டு, ஐய்யாயிரம் பத்தாயிரம் கணக்கில் பணத்தையும் செலவழித்துவிட்டு வந்து நிற்பார். அக்கா, பாவம் இனிமேல் போகமாட்டார் எனவும் நம்புவாள். அத்தானையும் கூட்டிக்கொண்டு வீட்டிற்கு வந்து இரண்டொரு நாள் தங்குவாள். அவர் அளக்கும் கதைகளை, அவர் பண்ணிய சண்டித்தனங்களை எல்லாம் கேட்டு, அவை எல்லாம், அவரது வீரப்பிரதாபங்கள் என எண்ணி எங்களிடம் சொல்லி மகிழ்வாள். ஆனாலும் அதன் ஆழத்தில் எங்கேயோ, அவளது ஏமாற்றம் நிறைந்த ஒரு ஏக்கத்தின் சாயலும் தட்டுப்படும். இருந்த போதிலும் அந்த வீரப்பிரதாபங்களை எல்லோரும் வாய் பிளந்து கேட்டுக்கொண்டிருந்தார்கள். அப்பா வும் அம்மாவும் இதில் ஏனோ சம்மந்தப்பட மாட்டார்கள். இருவருக்கும் இப்படி ஒரு மருமகன் வாய்த்ததைப் பற்றி அத்தனை திருப்தி இல்லை என்றுதான் படுகிறது; வேறு வழி!

'அந்தப்பேரிடி' வீழ்ந்ததின் பின் அப்பாவோ அம்மாவோ மனம் விட்டுச் சிரிக்கவும் மறந்தவர்க ளாயினர். இப்போதோ இந்த அத்தான் வந்து அவரது 'பழங்கிழவி' கதைகளை அதுவும் நாகரிகம் எட்டிப்பார்க்க முடியாத பள்ளத்தில் கிடக்கும் தன் ஊர்க்காரர்கள் கதைகளைச்சொல்லி, எல்லோரும் அதைகேட்டு சிரியோ சிரி என்று சிரிக்க, அவை மோசமானவைகளாக இருந்தபோதிலும், வீட்டில்

ஏதோ ஒரு விதத்தில் கலகலப்பு இருந்தால் சரி என்கிற மட்டில் அம்மாவும் அப்பாவும் எண்ணிக் கொள்வார்களோ என்னவோ? என்னை எப்போதும் "போய்–ப்படி" என்று அனுப்பிவிடுவார்கள். வெளியூர் அனுபவங்கள் என்றால் நையாண்டி மேளக் குரூப்பில் 'குட்டி'களைப் பற்றிய தமாஷ்களாகத் தானிருக்கும். அதுவும் என்ன? நாங்கள் கேட்டறியாத விஷயங்கள்! ஒரு 'குட்டி' ஒரு பையனை ஏமாற்றியது. இரண்டு பேர் நடுவில் ஒரு 'குட்டி' மாட்டிக்கொண்டு திண்டாடுவது, அப்பன்மார்கள் குடித்துவிட்டு அதுங்களை துன்புறுத்துவது, இவற்றில் இவர்போய் சமாதானம் செய்துவைத்த கதை. இவர் மைனர் செயினுக்கும், சில்க் ஜிப்பாவிற்கும் மயங்கி ஏமாந்த 'குட்டி'களின் கதை. இன்னும் சில நாடக குரூப்களில் வரும் பெண் பிள்ளைகளின் கதைகள்; ஒருவருடன் வந்து சேருபவள் இன்னொருவனுடன் ஓடிவிடும் கதைகள். ஒருபக்கம் கையில் பாடப் புத்தகம் இருந்தாலும், அதெல்லாம் என்ன என்றறியும் ஆவலில் நானும் கேட்கத்தான் கேட்டேன். அப்படித்தான் மற்றவர்களும் கேட்டுக்கொண்டிருக்க வேண்டும்.

இப்படி பெண்களின்–ஆண்களின் அந்தரங்கக் கதைகள் எல்லாம் அவர் மூலமாக கொஞ்சம் கொஞ்சமாக வெளிவர, என்னதான் அருவருப்பாயிருந்தாலும்–அம்மாவும் சின்னப் பிள்ளைகளை வச்சிக்கிட்டு இதெல்லாம் என்ன பேச்சுன்னு கண்டித்தாலும், "தாவணி போடுகிற வயசாச்சு நீ இதெல்லாம் கேக்கலாமா; போய்ப்படி"ன்னு என்னை அதட்டிவைத்த பின்னரும்–நான் வாழ்கிற உலகம் அல்லாமல்–அதுதான், நான் காலையில் அழகம்மன் குளத்தில் நீச்சல்–பாடங்களோடு மரத்தடி விட்டு வராத கணக்குப்பாடங்களுக்காக கொஞ்சம் வருத்தம்–பள்ளிக்கூடம்–மத்தியானத்தில் ஈயம் பூசிய பித்தளைத் தூக்கில் கொண்டுபோன மூன்று இட்லிகளைத் தின்று விட்டு– சாயந்திரம் எப்போதடா மணியடிக்கும் வீட்டிற்கு ஓடிப்போய் சாப்பிடலாங்கிற ஏக்கம்–பின்னர் விளையாட்டு, கழச்சி விளையாட்டு, நிலாக்காலத்தில் எதிர் வீட்டு, கீழ் வீட்டு ராமு, கோசலை, கமலம் இவர்களுடன் ஒளிச்சு விளையாட்டு, என்றில்லாமல்–வேறு ஒரு உலகம், நானெல்லாம் தெரிந்துகொள்ள முடியாத ஒரு உலகம், இந்த சமூகத்திற்கு, மனித இனத்திற்கு "வியாதி" போன்ற வேண்டாத விஷயங்கள் நிறைந்த ஒரு உலகம்; உள்ளுக்குள்ளே படைக்கப்பட்டு, இந்த அத்தானைப்போல், பண்ணையார்களால் வளர்க்கப்பட்டு வரும் ஒரு உலகமும் இருக்கிறது என்று தெரிந்துகொண்ட போது மனதில் ஒரு அதிர்ச்சி, விழிப்பு!

"ஏனக்கா, நீ அத்தானைத் திருத்த முடியாதா?"

"ஆம்பிளைக்கு என்னடி, ஆத்தா சொல்லியிருக்கா, 'சேறு கண்ட இடத்திலே மிதிப்பான் தண்ணி கண்ட இடத்திலே கழுவுவான்'னு; நாம மாத்திரம் என்னைக்கும் சத்தியமா, நேர்மையா நடந்தா அத்தான் மனசும் உள்ளுக்குள் எனக்கு பயந்து ஒரு நாளில்லாட்டா ஒரு நாள் திருந்தத்தான் திருந்துவாரு. நீ வேணும்னா பாத்துக்கிட்டேயிரியேன்."

"யக்கா."

"ம்."

"நம்ம வீட்டிலே எல்லாருக்கும் ஒரு பட்டப் பேரு இருக்கே, ஒனக்கு ஏற்கெனவே இருக்கிறத மாத்தி 'சாவித்திரி'ன்னு வைக்கலாமான்னு பாக்கிறேன்."

"போடி, ஒன் வாய்க்கு எவன்தான் ஒனக்கு வந்து மாட்டப் போறானோ பாக்கலாம்!"

இதைக்கேட்டு அம்மா, அண்ணன் எல்லோரும் சிரித்து வைத்தார்கள்.

○

21

எப்போதுமே இரவு படுத்தவுடன் எனக்குத் தூக்கம் வருவதில்லை தானே. பகலில் வைக்கோலை யும், புல்லையும் மேய்ந்துவிட்டு வீடு வந்து சேரும் மாடு சாயந்திரம் பால் கறவை எல்லாம் முடிந்து, சாவதானமா ஹாய்யா படுத்துக்கொண்டு, தின்றதை எல்லாம் திரும்ப வாய்க்குக் கொண்டு வந்து அசைபோடுமே, அது மாதிரி பகலில் நடந்த விஷயங்கள், காரியங்கள் எல்லாவற்றையும் நினைத்துப்பார்ப்பது, அந்த நினைவுகளிடையே தூக்கம் வந்து பின்னர் தூங்குவதுதான் எனக்கு சீலம், அன்று எனக்கு பலமான யோசனை, நான் இன்னும் தாவணியே போடலையே. அடுத்து அக்கா அண்ணன் இவர்களுக்கெல்லாம் கல்யாணம் ஆகவேண்டும். அதனாலே என்ன? இப்போதே யோசனை பண்ணிவைத்துக்கொள்வதில் என்ன தப்பு? இந்த அக்கா ஏன் இப்படிப்பட்ட அத்தானோட வாழணும்; எனக்கு இப்படி வாய்ச்சா... ஏன் வாய்க்கணும்? இவர்கள் மாதிரி மனுஷங்களை நான் மனுஷனாகவே மதிக்கப்போறதில்லையே? எதற்குத்தான் கல்யாணம் பண்ணிக்கொள்ளணுமாம்? என்னைப் பொறுத்தவரையில் அன்றைக்கே கல்யாணம் பண்ணிக்கொள்ளக்கூடாது என்று தீர்மானமாகிவிட்டது. அந்தத் தீர்மானம் நிம்மதியான தூக்கத்தைக் கொண்டுவந்தது.

"அறுநான்கில் பெற்ற பிள்ளை"யும்னு அம்மா அடிக்கடி சொல்லுவாள் அந்தப் பெண்ணோ, பிள்ளையோ அப்பாவிற்கு ஒரு முட்டுக் கொடுக்கத் தயாரில்லை. அடுத்தவளுக்குப் பார்க்கணுமேங்கிற

கவலைவேறு, எல்லாமாகச் சேர்ந்து அப்பாவை மெல்ல மெல்ல மெலியச் செய்துகொண்டே வருகிறது. பிள்ளைகளிடம் இருந்து ஏமாற்றம் என்று நன்றாகப் புரியமுடிகிறது.

அன்றைக்கு கடைசிப் 'பீரியட்' எங்களுக்கு ஃப்ரி. 'பாய்ஸ்' களுக்கு டிரில். 'கேள்ஸ்'களுக்கு டிரில் கிடையாது. எங்களுக்கு உடற்பயிற்சி தேவையில்லாத ஒன்று. இரண்டாவது கேள்ஸ்கள் எங்கேயாவது கையை, காலை நீட்டலாமா? உயர்த்தலாமா? எங்கள் பெண்மை என்னாவது? எல்லாம் ரெண்டாம் மூணாம் வகுப்புகளில் 'ஸிட்', 'ஸ்டேன்ட்', 'எபவுட்டர்ன்'னோட சரி. இப்போதெல்லாம் வகுப்புக்குள்ளே போயாச்சுன்னா – அதுவும் ஒன்றிரண்டு பேர் தாவணி போட்டாச்சு. அப்படியே அசையாமல் போய் பொம்மைகள் மாதிரி உட்கார வேண்டும். வாத்தியார் எப்போதாவது கேள்வி கேட்டால் அனங்காமல் எழுந்திருந்து வாய் மாத்திரம் அசையப் பதில் சொல்லவேண்டும். எனக்கோ எப்போதும் சிரிக்க வேண்டும். பேச வேண்டும். அதனால் சில வேளைகளில் வழக்கத்திற்கு மாறாக நான் இருந்து விடுவதுண்டு. அப்போது சில வாத்தியார்களின் முறைப்புக்கு ஆளாகி மனம் கஷ்டப்பட்டிருக்கிறேன். அடுத்த நாள் முதல் நானும் மற்றவர் களைப் போல் அமைதியாக இருக்க வேண்டுமென்று சங்கல்பமே பண்ணிக்கொள்வேன். இருந்தாலும் பள்ளிக்கூடம் வந்து சேர்ந்த பின் வீடு, அப்பா, துயரங்கள் மற்ற எல்லா எண்ணங்களிலிருந்தும் விடுபட்டு நிற்பேன்; சிரிப்பு, சிரிப்பு, எதற்குத்தான் சிரிப்பது என்கிற விவஸ்தையே இல்லாத சிரிப்பு.

அப்படித்தான் அன்றைக்கும் துள்ளித்திரியும் கன்றுக்குட்டி மாதிரி பாட்டும் சிரிப்புமாக பள்ளிக்கூடத்திலிருந்து வீட்டிற்குத் திரும்பினேன்.

ஜப் தும் கிசலே பார்தேஸ்
டகாகர் தேஸ் பிரீதம் பியாரா
துனியாமே கோன் ஹமாரா ...

அடுத்த அடி பாடும்போதுதான் அப்பாவைப் பார்த்தேன். நடு ஹாலில்தான் இப்போதெல்லாம் அப்பா படுத்துக்கொண்டோ, உட்கார்ந்து கொண்டோ இருக்கிறார். அனேகமாக லீவில்தான் இருக்கிறார் போலிருக்கிறது. அப்பா உட்கார்ந்துகொண்டே தொடையில் தனக்குத்தானே இன்செக்ஷன் போட்டுக்கொண் டிருந்தார். 'இன்செக்ஷன் போடணும்'னு டாக்டர் சொன்னாலே, என்னவோ ஏதோன்னு பயப்படுவோம். யாருக்காவது காய்ச்சல் ஏதாவது வந்து டாக்டர் இன்செக்ஷன் போட்டுவிட்டால் போதும், பார்க்க வருகிறவர்களிடமெல்லாம் "இன்செக்ஷன் லா போட்டிருக்கு" என்கிறதும் போட்ட இடத்தில் ஏதோ பெரிசா வலி எடுக்கிற மாதிரி வெந்நீர் ஒத்தடம் கொடுப்பதுமாக இருக்கும்.

அப்பாவைப் பார்த்ததும் மனம் திடுக்கிட்டு ஒரு வினாடி நின்றேன். அப்பா முகத்தை பார்த்துக்கொண்டே நின்றேன். புரிந்துகொண்ட அப்பா,

“எனக்கு லேசாக ‘சுகர்கம்ப்ளெயின்ட்’ ம்மா.”

“அப்படின்னா?”

“யூரினில் சுகர் கலந்திருக்கும். அதுக்குத்தான் இந்த மருந்து ‘இன்சுலின்.’ அதனாலேதான் நான் இப்போல்லாம் கோதம்பையே சாப்பிடுகேன். நீ கூட மெலிஞ்சிருக்க, என் கூடவே கோதம்புச்சோறு, சப்பாத்தி, பூரின்னு சாப்பிடு மக்ளே.”

“சரிப்பா.”

“டீ, இங்க வா. இன்னைக்குப் புதுசா என்ன பாடம் எடுத்தா சொல்லேன்.”

அப்பாவுக்கு இப்படித்தான் திடீர் திடீரென்று பாசம் அதிகமாக வரும்.

தலையில் நிறைய பிச்சிப்பூ வைத்திருந்தால் பக்கத்தில் கூப்பிட்டு “திரும்பு” என்பார். பூவோடு சேர்த்து முத்தம் கொடுத்து கசக்கிவிடுவார். “நீயும் ‘சகுந்தலை’ மாதிரி, கையிலே கழுத்திலே எல்லாம் பூவாலேயே மாலையும் வளையலும் மாதிரி போட்டுக்கோ. அப்போ என்ன வாசனையாய் இருக்கும்” என்பார்.

“பூவிலிருக்கும் அழகும் வாசனையும் தங்க நகைக்கு வருமா” என்பார்.

“சரி, என்ன பாடம் சொல்லு”ன்னார்.

“*Saturated Solution*” எடுத்ததாகச் சொன்னேன்.

“*What is Saturated Solution?*” அப்பா கேட்டார்.

பதில் சொல்லத் தெரிந்தால் தானே!

“மனசிலாகாமலே என்னடி படிக்கிற? புஸ்தகத்திலிருப்பதை அப்படியே உருப்போடணும், எழுதணும்! இதுதானா? இப்படித்தானா படிக்கிறது? போ. போயி கொஞ்சம் உப்பு, ஒரு கண்ணாடித்தம்ளர், தண்ணியும் கொண்டு வா.”

கொண்டு வந்து கொடுத்தேன். இப்போது *Saturated Solution* என்னாண்ணு தெரியுது. விஷயம் தெரிஞ்சாலும் அதைச் சொல்ல—இங்கிலீஷ்—அது புஸ்தகத்திலேயிருந்து உருப்போட்டுத் தானே ஆகணும்.

இப்படியே இப்போது 5வது பாரம் வந்தாச்சு. ஒவ்வொரு நாளும் இரவு தூங்கும்போதும் குற்ற உணர்வு நிறைந்த ஒரு கனத்த

இதயத்தோடுதான் தூங்க வேண்டியதிருக்கிறது! படிக்க வேண்டிய பாடங்கள் நிறைய இருக்கும். படிக்கவே மனம் வராது. அப்படியே வந்தாலும் அரிக்கன் லாந்தர் முன்னால் உட்கார்ந்து ஒரு பக்கம் பாடம் படிக்கு முன்பே கண்ணைச்சுழற்றும், மற்றவர்கள் அவரவர்கள் வேலையாக இருக்கும்போது நான் பாட்டிற்குப் போய் படுத்துத் தூங்கிவிடுவேன். யார் கவனிக்கிறார்கள்?

காலையில் எழுந்ததும் எப்போதும் போல் கையில் உமிக்கரி, ஒரு துவர்த்து, ஒரு துண்டு பார்சோப்பு. குளமும் தண்ணியும்தான் மனதில் நிறைந்திருக்கும். பல் தேய்த்துவிட்டு பாவாடையைத் தூக்கிக் குறுக்குக் கட்டிக்கொண்டு, சோப்பையும் துவர்த்தையும் கரையில் வைத்துவிட்டு ஒரே சாட்டம். குளத்தில் பாதி தூரத்துக்கு மேல் ஒரு நீச்சல் அடித்துத் திரும்புவேன். கொஞ்சம் முகத்திலும், கைகளிலும் சோப்பைத் தேய்த்தேன் என்று பண்ணிவிட்டு, திரும்பவும் சோப்புக் கண்களை மூடியபடியே ஒரே பாய்ச்சல். இரண்டு மூன்று தடவைகள் வட்டமடித்து குறுக்காகவும் நீந்திய பின் விருப்பமில்லாமல் கரை ஏறுவேன், தேர்மூட்டுத் தெரு திரும்பியதும் வரிசையாக இருக்கிற வீடுகளிலிருந்து தோசை மணம்வரும். இரண்டு வீடுகள் தாண்டினால் 'அடை' ஏதாவது மணக்கும். வெள்ளிக்கிழமைகளில் பிரத்தியேகமாக மிளகாய்ப்பொடி இடிக்கிற சத்தமும் வாசனையும் கலந்து வரும்; ஏற்கெனவே கொள்ளைப்பசி. நல்ல மணங்கள் எப்படி பசியை இன்னும் தூண்ட முடிகிறது என்று அப்போது அனுபவ ரீதியாகத் தெரிந்தது. பசியை இன்னும் தூக்கிவிட்டுவிடும். வீட்டிற்குள் போனதும் ஈரத்துணிகளை காயப்போட பொறுமை இருக்காது. சாப்பிட உட்கார்ந்துவிடுவேன். ஒன்பது மணிக்கு புறப்பட்டால் பள்ளிக்கூடம் போய்ச் சேர அரைமணி நேரம் ஆகும். மீதி அரை மணி நேரம் பாண்டி விளையாட, ஒளிந்து விளையாட என்று நேரம் சரியாகப்போகும். பத்து மணிக்கு வகுப்புகள் ஆரம்பம்.

முதல் மணி அடித்ததும் அந்தப் பெரிய 'அசம்பிளி' ஹாலில் நாங்கள் பதினைந்து பேர்கள் மாத்திரம்.

வஞ்சி பூமி பாதே சீரம்
சஞ்சி தாபம் ஜெயிக் கேனம்...

ஒன்றாம் வகுப்பிலிருந்து 'வஞ்சி பூமி' பாடுகிறோம். எல்லா சினிமா தியேட்டர்களிலும் சினிமா விட்டதும் 'வஞ்சி பூமி' தான். எனக்கு அர்த்தம் தெரிஞ்சதே கிடையாது. அம்மா எதுக்காவது, அல்லது யாருக்காவது அழிவோ முடிவோ ஏற்பட்டால் 'அங்கே எல்லாம் வஞ்சி பாடியாச்சே' என்பாள்.

22

ஒரு ஞாயிற்றுக்கிழமை எனக்கு நல்ல காய்ச்சல், பயங்கர ஜலதோஷம். குளிர்கிறது, நல்ல வெயில் அடிக்கிறது, ஆனால் எனக்கு மட்டும் குளிர் நடுங்குகிறதே?

"இந்த வேனக்காலத்திலே தைலம் மாதிரி வத்திப்போயி பாசி பிடிச்சுப்போன தண்ணியிலே குளிக்காதே, குளிக்காதேன்னு எத்தனை தடவை சொல்ல? கேக்காளா அவ" – இது அம்மா.

"போனாலும்தான் என்ன, இரண்டு முங்கு போட்டோம் வந்தோம்னு இல்ல. தண்ணியிலே கிடந்து ஆடுவா... சரி அக்கரா, சித்தரத்த கஷாயம் போட்டிருக்கேன்; குடி சரியாப்போகும்." அம்மா கஷாயம் எடுத்து வருவதற்குத் தயார் ஆனாள்.

அப்போதுதான் வேஷ்டி கட்டிக்கொண்டு, உடுப்பு எதுவும் இல்லாமல் மேலே ஒரு துண்டு மாத்திரம் போட்டுக்கொண்டு, குடுமி வேறு வைத்திருக்கிற ஒருவர் வீட்டிற்குள் வந்தார். யாரோ வயல் பாட்டம் எடுக்கிறவர் யாராவது இருக்கும்னு நினைத்தேன். ஆனால் அம்மாவும் அவரும் பேசிக் கொண்டிருப்பதைப் பார்த்தால் ஏதோ சொந்தக் காரர் மாதிரி பட்டது. முதலில் கொஞ்சம் தத்துவம் பேசினார். அப்புறம் வேதாந்தம், பிறகு 'ந'ப்போல் வளை என்று எதுக்குச் சொன்னான் தெரியுமான்னு அம்மாவைக் கேட்டார்.

எனக்கு நல்ல தலைவலி வேறு. தலைக்குள்ளே 'நப்போல் வளை', 'நப் போல் வளை' என்று யாரோ

திரும்பத்திரும்பச் சொல்லிக்கொண்டிருந்தார்கள்; அவர் ஏன் வந்தார். எப்ப போனார்? நான் ரெம்ப நேரம் தூங்கியிருக்க வேண்டும். அம்மாவும் வந்து சாப்பிட்டுப் படுத்தாச்சு. சன்னலுக்கு வெளியே வெயிலைப் பார்க்கவே முடியவில்லை. தலையோடு பெட்ஷீட்டைப் போட்டு மூடிக்கொண்டேன். நான் இருப்பதையே மறந்துபோனார்கள் போலிருக்கிறது. சின்ன அக்கா எங்கேயிருக்கிறாள் என்று பார்த்துவிட்டு அவள் மாடியில் தானிருக்கிறாள் என்று தெரிந்த பின் அம்மா, அப்பாவிடம் வந்தாள்.

“இவன் வந்து பொண்ணக் கேக்கானே!”

“என் நட்டெல்லு கொஞ்சம் பலம் குறைஞ்சு போச்சுடி.” அப்பா பெருமூச்சு விட்டமாதிரி இருந்தது. “வேட்டி அழுக்காப் போகும்னு கோமணத்தோட உறங்குகிறவன், அவன் குடும்பம் என்னா, நம்ம குடும்பம் என்னா, என்ன தைரியம் இருந்தா இப்படி வந்து பெண் கேட்க வருவான்? நாஞ்சி நாட்டிலே இவன் குடும்பத்தைப் பத்தி எவனுக்குத் தெரியும்? படி ஏறி வந்து பெண்ணக் கேட்டுட்டானே!” பிறகு யாரும் எதுவும் பேசிக்கொள்ளவில்லை.

“டீ… இந்தக் கஷாயத்தைக்குடி டி, கருப்பட்டி வேணுமா?”

“பஞ்சாரை இருந்தா கொண்டா.”

டபக்குன்னு வாயில் ஊத்தி பஞ்சாரையையும் வாயில் போட்டேன். எப்போ மறுபடியும் தூங்கினேன்னு தெரியல்ல. நல்ல வியர்வை. பெட்ஷீட்டைத் தள்ளிப் போட்டேன். வேலைக்காரி வீடு பெருக்கிக்கொண்டிருந்தாள். பக்கத்திலே வந்து அம்மா நெற்றியில் கை வைத்து பார்த்து விட்டு “நல்லா விசர்த்திருக்கு பாத்தியா, ஒரு பொழுதிலேயே கேக்கும். ராத்திரியும் ஒரு மடக்கு கஷாயம் குடிச்சுரு.”

தலையாட்டி வைத்தேன்.

23

அம்மா உளுந்து கல் பாத்து, புடைத்து இப்போது திருவைக்கல்லில் உடைக்கிறாள். திருவை வாயில் கை நிறைய முழு உளுந்தைப் போட்டு மேல்–கல்லை ஒரு தூக்குத் தூக்கி திரும்பச் சுற்றும் போது எல்லாம் சரி பாதியாக விழும் நேர்த்தி யிருக்கே, அதற்குத் தனி சாதுர்யம் வேணும். மேல் கல்லை ரெம்பத் தூக்கினால் முழு உளுந்தும் அப்படியே விழும். தூக்காமல் சுற்றினால் உளுந்து பொடிப் பொடியாகும். அந்தக் கணக்கிற்கு லேசாகத் தூக்கி, விட்டுவிட்டு அம்மா சுற்றும் அழகையும் பார்த்தவாறே ரசித்துக்கொண்டிருந்தேன்.

“யம்மா…” சத்தமா கூப்பிட்டுக்கொண்டே அண்ணன் வந்தான்.

“யம்மா, நா வர்ற வழியிலே ஒன் சொந்தக்காரன் மகன் அதுதான் பெண் கேக்கிறாளே அந்த மாமா அவர் மகனத்தான் பார்த்தேன், ஒரு ஹோட்டலுக்கு ரண்டு பேரும் போனோம். ரெம்ப நேரம் பேசிக்கிட்டிருந்தோம். பொண்ண விரும்பிக் கேக்கிறான். அது மட்டுமா! உன் தங்கச்சியைத் தரலேன்னா நான் எங்கேயாவது கண்காணாமப் போயிருவேன், அப்படி இப்படின்னு பேச ஆரம்பிச்சுட்டான்.”

“என்னடா சொல்லுக? என்ன இருந்தாலும் குடும்பம் தராதரம் பாக்காண்டாமா? நம்ம குடும்பம் என்ன? அவன் குடும்பம் என்ன? பெரிசா படிச்சிற்றான்கிறயே, டாக்டர்தான் மாசம் ஆயிரம் போல சம்பாதிக்கிறான்கிறியே, ஆனாலும் நம்மளும் அவனும் தரமா?”

“நீ என்னம்மா, அப்பா மாதிரி காலம் தெரியாம பேசிக்கிட்டிருக்கே. அன்னைக்கு ஒரு கோட்டை நெல்லு அஞ்சு ரூவா. இன்னைக்கு? அம்பது ரூவா மேலே போயாச்சு. நூறு ரூவா சம்பளக்காரன் எந்த மூலைக்கு? இப்போம் விதப்பாடு உள்ளவன்தான் ஒசந்திட்டான், அதனாலே ஒன் சொக்காரனும் ஒசந்திட்டான். நாம? அப்படியே தானிருக்கோம். ஆனால் காலமும் உலகமும் மாறிப்போச்சுங்கறதப் பாக்காண்டாமா? அப்பா பண வசதி ஏற்படுத்தற வர, இவளை இன்னும் இரண்டு மூணு வருஷம் வச்சிருப்பானேன். என்னவோ படிச்சிருக்கான்ல, பேசாம முடிச்சுருவோம்.”

நாட்கள் சில சென்றன. சின்ன அக்காவுக்கு கல்யாணம் வந்துவிடும். நினைக்கவே சந்தோஷமாக இருந்தது. நகையோ, புடவைகளோ ஒன்றும் பற்றிப் பேசக்காணோம். யுத்த நெருக்கடி சமயம். துணி எல்லாம் ‘கண்ட்ரோ’லில் கிடைச்சாத்தான் உண்டென்கிற விஷயம் எனக்கும் தெரியும் தான்! ஆனாலும் எதைப்பற்றியும் மூச்சே காணோமே? கல்யாணப் பேச்சே நின்னு போச்சோ? சொந்தக்கார கிழவிகள், அத்தைமார்கள் ஓரிருவரிடம் அம்மா இது விஷயமாக ஏதேதோ பேசுவதும், யோசிப்பதும், தயங்குவதும் எனக்குத் தெரிய வந்தது. விஷயம் வேறொன்றுமில்லை. மாப்பிள்ளை M.B.B.S. படிக்கையில் ஒரு மலையாளப் பெண்ணை கல்யாணம் செய்திருக்கிறார். அவள் இவரை விட்டுவிட்டு, பின்னர் லண்டனுக்கு மேல் படிப்பு படிக்கப்போய், அங்கு வேறு கல்யாணம் பண்ணிக் கொண்டாளாம்.

அக்காவிடம் விபரத்தை விளக்கமாகச் சொல்லி அம்மா சம்மதம் கேட்டாள்.

“பொண்ணுன்னு பிறந்தாச்சுன்னா ஒருத்தன் வீட்டுக்குப் போய்த்தானே ஆகணும்.”

“ஆமா ஆமா அது நெசந்தான். அவ பாட்டுப் படிச்சு என்னத்துக்கு? வீணை படிச்சு என்னத்துக்கு? கடைசியிலே எங்கள மாதிரிதானே மக்கா நீயும் அடுப்படிக்குத்தான் போகணும்!”

“ஏன், அவ மெட்ரிகுலேசன் படிச்சிருக்கா! படிச்ச பொண்ணு! அவ வளத்தியும் நிறமும் அழகும் அவனுக்குக் கொடுத்து வைக்கணுமே! இதிலே வேற அவன், சீரு கொண்டான்னு கேட்டிருவானா?”

இப்படி ஒவ்வொருத்தர் பேசுவதும் கேட்க, கேட்க நான் ரொம்ப சிந்தனை வசப்பட்டுப் போனேன். அக்காவைப்பற்றி கவலைப்படுவதைவிட என் சின்ன மனது அப்பாவைப் பற்றியும்

கவலைப்பட ஆரம்பித்தது. முன்பெல்லாம் பின்னால் களத்தில், உடம்பிற்கு எக்சர்ஸைஸ் வேணும்னு ஒரு மணி நேரம் விறகு கீறுவார். இப்போ அதெல்லாம் அப்பா செய்வதில்லை.

அடிக்கடி மற்ற குடும்பங்களில் நடக்கிற எத்தனையோ கல்யாணங்கள் பற்றி பெரியவர்கள் பேசுகையில் நான் கேட்டிருக்கேன். ரொக்கமா பணம் இல்லாதவர்கள் எல்லாம் வயல் அல்லது வீடு வித்தாவது மகளுக்கு கல்யாணம் செய்து விட்டதாகவும், பின்னர் எப்படியோ வீடில்லாமல், சாப்பிட நெல்லில்லாமல் திண்டாடித் தெருவில் நிற்பதாகவும் அது வேறு விஷயம்! அப்பா ஏன் இந்த மாப்பிள்ளைக்கு சம்மதிக்க வேண்டும். அப்பாவால் பின்னால் சம்பாதிக்க முடியாதா என்ன? வயல் விக்கலாம் அல்லது வீடு வித்து நல்லா கல்யாணம் பண்ணலாமே! ஏன் அப்படிச் செய்யவில்லை? இந்த அப்பா ஒண்ணு! எல்லாவற்றையும் செலவழித்து தீர்த்துவிடுவார். ஏன் அப்பாவிற்கு சேர்த்து வைக்கிற பழக்கமே இல்லை? ஏன் செலவழிச்சே பழகிவிட்டார்?

நிலத்தை வித்து பெரிசா கல்யாணம் பண்ணினா குடும்பத்துக்கு பெருமை. இல்லாமல் இப்படி ஒரு மாப்பிள்ளைக்கு பணம் செலவழிக்காமல் கொடுத்தால், அங்கேயோ, குடும்பம் நொறுங்கிப் போச்சு, ஒண்ணும் கிடையாதேன்னு நாஞ்சி நாட்டில் எல்லோரும் பேச மாட்டார்களான்னு அம்மா சொன்னது கூட எனக்கு சரின்னுதான் பட்டது.

அப்பாவிற்கு தினமும் இன்சுலின் போட்டுக்கிற அளவுக்கு சுகமில்லை. இன்னும் இரண்டு மூன்று வருஷத்திலே சம்பாதிச்சுக்கலாம்னு நினைக்கிறாரோ அல்லது இருக்கிற உடல்நிலையிலேயே இவளையும் 'தள்ளிவிட்டு' விடுவதுதான் நல்லதுன்னு மற்றவர்களுடைய யோசனையை கேட்பாரோ? எதுவாயிருந்தாலும் பாவம் சின்னக்கா என்றிருந்தது.

○

24

அவளும் போன பிறகு அடுப்பங்ரை வேலைகள் சரியாக இருந்தது.

"அங்கேருந்து இங்கே தூக்கிப்போடுகதும், இங்கே இருந்து அங்கே தூக்கிப்போடுகதும் 'அந்த நாசமாப்போவான்.'"

அம்மா காப்பி போட்டாளான்னு பார்க்க வந்தேன். அம்மா இப்படி பேசுவதைக் கேட்டதும் யாரை என்ன சொல்லறான்னு தெரியாமல் "என்னம்மா காலம்பறவே ஏசிக்கிட்டிருக்க?"

"அவன்தான் அந்த நாசமாப்போற திவான் இருக்கானே, அவன் கூத்துக்கு ஆடல்லேன்னா, அவனுக்கு சரணம் சொல்லி நடக்கலேன்னா, என்னா பாடு படுத்துகான் பாரேன்." தனக்குத் தானே பேசுபவள் போல "அவன் ராத்திரி பார்ட்டி வைப்பான்; பெரிய உத்தியோகஸ்தன்மாரெ, உங்கப்பாவுக்கு மேலே உத்தியோகம் பாக்கிற சீப் இன்சினியரு; எக்ஸிகுட்டிவ் இன்சினீரு எல்லாரையும் கூப்பிடுகது, குடிக்கக்குடுத்து அவனுகள ஆடவச்சு, அது மாத்திரமா? 'ம்...' நீ சின்னப்பிள்ள உங்கிட்ட சொல்லக்கூடாது, அவனுங்களை கண்டபடி பேச விட்டு கெட்ட வார்த்தைகளும், சங்கதிகளும் பேச விட்டு, ஆட விட்டு... சே! இவனும்..."

"யாரும்மா. திவானா?"

"ஆமா அவனத்தானே சொல்லுகேன். அவனும் அவ ராணி பார்வதிபாயும்."

“யாரு. சேதுராணியா? நாம கூட கன்னியாகுமரியிலே அவோள்ளாம் வந்திருக்கும் போது பாத்தோமே?”

“ஆமா, ஆமா. அவளேதான். இதுகளும் குடிக்கது, மத்தவங்களையும் ஆடவச்சு ரசிக்கது, இதுக்கெல்லாம் ஒங்க அப்பா போவாரா? அதனால ப்ரமோசனுமில்ல, சும்மா மாத்திக்கிட்டேயும் இருக்கான். இப்போ ஆற்றிங்கல்லுக்கு மாத்தியாச்சாம்.”

அம்மா படுகிற இவ்வளவு சங்கடத்திலேயும் எனக்கு ஒரு சபலம். ஒருவேளை அப்பா என்னையும், அம்மாவையும் ஆற்றிங்கல்லுக்கு கூட்டிக்கிட்டுப் போனா புதுசா ஒரு ஊருக்குப் போறதையும் அனுபவிக்கலாமே. ஆனால் அப்படி நடக்கவே யில்லை.

அங்கேயும் அப்பாவிற்கு நிலைமைகள் பாதகமாகவே இருந்தது. ஆற்றிங்கல் வேலையை ராஜினாமா செய்துவிட்டு வந்துவிட்டாராம்.

அன்றைக்கு மாலை கடைசி ‘ப்பீரியட்’ எங்களுக்கு கிடையாது. ப்ரீயாக விட்டுவிடுவார்கள். அதனாலே மூன்றரை மணிக்கே பள்ளிக்கூடத்திலிருந்து திரும்பி வந்துகொண்டிருந்தேன். செம்மாங்குடி இறக்கத்தில் கடைசியில் வந்துகொண்டிருக்கையில், போலீஸ் ஸ்டேஷன் பக்கமிருந்து மீனாட்சிபுரத்தை நோக்கி ஒரு ஊர்வலம் போய்க்கொண்டிருந்தது. ரோட்டை கடக்க முடியாமல் அங்கேயே நின்றேன். முதலில் தனியாக வந்ததால் கூச்சமாக இருந்தது. பிறகு அவர்கள் போட்ட கோஷம் என்னை ஈர்த்தது. “சி.பி. ஒழிக. பொறுப்பாட்சி வேண்டும்.” திரும்பவும், “ஸர். சி.பி. ஒழிக” என்று கூர்ந்து கேட்டபின் விளங்கியது. எப்போதும், “மகாத்மா காந்திக்கு ஜே! வெள்ளையனே வெளியேறு!” இந்த மாதிரி கதர் அணிந்தவர்களுடையவும், அல்லாதவர்களுடையவும் ஊர்வலம்தான் அடிக்கடி பார்த்திருக்கிறேன். ஆனால் இது நம்ம திருவிதாங்கூர் திவான் ஒழிக. திவான் ஆட்சி ஒழிகன்னு ஏன் சொல்கிறார்கள்ன்னு புரியவில்லை. அப்பாவின் ராஜினாமா விற்கும், இந்த ஊர்வலத்திற்கும் சம்மந்தம் இருப்பதுபோல் எனக்குப்பட்டது. வீட்டிற்குப்போனதும் அப்பாவிடம் சி.பி.யைப் பற்றி கேட்க வேண்டும். அது எதுக்கு? அம்மாவிடம் கேட்டாலே சில விஷயங்கள் தெரியவரும்.

என்னைக்கும் போல் போட்டுச் சாப்பிடுன்னுதான் அம்மா சொல்வாள்.

“யம்மா, சோறுபோடும்மா”ன்னதும், அம்மா எழுந்து வந்தாள்.

“நாளைக்கு அப்பாவுக்கு மருந்து வாங்கணும். கொஞ்சம் ஓவல்டின்னும். ஓட்சும் வேணும்னா அப்பா. வயலும் இன்னும் அறுக்கல்ல. தை மாசம் பொறந்தாத்தானே நெல்லு வித்து கொஞ்சம் பணம் பொரட்ட முடியும். ஒங்கையில கிடக்கிற இரண்டு காப்பையும் பணயம் வைக்கலாம்னு இருக்கேன்.”

நானும் மனப்பூர்வமா அதைச் செய்யிறேன்னு ஒத்துக்கிற மாதிரி, “நாளைக்கு ஸ்கூலுக்குப் போகும்போது கழத்தி தந்துட்டுப் போறேம்மா. ஆனா ஒண்ணு. நீயே இங்கே ஏதாவது பொம்பளைக்கிட்டே பணயம் வச்சா நாமே நெல் வந்தபிறகு திருப்பலாம்”ன்னேன்.

“ஆமா, ஆமா, நீ சொல்லுகதும் சரிதான். யாரத்தான் நம்ப? பாங்கிலே வைக்கக் கொடுத்தா பொறவு திரும்பியே வராதுதான்.”

“ஏம்மா, இன்னைக்கு நான் வரச்சிலே ஒரு ஊர்வலம் போச்சும்மா. அது திவான் ஒழிக, திவான் ஆட்சி ஒழிகன்னு தான் சொல்லிட்டுப் போச்சும்மா.”

“அவன் ஒழிகன்னு சொல்லிட்டாப் போறுமா?” அம்மா ஏதோ ஆவேசம் வந்தமாதிரி சொல்ல ஆரம்பித்தாள்.

“அவனாலேதானே உங்கப்பாவுக்கு முன்னுக்கே வர முடியல. ‘குல்டி’யிலே வேலை பாத்துட்டு வந்த சர்டிபிகேட்டை வாங்கி பேசாம வச்சுக்கிட்டான். ஒரு புரமோசன் கூட குடுக்கல.”

“திவான் அவ்வளவு மோசமா?”

“மோசம்னா கேக்க? அவன் செய்த அட்டூழியம் ஆண்டவனுக்கு அடுக்குமா? அரண்மனை ரகசியம் அங்காடி பரசியம்னு சொல்லுக மாதிரி, இவனும் மகாராணியும் சேர்ந்து அடிக்கிற கொட்டம் என்னாங்கிற! நீ சின்ன புள்ள, ஒனக்கு இதெல்லாம் சொன்னாத் தெரியாது.”

நான் கடைசியாக மாம்பழ புளிசேரி விட்டு சாப்பிட்டுவிட்டு, தாலத்திலிருந்ததை ருசியுடன் வழித்து நக்கினேன்.

“ஒன்ன நக்காதேன்னு சொல்லியிருக்கேன்லா, நாளைக்குப் போற இடங்களிலேயும் இதே பழக்கம்தானே வரும். போ, எந்தி, கையை கழுவு, போன்னு” சொல்லவே எழுந்திருந்தேன். இன்னும் அம்மா விடாமல் தொடர்ந்தாள்.

“ஆற்றங்கரை கோவில்லே கல்லு பாவுகிற வேலை. காண்டிராக்டர் திவானுக்க ஆளு. ஒங்கப்பா சூப்பர்வைஸ் பண்ணி, சரியாச் செய்யலேன்னு சொன்னா, அவன் திவான்கிட்டப்

போயி அப்பாவைப்பத்தி ரிப்போர்ட்டு பண்ணுவானாம். அவன் அழிமதிக்கெல்லாம் அப்பா போமாட்டேங்கறதினாலே திவானுக்கு எப்பவுமே அப்பான்னா ஆகாது. "போய்யா, நீயும் உன் உத்தியோகமும்"ன்னு சொல்லி, அப்பா பாட்டிலே ரிசைன் பண்ணிட்டு வந்துட்டா. இன்னும் ஒரு குமரு இருக்கே, சம்பாதிக்கத் தெரியலியேன்னு பெரு மூச்சுவிட்டாள்.

அதுதான் எனக்கு பிடிக்கல்லே. "ஏம்மா நீயே எல்லாத்தையும் தெரிஞ்சிட்டு இப்படி பேசுகியே? இப்படிப்பட்ட திவானுக்கு கீழே அப்பா வேலை பார்க்கணும்கிறியா? அப்படின்னா மத்த உத்தியோகஸ்தன்களுக்கும், அப்பாவுக்கும் என்ன வித்தியாசம்? போம்மா, எங்கல்யாணத்தைப் பத்தி ஒண்ணும் நீ கவலைப் படாண்டாம். அப்பாகிட்டே கொஞ்சம் கூட பாசமே இல்லாத மருமகன்கள் மாதிரி இன்னும் ஒரு நாஞ்சில் நாட்டான் இந்த வீட்டுக்கு வராண்டாம். நீ அப்பாவை ஏதாவது சொன்னா எனக்கு ரொம்ப கோவம் வரும், சொல்லிட்டேன்."

இதை எப்படி அம்மா எடுத்துக்குவாளோன்னு பயத்தில் சொல்லிவிட்டு நான் சட்டென செடிக்கு தண்ணி ஊத்தப்போன போது, நான் வந்தது தெரியாமல் இருவரும் பேசிக்கொள்வதைக் கேட்டேன்.

"இங்கேருங்கோ, இவ சொன்னதைக் கேட்டேளா? அவ ஒண்ணும் கல்யாணம் பண்ண மாட்டாளாம்மே!"

"ஆமாண்டி, நானும் அப்படித்தான் நெனச்சிருக்கேன். அவ B.A. வரப்படிக்கட்டும். நானும் இந்த டொபாக்கோ இம்போர்ட் லைசன்ஸ் வாங்கியிருக்கேன்லே, அவள இந்த பிஸ்னஸ்ல பழக்கப் போறேன்."

'ஓ, அப்பான்னா அப்பாதான். என் மன ஓட்டங்களை எப்படி புரிந்துகொண்டு என்னைப்பற்றி திட்டம் தீட்டி இருக்கிறார். இனிமே நான் ஏற்கனவே நினைத்திருக்கிற மாதிரி சைக்கிள் ஓட்டப்படிக்கணும். ஆம்பளைங்கதான் சைக்கிள் ஓட்டலாமா? அப்பா சப்போர்ட் இருக்கு. பின் என்ன? நான் இந்த நியதியை மீறினால் என்ன? அம்மாதான், 'அந்த நாலுபேர் நாஞ்சி நாட்டில என்ன சொல்லுவா'ன்னுட்டு வருவா, வரட்டுமே. கடைசியா, 'நான் நாண்டுகிட்டு நிப்பேன்' பா. அக்கா மெட்ரிகுலேஷன் போகிறபோதுகூட இப்படித்தான் சொன்னா? எதுக்கோ பயந்து கிட்டு எப்பவுமே அம்மா இப்படிப்பட்ட விஷயங்களை எல்லாம் எதிர்க்கிறது அம்மாவுடைய வழக்கம்தான். இதற்குள் இருவரும் திவானைப்பற்றி பேசவே நான் அடுத்த குடம் தண்ணிக்குப் போகாமல், செடிகளுக்கு பாத்தி பிடிப்பதுபோல், மண்ணை கிளறிக்கொண்டு உட்கார்ந்தேன்.

“இந்த திவான் எப்படி வந்தான்னு தெரியுமா உனக்கு?”

“ஆமா, ஆமா, நீங்கதான் முந்தியே சொல்லியிருக்கேளே, இவன் எப்படி, எங்கேருந்து இங்க திவானா வந்து சேர்ந்தான்னு.”

“அது… அவன் பெரிய ஸ்காலர்டி, அதோட வேறு வில்லன்கள் கூட இவனுக்கு தொடர்பு உண்டும்னு கேள்வி. ஒரு கிறிஸ்டியன் அசோசியேஷன் கேசுக்காக திருவனந்தரம் வந்தான். மகாராஜாவுக்கு வயசாகல்ல. மருமக்க வழி முறையிலே! அம்மைக்குப் பதில் அவன் அத்தை, அப்பாகூட பிறந்த சகோதரி, ராணிதான் ரீஜண்ட், அவளைப் பார்க்க வந்த இடத்திலே இந்த மகாராணியைப் பார்த்துட்டாரு. இரண்டு பேரும் இப்படி…”

நான் குடத்தை எடுத்துக்கொண்டு அடுத்த நடை தண்ணி கொண்டுவர, அந்த இடத்தை விட்டு ஒரே ஓட்டம் எடுத்தேன்.

வெள்ளைக்காரன் ஆட்சி போய் சுதந்திரம் கிடைச்சாலும் இந்த திவான் ஆட்சி, இன்னும் பல ராஜாக்கள் ஆட்சி எல்லாம் போனால் தானே நேர்மைக்கு இடமிருக்க முடியும். இந்த ராஜாக்கள் ராஜவிசுவாசம்ங்கிறதை வச்சுத்தானே நம்மை ஆண்ட பிரிட்டீஷ் காரனுக்கும் ராஜ விசுவாசமாக நடப்பதுதான் சரி என்று தானே நிறையப் பேர், சுயநலவாதிகள், தேச பக்தியை எதிர்க்கிறார்கள்ன்னு என் சின்ன மனதிற்குப்பட்டது. அதனாலே சுதந்திரம் கிடைச்சா மாத்திரம் போதாது, இந்த சுதேசி ராஜாக்களை எப்படி ஒழிப்பது என்று சில சமயம் கவலை யுடன் நினைத்துக்கொள்வேன்.

அப்பா இப்போ வெளியே எல்லாம் போறதே இல்லை. ஒரே யோசனை அல்லது சிந்தனை அல்லது ஏதோ ஒன்று அப்பாவை வருத்திக்கொண்டிருப்பது போல் தோன்றும். ஒரு வினாடி அப்பாவின் கண்களும், என் கண்களும் சந்திக்கும். அப்பா திருப்பிக்கொள்வார். நானும் சட்டுன்னு அதை மறைத்துவிட்டு அல்லது மறந்துவிட்டு.

ஜப் தும்கி சலோ பார்தேஸ்
டகாகர் தேஸ் பிரீதம் ப்யாரா
துனியாமே கோன் ஹமாரா…

அங்கும் இங்கும் ஓட்டமும், துள்ளலும்தான். பள்ளிக்கூடத்தில் நடந்த ஏதாவது ஒரு விஷயம். ஒரு எலி ஓடியது அல்லது என் பாவாடையிலேயே ஒரு பூரான் இருந்தது அல்லது சுப்பரமணியன் செட்டியார் தமிழ் வகுப்பில் அடித்த ஜோக்குகள் எதையாவது அம்மாவிடம் சொல்லிச்சொல்லி கண்ணீர் வடிய வடிய விழுந்து விழுந்து சிரிப்பேன். இந்த சிரிப்பெல்லாம் ஓயவே அரை மணி

நேரமாகும். கொஞ்ச நேரம் மழை பெய்து ஓய்ந்த மாதிரி இருக்கும். திரும்பவும் "ஜப்தும் கி சலோ பர்தேஸ்..."

காலையில் குளத்திற்கு புறப்படும்முன் பாட வரும். அடக்கிக்கொள்வேன். என்னையும் மீறி வருமானால் பாட்டை முனகிவிடுவேன். யாராவது கேட்டிருப்பாளோ? நல்லவேளை யாருமில்லை. எனக்குள்ளேயே சிரிப்பு வரும். நான் மாத்திரம் ஏன் இப்படி ஓயாமல் பாடிக்கொண்டிருக்கணும். வகுப்பில் போனால் எதையாவது ஒருவருக்கொருவர் பார்த்துக்கொண்டு அல்லது வாத்தியார் தும்மினால் போதும், ஒரே சிரிப்பா வரும். சிரிக்கவே முடியாது. அடக்கிக்கொண்டு சிரிப்பதில் கண்களில் நீர் முட்டும். என்ன வாத்தியார்கள்? யார் எங்களை கவனிக்கிறா? அவர் கவனம் முழுவதும் பாடத்தில்தான் இருக்கும். அவரே விடை சொல்வார். எல்லாம் புரிந்துவிட்ட மாதிரி மேலுக்கு தலையை ஆட்டிக்கொண்டு அதன் மூலம் அவருக்குத் திருப்தி அளித்துக்கொண்டிருப்போம். அந்தப் பீரீயட் முடிந்ததும் சயின்ஸ் வகுப்பிற்கு போகிற வரையில் ஒரே சிரிப்பு. *Interval*ல் பாட்டுத் தெரிந்த மற்ற குழந்தைகளிடம் போய் பாட்டுகள் எழுதி வாங்குவது. என்ன ஒரு குதூகலமான காலம்... நாட்கள்!

அந்த வருடம் இரவில் படிக்கவில்லையேன்னு குற்ற உணர்வுக்குக் கூட இடமில்லை. கல்வித் திட்டத்தில் ஏதோ மாற்றமாம். அதனால் எங்களுக்கெல்லாம் *whole promotion* கொடுத்துவிடப் போகிறார்களாம். நல்லதாப் போயிற்று, இல்லையா? அடுத்து வரும் மெட்ரிக் எல்லாம் சேர்த்து வைத்துப் படித்தால் போச்சு, என்ன பிரமாதம்!

இப்ப என்னாச்சு தெரியுமா? நான் பள்ளிக்கூடம் விட்டு வந்ததும், எதிர்த்த வீட்டிலிருந்து ஓடி வருவாளே கோமு, அவளுக்கு 12 வயதுதானாகிறது. அவள் திரண்டுவிட்டாளாம். தலைக்கு தண்ணீர் விடக்கூப்பிட்டு வந்தார்கள். நான் அவளைப் பார்க்க ஓடிப்போனேன். அவதான் வெட்கப்படுகிறாள். அதுன்னா என்ன? யாரைக் கேட்கிறது நம்ம வீட்டிலே தண்ணி எடுக்கிறாளே சீதை (ராமராஜியா சினிமாப் படம் பார்த்ததிலிருந்து அவபேரு சோபனாசமர்த்து) அவளை ரகசியமாகக் கேட்கலாம். அல்லேண்ணா எனக்கொரு ஊமை *Friend* இருக்காளே, அவளைக் கேக்கலாம். அவதான் சரியான ஆளு, நானும் ஊமைப் பாஷையில் கேட்டு விடலாம். அப்படியே நான் கேட்டது தப்புன்னு அவ புரிகிற மாதிரி தெரிந்து கோபித்துக் கொள்ளவோ அல்லது நான் இப்படி கேட்டதாக், ஏன்னா இதெல்லாம் பேசினா பெரிய கேசாகிவிடும். அவ ஊமை பாஷையில் நான் வேற ஏதோ கேட்ட மாதிரியும், அவதான்

தப்பா புரிஞ்சிகிட்டான்னும் சொல்லிடலாமே! இப்படி என் எண்ணங்கள் ஒரு பக்கம் ஓடிக்கொண்டிருக்க, அங்கு எல்லோரும் பேசிக்கொள்வதிலும், செய்துகொண்டிருப்பதிலுமிருந்து ஏதாவது புரிகிறதான்னு மோப்பம் பிடித்துப் பிடித்து பார்த்தேன். ஊஹூம் ஒன்னும் புரியவில்லை.

"என்னடி, அடுத்து நீ எப்போ களியும், மாவும் தரப் போறே"ன்னு எல்லோர் முன்னிலையிலும் இரண்டொருவர் என்னைக் கேட்க, ஆமாம் எனக்கு கூட வெட்கம் வருகிறமாதிரி இருந்தது.

இன்னொருத்தி. "ஆமாம், நீ தாவணி போட வேண்டியது தான்"னு என்னை மேலும், கீழும் பார்த்தாள்.

"ஏ மக்கா, நீ இனிமே மேல சீல போடாம வெளியே வரக் கூடாது"ன்னா.

வெட்கம் போய், நான் ஏதோ திடீர்னு தப்பு பண்ணிட்ட மாதிரி தோணி, ஒரே ஓட்டமா வீட்டிற்கு வந்துவிட்டேன். பழம், பஞ்சாரை. அதுதானே பிள்ளை பெற்ற வீட்டிலும், சமைஞ்ச வீட்டிலும் ஊருக்கு விளம்புவார்கள், யாரோ வாங்கிக்கொண்டு வந்தார்கள். கோமு தினமும் சாயந்தரம் என்னோடு விளையாட வருவதும் நின்றுபோய் எனக்கும் தாவணி போட்டுவிட்டு என்னமோ எல்லோரும் மாறிக்கொண்டு வர்ற மாதிரியாகிவிட்டது. தாவணி போட்டால் உடனேயே ஆம்பிள்ளைப் பையன்கள் இப்படி ஏன் பார்க்கிறான்கள்?

பள்ளிக்கூடம் போகும்போதும், வரும்போதும் சளசளன்னு வழி நெடுக பேசிக்கொண்டே போவேனே? ஊஹூம், இப்போது அதை நிறுத்திக்கொண்டுவிட்டேன். அதற்குப் பதிலாக மத்தியானம் சாப்பிட்ட மிச்ச நேரத்தில் ராமுவின் கதைகேட்பதில் நாட்டமெல்லாம். அவளுக்கு எப்படி தெரியும்ன்னு தெரியாது. "மிதிலா விலாஸ்" ஆனந்த விகடனில் வருகிறதாம். தொடர்கதை மாதிரி, அவளும் தொடர்ந்து சொல்வாள். கேட்க சின்ட்ரல்லா கதையைவிட ஆசையாக இருந்தது. ஏன்னா, சின்ட்ரல்லா மாதிரி நம்மை கற்பனை செய்வது கஷ்டமாக இருந்தது. ஆனால் இதிலே வர்ற மாதிரி, 'தேவகி' மாதிரி கற்பனை செய்தாலும் ஏதோ அது நடப்பது சாத்தியமானதாகத் தோன்றியது. ஆனால் நானும் தேவகி மாதிரி ரெம்ப அடக்கமான பெண். மற்றவர்களுக்காக எல்லா கஷ்டமும் நானே படத் தயார். அந்த நல்ல குணத்தினால் கடைசியில் எனக்கும் அதுபோல பல லட்சரூபாயும், பெரிய பங்களாவும் எனக்கு எழுதிவைப்பார்கள். அதே மாதிரி எனக்கும்

பணக்கார முறை மாப்பிள்ளை இல்லாமலா போனார்கள். நடந்தாலும் நடக்கலாம்.

"ஏண்டி, ஸ்கூல் விட்டு வந்ததும் செடிக்கெல்லாம் தண்ணி எடுத்து ஊத்தப்படாதா? அப்பா நேத்தே சொல்லவில்லையா?"

அப்பா'ன்னதும், "அப்பா எங்கேம்மா"ன்னேன்?

"அப்பாவிற்கு காலில் நீர் போட்டிருக்கு. கோபால பிள்ளை ஆஸ்பத்திரிக்கு போயிருக்கா"ன்னா அம்மா.

அப்பா வர்றதுக்குள்ளே தண்ணி ஊத்தி முடிச்சுடுவோம்னு குடத்தை எடுத்தேன். இடுப்பிலே வைச்சேன். வீட்டிலே முகம் பார்க்கும் சின்ன கண்ணாடிதான் உண்டு. அதனால் அப்பா 24 வயதில் எடுத்த 2 அடி உயரப்படம் சுவரில் மாட்டியிருந்தது; அதிலெ ரெம்ப கிளியராகத் தெரியாவிட்டாலும், நம்ம உருவம் நல்லாத் தெரியும். அந்தப் படத்தைப் பார்க்கிற மாதிரியே நின்னு இரண்டு நிமிஷம் தாவணி போட்டிருக்கும் அழகைப் பார்ப்பேன். ஒருத்தருக்கும் தெரியாம இதே ரகசியத்தை நான் ரெம்ப நாட்களாக செய்து வந்திருக்கிறேன். யாரும் கண்டு பிடிக்கவேயில்லை. நான் அழகாக இருக்கேனோ இல்லையா? பார்த்திபன் கனவில் சிவகாமியின் தலைப்பின்னல் மாதிரி தானே எனக்குமிருக்கு. அவ காலில் சலங்கை கெட்டியிருப்பா. எனக்கில்லை. அவ நகை எல்லாம் போட்டிருப்பா. ஒட்டியானம் ஆஹா! என் இடுப்பிலே மட்டும் ஒட்டியானம் போட்டால் எவ்வளவு அழகாயிருக்கும்.

இதற்குப் பின்னால் மாமல்லன் நினைவும் வராமல் இல்லை. ம்... மாமல்லன் மாதிரி இந்தக் காலத்திலே எவன் இருக்கப் போறான். நான் கொடுத்து வைத்தது அவ்வளவு தான். நான் அந்தக் காலத்திலே பிறந்திருக்கணும். பிறந்திருந்தால்..? 1000, 2000 வருடங்களுக்கு பின்னால் நான் போய் போய் திரும்பி வரவும், செடிகளுக்குத் தண்ணீர் விட்டு முடியவும், ஒரே நேரத்தில் ஒரு வழியாக முடியும். பழையபடி,

> ஜப் தும்கி சலோ பர்தேஸ்
> டாகர் தேஷ் பீரீதம் ப்யாரா
> துனியாமே கோன் ஹமாரா...

பாடிக்கொண்டே அப்பா வராளான்னு பார்த்தேன். மேட்டுத் தெரு படிகளிலிருந்து அப்பா கைத்தடியை ஊன்றிக்கொண்டு, கஷ்டப்பட்டு இறங்குவது தெரிந்தது. ஓடிப்போய் அப்பாவை அணைத்து, மெல்லக் கூட்டிக்கொண்டு வரவேண்டும் போல்

தோன்றியது. ஆனால் தெருவும், தெருவில் நடமாடுபவர்களுமாக அதைத் தடுத்துவிட்டார்கள். அதுதான், அம்மா அடிக்கடி சொல்லுவாளே 'அந்த நாலு பேர்' தான்.

"அம்மா... அப்பா" என்று மட்டுமே உரக்கச் சொல்ல முடிந்தது. அப்பா வந்ததும்,

"குடிக்க ஏதாவது கொண்டாடி"ன்னு அம்மாவிடம் சொல்லி விட்டு பேசாமல் படுத்துக்கொண்டார். அம்மா அடுப்பில் தீ ஊதும் சத்தம் கேட்டது. கொஞ்ச நேரத்திற்குப் பின், பாலில் கொஞ்சம் கோக்கோ போட்டு தரட்டுமான்னு கேட்டுக்கொண்டே பாலும் கோக்கோ டின்னுடனும் அம்மா வந்த பின்னே, அப்பா சுதாகரித்துக் கொண்டு எழுந்தார். டாக்டர் ஏதாவது சொன்னதாக அப்பாவும், அம்மாவும் பேசிக்கொள்கிறார்களான்னு பார்க்கவே, இப்படியும் அப்படியுமாகப் போய்க்கொண்டிருந்தேன். அவர்கள் பக்கமே என் கவனம் இல்லாத மாதிரி,

ஜப்தும் கிசலே பர்தேஸ்
டகாகர் தேஸ் பீரீதம் ப்யாரா
துனியாமே கோன் ஹமாரா

"டி மகளே, இங்கே வா, இன்னைக்கு Test Paperன்னு சொன்னியே, பாடம் எழுதினாயா? பாட்டு எழுதினியா?"

"அப்பா, எப்படியோ சரியாச் சொன்னேன்ப்பா, நிஜமாக எதை எழுதப்போனாலும், 'ஜப்தும்' தான் எழுத வந்தது அப்பா. அப்படியே எழுதி வெட்டி, வெட்டி எழுதினேப்பா."

"ஹ ஹ ஹ ஹ ஹா..." அப்பா சத்தமா சிரித்தார்கள். அப்பா இப்படி சிரிச்சு கேட்கிறது புதுசு மாதிரி இருந்தது. அதனாலே அம்மா முகத்திலேகூட ஒரு களை திரும்பியது. மீண்டும் ஒரு கரை புரண்டோடும் உற்சாகம். நிறையப் பூவை பறித்து மாலையாகக் கெட்டினேன். ஆள் உயரத்திற்கு வந்தது, கனகாம்பரப் பூமாலை. பெருமாள் கோவிலுக்குக் கொடுத்தனுப்பினேன். இருந்தாப் போலிருந்து சின்ன அக்கா, மருங்கூர் கோவிலில் ஷண்முகப்பிரியா ராகத்தில், "அருட்பெரு வள்ளலே" பாடியது ஞாபகம் வந்தது. நான் முடுக்கு வாசலில் உட்கார்ந்தேன். வில்வ மரமும், முருங்கை மரத்துக்குமிடையில் லேசாக கருமேகங்கள் நீந்திப் போய்க்கொண்டிருந்தன. அந்த மேகங்களிடம் எனக்குப் பேச வேண்டுமென்று ஒரு அடங்காத தாகம் ஏற்பட்டது.

அருட்பெரு வள்ளலே உனைத் தொழுதேனே
மருட்டுளம் வெல்ல நான் வகையறியேனே

அப்பாவிற்கு என்ன தோன்றியதோ, "நீ வீணை படிக்க முடியலேன்னா என்ன? உன் குரலே வீணை மாதிரிதாண்டி இருக்கு."

நானும் அந்த மேகங்களோடு உயர நீந்திப் போய்விட்டேன்.

ஆஹா! எனக்கு வீணையின் குரல். அப்பா சொல்கிறார்கள். இப்போதெல்லாம் தண்ணீரில் நீந்தப்போவதில்லை. எனக்கொண்ணும் அப்படி எதுவும் ஆகிவிடவில்லை. அப்படி ஆகிவிடப் போகுமுன் இதெல்லாம் ஒத்திகை, யாராவது ஆண்கள் அப்பாவை தேடிவந்தால்.

"நீ உள்ளே போம்மா"ன்னு அம்மா குறிப்பா சொல்வாள்; என்ன அவமானமா இருக்கும் தெரியுமா? பிறகு யாராவது வந்தால், அம்மா சொல்லுமுன்னேயே முதலிலேயே உள்ளே போய்விட பழகிவிட்டேன். ஆனால் அப்பாவிற்கு இது பிடிக்கவே பிடிக்காது.

"இதெல்லாம் என்ன இது"ன்னு போய் விடுவார்கள் சிலவேளை, யார் வந்தாலும் தைரியமா யாரு, பேரு என்னா, எதற்காக வந்தார்ன்னு கேட்டு வைக்கணும்னு சொன்னார்கள்.

"சரிப்பா"ன்னேன். பூ! எனக்கா தைரியமில்லை! அப்பாவின் அந்தரங்கமான நண்பர்களில் முக்கியமானவர் லஷ்மணம் பிள்ளை. ஒரு நாள்,

> அன்று வந்துக்கரை ஏற்றுவித்த அருள்
> இன்றெனக்குதவி அல்லவோ

என்று லேசாகப் பாடிக்கொண்டிருந்தேன்.

இந்தப் பாட்டை லஷ்மணம்பிள்ளை எப்படி பாடினார் தெரியுமா? அருவிக்கரையில் குளிக்கப்போயிருந்தார். ரொம்பப் பாசி பிடித்திருக்கிறது. வழுக்கி தண்ணிக்குள்ளே விழுந்து அலைக்கழிக்கப்பட்டாராம்.

அப்போ யாருமே கை கொடுக்கவோ, காப்பாற்றவோ முன் வராமல் செய்வதறியாது நின்று விட்டார்களாம் கூடியிருந்தவர்கள். எப்படியோ கரையேறிவிட்டார்.

அப்போதுதான்,

> ஆற்றருவி என்னை ஈர்த்திழுத்தலைக்க
> அடுத்து நின்றவர் கை கொடுக்கவும் மலைக்க
> போற்றி என்று நின்பேர் சொல்லி நான்
> அழைத்தேன்
> பொன்றிடாதுன்னருள் ஒன்றினால் பிழைத்தேன்

அன்று வந்துக்கரை ஏற்றுவித்த அருள்
இன்றெனக்குதவியல்லவோ

என்று பாட்டு எழுத வந்ததாம்.

அப்படி ஒன்றும் அப்பா அதுபோல் இப்போது தண்ணீரில் விழுந்த மாதிரி தத்தளிக்கவில்லையே! விழுந்தாலும் என்ன? அப்பாவை மாதிரி யாருக்கு நீந்தத் தெரியும்? கன்னியாகுமரியில் அத்தனை அலைகளுக்குமிடையிலும், பாறைகளுக்குமிடையிலும் எவ்வளவு தூரம் நீந்திக்காண்பித்து எங்களுக்கு தைரியம் வரும்படி செய்திருக்கிறார்கள். ஆனால் வேறு எதனாலேயோ தத்தளிக்கிறார்களோ என்னவோ, என்னால் அப்பா முகத்தைப் பார்த்தால் அந்த அருளுக்காக எங்குகிற ஒரு ஏக்கம்தானே தெரிகிறது.

அப்பாவிற்கு க்ஷீணம் அதிகமாக ஆக அம்மாவிற்கு பக்தி அதிகமாகிக்கொண்டு வந்ததைப் பார்த்தேன். செவ்வாய்க் கிழமை அழகம்மன் கோயிலுக்கு ஒரு தேங்காயும் உடைத்து, இரண்டு மூடியிலும் 'கிளியை' வைத்து எண்ணெய் ஊற்றி ஏற்றிக்கொண்டு வரவேண்டும். சனிக்கிழமை பெருமாள் கோவிலுக்கு எண்ணெய் கொண்டு ஊற்றிவிட்டு வரவேண்டும். இரண்டும் பக்கத்தில் இருந்ததால், நானே போய் வந்துவிடுவேன். ஞாயிறன்று நாகம்மன் கோவிலுக்கு பால் ஊற்றிவிட்டு வர மாத்திரம் அண்ணனிடம் கொடுத்து அனுப்புவாள்.

தாலி பாக்கியத்திற்கு திங்கட்கிழமை தோறும் விரதம். அப்பாவிற்கு எழுந்து நடமாட முடியவில்லை.

அன்றைக்கு ஒரு நாள் இரவு நான் தூக்கம் வராமல் ஏதோ புரண்டு, புரண்டு படுத்துக்கொண்டிருந்தேன். அம்மா அடுப்பங்கரை வேலைகளை முடித்துவிட்டு இன்னும் வரவில்லை. ஊரெல்லாம் தூங்கியாகிவிட்டது. வேலை எல்லாம் முடித்துவிட்டு முந்திச் சேலையில் கைகளை துடைத்துக்கொண்டே அம்மா வந்தாள். அப்பாவின் நெற்றியில் கை வைத்துப் பார்த்தாள். நான் லேசாக வெளிச்சத்தில் பார்க்க முடிந்தது. அல்லது கண்கள் விழித்துக்கொண்டிருந்ததால் இருட்டிற்கு பழகி பார்க்க முடிந்தது.

"குடிக்க கொஞ்சம் கொண்டாரட்டா?"

"வேண்டாம்டி, எனக்கு முடியல்லடி."

"அப்படி ஏன் சொல்லுகியே ஒங்ககிட்டேருந்து இதுவர நான் கேக்காத வார்த்தை சொல்கேளே! முடியல்லன்னு ஒங்க வாயிலேருந்து வரவேண்டாம். ஒங்களுக்கு ஒண்ணும்

செய்யாது. நீங்க செய்த பூஜை எல்லாம் அந்த கன்னியாகுமரி அம்மனுக்கும், குமாரகோவிலுக்கும், 'முழுக்காப்பு', 'சந்தனக்காப்பு' சாத்தினதெல்லாம் வீணாகவா போகும்."

"ஹோ..." அந்த வேதனையிலும் சிரிப்போட பேசினார் அப்பா. "எப்பவோ வந்த மலேரியா ஒனக்கு ஓர்மையிருக்கா. பாலமூரிலேயும், முத்துக் குழியிலேயும் அந்தக் காடுகள்லே... அப்போம் வந்த மலேரியா. அதனாலே லிவர் கெட்டுப் போயிருக்குடி, உன் விரதம் எல்லாம் பலிக்கும்னு எனக்கு தோணல்லடி."

அம்மா சத்தம் போடாமல் கண்களை துடைப்பது எனக்கு தெரிந்தது. லேசான ஒரு வேதனை முனகல் கேட்டது.

அப்பாவுக்கு எங்கேயாவது வலிக்குதோ எனக்கு காய்ச்சல் வந்தால் என்னை தன் பக்கத்தில் படுக்க வைத்துக்கொண்டு தலையை வருடி, "ஒரு கதை சொல்கேன், கேட்டுக்கிட்டே உறங்கணும். காலம்பற காச்சல் குணமானதும் இட்லி கூட திங்கலாம், என்ன மக்ளே"ன்னு அரவணைக்கும் அப்பா. இப்போ இந்த வேதனையான சமயத்தில் அப்பாவை யார் போய் அணைப்பார்கள். நான் வேணும்னா கால்களைப் பிடித்துவிடலாம். அம்மா அப்பாவை அணைத்தபடி வருடிக் கொடுத்துக்கொண்டிருந்தாள். அப்பாவின் முனகல் இல்லை–அம்மாவின் அந்த அணைப்பில் சற்று ஆசுவாசம் பெற்றிருக்க வேண்டும். இத்தனை வேலைகளுக்குப் பிறகும், தன் களைப்பைப் பார்க்காமல் அப்பாவை ஆசுவாசப்படுத்தும் அம்மாவின் அன்புக்கு இந்த உலகமே ஈடாகாது என்றுதான் தோன்றுகிறது. ஏனோ அழுகை வந்தது. அதே சமயம் நிம்மதி கொஞ்சம் ஏற்பட்டு தூக்கம் வந்தது.

25

சுதந்திரம் கிடைக்கப் போகிறது. D.K. பட்டம்மாள் பாடுகிறாள்.

எங்கும் சுதந்திரம் என்பதே பேச்சு
நாம் எல்லோரும் சமமென்பதுறுதியாச்சு
சங்கு கொண்டே வெற்றி ஊதுவோமே
இந்தத் தரணிக் கெல்லாம் எடுத்து ஓதுவோமே...
ஆடுவோமே, பள்ளுப் பாடுவோமே...

ஆமா, நாடு முழுவதும் இப்படிப் பாடிக்கொண்டிருக்கும் காலம். ஆகஸ்ட் 15ற்குப் பிறகு ஒருநாள் அப்பா கட்டிலில் உட்கார்ந்தவாறே தனக்குத்தானே பேசுவதுபோல், "முகூர்த்தம் முடிகிற வரைக்கும் பெண்ணெங்கே, மாப்பிளை எங்கேன்னு 'ஜே, ஜே,'ன்னிருக்கும். தாலி கட்டு முடிஞ்சதும் எல்லாம் சாப்பாட்டு பந்தியைப் பார்த்து ஓடிருவாங்க. சுதந்திரம் கிடைச்ச பிறகு நிலமை இப்படித்தானிருக்கும்னு எனக்குத் தோணுது."

இரண்டொரு மாதங்களில் படுக்கையிலிருந்த அப்பாவிற்கு காந்தியை சுட்டுவிட்டான் என்ற செய்தி ரெம்ப அதிர்ச்சியைத் தந்திருக்கணும். சதா ரேடியோ, செய்திகளை உடனுக்குடன் யார் மூலமாவது தெரிந்துகொள்வதும், ஏப்ரஹாம் லிங்கனுடன் ஒப்பிட்டு காந்தியைப் பற்றிப் பேசிக் கொண்டும் சதா அதைப் பற்றியே புலம்பிக் கொண்டுமிருந்தார். தென் ஆப்பிரிக்காவுக்கு

காந்தி போனது, திரும்பி வந்து சுதந்திர போராட்ட தலைமைப் பாத்திரம் வகித்தது, பாரதியார் காந்தியைப்பற்றி பாடியிருப்பது இப்படியே புலம்பிக்கொண்டிருந்தார். ஆனால் அந்தப் புலம்பல் எனக்கு நாட்டின் சுதந்திரப் போராட்டத்தின் வரலாற்றையே மனதில் பதிய வைத்துவிட்டது. என் நெஞ்சுக்குள்ளே தேசபக்தி அமோக விளைச்சல் கண்டது.

◯

26

இரவு மணி ஒன்பது, அக்கம் பக்கமுள்ள பெரிய மனிதர்கள் சிலபேர் – எல்லோருமே வயதில் பெரியவர்கள். ஊர் மூத்த பிள்ளை, முறையாம்பிள்ளை, வயதான பெண்கள், இவர்களது மனைவிமார்கள் அப்பாவை சூழ்ந்து கொள்ள, எங்களைப் பார்த்து, "எல்லாம்போய் உறங்கிக் கோங்கோ"ன்னு சொல்லி என்னையும் பிள்ளைகள் கூட்டத்தில் சேர்த்து அனுப்பிவிட்டனர். நான் தாவணி போட்ட பின்பு என்னை பெரிய மனுசி யாகவே நினைத்துக்கொண்டிருக்க, என்னை அப்பா பக்கம் நெருங்கவிடாது, சின்னக்குழந்தைகள் கூட்டத்தில் சேர்த்து படுக்க அனுப்பி விட்டார்கள். படுத்தேன். அந்தப் பக்கமும் இந்தப்பக்கமும் அக்காக் களின் குழந்தைகள். தூக்கம் வந்தால்தானே! மனதிற்குள் குற்ற உணர்வு! யாராவது அப்பாவை சீக்கிரம் சாகட்டும் என்று நினைப்பார்களா? நான் நினைத்தேன். ஆமா, உண்மைதான். மத்தியானமே ஒவ்வொருவராக வரத்தொடங்கியிருந்தார்கள். நான் அப்பாவைப் பார்த்துக்கொண்டே நின்றிருந்தேன். பக்கத்தில் யார் யாரோ அப்பாவை சமாதானப்படுத்த முயற்சித்தனர். வயிறு உப்பியிருந்தது. வலியால் துடிக்கும் அப்பாவைக்காண எனக்குச் சகிக்கவில்லை. வலி நிற்க உயிர்போனால்தான் முடியும் என்று எனக்குத் தோன்றியது. உயிர் போகாதா? வலியால் துடிக்கும் அப்பா, அதிலிருந்து விடுதலை பெற்றால் போதும் என்று மட்டும்தான் என்னால் நினைக்க முடிந்தது.

வாசலில் கார் வந்து நின்றது. டாக்டர் வந்தார். அப்பாவை பரிசோதித்தார். முனங்கிக்கொண்டே அப்பா ஏதோ சொல்கிறார். டாக்டரும் அப்பாவின் கைகளைப் பிடித்துக்கொண்டு நயனங்களாலேயே பேசுகிறார். டாக்டரால் இனி ஒண்ணும் முடியாது. இது எனக்கு புரிந்துபோயிருக்க வேண்டும். வலி போக ஒரே வழி… ஒரே வழி… ஒரே வழி அப்பாவே இல்லாமலாக வேண்டும்.

தூக்கத்தில் புரண்டேன், ஏதாவது சத்தம் கேட்கிறதா என்று உட்கார்ந்துகொண்டே எதிர்பார்த்தேன். அம்மாவிடம் மற்றவர்கள் ரகசியமாக பேசுவதுபோல் தெரிந்தது. ஏற்கனவே அனுபவப்பட்டவர்கள், 'தாலி அறுத்த' எனது அத்தைமார்களும், உறவினர்களும் அம்மாவிற்கு தைரியம் சொல்கிறார்கள் போல் தெரிகிறது. இப்போது அப்பாவின் வேதனை முனகல் இல்லை. ஆனால் இரண்டு 'பெட்ருமாஸ் லைட்டுகள்' வரவழைக்கப் பட்டிருந்தன. எப்போது தூங்கினேன்னு தெரியாது.

"எந்தி, வா மக்கா, அங்கவா, அப்பாவை வந்து பாரு"ன்னு ஒரு ஆத்தா கூப்பிடவே குழந்தைகள் யாரும் எழுந்து விடாதபடி நான் மட்டும் எழுந்து முன் பக்கம் ஹாலுக்கு ஓடினேன்.

அங்கே… எல்லாம், எல்லாம் முடிந்துவிட்டிருந்தது. அம்மாவின் கால்களிலும் கைகளிலும் எல்லாம் 'டர்பன்டைன்' தேய்த்து விட்டுக்கொண்டிருந்தார்கள்.

"இவளும் போயிருவா போலிருக்கே"ன்னு அத்தை ஒருத்தி சொல்ல, எல்லாப் பொண்டுகளுமாக அம்மா முகத்தில் தண்ணீர் தெளிக்கவும், விசிறி விடவும் செய்துகொண்டு இருக்கிறார்கள்.

"நான் எங்கேருக்கேன்? எனக்கு எல்லாமே முடிஞ்சு போச்சு." அம்மாவின் குரல் கிணற்றின் ஆழத்திலிருந்து வந்தது.

முதன் முதலாக ஒருத்தி அம்மாவின் முகத்தை கையிலேந்தி கொண்டு "எம்பிறவிப் பாஞ்சாலி… ஏ என்னபெத்த ராசாவே"ன்னு 'ஓ'ன்னு ஓலம் வைத்தாள். கூடவே ஒன்று இரண்டு பேரும் தொடங்கவே, வெளியிலிருந்து இரண்டு தாத்தாக்கள் வந்து "விடிய இன்னும் எவ்வளவோ நேரம் இருக்கே, ஆரும் இப்போ அழக்கூடாது"ன்னு சொல்லிவிட்டுப்போனார்கள்.

எனக்கு அழுகையே வரவில்லை. என்மீதே எனக்கு ஆச்சரியம்! கதைகளில் யாராவது இறக்க நேரிடுவதை வாசித்தால் அழும் நான் இன்று எப்படி அழாமலிருக்கிறேன். நான் எதிபார்த்தது நடந்தது என்பதாலா? ஏன்… ஏன், எனக்கு அழவே முடியவில்லை. அண்ணன் ஒரு மூலையில் விசும்புகிறான்.

அக்காக்கள் எல்லோரும் அழுகிறார்கள். எனக்கு! எனக்கு ஏன் அழுகை வரமாட்டேன்கிறது? நான் அழவே இல்லைன்னா எல்லோரும் என்னை என்ன நினைப்பார்கள். நாளைக்கு என்ன பேசிக்கொள்வார்கள்? இப்படி ஓடியது என் சிந்தனை. நான் அழ வேண்டும், அழ வேண்டும். மனது அழ முயற்சித்தது. வாயைத் திறந்து "அப்பா"ன்னு கத்தினேன். அழுகை தானாக வந்தது. யாரோ வந்து அணைத்துக் கொண்டார்கள்.

அப்பாவின் இழப்பினால் முதல் பலியாகப் போவது நான் என்று அவர்கள் பேச்சிலிருந்து தெரிந்தது அம்மாவைப் பற்றிக்கூட பேசவில்லை, "இந்த ஒண்ணையும் (என்னை) கரையேத்திட்டுத் தான் போனாரா?"ன்னு அப்பாவின் மேல் கோபப்படுவதை போல் பேசிவிட்டு... ம்... நீ... மெட்ரிகுலேசனா மக்கா படிக்க?"

தலையாட்டி வைத்தேன். வந்த அழுகையை கொஞ்ச நேரமாவது தொடர முயன்றேன். தோற்றேன். அழுகை நின்று விட்டது. ஒவ்வொருவராக வரத் தொடங்கினார்கள். வந்தவர்களில் இதுவரை நான் பார்த்திராத அத்தை ஒருத்தி, அந்த அத்தையும் அம்மாவும் சந்தித்து வெகு நாட்களாகி இருக்க வேண்டும். வந்ததும் அம்மாவைக் கட்டிப்பிடித்து கதறினாள். அப்பாவை நினைத்து "அண்ணா, அண்ணா" என்று கதறினாள். அழுகை தீர்ந்ததும் உட்கார்ந்த இடத்திலிருந்தே வீட்டை நோட்டம் விட்டு ஆராய்ந்தாள்.

யார் யார் எத்தனாவது பிள்ளை என்று எங்கள் எல்லோரை யும் தனித்தனியாக கூப்பிட்டுத் தெரிந்துகொண்டாள். என்னை அருகில் அழைத்தபோது அம்மாவும் சொன்னாள்.

"இப்போம் எல்லா வீட்டுக்காரியமும் அவதானே பார்க்க வேண்டியிருக்கு, நானும் ஒண்ணும் தெரியாம வளர்ந்துட்டேன். ஒங்க அண்ணனும் இன்னை வரைக்கும் எனக்கு ஒரு குறையும் தெரியாம வச்சுட்டா. யாரு, வயலு எங்கேருக்கு, வரப்பு எங்கேருக்குன்னு கூடத் தெரியாது. என்ன தான் செய்யப் போறேனோ?"

அத்தை என்னைப் பார்த்தாள். "மக்ளே நீ கவலைப் படாண்டாம். பதினாறு அடியந்திரம் வரை இருந்து நான் பார்த்துக்கிடுவேன். வா மக்ளே, குளி முறி எங்கேருக்கு?"

கூட்டிக்கொண்டு போனேன். அம்மாவிடம் வந்தேன். இன்னும் அம்மா படுத்த பாயை விட்டு எழுந்திருக்கவில்லை.

"இந்த அத்த அப்பாவுக்கு எத்தனாவது தங்கச்சி?"

“இவ இப்போம் அழகிய பாண்டிபுரத்திலிருக்கா. ஒங்க தாத்தா இவளையும் நல்ல பேர் கேட்ட குடும்பத்திலேதான் கெட்டிக்கொடுத்தா!” கொஞ்சம் குசுகுசுத்த குரலில், “ஆனால் இவ மாப்பிள்ளை பிடிக்கல்லன்னு வந்திட்டா. அதுதான் நம்ம நாஞ்சி நாட்டிலே மருமக்க வழிக்காரருக்கு சீல உடுக்கலாம்கிற வழக்கம் இருக்கே. அது மாதிரி சொந்த அத்தானுக்கு போய் சீல உடுத்துக்கிட்டா. இப்படி சொந்த அக்கா மாப்பிளைக்குக் கூடப் போயிருந்துக்கிட்டா.”

“அவ அக்கா, அந்த பெரிய அத்தை ஒண்ணும் சொல்லலை யாக்கும்?”

“என்னத்த சொல்லுவா. கூடப்பிறந்த தங்கச்சி பேசாம இருந்துட்டா. அவரு இவளுக்கும் ஒரு வீடும் கொஞ்சம் விதப்பாடும் கொடுத்துட்டு அவரு போய்ச் சேந்துட்டாரு அந்தப் பெரிய அத்தையும் இப்ப இல்ல. இருந்தா வந்திருப்பாளே.”

“அதுதானே கேட்டேன்.”

“அதுக்கப்புறம் ஒங்கப்பாவுக்கு இது கொஞ்சம் தலை குனிவாயிருக்க, அங்கே அதிகம் போறதில்லை, இவளும் வந்ததில்ல.”

இதற்குள் அத்தை வந்துவிடவே, நாங்கள் பேச்சை நிறுத்திக் கொண்டோம். அன்று மத்தியானத்திலிருந்தே அத்தையின் மேற்பார்வையில் சமையலாயிற்று.

ஞாயிற்றுக்கிழமைகள், வியாழக்கிழமைகளிலும் ‘பட்டினிப் பண்டம்’ன்னு சம்பந்தம் பண்ணின குடும்பத்தாரும், இன்னும் ஓரிரு உறவு முறைக்காரர்களும் சிறுபயிறும், அவலும், தேங்காயும், உளுந்தும், கருப்பட்டியும் ஒருவர் மாற்றி ஒருவர் கொண்டு வந்து கொண்டிருந்தனர். கிழமைகளில் என்னென்ன மூலைக்கு குத்துவிளக்கு முன் வைத்து அழுதார்களோ அந்தப்பண்டங்கள் ஊருக்கும் விளம்பப்பட்டது.

15ஆம் நாள் இராத்திரியே காய்கறிகளும், சாமான்களும் வந்தாகிவிட்டது. இரவு யாரும் அநேகமாக தூங்கவில்லை. மூலைக்கு, பலகாரங்களைச் சுட்டு–வடை பிறகு ஏதோ இனிப்புப் பலகாரம் வைத்து அழுதார்கள். விடிவதற்கு முன் கடைசியாக மூலையிலிருப்பவர்கள் அம்மாவுடன் சேர்ந்து அழுதார்கள். நாங்கள் எல்லோரும் முற்றத்தில் மாரடித்தோம்.

“அம்மாடி, அம்மாடி”ன்னு மெதுவா ஆரம்பிப்பார்கள் உள் வட்டத்தில் நிற்பவர்கள். வெளிவட்டத்தில் நாங்கள்

எல்லோரும் இரு கைகளால் நெஞ்சில் அடித்துக்கொண்டே, அம்மாடி, அம்மாடின்னு பதில் சொல்லி வந்தோம். பின்னர் சேலையை வாரிக்கட்டிக் கொண்டு, பாம்படங்கள் ஆட ரவிக்கைபோடாத ஆத்தாக்கள், "தாயாரெ, தாயாரெ" என்று ஆவேசமாக சொல்லி அடித்து எங்களையும் சொல்லவைத்து பின்பு குரவை விட்டு மாரடிப்பதை நிறுத்தினார்கள். இப்படி மூன்று முறை செய்துவிட்டு பின்னர் மழை பெய்து ஓய்ந்தாற் போல் எல்லோரும் உட்கார்ந்து விட்டனர்.

பெரியண்ணன் திரும்பவும் மொட்டை அடித்துக்கொண்டு பறைக்கங்காலில் குளித்துவிட்டு வந்து உட்கார்ந்தான். ஈர வேட்டியுடன் அவன் இருந்ததைப் பார்க்கையில் பரிதாபமாக இருந்தது. ஐயர் ஒருவர் மாவுப்பிண்டம் பிடித்து, இன்னும் எனக்குச் சொல்லத் தெரியாத எதை எதையோ வைத்துக்கொண்டு மந்திரங்களைச் சொல்லிக் கொண்டிருந்தார். அண்ணன் கையில் ஏதோ தீர்த்தம் விடுவதும், பால் விடுவதும்... இத்யாதி சடங்குகள் முடிந்து 'அஸ்தி'யைக் கரைக்க ஏற்பாடாயிற்று. எல்லோருக்கும் நல்ல பசிதான். ஆனால் இதிலெல்லாம் பொறுமை வேண்டாமா? இது என்ன கல்யாண வீடா?

யாரோ ஒருவருக்கு பொறுமையில்லை.

"இதெல்லாம் எதுக்கு வீணாப்ல, நேரம் தான் வேஸ்ட்." இதை அண்ணன் கேட்டுவிட்டான். அண்ணன் ஏதாவது கோபத்தில் சொல்வானோன்னு பயந்துகொண்டு பார்த்தேன். அவன் நிதானமாகச் சொன்னான்.

"ஓய் மாமா, அம்மயெத்தான் நமக்குத் தெரியும், ஆனா இதுதான் ஓங்கப்பன்னு அம்ம சொல்லித்தான் நம்ம அப்பாவை நாமே அப்பான்னு கூப்பிடுகோம். அதக் காப்பத்தத்தான்... ஓங்க மகன் நான்னு சொல்லித்தான்... அதுக்காகத்தான் இந்த சடங்கு எல்லாம் செய்கிறோம். மனசிலாச்சா?"ன்னான்.

இதைக் கேட்டதும் ஆம்பிளைகள் பக்கத்திலே கொஞ்ச நேரம் ஒரு கனத்த நிசப்தம் இருந்தது.

27

அப்பா செத்துப் போனதும் சொத்துன்னு ஒண்ணும் தங்களுக்கு கிடைக்கவில்லை என்று மூன்று மகள்களுக்கும் வருத்தம் போலிருக்கிறது. பதினாறு அடியந்திரத்திற்கு எல்லோருமாகச் செலவு செய்தார்கள். பிறகு கணக்குப்பார்க்கையில் அதிலும் தகராறு வளர்ந்தது.

மூத்த மருமகன் ஒரு செயரில் புத்தகமும் கையுமாக உட்கார்ந்துகொண்டு அவர் கையிலிருந்து ஆயிரம் ரூபாய் சொச்சம் செலவழித்து விட்டதாக கூறினார்.

"அதோட நாம என்னத்த சொம்மெடுக்கப் போறோம்"னாரு இரண்டாவது மருமகன் கொஞ்சம் இடக்காக.

"நாங்க மருமகனா வந்து நாலு வருஷம், மூணு வருஷம் தானாகுது. நீங்க வந்து பந்திரண்டு வருஷத்துக்கு மேல் இருக்கும் போலிருக்கே?"

"அதுக்காக?"

மூணாவது அக்கா மெல்ல முணுமுணுத்தாள், "இதே மாமனார் கிட்டே கொஞ்சமா அனுபவிச்சிருக்காரு. கோயில் தம்புரானே மாதிரில்லா வச்சிருந்து! ஒங்களோட ஒத்துப் பார்த்தா எங்களுக்கு என்ன அனுபவம். ஒண்ணுமே இல்லைன்னுதான் சொல்லணும்."

மூத்த மருமகன், "என்னடி, ஓம்பாட்டுக்கு முணுமுணுக்க. நா இதுக்கு மேலே ஒண்ணும் தர முடியாது. மீதியை நீங்க பாத்துகுங்கோ."

இதெல்லாம் கேட்டுக்கொண்டு அறைவாசலில் தலையை மாத்திரம் நீட்டிக்கொண்டிருந்த அம்மாவிற்கு விசனம் முட்டிக் கொண்டு வருவதைப் பார்த்தேன். மருமகன்கள் சண்டை போடுவதைப் பார்த்து எழுந்திருந்து இந்தப்பக்கமாக வந்து விட்டாள்.

“எல்லாம் இந்த நாசமாப்போற மருமக்கோழித் தறவாடே இப்படித்தானா. இல்லேன்னா (என்னை பார்த்துக்கொண்டே) ஒங்கப்பாவுக்கு ஒரு சொத்தும் இல்லேன்னு ஆகுமா? ஒங்க தாத்தா சொத்தெல்லாம் ஒடப்பிறந்தா மகனுக்கு போயாச்சு, தாத்தா சொத்தெல்லாம் மருமகனுக்கு போனதுக்குப் புறவில்ல, ‘தகப்பன் சொத்து பிள்ளைகளுக்கு’ என்று சட்டம் வந்தது. என்ன பிரயோசனம்? மாப்பிளை வீட்டு சொத்துன்னு எனக்கு ஒன்னும் கிடைக்கல்ல. அதுக்கு அந்த மனுசன் என்ன செய்வாரு? நான் என்னத்த சொல்லட்டும் ஒந்தருமை (உவந்தளிப்பது) பணம்னு 500 ரூபாய் காசுதான் கிடைச்சுது. அதிருக்கட்டுமே, இப்பம் சொத்து இல்லன்னு அந்த மச்சான் இதுகளுக்கு என்னத்திலே குறை வச்சாரு. இவன்களை (மருமகன்கள்) ‘நீ இன்னாரு மகளையா கட்டிருக்கே’ன்னு ஒரோருத்தன் கேக்கிறான்னா, அது அவோ மகிமை இல்லையா? அந்த ஒரு சொத்துப் போறாதா உங்களுக்கு” என்றாள் அம்மா. என்னைப் பார்த்துக் கேட்டாளா? தன்னைத்தானே கேட்டுக்கறாளான்னு புரியவில்லை.

அன்றிரவு மூன்று அக்காமார்களும் குசுகுசுவென்று என்னவெல்லாமோ பேசிக் கொண்டிருந்தனர். நான் ஒரு புறமாக படுத்துக்கொண்டிருந்தேன்.

“அம்மைக்கிருக்க வயலையாவது நாம் பங்கு வச்சு வாங்கிர வேண்டியது தான். இல்லாட்டா ஒண்ணும் கிடைக்காது. அதுவும் உங்கம்ம என்ன நம்ம மூணு பேரையுமா பெத்தா, டசன் கணக்கிலே பெத்தாச்சு. நாலோட, அஞ்சோட நிறுத்தினாளா? நமக்கு தலை எண்ணிப் பாகம் வச்சாத்தான் என்னவாவது கிடைக்க வழியுண்டு. இல்லேன்னா எல்லோருக்கும் சம பங்குண்ணா நமக்கு ஒண்ணும் கிடைக்காது. இப்படி பிள்ளை பெறணுமா?” இப்படி ஒருத்தி.

“எங்க அத்தையும், மயினியும் நான் இங்கேயிருந்து ஒரு அரைக் கோட்டை விதப்பாடாவது கொண்டு போனாத்தான் என்னை மதிப்பா. இல்லேன்னா எனக்கு என்ன மதிப்பிருக்கு?”

“இன்னொண்ணு சொல்றேன் கேட்டுக்கோ. நான் அப்பாவிற்கு சுகமில்லேன்னு இரண்டு நாள் வந்து இருந்துவிட்டு போனேன்லா” குரலை கம்மிபண்ணிக் கொண்டாள். கிசுகிசுத்த

குரலில், "எக்கா இவ்வளவு வயசுக்குப்புறமும் அம்மா ராத்திரி அப்பாகிட்டே போய் படுத்திருக்கா பார்த்துக்கோ."

மற்ற இரண்டு பேருக்கும் என்ன பதில் சொல்லண்ணு தெரியலையோ, அல்லது கிசுகிசுன்னு பேசினார்களோ என் காதில் விழவில்லை. ஆனால் அந்த ஒரு நிமிஷம் என் மனம் பட்ட பாடு! இவர்கள் என்ன சொல்கிறார்கள்? அந்த நேரத்தில், அந்த வேதனையான நிலைமையில் அம்மாவைத் தவிர யார் அப்பாவிற்கு அந்த ஆறுதலையும், இங்கிதத்தையும் அளிக்க முடியும். நான் தான் பார்த்துக்கொண்டு இருந்தேனே. எந்தப் புனிதமான உறவினால் நானும் பிறந்தேன் என்று பெருமைப் பட்டுக் கொண்டிருக்கிறேனோ, அந்தப் புனிதத்தை இவர்கள் இப்படியா பார்க்கவேண்டும். என்ன செய்வது என்று தெரியாமல் எதுவும் சொல்லவும் தெரியாமல் அப்படியும், இப்படியும் புரண்டேன்.

பக்கத்தில் அத்தையும் படுத்துக்கொண்டு என்னை மாதிரியே கேட்டுக்கொண்டிருந்திருக்க வேண்டும். என் மனது வெடித்துப் போகாமலிருக்க வேண்டுமே. 'அத்தே'ன்னு மெல்லக் கூப்பிட்டேன். "'ஸ்' சத்தம் போடாதே. நானும் எல்லாம் கேட்டுட்டுத்தான் படுத்திருக்கேன். விடியட்டும். நான் ஒரு வழி பண்ணிட்டுத்தான் போவேன். என் அண்ணாவை எனக்கு நல்லாத்தெரியும். அண்ணா கிட்டே கை கட்டி, வாய் பொத்தி நின்றுதான் பேசுவோம் நானும் எங்க அக்காச்சிகளும். அந்த பள்ளிகொண்டானுக்கு பிறகு எங்களுக்கு எங்க அண்ணன் தான் தெய்வம்."

அப்பாவைப் பற்றி இப்படி அத்தை சொல்லிக் கேட்கும்போது அத்தையை அப்படியே கட்டிப் பிடித்துக்கொள்ள வேண்டும் போலிருந்தது.

எல்லோரும் எப்படியோ அனுப்பி வைக்கப்பட்டு எல்லா அத்தைமார்களுடன் இந்த அத்தையும் வில் வண்டி கட்டி வரச்சொல்லி ஏறிப் போய்விட்டாள். வீடும், வாசலும் தெருவும் எல்லாமே வெறிச்சோடிப் போய் வெறுமையாய் தெரிந்தது. இந்த வெறுமையின் அழுத்தத்தை நானும் அண்ணனும், அம்மாவும் தாங்கியாக வேண்டுமே.

'கிடாரம் உடைந்தால் கிண்ணியாவது மிஞ்சாதா'ங்கிற மாதிரி எல்லாம் உடைந்து சிதறிய பின் வீட்டில் இருக்கும் நெல், சாமான்கள் கொண்டு மாதங்கள் ஓடிக் கொண்டு இருந்தன.

28

"நீ பாட்டிற்கு இப்படி வாசித்துக்கொண்டே இருந்தால் என்ன அர்த்தம். உளுந்து அரைச்சாச்சு. அரிசி என்னாலே முடியலே, கொஞ்சம் வந்து ஒதுக்கிக் கொடு. அந்த நாசமாப் போன புஸ்தகங்களைப் படிக்காதே. வா... வா..."

நானும் ஆட்டுக்கல் முன் உட்கார்ந்து அரிசியை ஒதுக்கிக் கொடுக்க ஆரம்பித்தேன். அம்மா பல்லைக் கடித்துக்கொண்டே அரைத்தாள். அம்மாவின் தலை மயிர் அவிழ்ந்து விழ, விழ கொண்டை போட்டுக்கொண்டாள். சாதாரணக் கொண்டைன்னா அவிழாது. 'பங் கொண்டை' தான் போடணும். தாலி அறுத்துவிட்டால் கொண்டை கட்டி வைக்கக்கூடாது. வலது தோள்பட்டை வெறுமனே வெளியே தெரிகிறது. ரவிக்கையும், 'அறுத்தவள்' போடக்கூடாது. செயின் எதுவுமே இல்லாத அறுத்த கழுத்து. காதில் சிகப்புக் கம்மல் இல்லை. இந்த மூளித்தனத்தை என்னால் வெகு நேரம் பார்க்க முடியவில்லை.

"என்ன பாக்கிறே?"

"ஒண்ணுமில்லே..." "இல்லம்மா, நீ, நான் நாஸ்திகப் புத்தகம் படிக்கிறேன்னு கேட்டியே, அதில் இங்கர்சால் சொல்றான், 'உன் மனைவி உன்னிடம் செலவிற்குக் காசு கேட்கக் கையேந்துகிறாள், அப்படிப்பட்ட பிச்சைக்காரியின் வயிற்றில் எப்படி வீரக் குழந்தைகள் பிறக்க முடியும்'னு? இது சரிதானே."

“அது சரிதான். ஆனா உங்கப்பா மாதிரி எவன் நாஞ்சில் நாட்டிலேயே பொண்டாட்டிய சம உரிமை கொடுத்து வச்சிருந் தான். இன்னும் ஒரு பத்து வருஷம் கழிச்சு போயிருந்தா, இன்னைக்கு நான் இந்த நிலைமைக்கு ஆளாகியிருப்பேனா? சரி ஏதாவது சம்பாதிச்சு வச்சுக்கிட்டாவது போனாரா? வந்த தெல்லாம் பிள்ளைகள், பிள்ளைகள்னு செலவு பண்ணியே தீர்த்தாச்சு. இப்போ அந்த பிள்ளைகள் திரும்பிக்கூட பார்க்க மாட்டேன்கிறதுகள்.

தாலி அறுத்தவள்ன்னு இல்லாம, காதிலே நாலு உருப்படியும், கழுத்திலே மூணு கொத்துச் செயினும் போட்டுக்கிட்டிருந்தேன்னா எல்லாம் சுத்தி சுத்தி வரும்.”

“ம்… பிள்ளைகளா?”

“சரி, சரி, அரிசி நல்ல அரைஞ்சாச்சு. வழிச்சிரட்டுமா?”

அம்மா எழுந்து போய்விட்டாள். என் சிந்தனை, ‘அப்போ பணமில்லைன்னா பாசமில்லையா?

வெளியே சுற்றிவிட்டு இரவு எட்டு மணிக்குமேல் அண்ணன் வந்தான். அவன் எப்போது வந்தாலும், அவன் கையில் ஒரு புஸ்தகம், பத்திரிகை இல்லாமல் வரமாட்டான். எனக்கும் அவன் கொண்டு வந்து கொடுத்த புத்தகங்களை படித்துப் படித்து சலித்துவிட்டது. காண்டேகர், சரத்சந்திரர், டாகூர், பக்கிம்சந்திரர், பிரேம்சந்த் இவர்களின் படைப்புகள் சிலவற்றைப் படித்தால் அதில் நிறைய சிந்திக்கத் தூண்டும் விஷயங்கள். ‘கருகிய மொட்டு’, ‘ஆனந்த மடம்’, ‘புயலும் படகும்’ இப்படி எத்தனை, எத்தனையோ! ஆனாலும் நான் தேடுகிற ஏதோ ஒன்று எதிலும் எனக்குக் கிடைக்கவில்லை. எனவே வெறி பிடித்த மாதிரி வாசித்தேன். மாப்பசான், எமிலிசோலா, இப்படி பலதரப்பட்ட நாவல்கள். இதனாலெல்லாம் மனம் திருப்தியடைந்ததாகத் தெரியவில்லை. ஓடி ஓடி களைத்தவன் மாதிரி உணர்க்கிறேனே தவிர, இன்னும் வேகமாக ஓடினால் லட்சிய இடத்தை அடைந்துவிடலாமென்று எண்ணி விடாப் பிடியாய் ஓடுபவன்போல் ரூஸ்ஸோ, அரிஸ்டாட்டில், சாக்ரடீஸ் இப்படி தேடித் தேடிப் பார்த்து, தத்துவ புஸ்தகங்கள்; கொஞ்ச தினங்களா?

ஆனால் அன்று அண்ணன் கையிலிருந்த புஸ்தகம்!

“அது என்ன புஸ்தகம்ண்ணே?”

அம்மாவிற்கு தெரிய வேண்டாம் என்று கையைக் காட்டினான். நான் யோசித்தேன். முன்னொரு தடவை 'கம்பரசம்' வைத்திருந்தான்.

"நீ படிக்கக்கூடாது" என்று சொல்லி ஒளித்து வைத்துவிட்டு சென்றுவிட்டான். நான் விடுவேனா? கண்டுபிடித்து எடுத்து திருட்டுத்தனமாகப் படித்தேன். அது அவனுக்கு இன்னும் தெரியாது. அது மாதிரி இருக்குமோன்னு, நான் முகம் சுளிப்பதைப் பார்த்து, கிசு கிசுத்த குரலில், "அப்புறம் சொல்கிறேன், முதல்லே சோறு போடு."

அம்மா முன்னால் வராண்டாவில் போய் உட்கார்ந்து நான்கைந்து பெண்களுடன் ஏதோ வம்பளந்துகொண்டு இருந்தாள்.

"இது என்ன புஸ்தகம் தெரியுமா..? கம்யூனிஸ்ட் அறிக்கை"

நான் அவனையே கூர்ந்து பார்த்தேன்.

"கம்யூனிஸம்னா என்ன?"

"இது கூட தெரியாதா? பொதுவுடைமை."

"அப்படின்னா?"

"அப்படின்னாவா? மூஞ்சியைப் பாரு மூஞ்சிய, சோஷிலிஸம்னாவது கேட்டிருக்கியா?"

"ஆமா... சோஷிலிஸம்னா சமத்துவம்."

"ஹே... சமத்துவம் அப்படின்னு சொல்லிட்டாப் போறுமா? சமத்துவம்ன்னா, இந்த நாட்டிலே எல்லோருக்கும் வேலை, வேலைக்கேத்த கூலி, அது கிடைக்கணும். அப்ப தான் சோஷிலிஸம் வந்தாச்சுன்னு அர்த்தம்."

"கம்யூனிஸம்னா?"

"எல்லோருக்கும் வேலை, தேவைக்கேத்த கூலி. இது கம்யூனிசம்."

"அப்படின்னா 'பொதுவுடைமை'ன்னு சொன்னியே அதுக்கு என்ன அர்த்தம்."

"அப்படி கேளு. பொருளாதாரம்தான் எல்லாத்தையும் தீர்மானிக்கிறது."

"பொருளாதாரம்?"

"ம்... அதாவது பணம். இப்போ எடுத்துக்கோ நம்ம வீட்டிலே நம்ம அக்காமாரெல்லாம் ஏதாவது சண்டை போடறாங்கள்ளா?"

"ஆமாம்."

"அடிப்படை விஷயம் என்னாண்ணு கவனிச்சிருக்கியா?"

"என்னவாம்."

"பணம் பற்றிதானே பேசிக்கிறாங்க. அப்பா செத்த வீட்டில் என்ன நடந்தது? செலவு எவ்வளவு ஆச்சு? நான் இவ்வளவு போட்டேன், நீ மூத்த மருமகன் இவ்வளவு போடணும்னு கேட்டா, நான் இறங்கி போயிடுவேன், அடியந்திரத்துக்கே இருக்க மாட்டேன்னு மூத்த மாப்பிள்ளை சண்டை போட்டார் இல்லையா?"

ஆமாம்! எனக்கு அவன் சொல்லச் சொல்ல நான் இது வரை தேடி வந்த விடை எங்கேயோ தட்டுப்படுகிற மாதிரி இருந்தது. "அம்மாகிட்டேயே நிறைய பணம் இருந்து அடியந்திரம் எல்லாம் அம்மாவே செய்தான்னு வச்சுக்கோ. சண்டைக்கே இடமில்லையே."

இரண்டு பேரும் கொஞ்ச நேரம் மௌனமாயிருந்தோம். அவன் மோருக்காக சோற்றை பிசைந்து கொண்டிருந்தான். எழுந்து போய் எடுத்து வந்து ஊற்றியதும் ஒன்றும் பேசாமல் சாப்பிடத் தொடங்கினான்.

கெட்டிலில் தண்ணீர் கொதித்து முட்டுகிற மாதிரி என் நெஞ்சில் கேள்விகள் திரும்பத் திரும்ப முட்டிக்கொண்டு இருந்தன. கேட்டால் இப்போ அவனுக்கு இன்னும் பதில் சொல்ல, விளக்க, பொறுமை இருக்குமோன்னு பயத்தில்,

"ஒண்ணே ஒண்ணு மட்டும் சொல்லேன்."

"ம்... கேளு."

"எல்லோருக்கும் வேலை, எல்லோருக்கும் கூலி, எல்லாம் நாட்டிற்கும், மக்களுக்கும் சொந்தம், யாரும் ஏழையில்லை, யாரும் பணக்காரனும் இல்லை, இப்படி எங்கேயாவது நடந்திருக்கா?"

"நடந்திருக்கான்னா கேக்கிறே? ரஷ்யா தெரியுமா? என்ன *Geography* தான் படிச்சியோ, எல்லாம் மறந்திருப்பே. *USSR*ல் சோஷலிஸம் வந்து எத்தனை வருஷமாச்சு தெரியுமா?

"அங்கே மட்டும் எப்படி வந்தது?"

"இதோ பாரு – மார்க்ஸ், ஏங்கல்ஸ் இரண்டு பேரும் இப்படித்தான் சமுதாயங்கள் மாறும்ன்னு எழுதி வச்சாங்க. ஆதாரத்தோட லெனின்ங்கறவர் திட்டம் வகுத்தாரு. ஸ்டாலின் அதை நடைமுறைக்குக் கொண்டு வந்தாரு. அதுதான் இன்றைய ரஷ்யா."

"அப்போ அங்கே ஏழைகளே இல்லையா? பட்டினி இல்லையா? கஷ்டப்படுகிறவங்க இல்லையா?"

"ஊஹூம், அப்படி எதுவும் கிடையாது."

"ஆங்! அப்போ நம்ம இந்தியாவிலே அப்படி செய்ய முடியாதா?"

"முடியும்; ஆனா இன்னும் பத்து வருஷம் கிட்ட ஆகலாம்."

"பத்து வருஷமா! அடேயப்பா, அது வரை நம் நாட்டிலே கஷ்டங்கள் இருந்து கொண்டேதானிருக்குமா?"

"ஆமாம்மா, பத்து வருஷமாயிரும்!" அதுவும் ஏக்கத்துடன் சொன்ன மாதிரி இருந்தது.

"அது சரி, இந்தப் புத்தகம் நம் வீட்டிலேயிருக்குன்னு வெளியே தெரிஞ்சா ஜெயிலுக்கு போகணும். மறைச்சு வை."

அவன் சாப்பிட்டு எழுந்து பேசாமல் படுக்கப் போய்விட்டான். நான் அடுக்களைச் சுவரில் அப்படியே சாய்ந்துவிட்டேன். கையிலே 'கம்யூனிஸ்ட் அறிக்கை' என் தலைமாட்டில் அரிக்கன் விளக்கை தாழ்த்தி வைத்துக்கொண்டேன். அம்மாவின் குறட்டை லேசாக வந்துகொண்டு இருந்தது. புஸ்தகத்தை பிரித்தேன். முன்னுரை படித்தேன். படிக்க ஆரம்பித்தேன்... மேலே ரோட்டில் சரக்கு ஏற்றிச் செல்லும் சக்கடா வண்டிகளின் சத்தம் இரண்டாவது 'ஷோ'விட்டு, தனியாகப் போய்க் கொண்டு இருக்கும் ஒருவன் பாடிக்கொண்டே எங்கள் தெருவைக் கடக்கிறான். வாசலுக்கருகில் வரும்போது, அவன் பயத்தினால் பாடுகிறான் என்று நன்றாகவே தெரிந்தது. பின்னர் மெல்ல மெல்ல அந்தச் சத்தம் இருட்டோடு இருட்டாக கலந்துவிட்டது. நானும் விளக்கை அணைத்தேன். கண்ணை மூடித் தூங்க முயற்சித்தேன். இங்கே சோஷிலிஸம் வர ஒரு வருஷமா, இரண்டு வருஷமா, பத்து வருஷங்கள். அதுவரை கஷ்டங்கள், கஷ்டங்கள், கஷ்டங்கள்.

காலையிலேதான் என்னால் தூங்க முடிந்தது. அம்மா ஏசிக்கொண்டே, "இவ்வளவு வயசிலே நான் தானா முத்தம் தெளிக்கணும். இவளுக்கு ஏந்திச்சு தெளிச்சா என்னா."

நானாலும், அம்மாவானாலும் விடிவதற்குள் தெளிக்கணும். அம்மா அறுத்தவ. நான் சமைஞ்ச பொண்ணு. இரண்டு பேருமே விடிந்தபின் வெளியே வரமுடியாது. எல்லா வீடுகளிலும் சமைஞ்ச பொண்ணுதான் காலையிலே முத்தம் தெளித்துக் கோலம் போடணும். நான் ராத்திரி முழுவதும் படிக்கிறது. காலையில் தூங்குவது. நாளைக்கு ஒருத்தன் வீட்டிற்கு போனால்? எல்லாம் செய்து, செய்து பழகிக்கொள்ளணுமா இல்லையா? ராமு, கோசலை, சுந்தரி, விசாலம் எல்லோரும் ஒரு வருஷத்திலே சமைஞ்சோம். ராமுவுக்கு கல்யாணம் ஆயிட்டுது. ருக்குவுக்கு வர ஐப்பசியிலே கல்யாணமாம். ருக்கு மாப்பிள்ளைக்கு பேங்கில் வேலையாம். 5000 ரூபாய் உருப்படியும், 5000 ரூபாய் கையிலேயும் கொடுக்கிறாங்களாம். இப்பவே அவ முகத்தில் கல்யாணக்களை. வேறே எல்லோரும் எதுக்கோ தயார் நிலையிலே தங்களை தயார்படுத்திக்கொண்டு ரெடியா (மாப்பிள்ளை வீட்டிற்குப் போகத்தான்) நின்றுகொண்டு இருப்பதுபோல் தோணும்.

நான் மட்டும் ஏன் வித்தியாசமா இருக்கேன்! ஒருவேளை நிறைய புத்தகங்கள் படித்ததாலா? அல்லது அப்பா இல்லாமல் பணக் கஷ்டம் வந்ததாலா? அண்ணன் சொன்னானே எல்லாத் துக்கும் பணம்தான் அடிப்படை என்று. அதனாலதான் நான் மட்டும் 'ஏன்'னு சிந்திக்கிறேனா? ஒருவேளை அம்மாவிடம் நிறைய பணம் இருந்து எனக்கு மாப்பிள்ளை பார்க்க ஆரம்பிச்சா நான் ஒண்ணும் சிந்திக்க மாட்டேனா?

எனக்கு எப்போ கல்யாணம் நடக்கும்? சோஷிலிஸம் வந்த பிறகா? அப்படின்னா இன்னும் பத்து வருஷம் கழிச்சா? அப்படின்னா எனக்கு ரொம்ப வயசாகிடும்! அப்படின்னா, அப்படின்னா..?

அம்மாவிற்கும் எனக்கு கல்யாணம் எப்படிப் பண்ணுவ தென்று கவலை ஆட்டிக்கொண்டிருக்க வேண்டும். சில சமயம் அவளிடமிருந்து என்னைப் பார்த்து பெருமூச்சு ஒன்று வெளிவரும்.

"என்னம்மா" என்பேன்.

"இல்ல ஒண்ணாவது திரும்பிப் பாக்கா, பாத்தியா? 'எட்டிப் பாத்தா எட்டுப் பணம் தெண்டம்'ணு தானே எல்லாம் விலகிப் போச்சு... நாளைக்கு அப்பாவிற்கு திவசம், மூணு வருஷம் போனதே தெரியல. இதுகள் வருமோ வராதோ. நீ எல்லோருக்கும் 'கார்டு' போட்டியோ?"

"ம்..."

காலையிலே மணி ஒன்பது ஆச்சு, யாரையும் காணோம்.

"பாத்தியாடி, ஒவ்வொண்ணுக்கு மேலேயும் அப்பா வச்ச ஆசை என்னா, பாசம் என்னா? இப்போ அந்த அப்பனுக்கு திவசத்துக்கு கூட ஒண்ணும் வரல பாத்தியா?"

"சரி, விடும்மா, நான் குளிச்சு எல்லாம் ஆச்சு. உலை வைக்கட்டுமா?"

சிரத்தையில்லாமல் அம்மா காய்கறி நறுக்க உட்கார்ந்தாள். அப்போதுதான் அண்ணன் நண்பர்கள் சோமுவும் பாலனும் வந்தார்கள்.

"அவன் எங்கே? நீங்க ரண்டு பேரும் மாத்திரம் வந்திருக்கியோ?" அம்மா கேட்டாள்.

இரண்டு பேரும் ஒருத்தரை ஒருத்தர் பார்த்தார்கள். அம்மாவிற்கு அடி வயிற்றை என்னவோ செய்திருக்கவேண்டும்.

"என்னடே சங்கதி" திரும்பவும் கேட்டாள். நானும் பயந்தேன். எனக்கு அவன் எப்போதும் ஆற்றில் பெருவெள்ளத்தில் *Dive* அடிக்க போனவன்; என்றுமே குளிக்கப் போனவன் வரலேன்னா பயப்படுவோம். அவன் வந்ததும் அம்மா ரெண்டு திட்டு திட்டுவாள். அடுத்த நாளும் அதேதான்.

"ஒண்ணுமில்லம்மா, வாத்தியார் ராமசாமியத் தெரியும்லா, அவருக்கு ஜாமீன் கொடுத்திருக்கான். நமக்கு ஏன் அதெல்லாம்? நாங்க சொன்னா கேக்கமாட்டான். நாளைக்கு வீட்டிற்கு போலீஸ் கீலீஸ்ன்னு வந்தால் நல்லா இருக்காதேன்னுதான்."

"..."

"இவன் என்ன எழவுக்குத்தான் இப்படித் திரியானோ? கேப்பாரு கேள்வி இல்லேன்னு இல்லா நினைச்சிருக்கான். 'உடையவன் இல்லாட்டா எல்லாம் ஒரு முழம் கட்ட'ங்கிற மாதிரி... ம்... வரட்டும் அவன். இன்னக்கி இரண்டுல ஒண்ணு கேக்கிறேன்."

அண்ணன் வந்து சாப்பிட உட்கார்ந்தான். அம்மா 'உர்'ன்னு முகத்தை வைத்திருந்தாள். அவன் கேள்விக் குறியோட என்னைப் பார்த்தான்.

"நீ யாருக்கு ஜாமீன் குடுத்தே?" நான் கேட்டேன்.

"ஏண்டா, இந்த மாதிரி குடியக் கெடுக்கணும்?" அம்மா.

"பூ! இதுக்குத்தானா? குடி ஒண்ணும் கெட்டுப்போகாது. ஏன் இப்படி கிடந்து அவயம் போடுக? நான் என்னா கள்ளனுக்கா இல்ல கொலைகாரனுக்கா ஜாமீன் கொடுத்தேன்?"

"அதைவிட பயமான விஷயமாமே?" அம்மா

"நான் சொல்கேன் கேளு. நம்ம ராமசாமி இருக்கார்ல்லா, பாவம், பிள்ளைகுட்டிக்காரன். *T.B.* ஆஸ்பத்திரியிலேருந்து ஒரு கம்யூனிஸ்ட் லீடர் தப்பிச்சுப் போயிட்டாரு. யார், யார் மேலேயோ சந்தேகம். இவரு ஏதோ தடை செய்யப்பட்ட புஸ்தகத்தைப் படிச்சிட்டிருந்திருக்காரு. அதத் துப்பு அறிஞ்சு போலீசு இவரை உள்ள கொண்டு போயிட்டான். அவரு வெளிலே வர்றதுக்குத்தான் ஜாமீன் கொடுத்தேன். கேசுக்கெல்லாம் அவரே போய் ஆஜராகிக்கிடுவாரு. இதுக்குப்போய் கவலைப்படாதே. நம்ம வீட்டுக்கு ஒண்ணும் போலீசும் வராது, கீலீசும் வராது."

மத்தியானச் சாப்பாடு முடிந்ததும் அம்மா படுக்கப் போய் விட்டாள். கையில் ராமலிங்க சாமிகளின் அருட்பா, ஒரே ராகத்தில் பாடிக்கொண்டிருந்தவள், கொஞ்ச நேரத்தில் தூங்கிப் போய்விட்டாள்.

அண்ணன் வராந்தா கைப்பிடிச்சுவரில் உட்கார்ந்திருப்பதைப் பார்த்து, நான் மெல்ல அவனுக்கு எதிரே தூணில் சாய்ந்துகொண்டு உட்கார்ந்தேன்.

அண்ணனே சொல்ல ஆரம்பித்தான். "திருவனந்தபுரத்தி லிருந்து ஒரு கம்யூனிஸ்ட் லீடரை அரெஸ்ட் பண்ணி அவரை *T.B.* ஆஸ்பத்திரியிலே வச்சிருந்தானுகோ."

"*T.B.* ஆஸ்பத்திரியிலே ஏன் வச்சிருக்காகளாம்?"

"ஏன்னா, அவருக்கு *T.B*... கேக்கிற கேள்வியைப் பாரேன். அதனாலே ஜெயில்லேயிருந்து ஆஸ்பத்திரிக்கு கொண்டு வந்தாச்சு. எவ்வளவு போலீஸ் காவல் இருந்தும் அவர் எப்படி தப்பிச்சாருங்கிற! ஓ, இதுக்கெல்லாம் எவ்வளவு வீரமும், துணிச்சலும் வேணும் தெரியுமா?"

"சொல்லு, சொல்லு, எப்படித் தப்பிச்சாரு?"

"சொல்றேன், ஆனா ஒருத்தருட்டேயும் நீ இதப்பற்றி சொல்லக்கூடாது என்னா?"

நான் தலையாட்டினேன்.

அண்ணன் முகத்தில் குறும்புச் சிரிப்பு. "கக்கூஸ் போறேன்னாரு. போனாரா... ம்... சும்மா போயிர முடியுமா? ரெண்டு போலீஸ்காரன்கள் எப்பவுமே கூடப்போவான்கள்."

எனக்கு சிரிப்பாக வந்தது.

"ஸ்... சத்தம் போடாதே" அண்ணன் தொடர்ந்தான். போலீஸ்காரன்கள் இரண்டு பேரும் வெளியே காவல். இவரு வெளியே சொம்புத் தண்ணியை வச்சுப்போட்டு கக்கூஸ் உள்ள போனார். போனவர் போனவர்தான். போலீஸ்காரன்கள் நிக்கிறான், நிக்கிறான், நிக்கிறான்... சொம்பு வெளியே இருக்கிற இடத்திலேயே இருக்கு கூப்பிட்டுப் பார்த்தான். கக்கூஸ் உள்ளே போய் பார்த்தா ஆளையே காணோம். ஒரே போலீஸ் விசிலும், அவன்கள் பூட்ஸ் கால்களோடு ஆஸ்பத்திரி முச்சூடும் அல்லோல, கல்லோலம்தான்.

"அப்புறம்?"

"ம்... ம்... எங்க? ஆருக்குத் தெரியும்?"

"ஆமா, எப்படித்தான் போனாரு?"

"ம்... உன் தலை மண்டை."

அன்று இன்னொரு புஸ்தகம் தந்தான்.

"கூலி உழைப்பும், மூலதனமும்."

"உபரி மதிப்பு", 'முதலாளிகளின் லாபம்' நன்றாகப் புரிந்து கொள்ள முடிகிறது. அரிக்கன் விளக்கில் எண்ணை இல்லையோ, திரி தாழ்ந்துகொண்டே போயிற்று. நமக்கு சோஷிலிஸம் வர நான் என்ன செய்வது, ஆண் பிள்ளைகள் மாதிரி என்னால் எது செய்ய இயலும்? ஆஸபத்திரியிலிருந்து தப்பிப் போனவர் மாதிரி எனக்கும் வீரம் இருக்கா? தைரியம் வருமா? எனக்கே சிரிப்பா வந்தது. பட்டப்பகலில் தெரு வாசலுக்கு வரமுடிவதில்லை. இதிலே வீரமாம், வீரம்!

ஒரு நாள் அண்ணனைத்தேடி 25, 26 வயது மதிக்கத்தக்க ஒருவன் வந்தான். நான்கைந்து நாட்களுக்கு மேலாக வளர்ந்திருக்கும் தாடி, மீசை, பீடி குடித்துக் குடித்து கறுத்த உதடுகள். முடி வெட்டிக் கூட பல நாட்கள் இருக்கும் போலிருந்தது. அம்மாவும், நானும் வராண்டாவில் உட்கார்ந்திருக்கும் போதுதான் அவன் ஏறி வந்தான். சோப்பு பார்த்து ரெம்ப நாளிருக்கும் போலிருந்தது அவனது வேட்டியும், ஷர்ட்டும்.

"யாருப்பா நீ, என்ன வேணும்?"

அண்ணனைத் தேடி வந்ததாகச் சொன்னான். தான் கல் மடத் தெரு பேச்சியம்மையின் மகன் என்றும் சொன்னான்.

"அட பேச்சியம்மையின் மகனா நீ. என் கல்யாண சமையத்திலே ஒங்கம்மை எல்லாம் சின்னப் பிள்ளைகள். ஒங்கப்பாதான் போயிட்டாரு. குடும்பம் எப்படி நடக்கு? நீ சோலிக்குப் போறியா?"

"நான் படிக்க ஒண்ணும் முடியல்ல பெரியம்மா. ஆனா ஒரு நாளைக்குச் செலவுக்கு வரும்படி அண்ணண்ணைக்கு பீடி சுத்துவேன். அம்மையும் நெல்லு பிடிச்சுக்குத்தி அரிசி அளக்கிறா. எப்படியோ குடும்பம் நடக்கு!"

அதே சமயம் அண்ணனும் வந்தான்.

"எம்மா இவன் இப்படி இருக்கான், பீடிதானே சுத்திப் பொழைக்கிறான்னு நினச்சுராதே. போலீசு வலை போட்டுத் தேடுன ஆள்ல ஒருத்தனாக்கும் இவன்!"

"நீ என்ன சொல்லுக?"

"பயப்படாதே இப்போ இவன் மேலே கேஸ் எதும் இல்ல. பீடித் தொழிலாளிகள் யூனியன் அமைச்சான். அதனாலே ஏதோ குற்றஞ்சாட்டி இவன் மேலே கேசு."

"ஏண்டா, இவ்வளவு பெரிய வெள்ளக்காரனை எதிர்த்து போராடி ஆட்சி அமைச்சிருக்கிற நம்ம கவர்ண்மெண்டு பேச்சியம்மை மகனப்பாத்தா பயப்படுகு?"

"ம்... அங்கதானிருக்கும்மா விஷயம். இப்போ இவன் பேச்சியம்மை மகன் தாமு இல்லை. பீடித்தாமுன்னு சொன்னா நம்ம தாலுக்கா முழுசுமிருக்கிற பீடி சுத்தற தொழிலாளிகள் எல்லோருக்கும் தெரியும். இவன்தான் என்னவாம்! வெறும் பீடித்தாமுவா. அவன் கிட்டே கேளு அரசியல் சொல்லித் தருவான். இந்த உலகமே எப்படி உண்டாச்சுங்கிறதிலே இருந்து இண்ணைக்கு உலகம் பூரா இருக்கிற நாடுகள் விபரமும், வருங்கால சமுதாயம் எப்படி இருக்கும்ங்கிறது வரை உனக்கு விளக்குவான்."

"ஏய், போறுண்டா, நீ பாட்டுக்கு அடுக்கிக்கிட்டே போகாண்டாம். அம்மைக்கு இப்போ நான் யாருண்ணு தெரிஞ்சாச்சுல்லா. அது போறும் போ."

"சரி, நீ பேசிக்கிட்டிரி. நான் கீழ்த் தெருவு வரைக்கும் கொஞ்சம் போயிட்டு வாறேன்."

அம்மாவுக்கு இப்போதெல்லாம் யாராவது பேசக்கிடைத்தால் போதும். எதையாவது கேட்டு தனக்குத் தெரிந்த எதையாவது விளக்கி இப்படி நேரம் போக்குவாள்.

"அவன் என்னதான் சொல்லிட்டுப் போறான் உன்னைப் பத்தி? நீங்கள்ளாம் என்னதான் செய்திட்டிருக்கியோ, உங்களைப் போலீஸ் பிடிக்கிற அளவுக்கு?"

"அப்படிக் கேளுங்கோம்மா, நாங்க செய்யற காரியம் சரியா, தப்பான்னு நீங்களே சொல்லுங்கோ, பீடி சுத்தி வாழ்கோம். அந்தத் தொழிலாளிகள் எல்லாம் சங்கம் வச்சு நாலணா, எட்டணா கூலி கூடுதல் கேக்கிறோம். அதுக்கு இந்த அரசாங்கம் இந்தப்பயம் பயப்படுகு. அவ்வளவுதான்."

"என்னவோப்பா, இப்போல்லாம் நல்லதுக்கு காலமில்ல, அவ்வளவுதான் சொல்லணும்."

"எங்கள வழி நடத்தப் போறது வந்து கம்யூனிஸ்ட் கட்சி, அந்தக் கட்சிக்குத்தான் இந்த அரசாங்கம் மாத்திரம் அல்ல, அமெரிக்கா, பிரிட்டிஷ்காரன், எல்லா வல்லரசுகளுமே பயப்படறான்கள், ஏன்னா ரஷ்யாவிலே லெனின், ஸ்டாலின் தலைமையிலே நடந்த புரட்சியினாலே அங்கே கம்யூனிஸ்ட் கட்சி ஆட்சிக்கு வந்தாச்சு. இரண்டாம் உலகயுத்தம் முடிஞ்சதும் ருமேனியா, பல்கேரியா, ஹங்கேரி. யூகோஸ்லேவியா, செக்கோஸ்லேவேகியா, போலந்து இப்படி பல நாடுகளும் கம்யூனிஸ்ட் கட்சி ஆட்சிக்கு கீழே வந்து போச்சு. அதனாலே எங்க செவப்பு நிறம் கண்டாலும் எல்லாவனும் பயப்படுறான்."

அம்மாவிற்கு இதில் என்ன புரிந்ததோ இல்லையோ, பால்கறக்கிற ஆள் வந்ததும் அம்மா எழுந்து உள்ளே வரப்போனாள்.

"நான் புறவு ஒரு நா வாறேன்மா."

"சரிப்பா போயிட்டு வா. அம்மையைத்தான் இந்தப் பக்கமே வரக்காணோம். நான் தேடுனேன்னு சொல்கியா?"

"சரிம்மா."

பீடித்தாமு வாசல்படி இறங்கிப் போனான்.

29

இப்போதெல்லாம் எனக்கு என்னாகிப் போச்சு? நானும் ஏன் கோசலை, லட்சுமி, காளியம்மை இவர்களைப் போலிருக்க முடியவில்லை. அவர்கள் எல்லோரும் என்ன உற்சாகத்துடனும், ஆர்வத் துடனும் வீட்டு வேலைகள் செய்து முடிக்கிறார்கள்! எப்போதாவது இரண்டு பாத்திரங்கள் கழுவ உட்கார்ந்தால் கூட மனம் ஏதோ சிந்தனையில், எதையோ தேடிக்கொண்டு திரிகிறது. எனக்கு என்னதான் வேண்டும்? கரி போக பாத்திரம் தேய்ப்பதை விட்டு காந்தியைப் பற்றி சிந்திப்பானேன்! காங்கிரஸிலிருந்து சோஷிலிஸ்ட்டுகள் ஏன் தனியாகப் பிரிந்து போய் கம்யூனிஸ்ட்டுகளாக இயங்குகின்றனர்? அவர்கள் என்னதான் செய்கிறார்கள்?

“எடி, அடுப்பு எரிஞ்சுக்கிட்டிருக்கு, உலைப் பானையை கொண்டா, ஒனக்கு என்னதான் யோசனையோ, ஏன்தான் இப்படி இருக்கியோ?”

இப்போதெல்லாம் நானும் முன் போலில்லாமல் ரெம்ப மாறிவிட்டேன் என்பது எனக்கே தெரிகிறது.

இரவு ஏழு எட்டு மணியானால் பிள்ளை களுக்கு சாப்பாடு போட்டு வேலைகளை முடித்து விட்டு, ஆனந்தம்மா, தெக்குத்தெரு மீனாட்சி சித்தி, வடிவு அக்காள் இப்படி நிறையப் பேர் அம்மாவைப் பார்க்க வந்துவிடுவார்கள். அம்மா கொஞ்சம் வெத்திலை, பாக்கு தாம்பாளத்தில் வாங்கிப்போட்டு வச்சிருந்தாளானால் அங்கு தனியே ஒரு களைகட்டிவிடும். முன்பெல்லாம் நானும் அவர்களோடுதான் அரட்டைக்கச்சேரியில் இருப்பேன்.

“யுத்தம் யுத்தமுன்னு யுத்தமும் நின்னு போயாச்சு, சுதந்திரமும் கெடச்சாச்சு. அரிசி சாமான்கள் வில மாத்திரம் ஏறிக்கிட்டேல்லா போகு.” இது வடிவக்கா.

“அதையேன் கேக்கியோ, ரேசன்ல கோதுமை வாங்கி திரிச்சு சப்பாத்தி சுட்டா, பிள்ளைகள் ‘ஒரு சாண் வயிறே இல்லாட்டா இந்த உயிர வாங்குமோ பரோட்டா’ன்னு தாலத்திலே தாளம் போட்டுல்லா பாடுகு”

எல்லோரும் சத்தமா சிரிப்பார்கள்.

அடுத்து ஒருத்தி “கொஞ்சம் ஊறுகா இருக்கா மயினி” என்பாள். “வாய் என்னுணோ வருகு.”

“ஏன் என்ன விஷயம்?” அம்மா கண்ணைச் சிமிட்டிக்கொண்டு நமுட்டுச்சிரிப்புடன் கேட்க, ஊறுகாய் கேட்டவள் திரு திரு வென்று விழிக்க,

“அட என்னவுள்ளா, உள்ளதச் சொல்லேன்.”

“போங்க மயினி, இத்தனை பிள்ளைகளுக்கு நடுவிலே பயந்து பயந்துதான் படுக்கிறோம். ஆனாலும் இப்படியானா நான் என்ன செய்யட்டு?” (அவளுக்கு ஆறுபிள்ளைகள்)

இப்படி ஒருத்தரை ஒருத்தர் கேலியும் கிண்டலுமாக நேரம் போவதே தெரியாமல், சினிமா விட்டு ஆட்கள் போவது வரை, கச்சேரி நடக்கும். சில சமயங்களில் வெற்றிலை கொண்டு வந்து எல்லோரும் போட்டுக்கொள்வோம். ஒன்றிரண்டு வயதானவர்கள் மாத்திரம் புகையிலை போட்டுக்கொள்வார்கள்.

“ஆமா! மதினி, இவ என்ன இப்படி வர வர மாறிட்டா? எங்களோட எல்லாம் பேசப் பிடிக்கல்லையா? எப்ப பார்த்தாலும் புஸ்தகம் படிப்புத்தானா?”

“எனக்கும் தெரியல்லம்மா, என்னதான் படிக்கிறாளோ?”

எனக்கு உள்ளுக்குள் சிரிப்பாக இருந்தது. அதோடு நான் படிப்பதை எல்லாம் இவர்களுக்கு என்னாலே புரிய வைக்க முடிந்தால், அப்படியே அவர்கள் ஒவ்வொருவரும் இன்னும் நான்கு பேர்களுக்குச் சொல்லிக் கொடுக்க முடிந்தால்! நாடு முழுவதுமுள்ளவர்கள் புரிந்துகொண்டால்! எல்லோருமே சோஷலிஸம் வரணும்னு நினைச்சுட்டா?

அன்றொரு நாள் மத்தியானம் ஆனந்தம்மா கையில் ஒரு சிறு பெட்டியுடன் வந்தாள். அம்மாவிடம் காட்டிக் கொண்டிருந்தாள். ஒரு ஜோடி ‘ஜிமிக்கி.’ எனக்குப் போட்டால்

நல்லாயிருக்குமின்னாள். பாதிப்பணம் இப்போ கொடுத்தால் போதும், மீதிப்பணம் வயலறுத்து நெல் வித்துக் கொடுத்தால் போதும்னாள்.

"வாங்கட்டுமா"ன்னா அம்மா.

"வேண்டாம்மா."

அம்மா என்னை ஆச்சரியத்தோடு பார்த்தாள். உருப்படி எல்லாம் போட்டுக்கொள்கிற சாதாரணப் பெண்ணாக இருக்க நான் விரும்பவில்லை. ஆமாம், நானே எனக்கு "நான் ஒரு கம்யூனிஸ்ட்" என்று அங்கத்துவம் வழங்கிக்கொண்டுவிட்டேன். ஒரு "கம்யூனிஸ்ட்" என்ன செய்யவேண்டும்?

ஒரு நாள் வராண்டாப் படிகளில் உட்கார்ந்திருந்தேன். சினிமா விளம்பர வண்டி வரும் கொட்டுச் சத்தம் கேட்கவே ஆர்வமாகப் பார்த்தேன். "டாக்டர் கோட்னீஸ்" என்று வண்டியில் படம் வைத்திருந்தான். மத்தியானம் அண்ணன் வந்ததும் வராததுமா,

"டாக்டர் கோட்னீஸ் கி அமர் கஹானி. அது என்ன சினிமாண்ணே."

"நான் பாத்திட்டேன்டி. அதுதான், கடுகு டப்பாவில் போட்ட சில்லரையைக் காணோம்னு நீயும், அம்மாவும் தேடிக்கிட்டிருந்தீங்களே."

"அம்மா ..."

"சீ! வாயை மூடுடி. உனக்கு டாக்டர் கோட்னீஸ் பாக்கணுமா?"

"ம்."

"ஆங். சினிமான்னா பறப்பியே, அது சரி, கோட்னீஸ் யார் தெரியுமா?"

"யாரு?"

"சைனா, தெரியுமில்லா, அங்கேயும் சோஷிலிஸம் கொண்டு வந்துக்கிட்டிருக்கா. நம்ம மாதிரி ஜனத்தொகை கூடுதலா உள்ள நாடு. அதுவும் விடுதலையடைஞ்சாச்சு. ஆனால் ரஷ்யாவிலே மாதிரி இங்கயும் மா–சே–துங் தலைமையிலே புரட்சி வந்தாச்சு. அங்க ஜப்பானை எதிர்த்து போராட்டம் நடத்த, அதற்கு செஞ் சேனைன்னு பேரு. ஷியாங்கே ஷேக்குக்கு எதிராகவும் ஜனங்கள் ஒன்றாகப் புரட்சி செய்யறா. அந்தப் போராட்டத்தில் யுத்தத்தில்

காயம் பட்டவர்களுக்கு, படுபவர்களுக்கு சிகிச்சை செய்ய இங்கே இருந்து ஒரு டாக்டர் குழு போச்சு. அதிலே டாக்டர் கோட்னீசும் ஒருத்தர். நேரு செலக்ட் பண்ணி அனுப்பிவச்சதாக்கும்! சாந்தாராம்தான் கோட்னீஸா ஆக்ட்பண்றார். நீ கட்டாயம் பாக்கணும்."

அண்ணன் விசிறி விட்டுவிட்டுப் போய்விட்டான். போகும் போது "இந்தப் பேரையும் ஓர்மையிலே வச்சுக்கோ. கனடாவி லிருந்து, டாக்டர் நார்மன் பெத்யூன் தான் இந்தக் குழுவுக்குத் தலைவர். அவரப்பத்தி எல்லாம் நீ படிக்கணும்."

"ஏய், ஏய் என்னண்ணே, நார்மன் பெத்யூனைப் பத்தி கொஞ்சம் சொல்லேன், சொல்லிட்டுப்போயேன்."

"அதுதான், அதுக்கு, அவருக்க பயாகிராபி புஸ்தகம் இருக்கு. வாங்கிக் கொண்டு தாறேன் புறவு."

"நீ தெரிஞ்சதைச் சொல்லேன்."

"ஒண்ணே ஒண்ணு சொல்லட்டுமா? அவரு சொல்லி இருக்காரு, டாக்டர்கள்னா நோயாளிகள் அவரைத் தேடி வரட்டும்னு காத்திருக்கக்கூடாது; 'நோயாளிகள் எங்கேருக்கா'ன்னு ஒவ்வொரு டாக்டரும் தேடிப் போகணும், இப்படிச் சொல்லி இருக்காருன்னா அதிலேருந்தே தெரிஞ்சுக்கோ, டாக்டர்னா அவரு எப்பேர்ப்பட்ட டாக்டர்னு... சரி... சரி... நீ ஆள விடு. நான் அப்புறமா புஸ்தகம் கொண்டு வார்றேன்."

எப்படிப் போவது? யாருடன் போவது? ஒரு சினிமாவைப் பார்த்து விடமுடியல்லேன்னா, அப்புறம் என்னால தான் என்ன புரட்சியைச் செய்ய முடியும்?

"நீ கூட்டிட்டுப் போறியா?"

"ஓ. நான் கூட்டிட்டுப் போறேன். ஆனா அம்மா பத்ரகாளியா மாறிருவாளே! எதுக்கும் நான் வெளிலே போயிட்டு வாறேன். பாப்போம்"னு அவன் போய் விட்டான்.

மெல்ல அம்மாவிடம் போய் உட்கார்ந்தேன். அம்மாவின் மார்புமேல் குப்புறக் கிடந்த 'ராமலிங்க சாமிக'ளைத் தூக்கி மடக்கித் தூர வைத்தேன்.

"யம்மோவ், யம்மோவ்" கொஞ்சம் செல்லம் வந்தால் அப்படித்தான் கூப்பிடுவேன்.

"அம்மா, இண்ணைக்கி சினிமா பாக்கப் போகட்டுமா?"

அம்மா விழித்தாள்!

ஒன்றுமே சொல்லவில்லை. பேசாமலிருந்தாள்.

பிறகு, "சினிமாவா? யார் இருக்கா கூட்டிக்கிட்டுப் போக?"

"அண்ணன்தான் கூட்டிட்டுப் போறேன்னான்."

"அப்படி எல்லாம் போப்படாது. நாலு பேர் பாத்தா என்ன சொல்லுவா?"

"ஆமா எதுக்கெடுத்தாலும் நாலுபேர் என்ன நினப்பா... நாலு பேர் என்ன சொல்லுவாதான் உனக்கு. யாரு அந்த நாலு பேரு? அந்த நாலு பேருக்கு ஏன் எப்பப் பாத்தாலும் பயப்படணும்கிற? நமக்கு எத்தனை கஷ்டம்? எத்தன மன வருத்தம்? அப்போ மாத்திரம் அந்த நாலு பேரு என்னாண்ணு வந்து கேக்காளாக்கும்? அப்பா செத்துப் போனதும் என்ன செய்வே, ஏது செய்வேன்னு அந்த நாலு பேரும் வந்து கவலைப் பட்டாளா? எல்லாம் வந்தா, சாப்பிட்டா, போனா, அவ்வளவுதானே? அப்படிப்பட்ட நாலு பேருக்கு நாமோ ஏன் பயப்படணும்னு தான் கேக்கேன்."

"அது என்னவோ 'ஊரோடு ஒத்து வாழ்'ன்னுதான் சொல்லி யிருக்கு. அக்காமாரு யாராவது வரட்டும்; வண்டி கட்டி கூட்டிக் கிட்டு போகச் சொல்கேன்."

எங்கிட்ட ஏதோ மாறுதல் நடந்துகொண்டிருக்குன்னு அம்மாவிற்கு புரியுதோ என்னவோ? என்னையே பார்த்தாள்.

நான் தொடர்ந்தேன். "அம்மா, நீ, ஒண்ணு நெனச்சுப் பாரு, நீ சொல்லுவியே, நாஞ்சி நாட்டிலியே நான்தான்... நாஞ்சி நாட்டிலியே என் கூடப் பிறந்தவனுகதான்.., நாஞ்சி நாட்டிலேயே நம்ம அப்பாதான்...னு, இது வரையாச்சு, நீ என்ன செய்யறேன்னு எவனாவது கவனிக்கிறானா? ஒன் பிள்ளைகள் தானாகட்டும், அவ செய்வான்னு இவளும், இவ செய்வான்னு அவளும்; நாமாக ஏதாவது கஷ்ட நிலைமையைச் சொல்லிட்டாப் போறும், பொங்கப்படி கொடுக்கையில அது குறைஞ்சு போச்சு, இது குறைஞ்சு போச்சுன்னு ஞாபகம் வந்துரும் அவள்களுக்கு. என் பிள்ளைக்கு இரண்டு பவுன்லே அரைச்சலங்கை கூடச் செய்து போடலன்னு. "ஒங்கம்மைக்குப் போக்கிருக்காடி" ஒரு மருமகன் கேட்டான். பாட்டக்காரன் வந்து வயல் காஞ்சு போச்சுங்கிறான். சாப்பாட்டுக்குக்கூட அரிசி இல்லங்கிற நிலமை. அந்த நாலு பேரு கேக்கிறான்களா? நாம பட்டினி கிடந்தா கூட ஏன்னு கேக்காத அந்த நாலு பேரப்பத்தி நாம ஏன் கவலப்படணும்? நாம யாரு? சொல்லும்மா, நாம யாரு? ஒங்க பாட்டன் பெரிய பண்ணையாரு. அவருக்கு ஒரே மகவயத்து ஒரே பேத்தி நீ, ஒன்ன எங்க குடுத்தா? நாஞ்சி 'நாட்டிலேயே

பேரு கேட்ட பெரிய, நீ சொல்லுவியே நாஞ்சி நாட்டிலேயே பெரிய'ன்னு அது மாதிரி பெரிய குடும்பம். எங்க தாத்தா லேசுபட்ட ஆளா? மருமக்கத் 'தறவாட்டி'னாலே சொத்துதான் அப்பாவுக்கு ஒண்ணும் கிடைக்கல்ல, 'கோறு' இறக்க ஏதாவது எவனாவது சொல்லிர முடியுமா? அப்படி இருந்தும் அஞ்சு வருஷமா குமரு வீட்டிலிருக்கேன்னு நீ சொல்ற அந்த நாலு பேருலே எவனாவது வந்து கேட்டானா? வருவான்..! பணம் இருந்தா, ரொக்கம் இருந்தா.., நான் இந்த 'நாலு பேரை' எதிர்க்கத்தான் போறன்."

அம்மா பதில் ஒன்னுமே பேசவில்லை. கண்களில் கண்ணீர் கோத்திருந்ததை மாத்திரம் கவனித்தேன்.

முதன் முதலா மேடை ஏறி ஏதோ பெரிய பிரசங்கம் செய்துவிட்டது போல் தோன்றியது. அப்படியானால், இதுதான் என்னுடைய முதல் பிரசங்கம்! பலன் உண்டா?

அண்ணனும் நானும் மவுனமாக சாப்பிட்டோம். அம்மாவிற்கு, தான் வாழ்ந்த வாழ்க்கையும், இப்போதுள்ள நிலைமையையும் நினைத்து மனதில் விரக்தி ஏற்பட்டிருக்க வேண்டும். அம்மா என்னிடம் எதுவும் பேசவில்லை.

"வண்டி வச்சுக் கூட்டிட்டுப் போடா"ன்னா. நானும் அண்ணனும் அங்கே இங்கே இருந்து சில்லறைகள் சேர்த்தோம்.

கோட்னீஸைப் பார்க்கப் புறப்பட்டுவிட்டேன். இதுதான் எனது புரட்சிப்படிகளில் முதல் கால் வைப்போ?

30

அதிகாலையிலேயே எழுந்திருந்து வாசல் தெளித்து கோலம் போட்டேன். அம்மாவைக் கொஞ்சம் தணியவைக்க! இண்ணைக்கு வெள்ளிக் கிழமை. குத்துவிளக்கை எடுத்து வைத்து உமி போட்டுத் தேய்க்க ஆரம்பித்தேன். அம்மா மிளகாய்ப் பொடி வறுக்கும் வாசனை வந்தது. இடித்துக் கொடுக்க உரலைத் துடைத்துவிட்டு உலக்கை எடுத்துக்கொண்டு வந்தேன்.

அப்போது தான் சாணி போட்டு மெழுகின வாசனை. அடுப்பு மேலே அம்மா கோலப் பொடியால் நான்கு கோடுகள் வீதம் கோலம் இழுத்துவிட்டிருந்தாள், விறகு ஈரம், ஊதி ஊதி கஷ்டப்பட்டுக் கொண்டிருந்தாள். நானும் அதற்குள் குளித்துவிட்டு வந்திருந்தேன்.

"நீ முதல்ல திங்கியா, அவன் வரட்டுமா"ன்னாள், அப்பாடா! ஒரு வழியாகப் பேசி விட்டாள்.

"அவனும் வரட்டும்."

அண்ணன் இன்று ஆற்றுக்குப் போய் குளித்து விட்டு சீக்கிரமே வந்துவிட்டான். அம்மாவுக்கே மனதுக்குள் ஏதோ குடைந்து கொண்டிருந்திருக்க வேண்டும்.

"நேர்மையா உழைச்சு சத்தியம் தவறாம நடந்து... ம்... என்ன பலன்? உங்கப்பா நாலு காசு சம்பாதிச்சு வைக்காததினாலே எனக்குன்னு ஒரு

அந்தஸ்து இல்லாம போச்சு பாத்தியா? இந்த ஓட்ட வீட்டையும் எங்கம்மா தரலேன்னா நாம் இப்ப தெருவிலேதான் நிக்கணும்."

"கவலைப்படாதம்மா, நேர்மைக்கும் உழைப்புக்கும் மதிப்புக் கொடுக்கும் காலம் வரத்தான் போகுது."

அம்மா பெருமூச்சுடன் "அது எங்கே வரப்போகுது?"

"சோஷிலிஸம் வந்தால் எல்லாம் சரியாகும்."

புரிந்ததோ புரியவில்லையோ அம்மா பாட்டிற்கு கல்லி லிருந்து வராமல் பிடித்துப் போன தோசை மேல் ஆத்திரத்தை காண்பிப்பது போல் சாட்டாப்பையால் அழுத்தி அழுத்தி சுரண்டினாள்.

○

31

நாட்கள் ஓடிக்கொண்டிருக்கிறது. எவ்வளவோ ஓடிவிட்டது. பெரிய அண்ணனிடமிருந்து யாதொரு தகவலும் இன்றைய வரையில் கிடையாது.

ஒருநாள் காலை பத்து மணிக்கு போஸ்ட் மேனிடமிருந்து வாங்கிய ஒரு கவரைப் பிரித்து வைத்துக்கொண்டு வேலை கிடைத்துவிட்ட சந்தோஷத்தில் குதியோ குதி என்று குதித்தான், சின்னண்ணன்.

வேலைக்கும் போய்விட்டான் பூனாவிற்கு. குடும்பம் என்கிற சமுத்திரத்தில் வளைய வந்து கொண்டிருந்தவர்களை அந்தக் கடல் அலைகளே அடித்து அடித்து எங்கேயோ ஒரு கரையில் கொண்டு ஒதுக்கித் தள்ளிவிட்டு, கிடப்பது போலிருந்தது என்னுடையவும் அம்மாவுடையவும் நிலைமை. தரித்திரத்தைவிட, இந்த ஒதுக்கப் பட்டவர்கள் போல் வாழ்வது மனதிற்குப் புதிய அனுபவத்தைத் தந்தது.

இது என்ன சமுதாயம், என்ன உலகம் என்று அலுத்துக்கொண்டாள் அம்மா. மூச்சடைபட்டு விட்டது போல் உணர்ந்த நானோ இதிலிருந்து தப்பித்து வெளியேற வழி என்ன என்று ஆராய முற்பட்டேன்.

'இவளுக்கு ஒரு விடிவு ஏற்படணுமே'ன்பது அம்மாவுக்கு விசாரமாயிருக்கலாம். இந்த சமூகத் திற்கு மாற்றம் வருத்துவது எப்படி என்பது என்

விசாரமானது, இருவருக்கும் ஏதோ மேலெழும்ப விட முடியாமல் செய்யும் ஒரு அழுத்தம் அமுக்கிக்கொண்டிருப்பது போன்ற உணர்வுடன் ஒரு புதுவிதமான வாழ்க்கை ஆரம்பமாயிற்று. உண்ணவும், உடுக்கவும், போகவும், வரவும் செய்கின்ற கலகலப்பான வாழ்விலிருந்து, ஒதுங்கி நிற்க நேர்ந்த, அந்த அமுக்கமான சூழ்நிலையிலிருந்து விடுபட வேண்டியே பொழுது போவது தெரியாமல் பழைய குடும்பக் கதைகளையும் சம்பவங்களையும் அலசிக்கொண்டேயிருப்போம்.

"... அவன் பொண்டாட்டி யாருக்கோ கூட இருக்கதப் பாத்துட்டானாம்; வெளியிலே சொல்ல முடியுமா? கொஞ்சம் கொஞ்சமாக நஞ்சி, நஞ்சி செத்தான். இப்ப என்னடான்னா அவ வீட்டிலே கல்யாணம்னா ப்ளசர் கார்களா அடிபடுகு. என்னத்துக்குக் குறைச்சல்..! எல்லாம் சொத்து இருந்ததுண்ணாப் போறும்..."

"...ஏறவிட்டு ஏணி எடுத்த" கதை தெரியுமா? பெரிய மருமக்க வழித்தறவாட்டுக் குடும்பத்திலே தான் மாப்பிள்ளைக்காரன் பணம் பணம்னு சாகிறவன். அறுத்த கைக்கு உப்பு வைக்க மாட்டான். பொண்டாட்டியையும், பிள்ளைகளையும் கூட அப்படித்தான் நடத்தினான்னா பாத்துக்கோயேன். பொண்டாட்டிக்கும் பணம் சேக்கரதிலே ஆசை வந்து போச்சு. இவளுக்கு கழுத்து நிறைய கொத்துக் கொத்தாச் செயின் போட்டுத் திரியணும்னு ஆசை

"அத்தான், எங்கே கோட்டாத்திலே இருந்து நேரே வார்றேளா? வாருங்களேன்; ஒரு மடக்குத் தண்ணி குடிச்சிட்டுப் போகலாமில்லா" இந்த மனுசனுக்கும் அவ எப்பம் கூப்பிடுவான்னு இருந்திருக்கும். பெண்டாட்டிக்கு வாங்கிக்கிட்டு வந்த இரண்டு கொத்து செயினு மடியிலிருந்திருக்கு. அவ மோப்பம் பிடிச்சிட்டா இரண்டு பேரும் தட்டுக்குப் போனா. தட்டுக்குப் போனவனுடைய பொண்டாட்டி, வண்டிக்காரன், தெருமுனையிலே மனுசனப் பாத்ததாகச் சொன்னானே! எங்க போயிருப்பாரு? சந்தேகம் ஏற்கெனவே உண்டும். அங்கேதான் போயிருப்பாரு! நேரா இவ அவ வீட்டுக்குள்ளப் போனா. தட்டுலே சிரிப்புச் சத்தமும் சிணுங்குகிற சத்தமும் கேட்கவே ஏணியை எடுத்து மாத்தி வச்சுட்டு சத்தம் காட்டாம போயிட்டா.

அந்தக் கஞ்சப்பிசுநாறி வந்தான்.

"ஏவுள்ளா, ஏவுள்ளா."

"அந்த ஏணியை எடுத்து வச்சுத்தாருங்கோ" மேலே இருந்து வந்தது சத்தம். இரண்டு பேரும் மேலே இருந்து வந்ததுல விஷயம் புரிஞ்சு போச்சு. வெளியிலே சொல்லி என்ன லாபம்னு பாத்தான்.

கிடைச்சது பத்து பவுன் சங்கிலி..! இத எதுக்கு உங்கிட்டே சொல்லுகேன்னா இப்போ இவ மாப்பிள்ளைக்கு பாதத்தை கழுவி தண்ணி குடிச்சிட்டிருக்காளாம்! பக்தியா பாகவதம் கேக்கப் போறதும், குமார கோவில் கும்பாபிஷேகத்துக்கு வண்டி கட்டிப் போறதும்... ம்... சொத்தும், கொத்தும் இருக்கில்லா? இதுகளுக்கு நம்மோ இளக்காரமாப் போனோமேன்னுதான்..."

"ஏம்மா. சும்மா கிடயேன். சும்மா புலம்பிக்கிட்டு; நீ சொல்வதெல்லாம் பாத்தா "ஆயிரத்தொரு இரவுகள்" கதைகள் எல்லாம் தோத்துப் போயிரும் போல இருக்கு. போறும் நிறுத்தும்மா"

நிறுத்தினாத்தானே!

தெக்குத் தெரு மீனாட்சி மதினி வீட்டிலே வெள்ளிக் கும்பாவிலே பழையதைப் போட்டு வச்சாலும் சரிதான்; மூச்சுக் காட்டாம சாப்பிட்டுப் போயிருவாரு. ஒங்கப்பா அப்படியா? பிள்ளைகளுக்கு அதைச் செய்தியா, இதைச் செய்தியான்னு அடுக்களைக்கே வந்து, உள்ள செலவெல்லாம் இழுத்து விட்டு... சும்மையா சொன்னான் 'புளிசேரி' வச்ச குடும்பம்னு..."

"ஏம்மா, அப்பாவையும் இவரையும் ஒண்ணா வச்சுப் பேசுகியே, சகிக்கில்ல எனக்கு, அவரைப் பத்தி இவ்வளவு பணத்தை அமுக்கிட்டான், கள்ளக்கணக்கு எழுதி பணத்தை சுருட்டிக்கிட்டான்னு கேக்கிறோம்லா. அப்பாவையும் அது மாதிரி வெள்ளிக்கும்பாலே பழையதைச் சாப்பிட்டு ஊரான் பணத்தை அமுக்கியிருக்கணும்கிறயா?"

உடனே "அதுக்கு அப்படியா அர்த்தம்?"

"பின்ன? நீ சொல்லுகதப் பாத்தா..."

பேசிப் பேசிக் கடைசியில் தன்குடும்பப் பேச்சுக்கு வந்து சேர்ந்துவிடுவாள்.

"நாசமாப் போற மருமக்க வழி ஒழிப்புச் சட்டம் எழவு ஒரு ரண்டு வருஷத்துக்கு முந்தியே வந்திருக்கப்படாதா? கேசுப்போட்டு சொத்து ரிசிர்வலே கோர்ட்டுக்குப் போச்சு, சொத்து எடுத்த காரணவரு அவராவது நல்லா இருந்தாரா, சொத்துக்கு அவகாசம் கிடைச்சதும் இரண்டு பெண்டாட்டி தான். அண்ணன் தம்பிகளுக்குள்ளேயே பாகம் வச்சு, பாகம் வச்சு இப்பம் என்னத்த மிஞ்சியிருக்கு? சொத்த வச்சிக்கிட்டு இருந்து தின்னவன் எவன் முன்னேறினான். கேசு நடந்தது... நடந்தது... பத்து வருஷமா? பதினஞ்சு வருஷமா? கடைசியிலே ஒங்க தாத்தா பெத்த பிள்ளைகளுக்கும் ஆத்தாவுக்கும் கிடைச்ச 'ஒந்தருமைப் பணம்' ஆளுக்கு ஐநூறு ரூபாய் தான்."

"அதென்னம்மா அது ஒந்தருமை?"

"போனாப் போகுதுன்னு மனசு உவந்து தர்ற பணம் தான் 'உவந்தருமை'ப் பணம்ங்கிறது."

இப்போ அந்த வீட்டிலேல்லாம் யார் யாரிருக்கா? "ஆருக்குத் தெரியும்?"

"எல்லாம் இருந்த இடம் தடம் தெரியாமப் போச்சுங்கிற" மாதிரி 'நாலு கெட்டு' இருந்த இடத்திலே கொஞ்சம் உத்தரக் கட்டைகளும் நிலவறையும் மாத்திரம் இருக்குண்ணு கேள்விப் பட்டிருக்கேன். நானும் போனதேயில்ல, பாத்ததும் இல்ல. பாக்கப்போனா, ஒங்கப்பா காடோ செடியோ கடப்புறமோன்னு ஊர் ஊராப் போயி பாடுபட்டுத்தான் இந்த மட்டுக்குமாச்சு நமக்கு... நான் நல்ல பிள்ளைகளப்பெறல்ல. அதச் சொல்லு!"

நானும் கதை கேட்கிற மாதிரி கேட்டுக்கொண்டிருந்தேன்.

"...அவனா? அவன் 'பாப்பர் சூட்' கொடுத்தான். அவன் பிள்ளைகளைப் பாரு! குடும்ப கவுரவத்தை காப்பாத்தனும்னு எப்படி ஒழைச்சான்க. என்ன செய்தான்கனு தெரியல்ல, ஆம்பளப் பிள்ளைகள் சம்பாதிச்சு அப்பன் கெடுத்த பேரை காப்பாத்தி இப்போ போடு போடுன்னு போடுகான்களே!"

அதெல்லாம் இருக்கட்டும்மா, நானும் பள்ளிக்கூடத்திலே படிச்ச சரித்திரத்திலே, உலகம் பூராவும் அப்பன் சொத்து உடப்பிறந்தாளின் மகனுக்குன்னு சட்டம் வந்ததுன்னே தெரியல்லையே? ஒருவேளை இப்படி இருக்குமோ?

"எப்படி"

"இப்போ நான் படிக்கிற புஸ்தகங்களே வேற, தெரியுமா? அதாவது புராதன கம்யூனிசம்னு ஒரு சமுதாய அமைப்புல தாய் வழிக் குடும்பம்னு தானிருந்ததாம். அந்த அமைப்புலே உள்ள மிச்சசொச்சம்தான் இந்தப் பொண்ணுங்களுக்கு சொத்துரிமைன்னு காலம் காலமா தொடர்ந்து வந்திருக்கும்னு நினைக்கேன்."

"அப்படின்னாலும் நீ சொல்றதைப் பாத்தா அப்படியும் இல்லையே! அப்பன் சொத்தை தன் மகளுக்குக் கொடுக்க மாட்டானே, தன் உடப்பிறந்தாருக்கில்லா அவகாசம்னு ஆனது. பஞ்ச பாண்டவர்கள் கதையிலே அஞ்சு பேருக்கு ஒருத்தி பாஞ்சாலி. அரசனுக்கு ஒரு சட்டம் சனங்களுக்கு ஒரு சட்டமா? அதனாலே பாஞ்சாலியைப் போலவும் பஞ்ச பாண்டவர்களைப்

போலவே, குடும்பங்களும் இருந்திருக்குமாயிருக்கும். அதனாலே அந்தந்தக் குடும்பத்திலே உள்ள பாஞ்சாலிகள் பெத்த பிள்ளைகள் யாருதுன்னு தெரியாம இருக்கும் பட்சத்திலே, அவனவன் சொத்துக்கு கூடப்பிறந்தவள் பிள்ளைகளையே அவனவன் வாரிசா எடுத்திருப்பான். அப்படித்தான் வந்திருக்கணும்."

"இப்போதான் எனக்கு ஒண்ணு தெரியுது."

"என்னது?"

"ஏ, என்னப் பெத்த பாஞ்சாலின்னு எல்லோரும் ஒப்பாரி வைக்காளே அது ஏண்ணு?"

"ஆமா, நீயும் ஒன் ஆராய்ச்சியும்!"

○

32

காலையிலே இப்ப மணி என்ன? ஆறு கூட ஆகியிருக்காது, பாஞ்சாலி அத்தை வடக்கு வீட்டில் ஒரு முறியில் வாடகைக்கு இருக்கிறாள். வெளி முற்றத்தில் பப்படத்திற்கு மாவு இடிக்கிறாள். பாஞ்சாலி அத்தைக்கு சக்காளத்திகள் மூணுபேர். அவரை எல்லோரும் நாலு பொண்டாட்டிக்காரர்னு சொல்லிச் சொல்லியே அவர் உண்மைப் பெயர் எல்லோருக்கும் மறந்து போச்சு. தசரத சக்கரவர்த்தி. அவருக்கே மூணு பொண்டாட்டிதான். இவருக்கு நாலு பொண்டாட்டி. இதுக்காக தகுதி என்ன வேண்டியிருக்கு? அவரு ஆம்பிள்ளை, அந்த ஒரு தகுதி போதும் போல இருக்கு!

மூத்தவளுக்கு பிள்ளை பிறக்கல்லேன்னு இரண்டாந்தாரம் கெட்டினாராம். அவளுக்கு பிள்ளைகள் பிறந்தது. இருந்தும் மூணாவது ஒருத்தி வந்து இவருக்குச் சீலை உடுத்திக்கிட்டாளாம். பாவம் பாஞ்சாலி அத்தை. அத்தைக்கு பிறவியிலேயே ஒரு கண் குருடு. இவரு தயவு பண்ணி போனால் போகுதுன்னு கல்யாணம் செய்துக்கிட்டாராம். ஒரு பெண்குழந்தையும் பிறந்தது. பொண்ணு நாளைக்கு நம்ம வச்சுக்காப்பாத்தவா செய்யும்? ஏதோ ஒரு கன்னிப் பெண்ணுக்கு கன்னி கழிய, தான் செய்ததே பெரும் உதவின்னு அவர் நெனைப்பு.

அன்றிலிருந்து உலக்கை பிடித்தவள்தான் பாஞ்சாலி அத்தை. ஒரு பரந்த கல்லில் மாவு இடிக்கிறாள். உலக்கை போட்ட வேகத்தில் 'சக்'கென்று மாவோடு பிடிக்கும். இழுத்தெடுத்து

திரும்பியும் போட வேண்டும். "ஹாங், ஹாங், ஹாங்" என்று அவள் நாபிக்கமலத்திலிருந்து வரும் அந்தச் சத்தம்? எனக்கு அவள் இந்தச் சமூகத்தையே உலக்கையால் இடிக்கிறாளா, தன்னை இந்தக் கதிக்கு ஆளாக்கிய கணவனை இடிக்கிறாளா? அல்லது தன்னை ஊனமாய் பெத்துப் போட்டுவிட்டுப் போன தாய் தகப்பனையும், தன் விதியையும் நொந்து உலக்கையை மாவின் மேல் ஓங்கி ஓங்கிப் போடுகிறாளா? இப்படி ஒரு ஆராய்ச்சி. அம்மா சொன்னது போல் நானும் என் ஆராய்ச்சியும்! பப்படம் சாப்பிடும் போதெல்லாம் அந்த "ஹாங், ஹாங்" சத்தம் கேட்கிற மாதிரி இருக்கும்.

அம்மா கடைசியா ஒண்ணு சொன்னா:

"இந்தப்பணம் இருக்கே, இதுதான் எல்லாத்துக்கும் சீரண மருந்து."

ஓ! இன்று வெள்ளிக்கிழமையா? பரட், பரட்டுன்னு அம்மா அடுக்களை கழுவி விடுகிறாள். கஷ்டம், நஷ்டம், குடும்பம், பந்தம், கவலைகள் எல்லாவற்றையும் மறந்து ஒரு புறம் ஒதுக்கித்தள்ளி விட்டாளோ? வாழ்க்கையின் சாரமே இந்த வெள்ளிக்கிழமை வீடு முழுவதும் கழுவி விடுவதில் தான் என்று தோன்றுகிறது. என்னால் அப்படி சுற்றிலும் உள்ளவற்றை மறக்க முடியவில்லை. பாரதப் பண்பாட்டுப் பெருமையைப் பற்றி நேருவின் பிரசங்கத்தைப் பத்திரிகையில் வாசித்தது ஞாபகத்திற்கு வந்தது. நாமக்கல் கவிஞர் எழுதிய 'அவனும் அவளும்' எடுத்து புரட்டிக்கொண்டிருந்தேன்.

கண்ணுக் கின்பம் கண்டால் தீரும்
காதுக் கின்பம் கேட்டால் கழியும்
வாய்க் கின்பம் தின்னால் தீரும்
உடலுக் கின்பம் காமம் ஒன்றே
அத்தனை சுலபமாய் அடை வதற்கில்லை

அதனால்தான் தவறுகள் நிகழ்கின்றனவோ?

உடலுக்கின்பம் காமம் ஒன்றே
அத்தனை சுலபமாய் அடைவதற்கில்லை
இன்னொரு உடலும் வேண்டுவதாலே
இன்னொரு மனமும் இசைதல் வேண்டும்.

அப்போது தவறு செய்பவர்கள் இருவரும் சேர்ந்துதானே? புஸ்தகத்தை மூடினேன். பாடினேன்.

கும்மியடித்தமிழ் நாடு முழுதும்
குலுங்கிடக் கை கொட்டி கும்மியடி...
... ...
... ...

கற்பு நிலை என்று சொல்ல வந்தார்
இரு கட்சிக்கும் அஃது பொதுவில் வைப்போம்
வற்புறுத்திப் பெண்ணை...

“எடி, இங்க வா, ஆத்தா வந்திருக்கா பாரு, வெத்தல பாக்கு, கொஞ்சம் போயிலையும், யாரையாவது கூப்பிட்டு வாங்கி வரச் சொல்லு.”

அம்மாவிற்கு இந்த ஆத்தா அத்தை முறை. ஒரு மாப்பிள்ளைத்தரம் விஷயமா பேச வந்திருக்கா.

“ஆம்பிளை அப்படித்தான் இருப்பான். சேறு கண்ட இடத்திலே மிதிப்பான், தண்ணி கண்ட இடத்திலே கழுவுவான் அதெல்லாம் பாத்தா முடியுமா?”

என்னது? யாருக்கு மாப்பிள்ளை பாக்கிறா? அப்பாடா! எனக்கில்லை நல்லவேளை! அவ பேத்திக்காம். அந்தப் பையன் கொஞ்சம் துடுக்காம். கால் கட்டுப் போட்டா சரியாகுமாம்.

எனக்கு முள் தைக்கிற மாதிரி இருந்தது. அமுதா–சில நாட்களில் அவசரத்திற்கு இரண்டு மூன்று குடங்கள் தண்ணீர் எடுக்கப் போகிற வழியில் அவள் வீட்டின் ஒட்டுப்படுப்புரையில் உட்கார்ந்து கொண்டிருப்பாள். வாரப்பத்திரிகைகள் இருவரும் பரிமாறிக் கொள்வதுண்டு. அவளுக்குக் கல்யாணமாகி இரண்டு குழந்தைகளும் உண்டு. சந்திப்பு நேரங்கள் கொஞ்சமாக இருந்த போதிலும் எதுவும் என்னிடம் மனம் விட்டு பேசுவாள். ஒருவேளை சொல்வதற்கு வேறு யாருமில்லாததாலோ என்னவோ என்னிடம் சொல்லி அழுவாள். அவளுக்கு அந்த இடத்தில் தீராத புண் மாதிரி எப்போதும் வேதனையும் வலியும். டாக்டர் அவளுடைய கணவனையும் டெஸ்ட் பண்ணிக்கச்சொல்லி அழைக்கிறாராம். நான் ஏதோ புருஷன் பொண்டாட்டி விஷயங்கள் நமக்கென்ன தெரியும்னு கேட்டும் கேட்காமலும் விட்டுவிட்டேன். இப்போ புரிகிறது! “சேறு கண்ட இடத்தில் மிதிக்கிற” விஷயம்.

அமுதா அவ புருஷனை எதிர்த்து ஒரு வார்த்தை கேட்க மாட்டா. இந்த ஆத்தா ஆண்வர்க்கத்தின் அயோக்கியத்தனத்திற்கு வக்காலத்து வாங்குகிறாள். ஏன்?

அம்மா, ஆத்தா பாடு, சுவாரஸ்யமாக வெத்தலை போட்டுக் கொண்டே நடக்கிறது. ராதாக் குட்டி தான் வெத்தலை வாங்கி வந்தாள். வரும்போதே,

ஓம் சக்தி ஓம் சக்தி ஓம்
ஏம் சக்தி ஏம் சக்தி ஏம்

எப்போதும் இப்படி எதையாவது வாயில் வந்ததை பாடிக் கொண்டே ஓடுவதும் வருவதும் ராதாக் குட்டிக்கு ஒரு பழக்கம்.

சில்லரை சாமான்கள் வாங்கி வரும் உதவி அவள் எப்போதும் எங்களுக்குச் செய்து வருகிற ஒன்று. வாயில் எது வருகிறதோ அதைக் கத்திக்கொண்டே ஓடுவாள்.

ஓஞ்சக்தி ஓஞ்சக்தி ஓம்
ஏஞ்சக்தி ஏஞ்சக்தி ஏம்

கேட்கிற யாருக்குத்தான் சிரிப்பு வராது?

ஒரு நாள் வரும்போது,

திராவிட நாடு திராவிடருக்கே
எலி வளை எலிகளுக்கே
என் பொண்டாட்டி எனக்கே

ன்னு பாடிக்கொண்டே வந்தாள்.

"ஏட்டி, இங்க வா."

வந்தாள்.

"இது எங்கேருந்து கேட்டுப் படிச்சிட்டு வாற?"

"நான் கடைக்குப் போனேனா, அங்க கிட்டு அண்ணன், ராமண்ணன், விநாயக அண்ணன் எல்லோரும் இப்படிப் பேசிக்கிட்டிருந்தா. அதத்தான் நான் கேட்டுக்கிட்டு வந்தேன்."

"சரி, சரி இனி 'பொண்டாட்டி'ன்னு எல்லாம் பாடக்கூடாது. என்ன?"

தலையாட்டிவிட்டுப் போய்விட்டாள்.

திராவிட நாடு!

நான் ஜஸ்டிஸ் கட்சியைப்பற்றி கேள்விப்பட்டிருந்தேன். அவர்கள்தான் இப்போ திராவிடர் கழகம் என்றும் திராவிட நாடு என்றெல்லாம் பேச ஆரம்பித்துள்ளனர். ஈ.வே. ராமசாமி பெரியாரையும், சி.என். அண்ணாத்துரையையும் தெரிந்துகொள்ள வசதியாக அவர்கள் எழுதிய கட்டுரைகளையும் பல புஸ்தகங் களையும் படிக்கிற வாய்ப்பு ஏற்கெனவே கிடைத்திருக்கிறது.

பக்கத்து லைப்ரரிக்கு வரும் பத்திரிகைகளை யாராவது சொல்லி வாங்கி வரச் சொல்லி 'நீதி தேவன் மயக்கம்' கூட வாசித்தேன். தேசபக்தி கொழுந்துவிட்டெரிகின்ற நேரத்தில், 'வெள்ளையனே வெளியேறு' என்று பள்ளிப் பிள்ளைகள் வரையில் 'ஸ்டிரைக்' செய்கின்ற காலத்தில் எல்லாம், அந்த வெள்ளையன் ஆட்சி நீடூழி வாழ வாழ்த்தி நின்ற கட்சியிலிருந்து பிறந்த இந்த திராவிட இயக்கம் தானாகவே அழிந்துவிடும் என்பது என் கணிப்பு.

இப்போது இந்த ராதாக்குட்டியின் பாட்டு என்னை சிந்திக்க வைக்கிறது. பாரதியாரின் கவிதைகளைப் படித்தே கவிதைச்சுவை தந்த போதையால் புரிகின்ற கவிதைகளாகப் பார்த்து நிறையப் படித்தேன். தமிழ் இனிக்க இனிக்க எத்தனை கவிதைகள்! காவியங்கள்! தமிழனின் வீரத்தைக் காட்டும் கதைகள், காதல் சுவை ததும்பும் தெளிந்த தமிழ்க் கவிதைகள்! பாரதிதாசனின், 'இருண்ட வீடு', 'எதிர்பாராத முத்தம்', 'அழகின் சிரிப்பு', 'குடும்ப விளக்கு', இன்னும் எத்தனையோ!

திராவிடக்கழகத்தினர் பல விதவைகளுக்குத் திருமணம் செய்வித்ததையும் பார்த்தேன். ஆனால் இந்த சீர்திருத்தங்களினால் மாத்திரம் சமுதாய மாற்றம் வந்துவிடுமா? விதவைகளில் கூட பண வசதியுள்ள விதவை எப்படியோ வாழ்ந்துவிடுகிறாள். ஆனால் ஏழை விதவையாயிருக்கிறவள்தான் 'விதவை' என்னும் பதத்தின் முழுமையையும் அனுபவித்து ரண காயப்படுகிறாள்.

சோஷிலிஸ சமுதாயம் என்றால், அங்கு எல்லோருக்கும் வேலை வாய்ப்பு, அதற்கு ஆதாரமான இந்நாட்டின் பொருளாதார வளர்ச்சி, அதற்காக நாம் நடத்த வேண்டியுள்ள, நம்முன்னுள்ள எத்தனையோ இடைவிடாத போராட்டங்கள்... இப்படி நடை போட்டுக்கொண்டிருக்கையில்...

விதவை ஆகிவிட்டால் சின்ன வயதினளானாலும் அவள் மறுமணம் செய்துகொள்வதை வெறுக்கும் இந்தச் சமுதாயத்தில், அவர்களை சம்மதிக்க வைத்து, வெளிக்கொணர்ந்து, ஒரு புருஷனைத் (முன் வர வேண்டுமே!) தேடி இருவருக்கும் திருமணம் செய்விப்பது என்பது லேசான காரியமில்லை என்றுதான் எனக்குப்பட்டது. இருந்தபோதிலும், நாஞ்சில் நாட்டில் பெண்கள் மறுமணம் செய்துகொள்வது, இன்னொருவனுக்கு 'சீலை உடுப்பது' நடந்துகொண்டுதானிருந்தது. அதனாலேதான் எனக்குப் படுகிறது, வெறும் இந்தச் சீர்திருத்தங்களினால் மாத்திரம் சமுதாய மாற்றம் ஏற்படாது என்று! ஆனாலும் ஒன்று; இங்கு மறுமணம் செய்துகொண்டவளை, யாரும் அப்படி மட்டப்படுத்தி வைக்கிற மாதிரித் தெரியவில்லை. அதுவும் கொஞ்சம் சொத்து சுகம்னு இருந்துவிட்டால் பின்னர் கவலையே கிடையாது.

எம்பெருமாள் நாயுடு, ஜீவானந்தம் இவர்கள் எல்லோரும் சுசீந்திரத்தில் ஆலயப் பிரவேசப் போராட்டங்கள் நடத்தினார் களே!

புதுசா வடக்கு முடுக்குத் தெருவில் வாடகைக்கு வந்திருக் கிறார்கள். தூத்துக்குடிக்காரர்களாம். அவள் பெயர் திலகவதி. எப்படியோ! அவருக்கு என்னை ரெம்பப் பிடிக்கும். அவர்கள்

திருமணம் பெரியார் தலைமையில் நடந்ததைப் பெருமையாகச் சொல்வாள். அது சீர்திருத்தக் கல்யாணமாம்.

“அப்படின்னா என்னா?”

புரோகிதர் கிடையாது. தாலிக்குப்பதில் ஒரு எனாமல் பென்டன்டில் அவள் பெயரும் அவள் கணவன் பெயரும் பொறித்திருந்தது – என்னிடம் பெருமிதத்துடன் எடுத்துக் காட்டியிருக்கிறாள் – அதுதான் சீர்திருத்தக் கல்யாணம். அவரது அம்மா விதவை. வெள்ளைச் சேலைதான். அதிசயம் என்னவென்றால் அவர் சகோதரி, திலகவதியின் சின்ன வயது நாத்தனார், அவர்களுடனேயே வாழா வெட்டியாயிருந்து கொண்டிருப்பதுதான்!

தெருக்கோடி வீட்டில் ஒரு ‘பெரியா’ரின் சீடர். தாடி, மீசை முதற்கொண்டு ‘பெரியா’ரைப் போலவேதான். இப்படி அங்குமிங்குமாக கழகத்தார்கள். இவர்கள் நம்மத் தெருப் பையன்களைக் கூட்டி வைத்து நாஸ்திகம் பரப்பினார்கள். பல பொதுக்கூட்டங்கள் நடத்தினார்கள். அவர்தம் பேச்சுக்களையும் கேட்டேன். “பொதுவுடைமைக் கட்சி ஆட்சிக்கு வந்த நாட்டில் பெண்கள் எல்லாம் பொதுவுடைமை ஆக்கப்படுவார்கள்” என்று இந்த சின்னப் பையன்கள் மனதில் விதைத்தது யார்? ஏன் அவர்கள் இப்படிச் சிந்திக்க வேண்டும்? நாஸ்திக வாதிகளாயிருந்த அவர்கள் – பகுத்தறிவாளர்களாயிருந்த சிந்தனைவாதிகள் – ஏன் சிந்திக்க மறுக்கிறார்கள்? பாடுபடும் லட்சக்கணக்கான மக்கள் – அவர்கள் ‘ஜார்’ எனும் கொடுங்கோல் மன்னனையும் அவன் அமைப்பையும் தவிடு பொடியாக்கிவிட்டு தாங்களே தங்களை ஆண்டு கொள்ள ஆட்சி அமைத்தவர்கள், அங்கே தங்கள் பெண்டுகளை, தாயை, மகளை, சகோதரிகளை எப்படி இவர்கள் சொல்வது போல் பொதுவுடைமை ஆக்குவார்கள் என்று சிந்தித்துப் பார்க்காமல் அத்தனை கீழ்த்தரமாகப் பேச முடிகிறதே!

படிப்பு வராத பையன்கள், படிக்க வைக்கப்படாத பையன்கள், ஒரு ஐந்து மரக்கால் விதப்பாடும் ஒரு சின்ன வீடும் இருந்தால் மாத்திரம் போதுமானது – தான் ஒரு ஆண் பிள்ளை; அந்த ஒரு யோக்யதாம்சத்திற்கே எப்படியும் ஒரு அரைக்கோட்டை விதப்பாடும் கொஞ்சம் உருப்படியுமுள்ள பெண்ணைக் கட்டிக்கொண்டால் போதுமானது என்று திரியும் சில விடலைப் பையன்கள் – அவர்களுக்கு ஏதாவது செய்து காட்ட வேண்டுமென்று தினவெடுக்கையில் – இதற்கு முன்னால் சுவர்களில் கெட்டவார்த்தைகள் எழுதிப் போட்டுத் திரிந்த பையன்கள் – இப்போது – “கடவுளை நம்புபவன் முட்டாள்”

அல்லது 'கோவிலில் அம்மனுக்குத் தீட்டு வராதா' என்று எழுதும் இலக்கியங்களைப் படிப்பது அவர்களுக்குப் புதிதாகவும் வேடிக்கையாகவும் இருந்திருக்க வேண்டும்.

அங்கேயே தெரு முனையில் பொதுக்கூட்டங்களுக்கு ஏற்பாடு செய்து, 'மைக்' முன்னால் நின்று 'ஒன், டூ, த்ரீ, மைக் டெஸ்ட்டிங்' என்று சொல்லும் மகனின் குரலை, வீட்டு வாசல் படியில் உட்கார்ந்து கேட்கும் செல்வம் சித்தி, தன் மகன் இப்போதே பெரிய தலைவராகிவிட்ட மாதிரி பெருமைப்படுவதையும் பார்க்கையில், இவர்களை என்ன செய்வது? இப்படி வளர்ந்தால் இந்தப்போக்கில் சாதனைகள் வளர்ந்தால் அது நாட்டை எங்கே கொண்டு போகும்?

○

33

வழக்கம் போல் அம்மாவும் நானும் வராண்டாவின் கைப்பிடிச்சுவரில் உட்கார்ந்திருந்தோம். பக்கத்து வீட்டுடன் இந்தத் தெரு முடிவுறுகிறது. அந்தத் திருப்பத்தில் ஒரு சின்ன 'கட் அவுட்' மாதிரி இருக்கும். அதற்கு எதிர்த்தாற் போல்தான் வாசிப்பு சாலை; அந்த வாசிப்பு சாலையில் கிட்டு, தங்கப்பன் வகையறாக்கள் எப்போதும் மாலை வேளைகளில் வந்து கூடுவது வழக்கம். எல்லா வாரப் பத்திரிகைகளும் திராவிட கழகப் பத்திரிகைகள் முதல் பீப்பிள்ஸ் வார் என்ற பத்திரிகை வரையிலும் அங்கு வருகிறது. நான் அங்கிருந்து வாங்கிப் படிப்பதுண்டு. அன்றைக்கு என்னமோ எல்லாப் பையன்களும் கூடிக்கூடிப் பேசினார்கள். முகங்களில் சுரத்தே இல்லை. எல்லோரும் அந்தக் கட்டவுட்டில் உட்கார்ந்துகொண்டும் நின்றுகொண்டுமிருந்தனர். எனக்கும் அம்மாவிற்கும் ஒன்றும் பிடிபடவில்லை.

"எவனாவது செத்துப் போயிட்டானா?" அம்மா.

"அப்படின்னா கறுப்புக் கொடி கட்டிருப்பானே."

இப்படி பேசிக்கொண்டிருக்கையில், என்னவோ விஷயம் இருக்க வேண்டுமென்று எண்ணிக் கொண்டிருக்கையில் பாண்டியன் பத்திரிகை போட வந்தார். அப்போதுதான் தெரிந்தது ஈ.வே.ரா. மணியம்மையை திருமணம் செய்துகொண்டாராம்.

இப்போது அவர்கள் பேச்சு நன்றாகக் காதில் விழுந்தது.

“அவரைப் பாத்துக்கொள்ள கல்யாணம்தான் செய்துக்கணுமா? ஏன் கழகம் அவரைப் பாத்துக்காதா என்ன?” இப்படி ஒருவன்.

“என்னதானிருந்தாலும் வயசாயிட்டாலே கூடவே ஒருத்தி அதிலேயும் பெஞ்சாதி இருந்து கவனிக்கிற மாதிரி ஆகுமாடே?”

“நான் ஒத்துக்கிடவே மாட்டேன். போயும் போயும் இந்த வயசிலே இப்படிச் செய்யணுமா?”

“ஏய், இதெல்லாம் ஒவ்வொருத்தனுடைய தனி மனிதப் பிரச்சனை.”

“அதெப்படி? இவ்வளவு நாளும் சீர்திருத்தம் பேசிட்டு இப்படிச் செய்தா என்ன அர்த்தம்?”

இந்த வாதங்கள் அங்கு எத்தனை நேரம் நடந்ததோ?

நானும், அம்மாவும் சாப்பிட உட்காருகையில், ஒரு ஆங்கில இலக்கியவாதி ரெம்ப வாலிப வயதில் நாற்பத்தி எட்டு வயதானவளைக் காதலித்தது, படித்த ஞாபகம் வந்தது, பெரியார் மணியம்மையை திருமணம் செய்துகிட்டாரா? அல்லது மணியம்மை பெரியாரைக் கல்யாணம் பண்ணணும்னு சொல்லியிருப்பாளா?

“ஏய்! சோத்தை அளஞ்சிக்கிட்டே இருக்காதே”ன்னு சொல்லவும், மடமடன்னு சாப்பிட்டேன்.

அடுத்த நாள் பொழுது என்றைக்கும் போலவே விடிந்தது, இன்று எப்படியும் சின்ன அண்ணனிடமிருந்து மணியார்டர் வரும், பார்த்துக்கொள்ளலாமென தைரியமாக இருந்தேன். அவன் மாதம் முப்பது ரூபாய் அனுப்புவான். அதற்குள்ளேயே செலவுகளையும் அத்தியாவசியத் தேவைகளையும் சமாளிப்பது பெரிய கலைதான். போஸ்ட்மேன் வரானான்னு பார்க்க அம்மா வராண்டா கைப்பிடிச் சுவரில் உட்கார்ந்துவிட்டாள். நான் காலையில் குடித்த வெறுங்காப்பி வயிற்றைப் புரட்ட தின்ன ஏதாவது இருக்குமான்னு அடுக்களையில் உருட்டிப் பார்த்துக்கொண்டிருந்தேன். எப்போதோ வாங்கிப் போட்டிருந்த பொரி கடலை கொஞ்சம் கிடந்தது. கொஞ்சம் வாயில போட்டுக் கொண்டேன். வயிற்றைப் புரட்டுவது நின்றது. அம்மாவும் நானும் எப்போதும் ஒன்றாகத்தான் சாப்பிடுவோம். அம்மா சாப்பிடுவதில் கால் பங்கு கூட என்னால் சாப்பிட முடியாது. மிகக் கொஞ்சமாகத்தான் சாப்பிட முடியும். எனக்குப் போட்டுவிட்டு அம்மா போட்டுக்கொள்ளும்போது,

“இந்த வயிறு எத்தனை மண்ணெடுத்த கிடங்கு!”

நிறையப் பிள்ளைகள் பெற்றதைத்தான் சொல்கிறாள்.

“உன்னை மாதிரி சாப்பிட்டால் போறுமா எனக்கு? ஒண்ணா, ரண்டா அலசிப் போனதுகளையும் சேர்த்தா ஒரு டசன்.” சொல்லிக்கொண்டே பெரிய உருண்டையாக உருட்டி சாப்பிடுவாள்.

பொரிகடலையில் அடங்கியது என் வயிறு; ஆனால் “எத்தனை மண் எடுத்த கிடங்கு இது”ன்னு சொன்னாளே; அந்த வயிறு பேசாமல் இருக்கிறதே?

பொரிகடலை சுவைக்கும் வாயில் என் கண்ணிலிருந்து வழிந்த கண்ணீரும் கலந்து உப்புக் கரிக்கவே, துப்பிவிட்டு, தண்ணீரால் கொப்புளித்துவிட்டு கட்டிலில் படுத்துவிட்டேன். எதிரே அப்பாவின் ஃபோட்டோ, ஃபுல் சூட்டில், கால் மேல் கால் போட்டு உட்கார்ந்த போஸ், யாருக்குமே எதற்கும் அஞ்சாத முகத்தோற்றம். மேல் நோக்கி முறுக்கிவிடப்பட்ட அந்த கம்பீர மீசை. அப்பா அப்பான்னு மனது அலறியது.

பள்ளிக்கூட நாட்களில் வீட்டிற்கு வந்ததும் புஸ்தகப் பையை வீசிவிட்டு அப்பாவிடமும் அம்மாவிடமும் ‘நான் விளையாடப் போகிறேன்’னு பொறுப்பில்லாமல் வெளியே விளையாட ஓடிய நாட்கள்; இப்போதும் என்னை யாரிடமாவது ஒப்படைத்துவிட்டு விளையாட ஓட வேண்டும் போலிருந்தது. அப்பாவின் அந்தக் கால்களைக் கட்டிப் பிடித்துக்கொண்டால் போதுமே! எத்தனை நிம்மதியாய் இருக்கும்!

“கூலி உழைப்பும் மூலதனமும்” எடுத்துக்கொண்டேன். படிப்புத் தொடர்ந்தது. கண்ணீர் காய்ந்துவிட்டது. உடம்பு எல்லாம் புதிய ரத்தம் ஊற்றெடுத்து ஓடுவது தெரிந்தது.

யாரிடமாவது எதையாவது பேச வேண்டும் போல் இருந்தது.

“யம்மா, நீ, பணக்காரன், புதுப்பணக்காரன்னு அங்கலாய்க் கிறியே, இந்தப் புதுப்பணம் எப்படி வருகுது? எல்லாம் நெல்லு பிளாக்கிலே விக்கறதினாலேதான். ஒன் மச்சானா? அத்தானா? ஒருத்தர் அடிக்கடி வர்றாரே, கிழவரைப் பாத்தியா? நமக்கு பத்துக் கோட்டை நெல் வருது. மூணு கோட்டையை சாப்பாட்டுக்கு வச்சுக்கிட்டு, மீதி ஏழு கோட்டை செலவுக்கு வேணும்னு வித்துப் போடுரோம்னு வச்சுக்கோ. இவரு வாங்கிக்கிட்டுப் போறாரு.

“இவருக்கு சாப்பாட்டுக்கு இல்லேன்னா நம்ம கிட்ட வாங்கிட்டுப் போறாரு? வாங்கி வச்சுக்கிட்டு இரண்டு மாசம்

கழிச்சு வித்தாருன்னா நேருக்கு நேர் லாபம். அது மட்டுமா? வயலை என் பேருக்கு எழுதிக் கொடுத்திரு, உனக்கு எல்லா செலவுக்கும் நா பணம் தாறேன்; நீ ஒண்ணுக்கும் கவலைப் பட வேண்டாம்"ன்னு நம்ம கிட்ட கேட்டாரே அப்போ தான் எனக்கு மனசிலாச்சு. இவர் எப்படி பணக்காரன் ஆனாருன்னு. ஊர்லே தாலியறுத்த பொட்டச்சிங்க கஷ்டப்படுகையிலே வலியப் போய் பணம் கொடுக்கிறது. அப்புறம் வட்டிக்கும் முதலுக்குமா சேத்து அதுகள் கிட்ட வீடோ, வயலோ எழுதி வாங்கிக்கிறது. அதனாலே தான் இங்க பொம்பளைங்க தாலி அறுத்துட்டா இட்லிக்காரியா மாரிப்போறா. ஏதோ கச்சவடம் பண்ணிக்கிட்டிருந்த ஒன் மச்சான், நாமறிய அஞ்சு மரக்கால் விதப்பாடு மாத்திரம் உள்ளவரு இப்போ ஐம்பது கோட்டை விதப்பாட்டுக்கு சொந்தக்காரரு, பெரிய பண்ணையாராயிட்டாரு! இந்த மாதிரி, ஒன் மச்சான் மாதிரி ஆளுகள்தான் பூர்ஷுவா வர்க்கம்."

"அது என்ன வர்க்கம்? பூர்சுவா வர்க்கம்? புதுசா இருக்குக் கேட்க. ஒங்கப்பா கூட சொன்னதில்லையே?"

"அதுதான் பணக்கார வர்க்கத்துக்குப் பேரு."

"அப்போ பாவப்பட்டவனுக்கு என்ன வர்க்கம்னு பேரு?"

"அப்படிக் கேளு. ஏழை, பாடுபடுகிறவன், கஷ்டப்பட்டு உழைக்கிறவன் எல்லாம் 'ப்ராலிட்டேரியட்' வர்க்கம்."

"சே, வாயில நுழையாததெல்லாம் சொல்லுக நீ. ஆமா, எப்படி இதெல்லாம் மனசிலாக்கிற? நீ சொல்லுகதும் சரியாத் தானிருக்கடி, 'ஊம்...'" என்று அம்மா இழுத்து ஒரு பெருமூச்சு விட்டாள்.

விளக்கேற்ற நேரம் ஆச்சு. அரிக்கன் லாந்தரில் கிளாசை துடைத்து எண்ணெ விட்டு வைத்தாள். என்னை விளக்கு ஏற்றச் சொன்னாள். நான் விளக்கேற்ற, கை, கால், முகம், கழுவ, பின்புறம் போனேன். கொஞ்சம் ரவை இருந்தது. இராத்திரிக்கு இரண்டு பேரும் அதை உப்புமா பண்ணி சாப்பிட்டுவிட்டு, வராண்டா கைப்பிடிச் சுவரில் எதிர் எதிராக கால்களை நீட்டிக்கொண்டு தூணில் சாய்ந்துகொண்டு உட்கார்ந்தோம். நாளைச் செலவிற்கு என்ன செய்வது என்று இருவருமே உழன்றுகொண்டிருந்தோம்.

அம்மா, இப்படி எல்லாம் கவலைப்படும்படியான ஒரு நிலைமை வந்துவிட்டதே என்று நான் நினைத்துக்கொண்டிருந்தேன்.

நான், இப்படிக் கடைசியாக மாட்டிக் கொண்டு விட்டேனே என்று அம்மாவும் நினைத்துக் கொண்டிருந்திருக்க வேண்டும். முகத்தில் அது நன்றாகத் தெரிந்தது.

பழைய நாட்கள் எல்லாம் – அப்பா இருந்தபோது அம்மாவின் கலகலப்பும், அன்று பிள்ளைகள் எல்லோரும் ஒரே சமுக்காளத்தில் படுத்து உறங்கியதும், அதிலும் நான் சிறு வயதில் எல்லோராலும் கொஞ்சப் பட்டதும் எல்லாமே ஏதோ போன ஜென்மத்தில் நடந்தது மாதிரி இருந்தது.

பசியை மறக்க, மனக்கஷ்டங்களை மறக்க, முக்கியமாக என் சிந்தனைக்குத் தீனி போட எனக்கு புஸ்தகங்கள் தேவைப்பட்டன. நான் ஏதாவது செய்யத் தொடங்க வேண்டும். என் வாழ்க்கை இப்படித்தானிருக்க வேண்டும் என்று நான் தீர்மானித்தாகிவிட்டது. ஆனால் அதை எங்கே இருந்து, எப்போது, எப்படி தொடங்குவது என்று தெரியவில்லை. யாரிடம் தொடர்புகொள்வது, யாரை சந்திப்பது எப்படி அந்த அணியில் சேர்வது? அன்று எப்படியும் பத்திரிகை போட வரும் பாண்டியனிடம் பேசி விடுவதெனத் தீர்மானித்துவிட்டேன்.

ஆனாலும் இங்கே சுற்று முற்றும் தொலைவுக்கு எங்கேயும் மில்லோ, ஆலைகளோ இல்லை. தொழிலாளர்கள் வசிக்கும் பகுதி என்றோ, தொழிலாளர்கள் அந்த வர்க்கம் என்று குறிப்பிடவோ எந்த முதலாளியுமில்லை. ஊரிலே பேச்சு வாக்கில் யாரையாவது நக்கலாகப் பேச வேண்டுமென்றால் "ஆமா, இவரு பெரிய 'பயனியர் முதலாளி', சரிதான் போடா"ன்னு சொல்வதை கேட்கலாம். நான் கேள்விப்பட்ட வரையிலும் முதலாளின்னா இவருதான் முதலாளிக்கு அடையாளம் காட்டப் படுவார். மற்றபடி வழக்கில் ஒரு கடைசிப்பந்தி அவன் கடைச் சொந்தக்காரரை 'முதலாளி'ன்னுதான் சொல்வான். ஆக மார்க்ஸ் சொன்ன முதலாளியாய் இங்கே எனக்கு யாரையுமே பார்க்க முடியவில்லை.

நிலப்பிரவுத்துவ சமுதாயம் மாறி முதலாளித்துவ சமுதாயம்! நாஞ்சில் நாடு முழுவதும் வயல்கள்தான். பெரிய சொத்துக் காரன் அதாவது நாலு தலைமுறைக்கு இருந்து சாப்பிட சொத்திருக்குன்னு சிலரைச் சொல்வதைக் கேட்டிருக்கிறேன். அப்படிப்பட்டவர்களுக்கு நிறையக் கோட்டை விதப்பாடும், தென்னந்தோப்புகளும் நிறைய இருக்கும். பிள்ளைகளும் நிறைய இருக்கும். குடும்பங்களில் பெண் பிள்ளைகளுக்கு கல்யாணம் செய்து கொடுத்துப் போக, மீதியைப் பங்கு வைத்தால் அவர்கள்

மெல்லக் கனவாய் பழங்கதையாய் . . .

தங்கள் தந்தையைப்போல், அத்தனை சொத்துக்காரனாக இருக்க முடியாது. பங்கு பிரித்துவிடுகிறதல்லவா? அவர்கள் தலைமுறையில் அவர்களுடைய குழந்தைகளுக்கு, பங்கு போடும் போது இன்னும் குறைந்த சொத்துக்காரனாக ஆகிறான். தொழில் புரட்சிக்கான தொழில் தொடங்குவதாக யாரையுமே காணோம்.

முதலாளித்துவ சமுதாயம், பின்னர் தொழிலாளி வர்க்க ஆட்சி, பின்னர் சோஷலிஸம், பின்னர் கம்யூனிஸம்!

அதற்குள்ளே இங்கே யார் யாரோ எப்படி எப்படியோ, வாழ முடியாது அவலப்பட்டு, எத்தனை எத்தனை பட்டினிச் சாவுகள், எத்தனை குழந்தைகள் சாகும் . . . அப்பப்பா . . .

ஆனால் இவர்களுக்கு இங்கே காரியாலயம் இருக்கிறது. கம்யூனிஸ்ட் கட்சி என்ற ஸ்தாபனம் இருக்கிறது. என்னதான் செய்கிறார்கள்? இதை முதலில் தெரிந்துகொள்ள வேண்டும்.

நாளைக்கு 'ஜனசக்தி' பத்திரிகை போட வருபவரிடம் பேசிவிட வேண்டும்.

❍

34

சைக்கிள், வாசலில் வந்து நிற்கும் சப்தம் கேட்டது.

"ஒரு நிமிஷம்."

பத்திரிகையை வீசிவிட்டு சைக்கிளை மிதிக்கப் போனவன் நின்றான். ஆச்சரியத்துடன் திரும்பிப் பார்த்தான். அம்மாவும் வாசல் பக்கம் வந்தாள்.

"அட, என்னப்பா நீ, பேப்பரை உள்ளே ஏறித்தான் கொடுத்துவிட்டுப் போப்படாதா? ஏன் விட்டெறியணும்?"

வாசல் படி இறங்கி தெருவில் நின்றவன் சைக்கிளை நிறுத்திவிட்டு அரண்ட பார்வையுடன் மெல்ல மேலே ஏறி வந்தான்.

"உன் பேரென்னப்பா" - அம்மா.

"பாண்டியன்... ம் உங்க மகன்தான் பேப்பர் போடச் சொல்லிவிட்டுப் போயிருக்காரு."

"அப்படியா, அதுக்கென்னா, நீ ஒம்பாட்டுக்கு உள்ளுக்கு வந்து போட்டுட்டுப் போயேன்ப்பா."

நான் எதுவும் பேச முடியவில்லை.

மறுநாள், பேப்பருக்காகவும் பாண்டியனுக்காகவும் காத்திருந்தேன்.

வாசலில் சைக்கிள் சத்தம் கேட்கவே உள்ளிருந்த படியே எட்டிப் பார்த்தேன்.

"பேப்பருக்குள்ள... பணம்... இப்போ தரமுடியுமா தோழர்?"

"உள்ளே வாங்களேன்."

சைக்கிளை ஸ்டான்ட் போட்டு நிறுத்திவிட்டு உள்ளே வந்தார்.

"உட்காருங்கோ."

"பரவாயில்ல."

உள்ளே போய் அம்மாவிடம் பாண்டியன் வந்துள்ளதையும் பணம் ஏதாகிலும் இருக்குமோ என்று கேட்டுவிட்டு வந்தேன்.

"தோழர், பாண்டியன், எனக்கு படிக்கிறதுக்கு புஸ்தகங்கள் தரமுடியுமா?"

அப்போதுதான் அவருக்குச் சிரிக்கத் தெரிகிறது என்பது தெரிந்தது. முகத்தில் முறுவல் ஒன்று தவழ்ந்தது.

"நாளைக்கு கொண்டு வாரேன் தோழர்."

பணத்தைப் பற்றிக் கூட கேட்காமல் சிட்டாய் பறந்துவிட்டார். நான் புஸ்தகம் கேட்டதே அவருக்கு இத்தனை சந்தோஷத்திற்குக் காரணம்.

மறுநாளே மாக்ஸிம் கார்க்கியின் புஸ்தகங்கள், ஒரு சிறந்த கம்யூனிஸ்ட் ஆவது எப்படி? முதலிய புஸ்தகங்கள் எனக்குக் கிடைத்தன.

'ஒரு சிறந்த கம்யூனிஸ்ட் ஆவது எப்படி?'

ஒரு சிறந்த மனிதனாய் அல்லது சிறந்த மனுஷியாய் வாழ்வது எப்படி என்பதையே நான் அதிலிருந்து தெரிந்துகொண்டேன். ஒருமுறை, இரு முறை பின்னுமொரு முறைபடித்தேன்.

இதற்குள் பாண்டியன் அம்மாவின் அபிமானத்திற்குள்ளவனாகிவிட்டார். அம்மாவும் என்னுடன் மாக்ஸிம் கார்க்கியின் 'அன்னை' தமிழ் மொழிபெயர்ப்பைப் படித்தாள். தொழிலாளி வர்க்கம்னா என்ன என்பதை நான் சொல்லிப்புரிய வைத்ததை விட நன்றாக புரிந்துகொண்டுவிட்டாள்.

"பாண்டியா!"

"என்னம்மா?"

"நீ என்ன வேல பாக்கற? பேப்பர் போடுகுது மட்டும்தானா?"

“இல்லம்மா; நாங்கள்ளாம் இந்த கம்யூனிஸ்ட் கட்சியிலே தான் ஊழியர்களாக வேலை செய்துகிட்டிருக்கோம். நாங்க எல்லாம் சாதாரண தொழிலாளிகள் தான்.”

நான் அதற்குள் எங்கள் மூவருக்குமாக தேயிலைபோட்டு எடுத்துக்கொண்டு வந்தேன்.

முதன் முதலா பாண்டியனால் நான் ‘தோழர்’ என அழைக்கப் பட்டேன். ஒரு தோழரின் தொடர்பு கிடைத்துவிட்டது. இனி எப்படி இந்தத் தொடர்பைப் பிடித்துக்கொண்டு முன்னேறுவது?

எந்தக் கோணத்திலிருந்து பார்த்தாலும் சிக்கலான விஷயம்தான்.

35

"யம்மா, இந்தத் தோழர் வீட்டிற்கு ஒருநாள் போயிட்டு வரலாமா?"

என்னை விநோதமாக முறைத்துப் பார்த்தாள்.

"நீ என்ன சொல்லுக? அதெல்லாம் போப் படாது. இன்னும் கொஞ்ச காலத்தையும் நான் யாரிட்டேயும் எதுக்கும் போகாமல் இப்படியே ஓட்டிரணும்னு இருக்கேன். நீ என்னை வெளியிலே இறங்கணும்கிரியா?"

"தரித்திரம் கொண்டு உள்ளே இருக்கவும் முடியல்ல, தன் மானம் கொண்டு வெளியிறங்கவும் முடியல்லம்பா' அது மாதிரி இருக்கு நம்ம நிலமை. ஒருத்தர் முகத்திலேயும் முழிக்காண்டாம்னு இருக்கேன்."

அம்மாவின் மனதில் எங்கே தொட்டால் மசிவாள்? யோசித்தேன்.

"யம்மா, பாட்டக்காரன் வயலறுத்தானோ என்னவோ?" ஒரு சந்தேகத்தை கிளப்பினேன்.

ஏண்டா கேட்டோம்கிற மாதிரி ஆகிவிட்டது எனக்கு. அம்மா நெல் வராவிட்டால் என்ன செய்யப் போறோம்னு கலங்குவது முகத்தில் நன்றாகத் தெரிந்தது.

"கேக்க நாதியில்லாட்டா எல்லாமே இப்படித் தான்... வயலு எண்ணைக்கு அறுக்கும்னுகூட வந்து சொல்லல்ல பாத்தியா?"

பா. விசாலம்

“அதுதான் சொல்லுகேம்மா, நாமளே போய் பாத்துட்டு வந்தா என்னா?”

“அங்கே கூப்பிடு, வாறேன். இன்னைக்கே போவோமா? சாப்பாட்டுக்கு அரிசி வேண்டாமா?”

“வயலு எங்கேருக்குன்னே மறந்து போச்சு. அந்த நாள்ல எங்க ஆத்தா கூட, ஓலைச் செருப்பும் போட்டுக்கிட்டு கூடப் போனதுதான். ஒங்க அப்பாவாவது இன்னின்ன இருக்கு, இன்னன்னதுக்கு இன்னன்னதுன்னு என்னமாம் எனக்குச் சொல்லிட்டுப் போனாளா? பிள்ளைகளுக்கு என்னத்த வாங்கிக்கிட்டு வந்தாலும் முதல் பங்கு அம்மைக்குன்னு தந்து என்ன அப்படியே வச்சிட்டாளே, ஒரு எழவும் தெரியாம இருந்துட்டேனே?”

புலம்பினாள்.

36

பாட்டக்காரன் காலையில் வந்தான். பயிர் காய்ந்து கரிவு ஆகிவிட்டது எனவும், ஒரு ஐந்து கோட்டை நெல்தான் அளக்க முடியும்னு சொல்லிப் போய்விட்டான்.

அம்மா என்ன செய்வதென்று தெரியாமல் புலம்பலைத் தொடர்ந்தாள்.

"வீட்டுக்கரம் கொடுக்கணும், வயல் கரம் கட்டணும்; சாப்பாட்டுக்கு அரிசி கொஞ்சம்கூட இல்ல, ஏற்கெனவே நெல் குத்துக்காரிக்கிட்ட வயலறுத்துத்தாரேன்னு சொல்லி வாங்கின அஞ்சு மரக்கால் அரிசிக்கு உடனே நெல் அளந்து கொடுக்காண்டாமா? அவ வந்து கேட்டுப் போட்டா என்னத்த சொல்லுவேன்."

இதைக் கேட்டதும் எனக்கு உடம்பெல்லாம் குளிர் எடுக்கிற மாதிரி இருந்தது. ஆவணி மாதக் காற்றும், மழையும் நின்ற பாடில்லை. திருவிதாங்கூருக்கே உள்ள பிரத்தியோகமான 'சாரல்' அது. எல்லா வருஷமும் அம்மா இந்த சீசனுக்கு இரண்டு மூன்று நாட்கள் உளுந்து சோறு, கருப்பட்டி போட்டு களி, வெந்தயக்காடின்னும் மாறி மாறி செய்து, பிடித்தாலும் பிடிக்காவிட்டாலும் எல்லோரையும் கட்டாயமாகச் சாப்பிட வைப்பாள்.

"வெறும் உளுந்து சோறாவது பொங்கலாம்னு பாத்தா, உளுந்து கூட இல்லடி"ன்னு என்னைப் பார்த்தாள். அவள் முகத்தை பார்க்கவே பாவமாக இருந்தது.

அப்பாவை நினைத்துக்கொண்டாளோ என்னவோ நான் தொடுத்து வைத்திருந்த முல்லைப்பூ சரத்தை அப்பாவின் படத்திற்கு எடுத்துக் கொண்டு போய் போட்டாள். கண்களைத் துடைத்துக்கொண்டது போலிருந்தது. ஒருவேளை கண்ணீர் வந்திருக்குமோ?

◯

37

நான் இரவு முழுவதும் அனேகமாகத் தூங்க வில்லை. ஒரு தீர்மானமான முடிவிற்கு வந்து விட்டிருந்தேன்.

ஈர விறகு, ஒரே புகை. ஊதி ஊதி தீயை எரிய வைத்தாள். காப்பிக்கு பஞ்சாரை இருக்கான்னு பார்த்தேன். நல்லவேளை இருந்தது. அந்த நாளிலிருந்தே அம்மா மாத்திரம் கருப்பட்டிக் காப்பி குடிக்கவே மாட்டாள். டிக்காஷன் போட்டு பஞ்சாரை காப்பிதான் குடிப்பாள். பாலில் கொஞ்சம் டிக்காஷன் விட்டு எனக்குத் தந்துவிட்டு. சூடா, ஸ்ட்ராங்கா வைத்துக்கொண்டு ஊதி ஊதி காப்பியை உறிஞ்சினாள். காப்பி குடித்த பின் முகத்தில் ஒரு பிரகாசம் வந்தது. 'ம்...' இனி பேசலாம்.

"யம்மா, நாமோ இப்படியே இருந்தா என்ன செய்வோம். ஒன் மூத்த மகன் அப்பா செத்ததுக்கு வந்தவன் தான். போன இடம் தெரியல. ஒன் சின்ன மகன் மாசம் முப்பது ரூபா அனுப்புவதோடு சரி, நாளைக்கு நாம என்ன செய்வோம்? பொழுது விடிஞ்சா ஓரோரு நாளைக்கும் இதே கவலை யிலேல்லா நம்ம ரண்டு பேரும் போக்க வேண்டிய திருக்கு? ஒண்ணு செய்தா என்னா?"

"என்ன செய்யச் சொல்லுக?"

"இப்பம் . . . வந்து நாமளே கொஞ்சம் துணிஞ்சா என்னா?"

"எ... ன்... ன... து..? நீ என்ன சொல்லுக?"

ஏதோ துணிச்சலுக்கும், பொம்பிளைக்கும் சம்மந்ததே இல்லாத மாதிரி பதறினாள்.

“ஆ, ஆமா, நீ பெரிய ஜான்ஸி ராணி பாரு, துணிஞ்சுருவா ளாம். துணிஞ்சு.”

அந்த நிலைமையிலும் எனக்குச் சிரிப்பு வந்தது அதைக் கேட்டதும்.

“என்னம்மா ஜான்சி ராணி எல்லாம் தெரிஞ்சு வச்சிரிக்கியே! அட!”

“என்னை என்னடி நெனச்சே! என் அண்ணன் தம்பிமார் படிச்சதென்ன? அத விடு, ஒங்கப்பாவுக்குத் தெரியாத விஷயமும் உலக நடையுமா? அவரு கூட வாழ்ந்த தோஷம் அதிலே நூத்திலே ஒரு பங்காவது எனக்குத் தெரிஞ்சி இருக்காதா?”

“அதிருக்கட்டுமா, ஜான்சி ராணி நாட்டுக்குத் துணிஞ்சா நான் வீட்டுக்காக துணியதுலே என்ன தெற்று?”

அம்மா பேசாமலிருக்கவே நான் தைரியமாக பேசத் துவங்கினேன்.

“நீ சொல்லுவியே, நாலு பேர் என்ன சொல்லுவா? நாலு பேர் என்ன நினைப்பான்னு. இப்போ அந்த நாலு பேர்ல ஒருத்தராவது வந்து நாம் ஏன் பட்டினி கிடக்கணும்னு கேட்கப்போறாளா? இல்ல, என்ன செய்வோம்னாவது எட்டிப் பாக்கிறானுகளா?”

இதற்கும் ஒன்றும் சொல்லாமலிருக்கவே,

“நானே வயலுக்குப் போய் பார்க்கலாம்னு இருக்கேன்.”

“ஆமா, போயிருவ, கிட்டேயா இருக்கு இல்ல, நடந்து போறத் தொலையா? அஞ்சுகிராமம் பஸ் ஏறில்லா போகணும்!”

“ஏன், நான் பஸ்ஸிலேயே போய் பாத்துட்டுத்தான் வாறேனே.”

அம்மாவின் முகம் இறுகியது.

அந்த இறுக்கம் என்னை பயமுறுத்தியது.

“உனக்கென்னடி பயித்தியம் கியித்தியம் பிடிச்சிட்டா?”

“ஏன்... ஒண்ணு கேக்கேன். டீச்சரா எல்லாம் பொம்பிளைகள் வேலைக்குப் போகல்லையா? யார் யாரெல்லாமோ டாக்டருக்குப் படிச்சு இப்போ டாக்டரா எல்லாம் கூட இல்லையா? நான் ஒரு நாள் ஒரு பஸ்ஸிலே ஏறிப்போயிட்டா என்ன குறைஞ்சிரும்கேன்? இல்ல என்ன கெட்டுப் போயிரும்கேன்.”

“ஆமா, கெட்டுத்தான் போயிரும்” அழுத்தமாகச் சொன்னாள்.

“என்ன, என்னகெட்டுப் போயிருமாம்?” நான் உறுதியான குரலெடுத்தே பேசினேன்.

கொஞ்சம் தணிந்தது மாதிரி பேச ஆரம்பித்தாள்.

"இப்போ நீ புறப்பட்டுப் போனேன்னு வச்சுக்கோ; எத்தற பேரு பாப்பா. பஸ்ஸிலேயே எத்தற பேரு பாப்பா?"

"பாத்தா என்னவாம்?"

"அவரும் போயிட்டாரு. அவருக்க சம்பாத்யம்ண்ணு ஒண்ணும் கிடையாது. அப்படின்னே ஒரு மாப்பிள்ளத்தரம் கூட வரல்ல இப்படி வேற ஏதாவது பேராகிப் போச்சுன்னா... நான் என்னத்த சொல்லட்டும்! ஒரு 'தரம்' வந்தது. அத பேசி முடிக்கக்கூட நாதியில்ல. எல்லாவனும் கெடுக்கறதுக்குன்னே இருக்கிறானுகளே ஒழிய, ஒதவணுமேன்னு கிடையாது. ஒண்ணும் செய்யத்தான் வேண்டாம்; இப்படி ஒரு 'தரம்' வந்திருக்குண்ணாவது, அல்லது வேணுமா, வேண்டாமாண்ணாவது சொல்லி எங்கிட்ட அனுப்பலாம் இல்லையா? வந்தவன் கிட்ட எங்களுக்குத் தெரியாதுன்னு சொல்லி அனுப்பிட்டானாமே! உன் அத்தான்மாருக்கு இன்னும் இங்கேருந்து என்னத்தப் புடுங்கீட்டுப் போகலாம், என்ன இருக்குண்ணுதான் நோட்டமே ஒழிய..."

"ஆமா... ஒன் இரண்டாவது மருமகன் கிட்ட மூணு கொத்துச் செயின் செய்ய, நெல்லுச் சீட்டுப் பிடிச்சு ஐநூறு ரூபாய் கொடுத்தியே அது என்னாச்சும்மா?"

"என் வயித்தெரிச்சல கிளப்பாதே. கொண்டு போனவரு போனவருதான். எல்லாம் என் தலை எழுத்து. நாஞ்சி நாட்டிலேயே இப்படி ஒரு குடும்பத்திலேயும் மருமக்கமாரு வாய்ச்சு நான் கேட்டுட்டில்லம்மா! ஒவ்வொரு வருஷமும் ஒருத்தி மாத்தி ஒருத்தி பிள்ளைப் பெற வந்துருவா. அதுக்கு மட்டும் நாம வேணும்."

தனக்குத் தானே இன்னும் ஏதேதோ புலம்பிக்கொண்டே முற்றத்துச் செடிகளுக்கு பண்ணை பிடிக்கவும், கொத்திவிடவும் செய்துகொண்டிருந்தாள்.

நான் எனது அக்காமார்களையும், குழந்தைகளையும் பற்றி எண்ணமிடலானேன்.

ஒவ்வொரு தடவையும், ஒவ்வொரு பிரசவத்தின் போதும், அவர்கள் பிரசவ வலியால் கஷ்டப்படும் போதும் அம்மாவின் முகத்தைப் பார்க்க வேண்டுமே! நிலை கொள்ளாமல் தவிப்பாள். 'வெப்ராள'ப்படுவாள். "குவா... குவா..." குரல் கேட்டதும் முகத்திலேஅப்படி ஒரு சந்தோஷம். அம்மியில் சடசடன்னு இஞ்சியும், வெள்ளுள்ளியும் தட்டி அரைக்கும் சத்தத்திலேயே அவள் சந்தோஷமும், நிம்மதியும் தெரியும். பெத்தவளுக்கு முதலில்

அந்த இஞ்சிச்சாறை கொடுத்த பின்பு தான் மறு வேலை. இஞ்சி தட்டும் ஓசையிலேயே அக்கம் பக்கம் உள்ளவர்களுக்கெல்லாம் குழந்தை பிறந்த சேதி தெரிந்துவிடும்.

அப்புறம் என்ன? அத்தான் வீட்டார்கள் ஒவ்வொருவராத் தனியாகவும், குடும்ப சகிதமும் வருகிறவர்களுக்கு வெற்றிலை வாங்கிப் போடவும், மத்தியான வேளையாயிருந்தால் சாப்பிட்டு விட்டுப் போகச் சொல்லவும், தூர இருந்து வருகிறவர்களா யிருந்தால் இரவு தங்கிப் போகவும், அப்படி தங்கிப் போகிறவர் களுக்கு ரண்டாம் ப்ளே சினிமா பார்க்கப் போக நேரம் காலத்தோடு சோறு போட்டு அனுப்பவும், வீடு அல்லோல கல்லோலப்படும்.

இதனிடையில், "ஏ மக்கா, நீ சொல்லு பாப்போம்; பிள்ளை அப்பனப் பெத்த பாட்டாதான். அப்படியே அங்கபுட்டு இங்க வச்ச மாதிரி, இல்ல மக்கா?"

"ஆமா அத்தே. நீங்க சொன்னாப்லே பாட்டாக்க சாடை தான். ஆனால் கொஞ்சம் அப்பா சாடையும், அம்மா சாடையும் கலந்தாப்ல இல்ல?"

நான் திருப்பிக்கேட்டேன்.

அம்மா சாடையும், கொஞ்சம் இருக்குங்கிறதை சொன்னால் கூட அத்தைக்கு ஆகவில்லை போலிருக்கு.

"மக்கா, அந்த வெத்தலத் தாம்பாளத்தை எடு"ன்னு சொல்லி பேச்சை மாத்திவிடுவாள்.

அம்மாவோ எனக்கு மட்டும் கேட்கும்படி முணு முணுப்பாள்.

"போறுமே அவன் தாத்தா சாடை இருந்துற்றாப்பிலே" என்பாள்.

அத்தை வெற்றிலை ஒரு வாய்க்குப் போட்டு விட்டு இரண்டு தடவைக்கான வெற்றிலை பாக்கு புகயிலையையும் கையில் மடக்கி எடுத்துக்கொள்வாள்.

அவர்கள் போன பிறகு அம்மாவின் முறை. கையிலே குழந்தையைத் தூக்கி நன்றாக வெளிச்சம் வரும் பக்கம் நீட்டிப் பிடித்துக்கொண்டு நீ தான் பாருடி, பயல் கையும், காலும் அப்படியே அம்மாச்சனத்தத்தான் கொண்டிருக்கான். அந்தப் 'போக்காளன்' பிறந்தாக்கிலே இப்படியே தானிருப்பான் என்பாள். நான் அதற்கும் ஆமாம் போடுவேன். அக்காவோ மருந்தும், கறுத்தக்கறியும் சோறும் சாப்பிட்ட அசதியில் அவளைச் சுற்றிலும் ஒரே வெள்ளுள்ளி வாடை வீச, நன்றாக உறங்கிக் கொண்டிருப்பாள்.

ஆயிரம் நிலவுகள் ஒன்றாக வீட்டில் வந்து இறங்கிவிட்டது போல் எனக்கு ஒரே குதூகலம். நாற்பத்தொரு நாட்கள் வரையிலும் பெற்றவளுக்கு எதுவும் உடல் நலக்குறைவு வந்துவிடக் கூடாதேன்னு அம்மா ‘கண்ணில் எண்ணை விட்டுக்கொண்டு’ கவனமாக இருப்பாள்.

ஆனால் எனக்கோ “இங்க்... இங்க்”ன்னு பிறந்த குழந்தை வாயைத் திறக்கும் போதெல்லாம் நான் அதன் வாய் மணத்தில் சொர்க்கத்தைக் கண்டேன்.

“மார்பிலணிவதற்கே உன்னைப் போல் வைர மணி...” வைர மணியா? யாருக்கு வேண்டும் வைர மணி? அப்பா இல்லாத கஷ்டம், அம்மா படுகிற வேதனைகள், நாளைக்கு என்ன செய்வோம். என்கிற கவலை, போட்டுக் கொள்ள நல்ல தாவணியில்லையே, மார்பில் அணிய நல்ல ஜம்பர் இல்லையே... ஊஹூம். இதையெல்லாம் ஒரு நிமிஷம் குழந்தையை வாரி அணைக்கும்போது இல்லாமல் செய்துவிடும். இக்குழவியின் வித்தையை இந்தப் பாரதியார் உணர்வாரா? ஏன் வாழ்ந்து கொண்டிருக்கிறோம் என்று புரியாமல் இருக்கிற அம்மாவுக்கும், எனக்கும் பொருளுரைக்க வந்த பெட்டகம். இப்படிப்பட்ட பெட்டகங்கள் வருடத்திற்கு ஒன்று என்று மாறி, மாறி வீட்டில் தவழுகையில், நாற்பத்தோராம் நாள் அக்கா குழந்தையுடன் வண்டி ஏறுகையில் பிரியும் வேதனையும், அடுத்து அந்தக் குழந்தையைக் காண நேரும் சந்தர்ப்பத்திற்காகக் காத்திருத்தலும், இதிலேயே வாழ்க்கையை ஓட்டிவிடலாமே! வேறென்ன வேண்டும்?

என்னுடைய இந்த எக்களிப்பின் பின்னால் அம்மாவின் பாடுகள். நாற்பத்தொரு நாட்களுக்குள் எத்தனை ராத்தல் பூண்டு உரித்திருப்பாள்? மற்றவர்கள் கண் பட்டாலாகாது என்று, தானே உட்கார்ந்து மருந்து எத்தனை அம்மி அரைத்திருப்பாள்? அந்த இரு வாரங்களும் பெற்றவளின் கழிவுத் துணிகளை சுத்தம் செய்து, மிளகும் மஞ்சளும் ஊறப்போட்டு, கொதிக்க வைத்த தண்ணீரில், தன் கையாலேயே அவர்களுக்கு ‘ஈஞ்சை’ போட்டுத் தேய்த்து குளிப்பாட்டி... அந்த இரு கைகள்... இப்போது? நரம்போடிப் போய்விட்டது.

அரிசிப் பெட்டியைத் திறந்து பார்த்தேன். மூலையில் அங்குமிங்குமாகக் கிடக்கும் அரிசியைத் துடைத்து எடுத்தால் ஒரு நாளைக்கு வரும்.

அப்போதுதான் ஒரு முருங்கை மரக்கிளை ஒன்று ஒடிந்து விழுந்தது. அம்மா அதை ஒடித்து எடுத்து வந்து சுளவில் கீரையை உருவிப் போட்டுக் கொண்டிருந்தாள்.

"ஏம்மா... எம்மா."

"என்னா? சொல்லேன்."

"நான் நாளைக்குப் போகத்தான் போறேன்."

கீரை உருவுவதை நிறுத்திவிட்டு என்னை ஏறிட்டுப் பார்த்து முறைத்தாள்.

"இனிமே எங்கிட்டே இது பத்திப் பேசாதே சொல்லிட்டேன்."

"அப்போ என்னதான் செய்யலாம்னு சொல்லு."

"அரிசி தானே இல்ல, பட்டினிதானே கிடப்போம் கிடந்துட்டுப் போறோம். பாட்டக்காரன் கொண்டு வந்து தர்ற நெல்லைக் கொண்டுவந்து தரட்டும் அப்புறம் பாத்துக்கலாம்."

"பட்டினி கிடப்பதப்பற்றி நானும் கவலப்படல்லதான். ஆனால் நெல்லு குத்துக்காரிக்கு நெல் அளக்கணும்; வீட்டு வரி கட்டல்லேன்னா ஜப்தின்னு வந்து நிப்பான்; அதுக்கு எல்லாம் என்ன சொல்லுக?"

ஒன்றும் சொல்லாமல் பல்லை இறுக்க கடிப்பது வாய்க்குள்ளேயே–தெரிந்தது. கீரை உருவுவதில் மும்முரமாய் இருப்பதாகக் காட்டிக் கொண்டாள்.

"அப்போ ஒண்ணு செய்யலாமா?"

"என்ன?ங்கிற மாதிரி என்னை நிமிர்ந்து பார்த்தாள்

"நான் ஒத்தையிலே போனாத்தானே யாராவது என்னவாவது நினைப்பா? பேசாம நீயும் கூட வாயேன்மா."

தீயை மிதித்தவள் போலானாள்.

என்னடி சொன்ன..? தீக்காலுடி, எனக்குத் தீக்காலு. அறுத்து இத்தற யருஷமாச்சு, நான் என்னத்தக் கண்டேன்? நான் எப்படி வெளியிலே இறங்குவேன்? எனக்கு என்ன தெரியும்?"

"ஒனக்கு ஒண்ணும் தெரியாண்டாம். நான் தனியாகப் போகக் கூடாதுன்னா நீ என் கூட வந்துதானாகணும். பாட்டக் காரனிடமிருந்து கொஞ்சமாவது கிடைக்குமான்னு பாக்கணும். போனாத்தானே என்ன விளஞ்சிருக்குன்னாவது தெரியும்."

38

விடியற்காலை ஐந்து மணிக்கே அம்மா குளித்துவிட்டு என்னையும் குளிக்கச் சொன்னாள். ஆறு மணி பஸ்சுக்கெல்லாம் போகலாம் என்று என்னை அவசரப்படுத்தினாள். தன்னை யாரும் பார்த்துவிடுவார்கள் என்பதைவிட, தான் யாரையும் பார்க்கக் கூடாது என்று நினைக்கிறாள்.

அஞ்சுகிராமம் பஸ்ஸில் இருவரும் உட்கார்ந்தா யிற்று, மெல்ல அம்மாவிடம் கேட்டேன். "ஏம்மா, இப்போ என்ன ஆச்சு? நீயும் நானும் வெளியிலே வந்துட்டோம்னு உலகம் ஒண்ணும் தலைகீழாகப் போகல்ல பாத்தியா? எண்ணைக்கும் போலவே சூரியன்... அங்கே பாரு... அங்கேயேதான் உதிச்சிருக் கான். சாரல் பெய்யுது பாத்தியா? காற்றடிக்கத்தான் செய்யுது. சனங்களும் அவரவர் வேலையா அவரவர் பாட்டிலே போயிட்டிருக்கா... நீ ஏன் முகத்தை உம்முன்னு வச்சுக்கிட்டிருக்க? சிரிம்மா... அட! சிரிச்சுக்கிட்டுத் தான் வாயேன்."

"ஆமா... இந்த இழவுக் கொண்ணும் குறச்சல் இல்ல, போடி... பேசாம இரி."

பஸ்ஸை விட்டிறங்கினோம்.

"எம்மா, வயலு எங்கேருக்குன்னாவது உனக்கு ஓர்மையிருக்கா? இல்ல அதுதான் போகட்டும். எத்தற கோட்டை விதப்பாடு ஒனக்கு ஒங்கம்ம தந்தா... இதெல்லாமாவது தெரியுமா?"

'ம். அதெல்லாம் தெரிஞ்சா நான் ஏன் இப்படி இருக்கேன்..? வடக்குத் தோட்டத்திலே இரண்டு

ஏக்கரும் சானல் பத்துலே அஞ்சு கோட்டை விதப்பாடும் இருக்குன்னு அப்பா சொல்லியிருக்கா. அதையும் ஒங்கப்பா சும்மா ஒண்ணும் எடுக்கல்ல. அண்ணைக்கு ஊர் ஊராகப் போயி ஸ்தல மாத்தத்தைதான் சொல்கேன் – சம்பாதிச்சப் பணத்திலே, குடும்பக் கடன் இருந்ததிலே என் பங்கையும் கொடுத்துத் தீர்த்துத்தான் இந்த சொத்தையும் எங்கம்மா எனக்குத் தந்தா.”

இதற்குள்ளே வயல் வந்துவிட்டது. நான் சாமியார் பள்ளிக்கூடத்தில் படிக்கும்போது இந்த வயல்கள் இருக்கும் ரோட்டோரமாத்தான் பள்ளிக்கூடத்திற்கு நடந்து போவோம். அப்போதுதான் ஞானப்பிரகாசம் நாடாரின் மகள் மிக்கேலம்மா எங்கள் வயல் அது என்று காட்டித்தந்திருக்கிறாள்.

இதற்குள் எப்படித்தான் செய்தி பரவியதோ, ஞானப்பிரகாச நாடார் எங்களை தூரத்திலேயே பார்த்துவிட்டு ஓட்டமும் நடையுமாக வந்தார். வயது அறுபது இருக்கும்.

“யம்மா, தாயி... தாணுப் பிள்ளைப் பேத்திக்க மக இல்லா? பண்ணையாருக்குப் பேத்தியில்லா? வாருங்க தாயி. வாருங்க”ன்னு வரவேற்றார்.

அவரது மகன், மருமகள் வேறு சிலரும் எங்களைச் சூழ்ந்து கொண்டார்கள். இவ்வளவு தூரம் வருவானேன் என்பதுதான் அவர்களது ஆச்சர்யம்.

தனது தாத்தா காலத்தில் கோட்டாற்றில் வீடு வாங்கிப் போகு முன்னர், அம்மா இந்த வயல் வரப்பில் எத்தனை தடவைகள் ஓடி இருப்பாள்? ஓலைச் செருப்பணிந்து பக்கத்து உடை மரக்காடுகளில் திரிந்திருப்பாள்! பதனீர் காய்ச்சி கருப்பட்டிப்பாகு எடுத்ததையும், பனங்கிழங்கு தின்ற நாட்களையும் நினைவுக்கு கொண்டுவந்து நாடாரிடம் சொல்லிச் சொல்லி மாய்ந்தாள். அந்த நாட்களில் வீட்டிற்கு புளியும், கருப்பட்டியும் கொண்டு வந்து கொடுப்பது தான்தான் என்று நாடார் பழைய கதைகளைச் சொன்னார்.

ஞானப்பிரகாச நாடார் எங்களை வீட்டிற்கு அழைத்துச் சென்றார்.

முற்றத்தில் கயிற்றுக் கட்டில் எடுத்துப் போடப்பட்டது. நாங்கள் உட்கார்ந்தோம். கோழி ஒன்று ஒரு டசன் குஞ்சுகளுடன் மேய்ந்துகொண்டிருந்தது. ஒரு பக்கம் இரண்டு ஆடுகள் கட்டி வைத்திருந்தார்கள். அங்கேயுள்ள ஒரு வெளிப்படுப்புரை ஓரத்தில் ஒரு பெரிய மண்பானையில் கருப்புக்கட்டி போட்டுத் தண்ணீர் கொதித்துக் கொண்டிருந்தது.

ஒருத்தி—நாடாரின் மருமகளாயிருப்பாள்—அந்த மண்பானைக் காப்பியில் ஒரு சிரட்டை அகப்பைப் போட்டு கலக்கிவிட்டுக் கொண்டிருந்தாள். ஒரு இரண்டு சின்னக் கரண்டி காப்பிப் பொடியைப் போட்டு மேலும் கலக்கினாள். பேயன் பழமும் பொரி உருண்டையும் வந்தது. கோழிப் பீயும், ஆட்டான் புழுக்கை யும் சேர்ந்த வாடையில் மறுக்க முடியாமல் பேயன் பழம் தின்று காப்பித்தண்ணியும் குடித்தோம்.

கொஞ்ச நேரத்தில் எங்கள் பாட்டக்காரன் அழைத்து வரப்பட்டான். ஞானப்பிரகாசம் நாடாரே அவனிடம் "நெல் எவ்வளவு தேறும்? என்று கேட்டார்.

"அம்மா அவிய வயலு வழிதானே வந்திருப்பாவ பாத்திரிப்பியளே. பாட்டச்சீட்டிலே கோட்டைக்கு அஞ்சு கோட்டை அளக்கணும்னிதான் எழுதியிருக்காவ. போன 'பூ'விலே சொன்னது போல இருபத்தஞ்சு கோட்டையும் அளந்தோ மில்லையா. இப்ப நா என்ன அளக்க முடியும்? வேணும்னாக்கி வீட்டிலேயே வந்து பாத்துக்கிடுங்க. எல்லாம் கருவத்தையைத் தான் அறுத்துக்கொண்டு போட்டிருக்கோம்."

எனக்குத் தெரிஞ்சு அப்பா இருந்த போது ஒழுங்கா களை பறித்து, உரம் போட்டு தண்ணீருக்கும் தட்டுப்பாடு இல்லேன்னா நூறு கோட்டை நெல் வரையிலும் அறுத்தடித்திருக்கிறோம். ம். அதை எல்லாம் இப்போது நினைத்து என்ன பிரயோஜனம்? கடைசியில் எப்படியோ பேசி பத்துகோட்டை நெல் தருவதாக ஒத்துக்கொண்டான்.

அம்மாவிற்கு தன் நிலத்தையும், ஊரையும் பார்த்ததில், தன் தாயையும் தந்தையையும் பார்த்த மகிழ்ச்சி இருக்கும் போல் தெரிகிறது. நாடார் ஒரு மரக்கால் அவல் ஒரு பையில் போட்டுக் கட்டிக் கொடுத்தார். பஸ் வருவது வரை எல்லோரும் கூட வந்து நின்று பஸ் ஏற்றிவிட்டார்கள். மத்தியானம் வீடு வந்து சேர்ந்தோம்.

வெளியே போய் வந்துவிட்ட அந்தப் பதட்டத்திலிருந்து அம்மா இன்னும் விடுபட்டதாகத் தெரியவில்லை. பேசாமல் போய் படுத்துவிட்டாள். ஒன்றும் நடக்காதது போல் பாவிக்க திருவருட்பா புத்தகம் கையில் எடுத்தாயிற்று. ஒரே சீராகப் பாட ஆரம்பித்தாள். தூங்கிப் போய்விட்டாள்.

எனக்கு? ஒரு பெரிய காரியம் சாதித்துவிட்ட மன நிறைவு. குறுகுறுப்பு! அடுத்தது என்ன? இந்த சமூகத்தை அம்மா நன்றாக உணர்ந்திருக்கிறாள். ஆனால் மனதில் தான் செய்வது சரியா, தன் மகள் செய்வதும் சரிதானா என்று எப்போதும் போராட்டம்

நடந்துகொண்டிருக்குமோ என எனக்குப்பட்டது. அம்மாவின் ஒவ்வொரு கேள்விக்கும், ஒவ்வொரு சந்தேகத்திற்கும் என்னிடம் எப்போதும் பதில் தயாராக இருக்கும். ஆனாலும் என்னிடம் அடிக்கடி கேட்கும் கேள்வி "நீ என்னதான் நினச்சிருக்கே ஒம் மனசிலே?" இதன் பொருள் என் எதிர்காலம் என்னாகும் என்பதுதான் எனக்குப் புரிகிறது.

"ஏம்மா, ஒன் மூத்த மருமகனை நினைச்சுப்பாரேன். பி.ஏ. படிச்ச மாப்பிள்ளைன்னு பெரிசா கல்யாணம் பண்ணிக் கொடுத்தியே."

"ஆமா; அப்போல்லாம் பி.ஏ. படிச்சவன்னா பெரிய படிச்சவன். இப்போ என்னடான்னா எவனெல்லாமோதான் பி.ஏ. வரை படிச்சிருக்கான். ஆனாலும் அப்பல்லாம் குடும்பத்தையும் பாத்துத்தான் குடுத்தோம்."

"பெரிய குடும்பம்தான். குடும்பம் பெரிசுங்கிறதினாலே குணம் ஒண்ணும் பெரிசா இல்லையே. எடுத்ததுக்கும் தொடுத்ததுக்கும் எல்லாமே அப்பாதானே அவருக்கு எல்லாம் செய்யணும். அப்போ வெல்லாம் தான் ஒண்ணும் செய்யாண்டாம். இப்போ நம்ம நிலைமை அவருக்குத் தெரியாதா? நம்மகிட்ட ஒரு பரிவு, ஒரு பாசம், நமக்கு இவ்வளவு செய்தாங்களேன்னு ஒரு நன்றி கூட இல்லையே. இவன்லாம் ஒரு மனுசனான்னு தான் எனக்கு நெனைக்கத் தோணுதம்மா.

"சரி, அவருதான் அப்படி! மத்தவன்கள் ரண்டுபேரும் என்னவாம்? உருப்படிதரல்ல, சொத்துதரல்லன்னுள்ள மனப்பான்மைதான் ஓங்கியிருக்கே தவிர..." அம்மா குறுக்கிட்டாள்.

"அது போகட்டும் விடு; ஓங்கப்பா அவன்களுக்கு சம்பாதிச்சு வச்சிட்டுப் போகலேன்னு எரிச்சல் வருகதப்பாரேன்!"

"ஆங்... ஆங்... இதத்தான் நானும் சொல்ல வந்தேன். இவன்லாம் பெரிய மனுஷன்களா? இதே போல இன்னும் ஒரு மருமகன் உனக்கு வரணுமாக்கும்?"

"அதுக்காக?"

"இங்க பாரும்மா, நான் நம்ம வீட்டு அனுபவங்கள்லேயிருந்தே கொஞ்சம் உலகத்தைத் தெரிஞ்சுக்கிட்டேன். நான் படிக்க படிக்க, உயர்ந்த லட்சியமும், மனிதாபிமானமும், இதெல்லாம் உள்ளவனைத்தான் மதிக்க முடியும். என் மனசில மதிப்பை பெற முடியாத இந்த மாதிரி மனுசன் ஒருத்தனும் இனிமே இந்த வீட்டுக்கு மருமகனா வரவேண்டாம். எனக்குன்னு ஒரு லட்சியம் வச்சிருக்கேன் அதனாலே..."

"என்னத்தப் பெரிய லட்சியம்?"

"சொல்லட்டுமா?"

"சொல்லேன்... ம்... சொல்லுடி... என்ன லட்சியமாம்? பெரிய லட்சியத்தை கண்டுட்டா இவ!"

அம்மாவிடம் எனது இரண்டாவது பிரசங்கம் ஆரம்பம் ஆனது.

"யம்மா... இங்க பாரு உனக்கு என் லட்சியம் பெரிசாத் தெரியாமலிருக்கலாம்... ம்... ஒண்ணு கேக்கட்டுமா?"

"... ... ..."

ஒரு கேள்விக் குறியுடன் அம்மா தீவிரமாக என்னையே பார்த்தாள்.

"ஒருவேளை காப்பி குடிக்க முடியல்ல. அல்லது வயலிருந்தும், நெல்லிருந்தும் வீட்டிற்கு கொண்டு வந்து சேர்க்க ஆளில்ல. நம்ம கௌரவம், நாம யார் கிட்டேயும் கடன் வாங்க முடியாது. நமக்கு அது தெரியவும் தெரியாதுன்னு வச்சுக்கோயேன். சமயத்திலே, உனக்குப் பசி இருந்தால் கூட நான் பசிச்சிருந்திடுவேனோன்னு நீ எவ்வளவு கவலைப்படுகிற? எதை எதையோ செய்து சமாளிக்கப் பாக்குற. அதுவும் முடியாமப் போனா நீ என்னைப் பார்க்க, நான் உன்னைப் பாக்கன்னு... நமக்கே இந்தக் கஷ்டம்னா? நாள் முழுவதும் வேலை செய்தும் கூலி போராமல் குழந்தை குட்டிகளோட வெறும் வறுமையிலே வாழ்ந்துக்கிட்டிருக்கிறவாளை நெனச்சுப்பாத்தேன்னா? நாம பெரிய வளர்ந்த மனுசங்க. பசியைத் தாங்க முடியும். ஆனா சின்னச் சின்னக் குழந்தைகளை நெனச்சுப்பாரு, ஐயோ, எனக்கு அதை எல்லாம் நெனைக்கவே தாங்கல்ல அம்மா. சரி அது போகட்டும்... வேலையே கிடைக்காம எத்தனாயிரம் பேர்? இன்னும் வீடு வாசல் இல்லாதவாளை எல்லாம் நெனச்சுப் பாரும்மா."

"ஏண்டி, இதெல்லாம் எனக்குத் தெரியாதுண்ணா நெனச்சுப் பேசுக நீ?"

"தெரியும்மா, ஒனக்கு மட்டுமா, எல்லோருக்கும்மே தெரியும். ஆனால் அது 'ஏன்'னு சிந்திச்சிப்பாக்கணும்லா?"

"கோவில் உண்டியல்கள் நிறையக்காசு. அம்மன் கழுத்திலே காசு மாலையிலேயிருந்து எத்தற பவுன் உருப்படி போட்டிருக்கா? அதே சமயம் ஒரு இரண்டு பவுன் இல்லாம கல்யாணம் செய்து கொடுக்க முடியாம எத்தன தெரண்ட பிள்ளைகள் காத்துக்கிட்

டிருக்கு? பட்டுடுத்தி நிறைய உருப்படியும் போட்டுக்கிட்டு நீ கோவிலுக்கு உள்ளேயே போற, ஆனால் வெளிய எத்தன பிச்சக்காரங்க? சரி... சவேரியார் கோவிலுக்குத்தான் போயேன். ஏசுநாதர் ஏழைகளுடனேயே இருந்தார்ன்னு கதை. ஆனால் என்ன பாக்கிறோம். கோவில் உள்ளே யேசுநாதர். யாருக்கு யேசுநாதருடைய கருணையும் அன்பும் தேவையோ, அந்த எத்தனையோ ஏழை மக்களும் வெளியிலே நின்னுக்கிட்டு உள்ளே போகிற பணக்காரர்களிடமும், காரில் வந்து போவோர்கள் கிட்டேயும் கை நீட்டி பிச்சை எடுக்கிறதைத்தானே பாக்கிறோம்.

"அவர்களுக்கு பெருமிதத்துடன், அவ்வளவு நேரம் சாமியார் செய்த பிரசங்கத்தில் ஏழைகளுக்கு உதவணும்னு சொன்ன அருள் வாக்கைக் கேட்டு, ஒரு ரூபாய்த்தாளை வீசி, பத்து பேர் எடுத்துக்கச் சொல்லி, அவர்கள் சண்டை போடுவதையும் பார்த்தும் பார்க்காமலும் போய், போகிற வழியில், ஏதோ ஞாயிற்றுக் கிழமைன்னா எல்லோரும் இறைச்சிக்கறி சாப்பிட்டுத்தானாக வேண்டுமென்று ஏசுநாதரே நேரில் வந்து கட்டளையிட்ட மாதிரி, இறைச்சி வாங்கிக்கிட்டுப் போறதையும் பாக்கிறோம்.

"வேப்பமூட்டு ஜங்ஷனில் நானும் எனக்கு அஞ்சு வயசிலே யிருந்தே, 'ஏசு வருகிறார், இதோ ரட்சகர் வருகிறார் வருகிறார்'னு பாடிக்கிட்டிருக்கும் இன்னொருவித கிறிஸ்தவர்களைப் பார்க்கல்லையா? அப்படி எத்தன வருஷங்களா பாடிக்கிட் டிருக்கானுகளோ? அந்த ஏசுவும் வந்த பாடில்லை.

"இப்படிப்பட்ட சமுதாயம் ஏன் இருக்கணும்னுதான் கேள்வியே. அத நாம நெனச்சுப் பாக்கணுமில்லையா? ஏன் இதை அழிச்சுட்டு ஒரு புது சமுதாயம் அமைக்கக்கூடாது? பணமில்லாமப் போயிட்டா, அம்மையில்ல, அப்பனில்ல, கூடப்பிறப்புகளில்ல. இது ஒன் அனுபவம் தானே! இப்படிப்பட்ட சமுதாய அமைப்பு மாறணும்னு நீ சம்மதிப்பியா இல்லையா?"

"ஆமா அதுக்குத்தான் காந்தி கூட எவ்வளவோ சொல்லல் லையா? நேரு இல்லையா?"

"அந்த நேருதான் சொன்னாராம்; 'கறுப்புச் சந்தைக்காரனை எல்லாம் தூக்கிலே போடணும்னு'; ஒருத்தனக் கூட தூக்கிலே போட்டதாகத் தெரியல்லையே. ஏன்? ஒண்ணு தெரியுமா?"

"என்னடி நீ நேருவையா இப்படிப் பேசுக? நேரு என்னா லேசுப்பட்டவரா? நீ யாருகிட்டப் பேசுக? நான் நேருவின் சுய சரிதைப் படிச்சவளாக்கும்; தெரிஞ்சுக்கோ. நேரு யாரு? அவர் அப்பன் யாரு? மோதிலால் நேருவை எல்லாம் நீ என்னண்ணு நெனச்சே! அது எப்பேர்ப்பட்ட குடும்பம்! நீ... நீ... உனக்கு

என்னடி தெரியும்? நாட்டுக்கே சொத்து எல்லாத்தையும் குடுத்த குடும்பம்டி அது!"

"யாரு இல்லேன்னா? நீ சொல்லுகதப் போல, நேரு குடும்பம் என்னா, அவர் படிப்பு என்னா, சுதந்திர இயக்கத்திலே குடும்பமே ஈடுபட்டதென்னா? அதை எல்லாம் யாரு இல்லேன்னு சொன்னா? ஒனக்கு அவ்வளவுதானா தெரியும்? சோவியத் நாட்டைப் போல நம்ம நாட்டிலேயும் திட்டமிட்ட பொருளாதாரம், வேணும்னு சொல்லித்தான், அஞ்சாண்டுத் திட்டமெல்லாம் கொண்டு வந்திருக்காரு. இன்னும் நிலச்சீர்திருத்தம் வேற கொண்டு வறாராம்; ஆனால் என்ன நடந்தது, என்ன நடந்துக்கிட்டிருக்கு? வடபாதி மங்கலம் கேட்டிருக்கியா? குன்னியூர் சாம்பசிவ ஐயர் கேட்டிருக்கியா?

"இன்னும் இதப்போல எத்தன எத்தன நிலத்திமிங்கிலங்களும், பெரிய பெரிய மடாதிபதிகளும் எத்தனாயிரம் ஏக்கருக்கு சொந்தக்காரனுக தெரியுமா? இவர்களை எல்லாம் என்ன செய்தார் நேரு? தெலுங்கானா கேட்டிருக்கியா?"

அம்மா என்னையே ஆச்சரியமாக விழித்துப் பார்த்துக் கொண்டிருந்தாள். அதே சமயம் நான் சொல்வதெல்லாம் அவளுக்கு நியாயம்தான் என்கிற உணர்வோடு கேட்டுக்கொண்டிருந்தாள். அதை உணர்ந்த எனக்கு, எனக்குத் தெரிந்த எல்லாவற்றையும் சொல்லிவிடணும்கிற ஆர்வத்தில் நான் இன்னும் உணர்ச்சியோட பேச ஆரம்பித்தேன்.

"தெலுங்கானா ஆந்திராவிலே இருக்கு. அங்கே சுதந்திரம் கிடைக்கதுக்கு முந்தியே அதாவது... என்னம்மா கேக்கியா?"

"ம்... சொல்லு."

"அங்க வந்து 1946லிருந்தே விவசாயிகளுக்கு நிலம் வேணும்னு போராடத் தொடங்கினானுகோ. அப்போ நிஜாம் – ஹைத்ராபாத் நிஜாம்னு கேட்டிருக்கியா? அந்த நிஜாமுடைய பட்டாளம் விவசாயிகள் போராடினா அடக்கு முறை பண்ணிச்சு. அது 1946ல்ன்னு வச்சுக்கோயேன். அப்புறம் என்ன ஆச்சு? 1947லே நேருதான் பிரதமராயேச்சே! என்ன நடந்தது? நேரு என்ன பண்ணினார் தெரியுமா? இந்தியப் பட்டாளத்திலே நாலில் ஒரு பங்கையே ஹைத்ராபாத்துக்கு அனுப்பி விவசாயிகள் பிடிச்செடுத்திருந்த நிலத்தைப் பிடுங்கி பண்ணையார்களுக்குத் திருப்பிக் கொடுக்கச் செய்தாரு! எப்படி இருக்கு நிலச் சீர்திருத்தம்?"

அம்மா அத்தனையும் கேட்டுக்கொண்டிருந்துவிட்டு,

"நீ என்ன சொன்னாலும் சரி, நேரு, கமலா நேரு, அவரு பொண்டாட்டி செத்த பிறகு வேற கல்யாணம்கூடச் செய்துக்கல்லையே! ஏன்? அது நாட்டுக்காக செய்த தியாக மில்லையா?" என்றாள்.

"ம். அவர் கல்யாணம் பண்ணுனார்னா அதனாலே நாட்டுக்கு என்ன கெட்டுப் போகுமாம்? பண்ணியிருக்கலாமே!"

"இந்த மாதிரி விதண்டா வாதம் பண்ணாதடி, இதெல்லாம் நல்லதில்ல."

"எம்மா, ஒன் மனசு எனக்குப் புரியுது. ஆனால் நீ சொல்கிற மாதிரி நேரு தர்மரு, ராமர் அவதாரம், கருணை உள்ளம்..! ஆனால் அந்தக் கருணை யார் பக்கம் போகிறதென்கிறதுதான் கேள்வி."

"யார் பக்கம் போகுகாம்?"

பூர்ஷ்வா வர்க்கம் மேலேதான் அவருக்குக் கருணை. தொழிலாளி வர்க்கமோ அவர்கள் படுகிற கஷ்டமோ, துயரமோ அவர்கள் போராட்டத்திலே உள்ள நியாயமோ அவர் கண்ணுக்குப்படல்ல, படவும் படாது. ஏன்னா அவர் பூர்ஷ்வா வர்க்கம்.

"நீ என்ன புதுசா எல்லாம் பேசற. பூர்ஷ்வாங்கிற, வர்க்கம்கிற. அது என்னா அது மனுஷாள்ளே வர்க்கம், கிர்க்கம்ணு."

"அது தாம்மா நீயும் படிக்கணும், சுதந்திரம் வந்து வருஷம் அஞ்சாறு ஆச்சே, நாம என்ன வித்தியாசத்த கண்டோம்?"

பேசிக்கொண்டிருக்கும் போதே ஆனந்தம்மா வகையறாக்கள் ஒவ்வொருவராக வந்தார்கள். கொஞ்ச நேரம் அம்மாவிடமும் என்னிடமும் அப்படி, இப்படி அரட்டை அடித்துவிட்டுப் போகா விட்டால் அவர்களுக்கும் எப்படியோ இருக்கும் போலிருக்கிறது! அவர்கள் ஒருநாள் வராவிட்டால் கூட அந்த வராண்டாவே ஏதோ களையிழந்து கிடந்த மாதிரி எனக்கும் தோணும்.

அம்மாவும் நானும் வெளியூருக்குத் தனியாகப் போய் வந்ததைப் பற்றி இவர்கள் என்ன சொல்லப் போகிறார்கள்? அம்மா என்னைப் பார்த்த பார்வையில் இவர்கள் எல்லாம் தான் 'உரைகல்' எனத் தோன்றியது.

அவர்களாக அந்த பேச்சை எடுக்கிறார்களா பார்ப்போம்.

"இன்னைக்கு என்ன கறி வச்ச?" ஒவ்வொருத்தரும் கேட்டுக் கொண்ட பின், ஒருத்தி மெல்ல,

“ஆமா..? அம்மையும், மகளும் எங்க போயிற்று வந்தியோ?”

நான் அவர்களிடம் ஏடா கூடமாக ஏதாவது பதில் சொல்லி விடுவேன் என்று பயந்தது போல் அம்மா என்னை முந்திக் கொண்டு,

“நான் இத்தற பிள்ளைகளைப் பெத்தும், கடைசியிலே இவ தலையிலேல்லா இப்படி எழுதியிருக்கு! நெல்லு விளைஞ்சா இல்லியா, வயலறுத்தானா இல்லியான்னு பாக்கக்கூட ஒரு கதியில்லாமப் போச்சு. இவ ‘நான் போய் பாத்துக்கிட்டுவாறேன்’னு ஒரே பிடிவாதம் பிடிச்சா. அவோ அப்பாவே ஆம்பிளப்பிள்ளை களையும், பொம்பளப்பிள்ளைகளையும் வித்தியாசமில்லாம வளத்து எல்லாத்துக்கும் நெஞ்சுரம்தான். அதிலேயும் இவளுக்கு கொஞ்சம் அசாத்திய தைரியம்தான். பின்ன ஒத்தேலே அனுப்புவானேன்னு நானும் கூடப் போயிற்று வந்தேன்.”

“ஆமாம்மா இனிமே உள்ள காலத்துலே நம்ம காரியத்தை நாம தான் பாத்துக்கிடணும். அதிலே ஒரு குத்தமும் இல்ல.” ஆனந்தம்மாள் மூக்கை கையாலே தேய்ச்சு உறிஞ்சிக்கொண்டே சொன்னாள்.

பாட்டக்காரன் இன்னும் நெல் கொண்டுவந்து தரவில்லை, அது எனக்கு வசதியாகப் போயிற்று.

அம்மாவைத் துணைக்கு அழைத்துக்கொண்டு இன்னுமொரு முறை போய் வரத் திட்டமிட்டேன். அதோடு வேறு சில ஆலோசனைகளும் தோன்றியது. பார்ப்போம். எப்படியாவது தொழிலாளி வர்க்கத்துடன், கட்சிக்காரர்களுடன், தொடர்பு ஏற்படுத்திக்கொள்ள வேண்டும்.

அம்மாவோ – அப்போதுதான் முதன்முதலாக முட்டையை உடைத்து வெளியே வரும் கோழிக்குஞ்சு அலகை மாத்திரம் வெளியே நீட்டிவிட்டு பின்னர் உள்ளுக்குள் இழுத்துக் கொள்வது போல் உலகைக் கண்டு பயப்படுகிறாள். ஆனாலும் அவள்தான் ஊரைப் பார்ப்பதில் – அங்கு அவள் குடும்பத்தினர்களின் ஒன்றிரண்டு வீடுகள் தவிர எல்லோரும் என் பாட்டா, ஆத்தாவும் மாதிரியே இடம் பெயர்ந்து விட்டார்கள் தன் இளம் வயது நாட்களை நினைவுகூர்வதில் ஒரு சுகம் காண்கிறாள் என்பதும் எனக்குப் புரியவே, வயலுக்கென்று அம்மாவை அழைப்பதில் அத்தனை சிரமம் இல்லை.

மறுபடியும் வயலுக்குப் போகவேண்டுமென்றதும் அம்மா புறப்பட்டுவிட்டாள். நானும் ஒரு திட்டத்துடனேயே கிளம்பினேன். நேராக பாட்டக்காரன் வீட்டிற்குப் போனோம். ஆனால் அவன்

எங்கேயோ ஒளிந்துகொண்டான். முற்றத்தில் பெரிய வைக்கோல் படப்பு. அதைப் பார்த்ததும் அவன் சொன்ன அளவுக்குப் பயிர் காய்ந்து போகவில்லை என்று தெரிந்துகொண்டதும் அம்மாவிற்கு கோபமும் ஆத்திரமும் வந்தது. அவன் எங்கேயோ ஒளிந்து கொண்டுவிட்டான். அவன் பிள்ளைகளும் சரியாகப் பதில் சொல்லவில்லை. அம்மாவின் கண்களில் கண்ணீர் வராத குறைதான். எங்கேயோ, எதற்கோ அநாவசியமாக வந்து அவமானமடைந்துவிட்டது போல் எங்களிருவருக்குமே தோன்றியது. "உடையவன் இல்லாட்டா எல்லாமே ஒரு முழம் கட்டைதான். நம்மட்ட வயல் பாட்டம் எடுக்க என்ன நடை நடந்தான். இப்போ ஒரு மரியாதை கூட இல்லாம ஒளிஞ்சிக் கிட்டானே. ஆம... எத்தன கோட்டை நெல்தான் விளைச்சல் கண்டுன்னு சொல்லுடே." அம்மா அந்தப் பையன்களைக் கேட்டாள். ஒருவனும் சரியாகப் பதில் சொல்லவில்லை.

◯

39

“இப்படி ஏமாத்தறானே? யாரு கிட்ட சொல்ல?” வந்த வழியே இருவரும் திரும்பினோம். பஸ்ஸில் ஏற மனம் இன்றி மெதுவாக ஆலோசனை யுடன் நொந்துபோய் நடந்துகொண்டிருந்தோம். தன்னை யாரும் பார்ப்பதை விரும்பாமல் அம்மா சேலைத் தலைப்பை இழுத்து மூடிக்கொண்டு கூசிக் கூசி நடந்தாள்.

“வீட்டிலே போய்தான் என்ன செய்யப் போறோம்? உன்னாலே கொஞ்ச தூரம் நடக்க முடியுமாம்மா?” நான் கேட்டதும் ரோஷம் வந்தவளைப் போல்,

“நடக்க முடியுமான்னா கேக்கிற, நீ நடந்துருவி யாக்கும் என்கூட?”

“ஆமா, ஆமா... நீ யாரு? உச்சிமாளி மகளாச்சே!”

“ஆமாடி... அவ தவமிருந்து பெத்த மகளாச்சே நான்!”

அந்தத் தவப்புதல்வியை இப்போது இந்த வயல் வரப்புகளூடே நான் நடத்திச் செல்வது எனக்கே ஒரு பயங்கரமான காரியமாகத்தான் தோன்றியது.

அப்படி என்னம்மா தவமிருந்தா? எப்படித் தவமிருந்தா?

என்னை உண்டாகியிருக்கையிலே பொண்ணடி இல்லேன்னு கன்னியாகுமரிக்கு பவுர்ணமி தோறும் நடந்து போய்வந்து, சாணிபோட்டு மெழுகின

தரையிலே சோறு போட்டு, புறங்கை கட்டி குனிஞ்சு, வாயினாலே சாப்பிடுவாளாம். அப்படி தவமிருந்து பெத்த மகடி நான்.

"சரிதான், சரிதான். இப்பம்தான் எனக்கு மனசிலாச்சு."

"என்னத்த மனசிலாச்சு?"

"உங்கம்மா ரெம்ப அதிகமா தவமிருந்திட்டா போலிருக்கு; கொஞ்சம் குறச்சிருந்திருக்கலாம்."

அம்மா புரியாமல் என்னைப் பார்த்தாள்.

"அந்தத் தவம் அதிகமாகப் போனதினாலேதான், அதன் பயனா நீ நாலு பெண்ணப் பெத்து, எல்லாம் ஆளுக்கு மூணு நாலுண்ணு பெண் குழந்தைகளாப் பெத்து வச்சிருக்கு. குறைவா விரதம் இருந்திருந்தா ஒரு வேளை நான்கூட பிறக்காமலாவது இருந்திருக்கலாமில்லையா? நீ என்னையும் பெத்து, கடைசியிலே நீயும் நானுமா இப்போ தெருவிலே நடக்கோம் பாத்தியா?"

"ஒனக்கு சிரிப்பா இருக்கா? சரி... சரி... நட, எங்க வரைக்கும் நடக்கணும்னு சொல்லு."

"இல்லம்மா... வந்து..." நான் தயங்கியே சொன்னேன். நம்ம தோழர் பாண்டியன் வீடு இங்கேயிருந்து ஒரு இரண்டு மைல்தான் தூரம் இருக்கு. இப்படி வரப்போட போனா ஒரு அரை மணிக்கூர்ல போயிரலாம்."

"ஒனக்கு ஆரு சொன்னா?"

"பாட்டக்காரன் மகன் சொன்னான்."

மவுனமாக நடந்தாள். அங்கே ஏன் போகணும்னு கேட்பாள் என நினைத்தேன். பாண்டியன் பேரைச் சொன்னதும் அம்மாவிற்கு கொஞ்சம் நிம்மதி ஏற்பட்டிருக்க வேண்டும். அல்லது ஏதோ ஒரு விரக்தியில், ஏதோ செய்வோம், எது செய்தால் என்ன என்ற மனநிலை ஏற்பட்டிருக்க வேண்டும். பாண்டியன் பாட்டக்காரன் விஷயத்திலும் ஏதாவது உதவி செய்யக்கூடும் என்று எதிர்பார்த்தாளோ என்னவோ? தத்தளிக்கும் மனது எதையாவது பிடித்துக்கொண்டுதான் கரை ஏற முடியும் என்று தான் நினைக்கும். இப்போதைக்கு என் மனநிலையும் அதுதான்!

"அடுத்த 'பூ'விற்காவது வேறு பாட்டக்காரனப் பார்த்தால் தான் நல்லது."

"ஆமாம்மா, அப்படித்தான் செய்யணும்."

"இவங்கிட்டே சொன்னா..."

“யாரிட்ட?”

பாண்டியன்கிட்ட சொன்னா, நல்ல பிள்ளையாண்டன் தான்; இந்தப் பாட்டக்காரனத் தேடிப்பிடிச்சு நெல்லு வாங்கித்தர மாட்டானா? நாமளும் இப்படிக் கிடந்து அலையாண்டாம் பாரு.”

இது எனக்கு சாதகமாக இருக்கும் என்றே சந்தோஷமாக இருந்தது. என் லட்சியத்தின் பக்கம் அம்மாவையும் இழுக்கவில்லை என்றால், அவளைப் புரிந்துகொள்ள வைக்க முடியவில்லை என்றால், என்னால் இந்த அணியில் வருவதும், கஷ்டம் என்று நான் நன்றாகவே புரிந்துவைத்துக் கொண்டிருந்தேன்.

ஏற்கெனவே மாக்ஸிம் கார்க்கியின் “அன்னை” அம்மா படித்துவிட்டிருந்தாள். ‘தோழர்கள் என்பதின் முழு அர்த்தத்தையும் புரிந்திருந்தாள்.

ஆனாலும் ஏனோ, தான்தான் ஒருவேளை, குடும்பத்தின் நிலைக்குக் காரணமோ என்ற சந்தேகத்துடன்,

“ஒருவேளை ஒங்கப்பா சம்பாத்தியத்திலே, நான் அதிகம் செலவழிக்காமல் மிச்சம் பிடிச்சு ரகசியமாய் சம்பாத்தியத்தை ஒதுக்கி இருந்தால்... ம் இப்போ நெனச்சு என்னத்துக்கு?”

“அப்படி ஒண்ணுமில்லம்மா, நீ சேத்து வச்சிருந்தாலும் அதை இருபது பவுனுக்கு பதிலா நாற்பது பவுனா அக்காமாருக்கு செய்திருப்ப!”

“அதுவும் சரிதான். எனக்கு என்ன தெரிஞ்சுது? மருமக்கமாரு வசை சொல் காப்பிலே பிள்ளைகளைப் பெறத்தான் தெரிஞ்சுது.”

“பெத்ததினாலேயும் என்ன குறைஞ்சு போச்சாம்? இந்த மாதிரி அம்மா அப்பாவுக்குப் பிள்ளைகளாப் பிறக்கதுக்கு குடுத்துல்லா வச்சிருக்கணும்.”

“அப்படின்னு நீ சொல்லுக. பிள்ளைகள் அத உணரல்லியே.”

“உணர்ந்தாலும் உணராட்டாலும் அது தானே உண்மை. இந்தா பாரு, ஊரு வந்தாச்சு. பாரேன், ஒரே தென்னந்தோப்புதான் தெரியுது. இந்த அழகை ரசியேன்மா. இந்த ஒரு வரப்பையும் கடந்தோம்னா ரோடுதான். கடக்க கஷ்டமிருக்காது. இதுதான் இந்த சுசீந்திரம் வழியாக வர்ற ஆறு பாத்தியா. தண்ணி நிறையப் போகுது. இறங்கி குளிக்கலாம் போலேருக்கு.”

“ஆமா, ஒனக்கு எங்க குளத்தைப் பார்த்தாலும், ஆத்தைப் பாத்தாலும் குளிக்கணும். பேசாம நட. மழைவேற வரும் போல இருக்குது!”

ரோடு வந்ததும் அம்மா நின்று இரண்டு பக்கமும் பார்வையை ஓட்டினாள்.

"என்னை நீ எங்கே இழுத்துக்கிட்டுப் போறேன்னுதான் எனக்குத் தெரியல."

"எங்கேயா? இந்த சமுதாய அமைப்பு மாறணும்னா நீ என்கூட வந்துதான் ஆகணும்."

அம்மா எதைக்கண்டு மிரளுகிறாள்? சாய்ந்து சாய்ந்து ஆடும் தென்னை மரங்களும், நிறைந்து ஓடும் ஆறும் கவிழ்ந்து வரும் இருண்ட மேகமும், இருவரும் மாத்திரம் அந்த ரோட்டில் நிற்கிற நிலையும், எனக்கும் மருட்சியை ஏற்படுத்தியது. ஆனால் இந்த பயம் எனக்கு ஏற்றதல்லவே.

"எனக்கென்னவோ பயமாத்தானிருக்கு."

"ஏம்மா என் லட்சியம் சரியான தில்லன்னு உன்னால சொல்ல முடியுமா?"

"... ... ..."

"பின்ன ஏன் பயப்படணும்?"

"அதுக்குச் சொல்லல்ல, இருந்தாலும், பொழுது விடியதுக்கு ரெம்ப நேரத்தேயே கூவுகிற பறவை மாதிரி, நீ காலம் தெரியாமலும், ஆழந்தெரியாமலும் இறங்கிறயோன்னு..."

"ஓ, என்னைப்போயி அதிகாலைப்பறவை – அதாவது இங்கிலீஷில் *Early Bird*...ம்பாங்களே – அப்படிங்கிற நீ, ரெம்ப சந்தோஷம்தான்மா எனக்கு, நான் அந்த அதிகாலைப்பறவையாக கூவி விட்டாலும், கொஞ்ச நேரத்திலே எல்லாப் பறவைகளும் முழிச்சுக்கும். பொழுதும் விடியும். அதாவது சமுதாயம் மாறும். எம்மா, நான் பாரதியாராயிருந்தா என்னைப் பற்றி – நான் ஒரு அதிகாலைப் பறவைங்கிறதைப் பற்றி – நானே கவி பாடலாம் போலயிருக்கும்மா."

திரும்பவும் அந்த ஆளரவம் அதிகமில்லாத தார் ரோட்டில் இருவரும் நடந்தோம். இடது பக்கம் சில சின்னச்சின்ன மலைப் பிஞ்சுகள். அப்பாறைகளினிடையே இருக்கும் சுனையிலிருந்து, குடத்திலும் கையில் வாளியிலுமாக பெண்கள் குடி தண்ணீர் எடுத்துப் போய்க்கொண்டிருந்தார்கள்.

சும்மா வந்துகொண்டிருந்த அம்மாவிடம் "யம்மா, நீ இந்த 'அன்னை' புஸ்தகம் படிச்சியே, தொழிலாளி வர்க்கம், கம்யூனிஸ்ட் கட்சிங்கிறதைப் பத்தி எல்லாம் நீ என்ன நெனைக்கம்மா?"

"எனக்கு அதப் படிக்கச்சிலே என்ன தோணிச்சு தெரியுமா? ஒங்கப்பாவுக்குக் கூட இந்த மாதிரி கொள்கைகள்தான் புடிக்கும்னு நெனைக்கேன். ஆம்பிளப் பிள்ளைகளும், பொம்பளப் பிள்ளைகளும் ஒண்ணுதான்னு சொல்லுவா. வாட்ச்மேன் யாராவது அப்பாவைக் கும்பிட்டா 'மனுஷனுக்கு மனுஷன் கும்பிடக் கூடாது'ம்பா. கம்யூனிஸ்ட்டுகள் தான் மனுஷத்தன்மை வாய்ந்தவனுகண்ணு தான் நெனச்சாச்சு."

அம்மா இப்படி புரிந்துகொண்டுவிட்டதினால் எனக்கு இன்னும் சுலபமாயிற்று.

இதோ ஊர் தெரிகிறது. இந்தப் பரந்த பாரத நாட்டின் ஒரு தென்னோரப் பிரதேசமான திருவிதாங்கூர்—இல்ல, இல்ல—திரு. கொச்சி ராஜ்யம். அதன் ஒரு பகுதியான நாஞ்சில் நாடு—நாஞ்சில் நாட்டின் ஒரு ஓரமான இந்த ஊர்! என்ன விசேஷம்! எனக்கு ரெம்ப விசேஷமாகப் படுகின்ற ஊர்—உப்பளங்கள் நிறைந்த ஊர்! அது மட்டுமா விசேஷம்? நாஞ்சில் நாட்டைப் பொறுத்தவரையில், எனக்குத் தெரிந்த வரையில், ஆயிரக்கணக்கான தொழிலாளிகள் முதன் முதலாக கோரிக்கை வைத்துப் போராடிய சரித்திரம் இங்குதான் நிகழ்ந்தது.

ஊருக்குள் நுழைந்துவிட்டோம். ஒரு சின்ன காப்பிக் கடை. கடை வாசலில் சில இளைஞர்கள் நின்றுகொண்டிருந்தார்கள். ஊருக்குள் வந்த எங்களை யாரென்று தெரியாமல் விழித்தார்கள். "ஒரு வேளை வேறு தெருவுக்குப் போக வேண்டியவர்கள் இங்கே 'அளவன்'மார் தெருவுக்குள் வந்துவிட்டார்களோ?" அவர்களின் கண்களில் இந்த சந்தேகம்தான் தெரிந்தது. ரெம்பத் தயங்கிய பின்,

"யாரைப் பாக்கணும்?"

"பாண்டியன் வீடு எங்கேயிருக்கு?"

தெருவில் ஒரு நிமிஷம் நிற்பதற்குள் அம்மா கூச்சப்பட்டுப் போனாள்.

பாண்டியன் வீட்டைப் பற்றி விசாரித்ததும், அவர்கள் முகங்களில் இன்னும் ஆச்சரியம் தெரிந்தது. பின்னும் சந்தேகத் துடன் "எந்தப்பாண்டியன்?"

கொஞ்சம் ஆலோசித்துவிட்டு "தோழர் பாண்டியன்" இப்போது அங்கு நின்றிருந்த அனைவரும் அதுவரை எங்களை கவனிக்காமல் நின்றிருந்த ஒன்றிரண்டு பேர்களும், அதிசயமாக எங்களைப் பார்த்து வியப்புறுவது தெரிந்தது. அவர்களே ஒருவருக்கொருவர் கேள்விக்குறியுடன் பார்த்துக்கொள்கின்றனர்.

இதற்குள் காப்பிக்கடை சொந்தக்காரர் வெளியே வந்து விட்டிருந்தார்.

"டேய் திரவியம், நீ கூடப்போயி காட்டிட்டு வா, சுப்பையா, நீயும் போ, இரண்டு பேருமா கூட்டிட்டுப் போங்கோடேய்."

இருவரும் எங்களை வழிகாட்டிக்கொண்டு முன்னால் நடக்க, இந்த அதிசயத்தைப் பார்த்து மற்றவர்களும் தங்களை அறியாமலேயே எங்களைப் பின்தொடர்ந்தனர். அவர்களின் அன்பான சினேகபூர்வமான பார்வையும், செய்கைகளும், எங்களை மதித்துப் பேசுகிற முகபாவமும், அம்மாவையும், என்னையும் நிம்மதிப் பெருமூச்சு விடவைத்தது. முதலில் எங்கேயோ ஒரு சந்துக்குள் புகுந்து, இன்னொரு முடுக்கு வழியாகப் போய், கடைசியில், ஒரு வழியாக ஒரு சின்ன தாவாரம் இறங்கிய வீட்டின் முன்னால் வந்து நிற்கக் கண்டோம். அந்த வீட்டின் முன்னால் பெரிய தெரு காலியிடம், அதைத் தாண்டினால் மெயின் ரோட்டில் பஸ்கள் அல்லது ஓரிரு லாரிகள் போய்க்கொண்டிருப்பது தெரியும். அந்தக் காலி மைதானத்தில் ஒரு கம்பத்தில் ஒரு கொடி; 'அரிவாள் சுத்தியல்' சின்னமிட்ட சிவப்பு வர்ணக் கொடி பறந்துகொண்டிருந்தது. சுற்றிலும் அந்தப்பக்கமும் இந்தப்பக்கமும் அளத்தில் வேலை பார்ப்பவர்களாயிருக்க வேண்டும், அவர்களுடைய வீடுகள். நான் தான் சோவியத் நாட்டைப்பற்றியும், அங்கு நடந்த புரட்சிப் போராட்டங்கள் பற்றியும், மக்களாட்சி ஏற்பட்ட சரித்திரத்தையும் படித்துவிட்டேனோ இல்லையோ, இப்போது நான் 'லெனின் கிராட்' சென்று இறங்கியது போல் உணர்கின்றேன். அந்தச் செங்கொடியை அண்ணாந்து பார்த்துக்கொண்டு நிற்கிறேன். ஒரு நிமிடம் சுற்றி நிற்பவர்களையும், அம்மாவையும் மறக்கிறேன். என் பின்னணி என்ன? நாஞ்சில் நாட்டிலுள்ள ஆயிரமாயிரம் உறவினர்கள், உறவினர்களல்லாதவர்கள், என் குடும்பத்தினர், இவர்களில் நெருங்கியவர்கள், நெருங்காதவர்கள், இதிலே மெத்தப் படித்தவர்கள், அல்லாதவர்கள், அரசியல் வாழ்வில் கூட ஈடுபட்டவர்கள், பெரும்புள்ளிகள் எனத்திரிபவர்கள், இவர்கள் எல்லோருக்கும் இடையிலிருந்து வந்த நான், எங்கு வந்து நிற்கிறேன். 'உலகத் தொழிலாளிகளே ஒன்றுபடுங்கள்' என்கிற ஆதர்சத்தோடு ஒரே உணர்வுடன் செயல்படும் ஒரு மாபெரும் வர்க்கம், இன்றைய பட்டினி உலகமாக அவர்கள் இருந்தபோதிலும், உலகையே மாற்றி அமைக்கும் பணியில் தங்களை அறிந்தோ அறியாமலோ ஈடுபடுத்திக் கொண்டுள்ள வர்க்கம்; அந்தப் பணியில், அந்த வித்தியாசமான உலகில் முதன் முதலாக, எனது வெறும் இருபது வயது வாழ்க்கை அனுபவத்தை மாத்திரமே ஆயுதமாகக் கொண்டு நான் இறங்கி நிற்கிறேன்.

அம்மா சொன்னது போல் நான் ஒரு அதிகாலைப் பறவையா? மனதில் திடத்தை வருத்திக்கொள்ள, பறக்கும் அந்தக் கொடியை மானசீகமாக என் கைகளில் பிடித்துக்கொள்கிறேன்.

இந்தக் கொஞ்ச நேரத்திற்குள், சுற்றிலும் நிறையக் குழந்தைகள். பாண்டியன் வெளியே வர, அவரின் மனைவி வந்து எங்களிருவரையும், தயங்கி நின்ற எங்களை, கைகளைப் பிடித்தழைத்துச் செல்கிறாள். தாழ்ந்த கூரை. எங்களைப் பார்க்க வாசல் முன் நிறையப் பேர் வந்துவிட்டிருந்தனர். அம்மா எல்லோருக்கும் அறிமுகம் செய்துவைக்கப்பட்டாள். அம்மாவும் என்ன, ஒரு புது உலகத்தைக் கண்டுபிடித்துவிட்டவள் போல் பெருமையுடன் திகழ்ந்தாள். அப்போதுதான் கவனித்தேன் அங்கு வந்த எல்லோரும் தோழர்கள் என்று!

உபசரிப்பு தூள் பறந்தது.

"கருக்கு கொண்டு வரட்டா?"

"டீயும், வடையும் வாங்கிட்டு வரட்டா?"

"என்ன சாப்பிடுவாங்கோ?"

"மத்தியானம் இங்க சாப்பாட்டுக்கு இருப்பாங்களா? சைவமா, அசைவமா?"

இப்படி எல்லோரும் கேட்டுக்கொள்ளும்போது ஒருவர் மட்டும் என் பக்கத்தில் வந்து

"நீங்க கட்சி அனுதாபியா?"

மூச்சுக்காற்று சரியாகக்கூட உள்ளே நுழைய முடியாமல் குழந்தைகளும், தோழர்களும் எங்களை சூழ்ந்துகொண்டனர்.

யாரோ யாரையோ அழைத்துவர அனுப்பப்பட்டதை கவனித்தேன்.

அவர்தான் கட்சியின் காரியதரிசியாக இருக்க வேண்டும் என்று என்னால் ஊகிக்க முடிகிறது. சிரித்துக்கொண்டே உள்ளே வந்தவரின் தோற்றம் – வேட்டியும் ஷர்ட்டும் மற்ற தொழிலாளிகள் போலவே இருந்தாலும், நிறையப் படித்து விஷயங்கள் தெரிந்த ஒரு மேதா விலாசம் முகத்தில் தெரிந்தது.

முஷ்டி உயர்த்தி சின்ன சப்தத்தில் "இன்குலாப் சிந்தாபாத்" என்று சொல்லி வணக்கம் தெரிவித்ததும், இதுவரை அடங்கிக் கிடந்த என் உணர்வுகள், புரட்சிகர உணர்வுகள் – யார் எதிர்த்தாலும் தடுத்தாலும் புதியதொரு சமுதாயம் படைக்கும்

பா. விசாலம்

பணியில் தன்னைத்தானே அர்ப்பணித்துக் கொண்ட என் உணர்ச்சிகள் அத்தனையும் ஒன்று திரண்டு முதலில் நெஞ்சுக் குள்ளிருந்து எழும்பி... பின்... என் வலது கரம் மூலம், முஷ்டி உயர்த்தி, 'இன்குலாப் சிந்தாபாத்' என்ற குரலுடன் வெளிவந்தது. என் கண்கள் கலங்கியது. அம்மா பிரமிப்புடன் பார்த்தாள்.

காரியதரிசியின் பெயர் என். கோலப்பன். சுருக்கமாக எல்லோரும் என்.கே. என்று அழைத்தனர். வயது முப்பத்தைந்திற் குள்ளிருக்க வேண்டும். பெண்கள் அவரை தலைவரு என்று சொல்வதைக் கேட்டேன்.

தோழர், மற்ற எல்லோரையும் வெளியே அனுப்பி வைத்தார். முக்கியமான ஒரு சிலர் மாத்திரம் அங்கிருந்தனர். கொஞ்சம் ஆசுவாசமாயிருந்தது. அம்மாவிற்கு முதலில் அவர்களது ஆர்ப்பாட்டமான வரவேற்பில் திகைப்பும் மகிழ்ச்சியும் இருந்த போதிலும், எல்லாம் அமைதியான பின்னர் என்னவோ நினைக்க ஆரம்பித்துவிட்டாள். என்னை ஒரு புரட்சிக்காரியாக, புதுமைப் பெண்ணாக, தொழிலாளி வர்க்கத்தின் பிரதிநிதியாக ஒன்றும் அம்மாவால் பார்க்க முடியவில்லை. சமைஞ்ச பெண்ணைக் கூட்டிக்கொண்டு எங்கோதான் வந்திருப்பதாக நினைத்துக் கொண்டாளோ என்னவோ, முள்ளின் மேல் இருப்பது போல் "போவோமா, போவோமா?" என்று என்னை மெல்லக் கேட்கத் தொடங்கினாள். நடந்து வந்த களைப்பு வேறு. அப்பா இறந்ததி லிருந்து எவர் முன்நிலையிலும் வரத் தயங்கியவள். அந்நியர்களான இத்தனை பேர் மத்தியில் இருப்பதை எண்ணிக் கூசினாளோ என்னவோ?

"எங்க வீட்டிலே சாப்பிட்டுட்டுத்தான் போறீங்க, எல்லாம் ஏற்பாடாயாச்சு" –தோழர் என்.கே.

எனக்கு இன்னும் அவர்களுடன் பேச, கேட்க, தெரிந்துகொள்ள, நிறைய விஷயங்கள் இருந்தன. என்.கே.யின் வேண்டுகோளை அம்மா ஏற்க வேண்டுமே என எதிர் பார்த்தேன்.

களைப்போ, பசியோ, அம்மா பேசாமலிருந்தாள். பசியின் முன்னால் எதுதான் நிற்க முடியும்? எங்களுக்கு எங்கே எப்படி சாப்பாடு பரிமாறுவது என்று அவர்களுக்குள் பேசிக்கொண்டனர்.

தோழர் என்.கே. வீடு மிகவும் சிறியதுதான். வீட்டில் சிமெண்ட் போட்ட தரையில்லை சாணித்தரைதான். மழையில் லேசாக ஒழுகிக் கொண்டிருந்தது.

இதை எல்லாம் அனுபவிக்க, அவர்களுடன் பகிர்ந்து கொள்வதுதானே என் லட்சியம்.

“பரவாயில்ல, ஒங்க வீட்டிலேயே சாப்பிடுகிறோம் தோழர்” என்றேன்.

இன்னும் இரண்டொரு முடுக்குப் போன்ற தெருக்களூடே அழைத்துச் செல்லப்பட்டோம். என்னைத் தனியாக திரும்பிவரச் சொல்லியிருந்தால் வழிதெரியாமல் திணறியிருப்பேன்! அப்படி இருந்தது அந்த சின்னச் சின்ன திருப்பங்களும் முடுக்குகளும்.

இலையின் முன் உட்கார்ந்ததும் அம்மா மெல்ல என் காதருகில் கேட்டாள்: “இவர்கள் என்ன சாதி?”

நான் அம்மாவை ஏறிட்டேன்.

மெல்லவே “நான் சும்மா தெரிஞ்சுக்கிடத்தான் கேட்டேன். நான் எப்பவுமே சாதி வித்தியாசம் பார்க்க மாட்டேனே!”

என்.கே.யின் அம்மா வயது அறுபதிருக்கும். எனினும் ரெம்ப மெலிந்திருப்பதால் வயதிற்கதிகமான சுருக்கங்களும் தொய்வுகளும் தெரிந்தன. வெற்றிலைக் கல்லில் வெற்றிலை இடித்துக்கொண்டே, எங்களைப் போன்ற விருந்தாளிகள் வருவதொன்றும் அவளுக்குப் புதிதல்ல என்ற தோரணையில் பேசிக்கொண்டிருந்தாள்.

“ஏ.கே. கோபாலனுக்கு நான் வைக்கிற மீன் குழம்பு ரெம்ப பிடிக்கும். சீவானந்தத்தைப் பத்தி கேட்கவே வேண்டாம். அடக்குமுறைன்னு வந்ததும் பெஞ்சாதியையும், பிள்ளைகளையும் எங்கிட்டே விட்டுவிட்டுப் போயிற்றாரு.”

அவ ஒருநாள் – பொக்கை வாயில் வெற்றிலையைக் குதப்பிக்கொண்டே, வந்த சிரிப்பையும் அடக்கிக்கொண்டே முட்டைக்குழம்பு வச்சா. அண்ணைக்கு சீவானந்தமும் இருந்தாரு. “அம்மா முட்டை – கறுப்பா இருக்கும்னு எனக்கு இன்னைக்குத் தான் தெரியும் இன்னாரு பாரு!” மீட்டிங்கிலே தான் நல்லாப் பேசத் தெரியுது, சமையலு? ஊஹு¬ம். இதை எல்லாம் அம்மாவும் கேட்டு ரசித்துக்கொண்டிருந்தாள். பிறகு, தன் மகன் என்.கே. எப்படி கம்யூனிஸ்ட் ஆனாரு என்றும் அடிக்கடி போலீசாரால் பிடித்துச் செல்லப்பட்டதையும் சொன்னாள்; வீட்டிலுள்ள சாமான்கள் எல்லாம் நாசமாக்குவான்கள், அவர்கள் தேடி வந்த பேப்பரு, ரிக்கார்டு எதுவும் கிடைக்கல்லேன்னா புஸ்தகங்களை எல்லாம் அள்ளிக்கொண்டு போய்விடுவார்கள் என்பதையும் சொன்னாள். பிறகு, பெருமையுடன் எங்கிட்ட குடுத்தாச்சில்லா, பேசாம போ. எந்தப் போலீசு, எமகிங்கரன் வந்தாலும் கண்டு பிடிக்க முடியாதுன்னு சொல்லி அனுப்புவேன்.

“அப்படி எங்கேதான் வைப்பியோ?” நான் கேட்டேன். “ஏன் சொல்லமாட்டேளா, ரகசியமா?”

“ஊம். ஒங்கிட்ட சொல்வதுக்கென்ன? இந்த வீட்டிலேயே இருந்தாத்தானே. எத்தனையோ வீடு கடந்து யார் வீட்டு எறப்பிலேயே, கூரைக்கடியிலேயே சொருகி வச்சுட்டா, எவனுக்குத் தெரியும்?”

பொக்கை வாயால் ஒரு நமுட்டுச் சிரிப்பு.

மழை சற்று பலமாகப் பெய்யவே எங்களால் உடனே புறப்பட இயலவில்லை. இங்கே மாத்திரம் எப்படி இத்தனை தொழிலாளிகள் போராட முன் வந்தார்கள்! அது மட்டுமா? இந்தப் பெண்கள்! இவர்கள் யாரும் உப்பளங்களில் வேலைக்குப் போகாதவர்களாயிருந்தாலும் எப்படி அவர்களுக்கு கட்சியைப் பற்றியும், இதுதான் அரசியல் என்றும் தெரிந்துள்ளார்கள். இன்னும் போலீஸ் என்றால், ஜெயில் என்றால் எத்தனை நிசாரமாய் நினைக்கிறார்கள்? எ.கே. கோபாலன் எல்லாம் கட்சிக்கு வரக் காரணமாயிருந்த தோழர் கிருஷ்ணப்பிள்ளை இங்கே பக்கத்தில் சுசீந்திரம் ஜெயிலில் இருந்த தெல்லாம் இவர்கள் சொல்கிறார்களே! இப்படிப் பெரிய பெரிய தலைவர்களே ஜெயிலுக்குப் போகும்போது தங்கள் பிள்ளைகள், கணவன்மார்கள் ஜெயிலுக்குப் போவதையும் பெருமையாக நினைப்பதில் ஆச்சரியம் இல்லைதான். ஆனால் இந்த நிலைமைகளுக்கான, இங்கே நடந்த போராட்டங்களின் பின்னணி என்ன என்று அறியும் ஆவலில்,

“தோழர் என்.கே.! நீங்க எப்போ ஜெயிலுக்குப் போனயோ? இத்தனத் தோழர்கள் கட்சி உறுப்பினர்கள் ஆனது எப்படி? உங்களைப் பற்றி எல்லாம் தெரிஞ்சுக்கணும்னுதான் கேக்கிறேன்! இங்கே எவ்வளவு தொழிலாளிகள் அளத்தில் வேலை பார்க்கிறார்கள்? உத்தேசமா சொல்லுங்களேன்.”

இந்நேரத்தில் ஒரு சிலப் பெண்டுகள் அம்மாவின் பக்கத்தில் உட்கார்ந்துகொண்டு, எத்தனை குழந்தைகள்? அதிலும் நான் எப்படி இந்தத் தோழர்களுடன் சேர்ந்தேன், என்றெல்லாம் கேட்டுக்கொண்டிருந்தார்கள்.

“கூனுர் ஏசுதாசைத் தெரியுமா உங்களுக்கு?” – தோழர் என்.கே.

“இல்ல கேட்டதில்ல.”

“தோழர் பரமானந்தத்தைத் தெரியும்னு நினைக்கிறேன்.”

“பாத்திருக்கேன். அவர் பேச்சையும் கேட்டிருக்கேன்.”

“எங்கே பாத்திங்க. பேச்சை எப்படிக் கேட்டீங்க?”

“எங்க தெருமுனைதான் எப்போதும் கூட்டங்கள் நடக்கும் இடம். அங்க தான் அவர் தடை நீக்கப்பட்டு வந்ததும் முதல் கூட்டம் நடந்தது. அப்போ கேட்டேன்.”

“ஏசுதாசும் பரமானந்தமும் ரெம்பப் பழக்கம். ஏசுதாசு நாடாரு. அவரு நாடார்களுக்கு சங்கம் அமைக்கவும், அந்த சமுதாயத்தை முன்னேற்றனும்னும் வேலை செய்துகிட்டு இருந்தாரு.”

அப்போது பாண்டியன், “ஆமா உனக்கு ஏசுதாசு, பரமானந்தம்னா பெரிசாப் பேசுவே. நம்ம கோட்டையடி ராயர் வாத்தியாரையும், சின்னையா நாடாரையும், தெற்குத் தாமரைக்குளத்துக்காரங்களையும் அவங்களைச் சொல்லாம விட்டுட்டியே. ஒனக்கு எப்பவும் பெரிய ஆட்களத்தான்... ஒரு... இது... ஆமாம்.”

“இவன் எப்பவும் இப்படித்தான்ம்மா. குறுக்கப் பேச வருவான்” எங்களைப் பார்த்து சொல்லிவிட்டு, பாண்டியனைப் பார்த்து “நீ ஏன் இப்படி அவசரப்படுக–நான்தான் சொல்லிட்டே வாறமில்லா?”

“...கேளுங்கோ தோழர்! அவங்க இரண்டு பேரும்தான் இங்க வந்து திருவிதாங்கூர் உப்பளம் தொழிலாளர் சங்கம் ஆரம்பிச்சு வச்சது.”

பாண்டியன், “முதல் முதலா வாலிபர் சங்கம் அமைச்சதைச் சொல்லல்லயே.”

“ஏய், சொல்லுகண்டே, பொறேன், கொஞ்சம்.”

“நீங்கள்ளாம் அப்போ அளத்திலே வேலை பாத்துட்டிருந்தீகளோ?”

“ஆமா, நாங்கள்ளாம் அளத்திலே வேலைக்குப் போய்க்கிட்டிருந்தோம்... நீங்க வர்ற வழியிலே கூட ஒரு பள்ளிக்கூடம் இருக்கே பாத்திருப்பேளே தோழர்?”

ஞாபகப்படுத்திப் பார்த்தேன்.

“ஆமா, பார்த்தேன்.”

“அதுக்கு அந்தப் பக்கம் வெள்ளாளர் வீடுகள். எல்லாம் பண்ணையார்மாரு வீடுகள். இந்தப் பக்கம் நாங்க. இதுதான்

அளக்குடி . . . இன்னொரு விஷயம். மழை விட்டு நீங்க போறதுக்கு முன்னாலே உங்களை இங்குள்ள லைப்ரரிக்குக் கூட்டிக்கிட்டுப் போறோம்.”

“டேய். யாரு, சுப்பையாவா, ஆ... நீயா, போயி லைப்ரரியிலே இரு, இல்லேன்னா மாணிக்கம் லைப்ரரியே பூட்டிட்டுப் போயிருவான்.”

“ஓ! லைப்ரரி இருக்கா? எனக்குக் கட்டாயம் பாக்கணும்.”

“அப்போ, நான் சொல்லலையா, ஏசுதாஸ், அவருதான் இந்த லைப்ரரிக்கு கவுரவத் தலைவராயிருந்தாரு. ராயன் தலைவரு. நான்தான் செக்ரட்டரி” என்று சொல்லிக்கொண்டே பெருமையுடன் சிரித்துக்கொண்டார்.

“இது... இப்படி... வாலிபர் இயக்கமும், லைப்ரரி மூலம் பையன்கள் கொஞ்சம் கொஞ்சமா பத்திரிகை படிக்கிறதும் – அதுவும் நம்ம அளவன்கள் படிக்கிறது பெரிய காரியம்தானே! சுதந்திரம் கிடைச்சுதுக்குப்புறவும், அளத்திலே கூலி ரெம்பக் குறைவு. அதனாலே கூலி உயர்வு கேட்டுப் போராடலாம்னு நெனச்சோம்.”

நான் கேட்டேன்: “மொத்தம் எத்தனை தொழிலாளிகள்?”

“என்ன நெனச்சீங்க? மொத்தம் ஏழாயிரம் தொழிலாளிகள்!”

நான் வியந்து போனேன்.

“ஏய், யப்பா.., ஏழாயிரம் தொழிலாளிகள். அப்போ தென் திருவிதாங்கூரிலே பெரிய சக்திதான்னு சொல்லுங்கோ.”

“நிச்சயமா.”

“முதலாளி யாரு?”

“முதலாளி ஒருத்தர்னு கிடையாது. நிறைய பேருக்கு நிறைய அளம் சொந்தமாயிருந்தது. T.V. கிருஷ்ணய்யர், V.S. சாமிநாதபிள்ளை, அப்புறம் இன்னும் கம்பெனி அளம், இப்படி பலபேருக்கும் சொந்தமா இருந்தது.”

“எப்படி போராட்டம் ஆரம்பிச்சீங்க? எனக்கு அதை எல்லாம் கொஞ்சம் சொல்லுங்களேன். நீங்களே நடத்தினேளா? உங்களுக்கு இதெல்லாம் எப்படித் தெரியும்?”

“திருவனந்தபுரத்திலேயிருந்து தோழர் கே.எம். ஸ்ரீதரன் நாயர் வந்துதான் எல்லாம் வழிநடத்திக் குடுத்தாரு. அதிலேயும் பாருங்க, போராடணும்னு தெரிஞ்ச உடனே, இங்கே ஸ்டிரைக்

ஆரம்பிச்ச உடனே, எப்படி அது மத்த தொழிலாளிகளையும் பாதிக்குன்னு பாருங்களேன்."

"என்ன நடந்தது?"

நாகர்கோவில்லே என்ன நடந்ததுன்னா, அப்போ எலக்டிரிசிட்டி, பயோனியர் கிட்டதானே இருந்தது. அந்த எலக்டிரிசிட்டி தொழிலாளிகளும், பஸ் தொழிலாளிகளும் கூட போராடினாத்தான் நமக்கும் ஏதாவது கிடைக்கும்னு போராட்டத்தை ஆரம்பிச்சான்க."

"அங்க யாரு தலைமையிலே போராட்டம் நடந்தது?"

"தோழர் முகமது அலிதான் தொழிலாளிகளுக்குத் தலைமை வகிச்சது."

"ஆமா இதுக்கெல்லாம் எவ்வளவு விஷயங்கள் படிச்சுத் தெரிஞ்சிருக்கணும் இல்லையா?"

"பின்ன? ஆர்கனைஸ் பண்றதுக்கெல்லாம் எத்தனை திறமை வேணும்!

கேட்க கேட்க, எனக்கு ஆர்வமும் உத்வேகமும் ஒரே சமயம் ஏறிக்கொண்டே போனது.

"ம், சொல்லுங்க தோழர்."

"இங்க தெருவிலேயே பெரிய பொதுக்கூட்டம் போட்டோம். அளத்திலேயே மீட்டிங் போட்டோம். அவுங்கதான் இத்தனை தொழிலாளிகள் கூடுன கூட்டத்திலே, ஒன்றுபட்டுப் போராட வேண்டிய அவசியத்தைப் பத்தியும், நாம ஒரு வர்க்கம்ங்கிறதை பத்தியும், ஒற்றுமைக்கு முன்னாலே எந்த சக்தியும் நிக்க முடியாதுன்னெல்லாம் எவ்வளவு உணர்ச்சிகரமாகப் பேசினாங்க தெரியுமா? அந்த மாதிரிப் பொதுக்கூட்டங்களை, அதுவும் இன்னும் எ.கே. கோபாலன் இவர்கள் பேசிக் கேட்கணும் நீங்க!"

"ஸ்டிரைக்குன்னா எப்படி தோழர்."

"ஸ்டிரைக்குன்னா, நீங்களெல்லாம் பள்ளிக்கூடம் போகாம, காலேஜுக்குப் போகாம ஸ்டிரைக் பண்ணுவீங்க. ஆனா இங்கே பதினஞ்சு நாள் ஸ்டிரைக் நடத்தினோம்."

"அது ரெம்ப கஷ்டமில்லையா?"

"பின்ன! பதினஞ்சு நாளும் கூலியில்லாம குடும்பங்கள் பட்டினின்னா பாத்துக்குங்களேன்."

“எப்படி... எப்படி... எப்படி நீங்கள் எல்லாம் பட்டினி கிடக்க முடிந்தது?”

“நாங்க பட்டினி கிடக்கிறதா?..! பிள்ளைகளைச் சொல்லுங்கோ. அதிலேயும் வீட்டிலுள்ள பொம்பிளைகள் புரிஞ்சுக்கிட்டு, அந்த பதினஞ்சு நாளும் சமாளிச்சா பாருங்கோ!”

அவர் சொல்லச் சொல்ல, அந்த இடம் அந்தச் சூழ்நிலை அங்குள்ள ஆண்கள், பெண்கள் எல்லோரும் என்னை எல்லாம் பின்னுக்குத் தள்ளிவிட்ட ஒரு போராட்ட பரம்பரையினராக வளர்ந்து, முன்னேறிவிட்டதாகத் தோன்றியது. முடிந்தவரையில் நான் பின்னடைந்து விடாமல் அவர்களுடன் ஓடிச்சென்று கைகோத்துக்கொள்ளத் துடித்தேன். பக்கத்திலிருந்த பாண்டியன் மனைவியின் கைகளைப் பிடித்துக்கொண்டேன்.

“ஸ்டிரைக் முழு வெற்றி.”

“அப்புறம்?”

“கொஞ்ச நாளா யூனியன் சரியாக இயங்காமல் இருந்தது. அப்போதுதான் திரு. ராமசாமிப்பிள்ளை தெரியுமா?”

“ஓ தெரியாமல் என்ன!”

“அவரு வந்து என்ன செய்தாரு தெரியுமா? ‘அகில திருவிதாங்கூர் உப்பளம் தொழிலாளர் சங்கம்’னு அமைச்சாரு.”

“ஐய்யய்யோ, அப்போ தொழிற்சங்கம் ரண்டா உடைஞ்சிருக்குமே” எனக்கு மனதில் சங்கடம் தோன்றியது.”

“கரெக்ட்.”

“பிறகு?”

“ஸ்டிரைக் வெற்றின்னா, தொழிலாளிகளும் ஒன்று திரண்டாச்சுன்னா முதலாளிகளும் அவர்கள் கவர்ண்மெண்டும் சும்மா இருக்குமா? இனிமேதான் சுவாரஸ்யம்.”

அம்மாவைப் பார்த்தேன். அம்மாவுக்கு இதை எல்லாம் கேட்க ஒரு ஆர்வம் எப்படி வந்தது? எனக்கு ஆச்சரியமாக இருந்தது. மழையும் விட்டுவிட்டு பெய்துகொண்டிருந்தது.

தோழர் தொடர்ந்தார்.

“திடீர்னு போலீஸ் வான் வந்தாச்சு. அதுவும் என்ன? ரிசர்வ் போலீஸ்; இந்தா நிக்கிறான்கள்ளா, எல்லாவன்களையும் வாலிபனா இருக்கிற அத்தனை பேரையும்...”

"எல்லோரையும்னா, வாலிபர் சங்கத்திலே வெள்ளாளர் பையன்களும் இருந்திருப்பான்களே?"

"ஊஹும்... அதெல்லாம் கிடையாது. எல்லாம் கீழத் தெருதான். நம்ம தொழிலாளி வாலிபர்கள்தான்; அளவமார்கள் தான். எங்க அம்மா, எல்லாவனுடையவும் அக்கா தங்கச்சிங்கள் ளாம் பாத்திட்டிருக்க, சின்னப் பிள்ளைகள்ளாம் பாத்திட்டிருக்க, நம்ம பாண்டியன், வீட்டு முன்னாலேதான், அந்தத் தெருச் சந்தியிலேதான், ஒரு கோயில் வேற இருக்கே, அது முன்னால தான், போலீஸ் லத்தியால நொறுக்கினாங்க பாரு..! பாண்டியன், நான் எல்லோரும் ஓடினோம்."

பாண்டியன்; "நான் நம்ம முத்து தங்கச்சி வீட்டிலே குளியலறையிலே ஒளிச்சுக்கிட்டேன். களத்திலே அந்த மூலை யிலே போலீஸ் வந்து பார்க்காததினாலே பிழைச்சேன்."

"அப்புறம் என்னாச்சு?"

"அப்புறம் கேசுதான், திருவனந்தபுரம் கொண்டு போனான்க." பாண்டியன் குறுக்கிட்டு, "அந்தோனியையும், பிச்சையையும் கூட கொண்டு போயிட்டான்களே."

"ஆமா... ஒங்க மேலே எல்லாம் என்ன கேசு போட்டான்?"

"என்ன கேசு போடுவான்? பாவம் ஒரு ஐம்பது பைசா கூலிக்காக, இந்த விலைவாசி உயர்விலே, போராடினான்னா கேசு போடுவான்? எல்லோரு மேலேயும் ராஜ துரோகம், தேசத் துரோகம் குற்றம்தான். இங்கே கொஞ்சம் முந்தி பாத்தேளே, அந்தத் தோழர்கள் எல்லார் மேலேயும் கேசுதான். சுப்பைய்யா, தங்கைய்யா, சொள்ளமுத்து எல்லோரும் உண்டும்."

"எப்படி கேஸ் நடத்தினீங்க?"

"அப்போதானே தோழர் சிற்றரசும் இங்கே வந்து சேர்ந்தாரு." என்று பாண்டியன் ஞாபகப் படுத்தினார்.

"இந்த சமயத்திலே தான் 'ரணதிவே பாலிஸி'ன்னு சொல்லி, கட்சியையே தடை பண்ணியாச்சு."

"அப்புறம்?"

"அரசாங்கத்திலே கிராண்ட் வாங்குகிற இந்த லைப்ரரிலே புகுந்து, புஸ்தகங்களை அள்ளி வாரிக் கொண்டு போயிட்டான்க."

"அதெப்படி எடுக்க முடியும்? அரசு அப்ரூவல் செய்த புஸ்தகங்களைத்தானே லைப்ரரிக்கு வாங்க முடியும்?"–நான் கேட்டேன்.

"அதனாலே அப்போ இருந்த லைப்ரரி பிரசிடன்ட் ராமநாதன் கேஸ் போட்டார். அப்போல்லாம் நமக்கெல்லா கேசுகளுக்கும் வக்கீல் யார் தெரியுமா? வக்கீல் சாஸ்தாங்குட்டிப் பிள்ளையாக்கும். கேசு செயிச்சுப் போச்சு. எல்லோரையும் விட்டுட்டான்க."

அம்மா இருப்புக்கொள்ளாமல் தவிப்பது தெரிந்தது. நானும் கிளம்ப ஆயத்தமானேன்.

தோழர்களும் எங்களை வழியனுப்பத் தயாராகிக்கொண்டே "அப்புறமும் அகில இந்திய உப்பளம் தொழிலாளர் சங்கத்தின் தலைமையிலே நாற்பது நாள் ஸ்டிரைக்" என்று சொன்னார்கள்.

"ஐய்யோ, அப்போ உங்க கஷ்டங்கள் எந்த அளவுக்கு இருந்திருக்கும்!"

"அதை எல்லாம் சொல்லப் போனா இப்போ நாம பேசி முடிக்க முடியாது. போகப்போக நீங்களே தெரிஞ்சுக்கலாம். திருவாளர் ராமசாமிப்பிள்ளை இருக்காரே, அவரு எம்.எல்.ஏ. ஆயிட்டாரு. புத்தளத்திலேயே T.V. தாமஸ், ஸ்ரீகண்டன் நாயர் இந்தத் தோழர்களை எல்லாம் கூப்பிட்டு வந்து பொதுக்கூட்டம், அது இது..."

◯

40

அன்றிரவு தூக்கமே பிடிக்கவில்லை. ஏழாயிரம் உப்பளம் தொழிலாளிகள், ஒவ்வொருவர் குடும்பத் திலும் சராசரி ஐந்து பேர் என்று வைத்துக்கொண்டா லும் முப்பத்தைந்தாயிரம் பேர், அப்புறம் மோட்டார் தொழிலாளிகள், மின்சாரத் தொழிலாளிகள், பீடித் தொழிலாளிகள்... இப்படி ஒவ்வொன்றாக, இயக்கம் வளர்வது போலவும், திருவிதாங்கூர் முழுக்க செங்கொடி ஏந்தி தொழிலாளிகள், விவசாயிகள் அணி அணியாக முன்னேறிச் செல்வது போலவும், நானும் அந்த 'முன்னணி'யில் போய்க் கொண்டிருப்பது போலவும் – இதோ, இதோ... புதிய சமுதாயம் அமையப் போகும் நாட்கள் தூரத்திலில்லை, வந்துவிட்டது, என்று எண்ணிக் கொண்டே... எண்ணிக்கொண்டே... எப்போது தூங்கினேன்?

காலையில் கிழக்கு சன்னல் வழியாக சூரியனின் சிகப்பும் மஞ்சளும் கலந்த கதிர்கள் இமைகளைத் தாக்கவே விழித்துக்கொண்டேன். இன்று என்.கே. வீட்டிற்கு வருவதாகச் சொல்லியிருந்தார்.

அம்மா காலையிலேயே சமையலுக்கான ஏதேதோ காய்கறிகளை நறுக்கிக்கொண்டிருந்தாள்.

"ஏம்மா, உன்னப் போட்டு கஷ்டப்படுத்திக்கிற? அவாள்ளாம் எதுவா இருந்தாலும் சாப்பிட்டுக் கிடுவா பாரேன்."

"இருந்தாலும் இரண்டு கறி வச்சு வடிக்காண் டாமா? நீ உன் வேலையைப் பாரு... இங்கேரு, ஒரு காரியம் சொல்லணுமே, இந்தப் பாட்டக்காரன் விஷயம்தான்..."

"அதுதானே; நானும் கேக்கணும்னு தானிருக்கேன். இந்தத் தோழர்கள் ஒரு சக தோழருக்கு உதவாமலா இருக்கப்போறா? நானும் வேணுமானாலும் கூடப் போயிட்டு வரட்டுமாம்மா?"

"எப்படியோ உன் பிரியம் போல செய்யி."

தோழர் என்.கேயும் வேறு இரண்டு தோழர்களுமாக வந்தார்கள். நான் வந்து அலையத் தேவையில்லை என்று சொல்லி பாட்டக்காரனது விலாசம் வாங்கிப் போனார்கள்.

அடுத்த நாள் சாயங்காலம் அம்மாவும் நானும் வராண்டாச் சுவரின் மேல் உட்கார்ந்து எதையோ எதிர்பார்த்திருந்தோம். சற்று நேரத்தில் வீட்டின் முன்னால் ஒரு கட்டை வண்டி வந்து நின்றது. பதினைந்து கோட்டை நெல்லைத் தந்துவிட்டான் பாட்டக்காரன். அப்பாடா, வீட்டுக்கரம் தீர்த்து, லைட் பில் கட்டி எல்லாம் செய்தாலும் அடுத்த 'பூ' வரைக்கும் சாப்பாட்டுக்குக் கவலையில்லை.

நெல் சாக்குகளைக் கூட நின்று இறக்கி வீட்டிற்குள் கொண்டு வந்தவர், வேலை முடிந்ததும் அம்மாவிடம் போகட்டுமா எனக் கேட்டார்.

"உன் பேரென்னப்பா?"

"எம்பேரு பெருமாளு." சாக்குகளைப் புரட்டி ஒதுக்கி வைத்துக்கொண்டே பதில் சொன்னார்.

விவசாயிதான். ஆனாலும் எங்கள் இயலாமையைத் தெரிந்து கொண்டு பொம்பிளைங்க தானேன்னு ஏமாற்றப் பார்த்தானே என நொந்து கொண்டிருக்கையில்,

"எப்படிப்பா பாட்டக்காரன் தந்தான்?"

"அது பெரிய கதைம்மா. நாங்க நான்கைந்து பேர்களாப் போனதுமே அவன் கொஞ்சம் அரண்டுட்டான். அங்கேயே புகையிலத் தோட்டத்திலே நம்ம கட்சியைச் சேர்ந்த தோழர் விவசாயச் சங்கம் வச்சிருக்காரு. அவரையும் கூட்டிக்கிட்டுப் போனோமா; இவன் நெல்லு மட்டும் அளக்கல்ல, மாராயப் பணத்தையும் தந்தான். நாங்க ஒரு நல்ல ஆள் கிட்ட வயலையும் பாட்டத்துக்கு கொடுத்துட்டோம். இனிமே உங்களுக்கு கவலையே யில்ல, நானே 'பூ' தோறும் வயலறுக்கையிலே உங்களுக்கு நெல்லை கொண்டு வந்து போட்டுருவேன்."

இத்தனையும் கேட்டதும்தான் அம்மா முகத்திலே என்ன ஒரு நிம்மதி!

"நீ சாப்பிட்டுட்டுப் போப்பா." என்று உபசரித்தாள்.

மெல்லக் கனவாய் பழங்கதையாய் . . .

"காலம்பறவே வடிச்ச சோறுப்பா" என்று சொல்லிக் கொண்டே அம்மா பரிமாறினாள்.

நான் அந்தத் தோழர் சாப்பிடுவதைப் பார்த்துக்கொண்டே பக்கத்தில் கிடந்த ஸ்டூலில் உட்கார்ந்திருந்தேன்.

"ஏன்ப்பா, நீயும் இந்தக் கட்சியில் தோழரா?" அம்மா கேட்டாள்.

"ஆமாம்மா."

"நீ எல்லாம் எப்படி கம்யூனிஸ்ட் ஆன?"

"எல்லாவனையும் காரணமில்லாம போலீஸ் புடிச்சுட்டுப் போயி உதை உதைன்னு உதச்சான். ஏன் உதச்சான்கிற கேள்விக்கு எங்க தலைவருங்க குடுத்த விளக்கம் இருக்கே ... அப்பத்தான் வாழ்க்கைன்னா என்னாண்ணு தெரிஞ்சுக்கிட்டோம்."

"ஆமா... ஸ்டிரைக்குன்னு வந்தா பட்டினி கிடக்க வேண்டி வரும். அப்போல்லாம் என்ன செய்வியோ?"

தோழர் சாப்பிட்டுக்கொண்டே, "பட்டினி எல்லாம் எங்களுக்கு ஒரு விஷயமே இல்லம்மா; மழைக்காலம் வந்தாச்சுன்னாகூடத்தான் அளத்திலே வேலையிருக்காது. அப்ப மட்டும் யாரு தருவா?"

இதைக் கேட்டுக்கொண்டிருந்த எனக்கு 'ஓ, பட்டினியும் பசியும் ஒரு பிரச்சினையாயில்லாமல் எப்படி சர்வசாதாரணமாக எடுத்துக் கொண்டு விடுகிறார்கள்! என்னால் அப்படி இருக்க முடியுமா? எண்ணத் தூண்டியது.

தோழர் சாப்பிட்டு கை கழுவி விட்டு வந்து எங்கே உட்காருவது எனத் தயங்குவது தெரிந்தது.

எனக்கெதிர்த்தாற்போல் இருந்த நாற்காலியில் உட்காரச் சொன்னால் இன்னும் தயங்கினார்.

"ஏய் சும்மா கசேரியில் இரிடே. நாங்களும் உங்க தோழர்கள் தான்னு நெனச்சுக்கோ." அம்மா இப்படிச் சொன்னதும், ஏதேது நம்மைவிட அம்மா ஒரு படி முன்னாலேயே போய்விடுவாள் போலிருக்கே! அதுவும் நல்லதுதான்!

தோழர் விடை பெற்றுப் போகையில் என்ன காரியம் ஆனாலும் விசாரப்பட வேண்டாம் என்றும் தோழர் பாண்டியனிடம் சொல்லி அனுப்பினால் போதும்; நான் வந்து பாத்துக்கிறேன்மா என்றும் சொல்லிவிட்டுப் போனதும் அம்மாவுக்கும் எனக்கும் ஏற்பட்ட நிம்மதியிருக்கே..!

அன்று காலை ஒன்பது மணி வாக்கில் ஒருவருடன் வந்தார். நான் ஏதோ புத்தகம் வாசித்துக்கொண்டிருந்தேன். அம்மா யாரையோ பெரிசா சத்தமாத் திட்டிக்கொண்டிருந்தாள். வந்தவர்கள் பயந்து போயிருக்க வேண்டும். முகத்தில் என்ன? என்பது போன்ற கேள்விக்குறி. புஸ்தகத்தை மூடி வைத்துவிட்டு 'இதோ வர்றேன் என்று எழுந்து களத்துப் பக்கம் போனேன்.

"தலை தெறிச்சுப் போற பிள்ளைங்கோ; ஏன்தான் இப்படிப் பெத்து விட்டுருக்காளுகளோ"

"ஏன்மா என்னாச்சு?"

நெல்லி மரத்திலிருந்து நிறைய காய்களை உதிர்த்து எடுத்துக்கொண்டு அந்தப் 'பிஞ்சுகள்' ஸ்கூல் பையும் கையுமாக ஓட்டமெடுப்பதைப் பார்த்தேன். அந்தப் பிள்ளைகள் அம்மாவைப் பாத்து 'வெவ் வெவ் வே' என்று பதிலுக்குக் கத்திக்கொண்டே ஓடியதைப் பார்க்கும்போது ஒரு பக்கம் சிரிப்பும் ஒரு பக்கம் அம்மா மேல் அனுதாபமுமாக இருந்தது.

"ஏம்மா, சின்னக் காரியத்துக்கெல்லாம் இப்படி சத்தம் போடுக?"

"சின்னக் காரியமா? இதா சின்னக்காரியம்? இப்படிக் களவாங்கணுமா? கேட்டாக் குடுக்க மாட்டேனா?"

"சரி, போகட்டும் போ. இங்கே. வா. உன்னைத்தேடி யார் வந்திருக்கான்னு பாரு."

அம்மாவின் முகத்தில் இப்போது கோபம் போய்விட்டது. சிரித்துக் கொண்டே உள்ளே வந்தாள்.

அம்மா ஏதோ சொல்ல வந்தாள், கூடவே இன்னுமொருவர் இருக்கவே, "யாருப்பா, இந்த புள்ளயாண்டன், உங்க கட்சித் தோழர்தானா?" என்கவும்,

"இவருதான் நம்ம தோழர் முகமது அலி" என்று சொல்லிக் கொண்டே இருவருக்குமிடையே இருக்கும் அந்நியோந்யத்தைக் காட்டவோ என்னவோ அந்தத் தோழர் முதுகில் அறைந்துவிட்டு "இங்க முகமது அலி என்றால் முதலாளிமார்களுக்குப் புலின்னு தான் ஒரு கிலி. இல்லையா தோழர்?" என்.கே. கேட்கவும், முகமது அடக்கமாக சிரித்துக்கொண்டார்.

"ஏம்ப்பா இந்த மாதிரி மெலிஞ்சு ஒல்லியா இருக்கிறவனப் பாத்தா முதலாளிமாரு பயப்படறாருகன்னு சொன்ன?"

"பின்ன என்னா! ஆள்தான் நோஞ்சான். மனசிலேல்லா உறுதியிருக்கணும்."

மெல்லக் கனவாய் பழங்கதையாய் . . .

அவர் என்ன சொல்கிறார் என்று அம்மா புரிந்துகொண்டாள். சமுதாயத்தைப் பற்றிய தெளிவான அறிவும் சிந்தனையும் உடையவர்களுக்கே உரித்தான ஒரு முகத் தோற்றம். நிச்சலனமான, தீர்க்கமான, அதே சமயம் தீர்மானமான பார்வை. முதல் முதலாக சந்திக்கும், வீட்டிற்கு வந்திருக்கும் ஒரு புதிய தோழரிடம் என்ன சொல்வதென்று யோசித்தேனாயினும்.

"நீங்க எப்போ வந்திங்க தோழர்?"

"நான் காலையிலே ஒன்பது மணி தக்கலை – நாகர்கோவில் பஸ்ஸில் வந்தேன். தோழர் உங்களைப் பற்றி சொல்லி நேராக உங்க வீட்டிற்கே கூட்டிக்கிட்டு வந்திட்டாரு."

நான் அம்மாவைப் பார்த்தேன்.

அம்மா அடுக்களைக்குப் போனாள். அடுக்களையில் ஒண்ணுமில்லேன்னு எனக்குத் தெரியும். நானும் பின்னாலேயே போனேன்.

"ஒண்ணுமில்லையேடி. பால் மட்டுமிருக்கு. பஞ்சாரையு மில்ல, தேயிலையுமில்ல."

"அதுக்கு ஏம்மா இத்தன கவலப்படுக?"

அதற்குள் என்.கே. எழுந்து வந்து சுவாதீனத்துடன் "என்னா அங்க அம்மையும் மகளும்! ஒண்ணும் வேண்டாம். வெறும் 'டீ' போடுங்க போரும்."

"அதுதான் அம்மா சொல்லிட்டிருக்கா. பஞ்சாரையுமில்ல தேயிலையுமில்ல, பால் மட்டும் தானிருக்கு."

நான் இப்படி ஸ்பஷ்டமாகச் சொல்லவும் அம்மா ரெம்பக் கூசிப் போனாள்.

ஒரு பத்து நிமிடத்திற்குள் தோழர் என்.கே. தானே வெளியே சென்று அரை ராத்தல் பஞ்சாரையும் தேயிலையும் வாங்கிக் கொண்டு வந்தார்.

இப்படியும் நடக்குமா என்பது போல் அம்மா என்னைப் பார்த்து விழித்தாள்.

அம்மாவிற்குத் தோழமைன்னா என்னாங்கிறது இப்போது நன்றாகப் புரிந்துவிட்டிருக்க வேண்டும். கண்கள் பனித்த மாதிரி இருந்தது.

அதற்குள் ஏற்கெனவே முகமது அலியிடம் கல்யாணம் ஆகிவிட்டதா, சொந்த ஊர் எது என்ற விபரங்கள் கேட்டு

அறிந்ததுடன் தானும் அவர்களுடன் கட்சிக்காக எதுவும் எந்த உதவியும் செய்யத் தயாராக இருப்பதாகவும் போன்ற விபரங்கள் எல்லாம் சொல்லி முடித்துவிட்டாள். எல்லா தோழர்களிடமும் சொல்வது போல் "இது உங்க வீடு மாதிரிதான், வித்தியாசமாகவே நினைக்க வேண்டாம்" என்பதையும் சொல்லிவிட்டாள்.

நான் தேயிலை கலந்து எடுத்து வரப்போனேன். அம்மா தண்ணீரைக் கொதிக்க விட்டுக் கொண்டிருந்தாள்.

"நான் பெத்த பிள்ளைகோ பத்து காசுக்கு என்கிட்ட கணக்குப் பாக்கிற இந்தக் காலத்துலே, என் காசு, உன் காசுன்னு வித்தியாசம் பாக்காமே பழகுகிற இந்தப் பிள்ளையாண்டன் களுடைய குணம் ஒரு லட்சப் பிரபுக்கு வருமான்னு கேக்கறேன்! நீ சொன்னாலும் சொல்லாவிட்டாலும் கூட, ஒங்க கட்சிக்காக இல்லாவிட்டாலும் கூட நான் இவனுகக் கூடத்தான் நிப்பேன். இந்த உலகமே எதுத்தாலும் சரி, யார் என்ன சொன்னாலும் சரி, ஆமா..."

நான் பிரமித்தேன். இது தான் சமயம் என்று நான் இன்னும் கொஞ்சம் 'எண்ணெய் வார்க்க' ஆரம்பித்தேன்.

"ம், இந்தத் தோழர்களைப் பத்தியே நீ இப்படி நினைக்க வந்திட்டியே. இன்னும் உலகத்திலே வேற வேற தேசத்திலே எல்லாமுள்ள இந்த கம்யூனிஸ்ட் கட்சித் தோழர்கள் வாழ்க்கையைப் பத்தியும் அவர்களுடைய மனுஷ ஸ்நேகத்தைப் பத்தியும், உலகமே நல்லாகுதுக்கு வேண்டி, செய்த தியாகத்தையும் படிச்சேன்னா... நீ தெரிஞ்சுக்கிட்டேன்னா..?"

"என்ன, தெரிஞ்சாண்ணு கேக்க நீ, தெரிஞ்சுக்கத்தான் வேணும்... பின்ன?"

"தாறேன் தாறேன். இன்னைக்கே நீ ஜுலியஸ் ப்யூசிக்கைப் பத்திப் படிக்கணும்."

"என்ன, என்ன பேரு? சூலியஸ் ப்யூசிக்கா, சூலியஸ் ப்யூசிக், சூலியஸ் ப்யூசிக்" என்று சொல்லிப் பார்த்துக்கொண்டாள்.

"சரிம்மா, சரி, தேயிலை ஆறுது பாரு."

ஒரு செம்பு நிறையக் கலக்கி மூன்று தம்ளர்களும் எடுத்துத் தந்தாள்.

'டீ'யைக் குடித்துக்கொண்டே இருவரும் ஒருவரை ஒருவர் பார்த்தனர்.

"ஏன் தோழர் இன்னும் கொஞ்சம் சீனி வேணுமா?"

"இல்ல, இல்ல" என்று அவசரமாகச் சொல்லிவிட்டு,

"தோழர், கோட்டாறிலே நாளைக்கு G.B. வச்சிருக்கோம். நீங்க வரலாமே... வரமுடியுமா?"

"G.B.யா?"

"ஆமா. ஜெனரல் பாடி மீட்டிங். கட்சி அங்கத்தினர்கள் மட்டுமில்லாமல் உங்களைப் போல் அனுதாபிகளும் கலந்து கொள்ளலாம்."

நான் கொஞ்ச நேரம் ஒன்றும் சொல்லவில்லை. மூவரும் மௌனம்.

"... ... ..."

பிறகு நான் அடுக்களையைச் சுட்டிக் காண்பித்தேன்.

"எதுக்கும் அங்கே கேக்கணும்."

முகமதும் புரிந்துகொண்டு சிரித்தார்.

இதற்குள் அம்மாவே அடுக்களையை விட்டு வந்தாள்.

"அம்மா நாங்களே கூட்டிக்கிட்டுப் போய் நாங்களே திரும்ப வீட்டிலே கொண்டு வந்து விட்டுத்தான் போவோம்." என்று சொன்னதும் மறுத்துச் சொல்ல தைரியமில்லாத ஒரு காரணத்தால்தான், அம்மா இரண்டுங் கெட்டானாகத் தலையை ஆட்டிவைத்தாள்.

எனக்கு அது போதுமே!

○

41

அன்று முதன்முதலாக கம்யூனிஸ்ட் கட்சியின் ஒரு கூட்டத்தில் கலந்துகொள்ளப் போகிறேன். இரவு முழுவதும் இதைப்பற்றியே சிந்தனை. நான் தனியாகப் போகும்போது... கோட்டாறு வழியாக போகும்போது அதுவும் யாரோ இரண்டு இளைஞர்களுடன் நடந்து போகும்போது பார்ப்பவர்கள் என்ன நினைக்கக்கூடும். நான் மறைந்ததும் கூடிக்கூடி என்னைப் பற்றி என்ன பேசிக்கொள்வார்கள்?

பெண்கள் யாருமே இல்லாத, ஆண்களின் அந்தக் கூட்டத்தின் நடுவே நான் எப்படி என்னை பிரத்தியட்சப் படுத்திக்கொள்ளப் போகிறேன்?

கூட்டம் ஆரம்பிக்கும் முன்னரே போவதா, வெகு நேரம் சென்று, பேருக்குப் போய்விட்டு, உடனே திரும்பிவிடலாமா? என் தைரியத்தை நான் சோதித்துப் பார்க்கப் போகிறேன்.

நான் குளித்து உடை மாற்றி வந்ததும் நானும் அம்மாவுமாக சேர்ந்து இட்டிலி சாப்பிட ஆரம்பித்தோம்.

நான் கட்டியிருந்த 'சலவை செய்த' புடவையையும் என்னையும் அம்மா பார்க்கிறாள். நான் புடவை கசங்காமல் உட்கார்ந்து எழுந்த விதத்திலிருந்து,

"ஆமா, நீ எங்கேயோ புறப்பட்டுட்டிருக்கப் போல் இருக்கு?"

"அதுதான், நேற்று தானே, நீ சரின்னு சொன்னியே G.B. மீட்டிங்குத்தான் போறேன்." உறுதியாகச் சொன்னேன்.

"பாக்கிறவா என்ன நெனப்பா? அதுவும் இந்த வயசிலே இந்த மாதிரி? ம். என்னதான் தோழர்கள் தான்னு இருந்தாலும் – இவனுகளோட போனேன்னா, பாக்கிறவா என்ன நெனைப்பாங்கேன்?"

"என்ன நெனச்சா எனக்கென்னா?"

"என்னடி, அர்த்தமில்லாம பேசுக நீ."

"ஏம்மா, ஜான்ஸி ராணி பத்தி என்னா வீரம்னு பேசற, விஜயலட்சுமி பண்டிட்டை பத்தி படிச்சிட்டு அளக்கிறே, கஸ்தூரிபாயை புகழற, கமலா நேருன்னா கதையளக்கிற, உன் மகள்னு வந்தா பயப்படலாமா?"

"நான் ஒண்ணும் பயப்படல்லடி."

"பின்னே? வேணும்னா நீயும் கூட வாயேன்."

பழைய படியும் "என்ன நீ இப்படி அர்த்தமில்லாம பேசுக? இளமறி குளையறியாதும்மா..."

"அர்த்தம்தானே, நான் போய் வந்து உனக்க விபரமா சொல்வேன். அப்புறமா நீ ஒரு தீர்மானத்துக்கு வந்துருவே" என்றேன்.

எதுவும் சொல்ல முடியாமல், என்னைத் தடுக்கவும் முடியாமல், சும்மா இருந்துவிட்டாள்.

கோட்டாறில் இடலாக்குடியில் ஒரு பெரிய கடையின் மாடியில் கூட்டம் நடக்க ஏற்பாடாகியிருந்தது. பிரதானத் தெருவிலிருந்து ஒரு சின்ன முடுக்கில் திரும்புகிற இடத்தில் ஒரு செங்கொடி, கட்சிச் சின்னத்துடன் கம்பத்தில் பறக்க விடப்பட்டிருந்தது. அதுவரை அடக்கு முறையினால், தடை விதிக்கப்பட்டிருந்ததினால் டவுனில் அப்போதுதான் முதல் தடவையாக கொடி பறப்பதைப் பார்க்கிறேன். மனம் ஆஹா ஹா... ஆஹா... துள்ளியது. தெருமுனையில் நின்றுகொண்டிருந்த பாண்டியன் புன்முறுவலுடன், எங்களை எதிர்கொண்டழைக்க வந்தார். மேலே மாடிக்குப் போகும் வழியை, கூடவே வந்து காண்பித்துவிட்டு, திரும்பவும் தெரு முனையில் நின்றுகொள்ளப் போய்விட்டார்.

ஒரு நிமிடம் கொடியின் அருகில் சென்றேன். ஏறிட்டு உயரப் பார்க்கையில் 'ஆஹா என்றெழுந்தது பார் யுகப் புரட்சி' என்று

மனம் பாடியது. படிகள் ஏறினேன். இதயம் வேகமாக அடிக்கத் தொடங்கியது. நாக்கு வறண்டது. பயமா? இல்லை; துணிவா? துணிவைச் சேகரிக்க உடல் எடுத்துக்கொண்ட முயற்சியா? பயத்தை மறைக்க வேண்டும். உள்ளங்கை வேர்த்தது.

ஹாலுக்குள் வந்துவிட்டேன். பெரிய சமுக்காளம் விரிக்கப் பட்டிருந்தது. சிலர் உட்கார்ந்துகொண்டும் சிலர் நின்று கொண்டும் . . . அங்கே மேசையோ நாற்காலிகளோ இல்லை.

கொஞ்சம் வழுக்கைத்தலையும், பெரிய மீசையுமாக சற்றுக் குள்ளமானவர், கைகளை ஆட்டியும், வளைந்தும், நெளிந்தும், காதில் ஒரு கருவியும் வைத்துக்கொண்டு பேசிக்கொண்டிருக்க, அவரைச் சுற்றிப் பலர் சத்தமாக கேள்விகள் கேட்டுக்கொண்டிருக்க, நான் ஹாலில் நுழைந்ததும் அனேகமாக எல்லோரது பார்வையும் என்மீது விழ, பேசிக்கொண்டிருந்த அந்த மீசைக்காரத் தோழரும் என்னை ஏறிட்டுப் பார்த்தார்.

‘நீங்கள் யாரும் என்னை அதிசயமாகப் பார்க்கத் தேவை யில்லை; நெஞ்சில் உரமும் நேர்மைத் திறனுமுடன், இன்றைய சமுதாயத்தை அழித்து, புதியதொரு சமுதாயம் படைக்கும் பணியில், உங்களுடன் ஒருத்தியாகத்தான் வந்திருக்கிறேன்’ என்று பார்வையாலேயே அவர்களுக்கு பதில் சொன்னேன். புரிந்து கொண்டார்கள். அவரவர் பழைய நிலைக்கே ஒரு நொடியில் திரும்பிவிட்டார்கள்.

நான் . . ?

என்ன செய்வது? யாரிடம் பேசுவது? எங்கு உட்காருவது?

இதோ. யாரோ படித்துவிட்டு வைத்திருக்கிற ஒரு பத்திரிகை. அதைக்கையிலெடுத்தேன். ஆர்வமாகப் படிக்கப் போவது போல் சுவர் ஓரமாக ஓரிடத்தில் அமர்ந்தேன். பத்திரிகையைக் கொண்டு எல்லோரிடமிருந்தும் என்னை மறைத்துக்கொண்டேன்.

திடீரென்று சலசலப்பு நின்றது. மூன்று பேர் புதிதாக வந்தனர். எல்லோரும் முஷ்டி உயர்த்தி ‘இன்குலாப் சிந்தாபாத்’ என்றனர்.

என் முஷ்டி உயரவில்லை. கையில் பத்திரிகை இருக்கே. மெல்ல பத்திரிக்கையைத் தாழ்த்தினேன்.

வெள்ளை வேட்டி கதர் ஜிப்பா அணிந்தவர் எந்தவித விகல்பமுமின்றி – என் பக்கத்தில் இடமிருந்தது – உட்கார்ந்து விட்டார். அவருக்கடுத்தாற்போல் அந்தப் பெரிய மீசைக்காரத் தோழர். அடுத்து நடுத்தர வயதுள்ள இன்னுமொருவர் அவரும்

ஜிப்பா வேட்டி அணிந்திருந்தார். அவருடன் வந்த ஒரு தோழரும்– மாணவராயிருக்குமோ, அமர, சுற்றிலும் எதிருமாக எல்லோரும் உட்கார்ந்தனர்.

"பிரியப்பட்ட சகாக்களே" என்று ஆரம்பித்து மலையாளத்தில் பேசினார்.

"இதுவரை திருவிதாங்கூர்–கொச்சி சமஸ்தானக் கமிட்டியின் கீழ் இயங்கி வந்த உங்கள் ஜில்லாக் கமிட்டி, இனி மேல் தமிழ் மாகாணக் கமிட்டியின் கீழ் கொண்டு வரப்பட்டு இயங்கப் போகிறது. எனவேதான் தமிழ் மாகாணக் கமிட்டியிலிருந்து தோழர் பரமானந்தம் இங்கு வந்திருக்கிறார். அரசியல் ரீதியாக திருவிதாங்கூர் கொச்சி சமஸ்தானத்துடன் இணைந்திருந்த போதிலும், எதிர்கால இந்தியா மொழிவாரி அடிப்படையில்தான் அமைக்கப்பட வேண்டும். அதற்கு முன்னோடியாகத்தான் தமிழ் பேசும் மக்களைக் கொண்ட உங்கள் ஜில்லாக் கம்யூனிஸ்ட் கட்சிகளை, தமிழ்நாடு மாகாணக் கட்சியோடு இணைக்கப் படுகிறது. தோழர் பரமானந்தம் உங்களுக்கு விளக்குவார்."

எழுந்தார் பரமானந்தம். காதிலே கருவி. வேட்டியை சற்று இறுக்கமாகக் கட்டிக்கொண்டார். பேச ஆரம்பித்தார்.

திருவிதாங்கூர் ஸ்டேட் காங்கிரஸ், திரு–கொச்சி காங்கிரஸ், அதிலிருந்து திருவிதாங்கூர் தமிழ்நாடு காங்கிரஸ் வளர்ந்த வரலாற்றைச் சொன்னார். ஐக்கிய கேரளமும்–சென்னை மாகாணத்திலிருக்கும் மலபாரும், திரு–கொச்சி பகுதியும் சேர்ந்த ஐக்கிய கேரளமும்–திருவிதாங்கூரிலுள்ள தமிழ்பேசும் பகுதியான நாஞ்சில் நாடு, அதாவது தோவாளை, அகஸ்தீஸ்வரம் தாலுகா, கல்குளம் விளவங்கோடு தாலுக்காக்கள் போன்ற பிரதேசங்கள் சென்னையோடு இணைக்கப்பட்டு, ஐக்கிய தமிழகமும் உருவாக வேண்டுமென்றும் கட்சி அதற்காக போராட்டத்தில் ஈடுபட வேண்டியதின் அவசியத்தையும் விளக்கினார். "தலைவர் மணிசேகரன் அவர்களே" என்று அடிக்கடி குறிப்பிட்டதிலிருந்து அவர்தான் ஜில்லா கமிட்டி செயலாளரான மணி என்பவராக இருக்க வேண்டும் என்று ஊகித்தேன். அவருடன் வந்திருப்பவர் நகரக்கமிட்டி காரியதரிசி தோழர் நந்தகுமார் என்றும் அவர்கள் இடை இடையே பேசுவதிலிருந்து தெரிந்துகொண்டேன். இதற்குள் வெளியிலிருந்து தோழர் என்.கே. வந்தார். வெளியே சிலர், சி.ஐ.டி.க்கள் உலாவிக் கொண்டிருப்பதாகத் தெரிவித்தார்.

மலையாளத்தில் பேசிய அந்தத் தோழர்தான் பிரபல எம்.என். என்று தெரியவந்த போது ஓ! இவர்களெல்லாம்

பேசுகின்ற கூட்டத்திலா நான் இன்று கலந்துகொண்டேன். அவர் தலைமறைவாயிருந்து, கைதான பின்பும் போலீஸ் கஸ்டடியி லிருந்து தப்பித்துச் சென்றதையும் மற்ற வீர சாகசங்களையும் ஏற்கெனவே கேட்டறிந்திருந்தேன். அவை எல்லாம் ஞாபகம் வரவே, அதிசயத்துடன் அவரையே பார்த்துக்கொண்டிருந்தேன். இதை எல்லாம் பற்றி அம்மாவிடம் பெருமையாக எப்படி எப்படி அளக்க வேண்டும், என்னைப் பற்றி அவள் எவ்வளவு பெருமைப்பட முடியும் என்று எண்ணுவதிலேயே என் சிந்தனை ஓடிக்கொண்டிருந்தது. அவர்கள் என்னென்ன விவாதித்தார்கள், என்னென்ன திட்டம் தீட்டினார்கள், நான் கண்டு கொள்ளவேயில்லை.

முதன் முதலில் அங்கிருந்தவர்களில் என்னிடம் பேசியவர் தோழர் நந்தகுமார்.

"தோழர் அந்தப் பத்திரிக்கையைக் கொடுங்களேன்." நிமிர்ந்து பார்த்தேன்.

எப்ரஹாம் லிங்கன் ஞாபகத்திற்கு வந்தார். பத்திரிகையைக் கொடுத்தேன், என்னிடம் பேச வேண்டுமென்பதற்காகவே பத்திரிகை கேட்ட மாதிரி இருந்தது.

கூட்டம் முடிந்தது. எல்லோரும் எழுந்துவிட்டனர். தோழர்கள் எம்.என்., பரமானந்தம், என்.கே., மணிசேகரன் கூடவே நந்தகுமார். இத்தனை பேரும் சாப்பிட ஹோட்டலுக்குப் போவதாக இருந்தது. ஆனால் தோழர் பரமானந்தத்தை சூழ்ந்துகொண்டு, பலர் அவரைத் தங்கள் வீட்டில் உண்பதற்கு அழைத்தனர். அவரும் போகத் தயாரானார். இதை எல்லாம் ஒரு ஓரத்தில் நின்று நான் பார்த்துக்கொண்டிருக்கையிலேயே, புறப்பட்டவர், என்ன நினைத்தாரோ, நேராக என்னிடம் வந்தார். காதில் கருவியை கழற்றிவிட்டிருந்தார்.

"உன் பேரென்னா?"

சொன்னேன்.

"சப்தமாகச் சொல்லு."

சொன்னேன்.

"வீடெங்கே?"

சொன்னேன்.

"நாளைக்கு உங்க வீட்டிலேதான் சாப்பாடு... ஆமாம்... ம்... சொல்லிவிட்டேன். சரிதானே?"

மற்ற தோழர்கள் கவனிப்பதையும், அவர் வருகைக்காக காத்திருப்பதும் தெரிந்தது.

“சரி”ன்னு சொல்லி வைத்தேன்.

கொஞ்ச நேரம் என்ன செய்வதென யோசித்து நின்றேன். தனியாகப் போகலாமா? கொண்டு விடச்சொல்வது என் வீரத்திற்கு இழுக்காகப்பட்டது.

தோழர் என்.கே.யிடம் “நான் போகட்டுமா?”ன்னு கேட்டதும் “கொஞ்சம் நில்லுங்கோ தோழர்.”

தோழர் மணிசேகரன் என்னிடம் வந்து “கொஞ்சம் பொறுங்கோ, நாங்கள் காரில் கொண்டு போய் விடுகிறோம்.”

எல்லாவற்றிற்கும் தலையாட்டினேன்.

எது சரி, எது சரியில்லை என்று எனக்குத் தெரியவில்லை. மணிசேகரன் முதலில் சாப்பிடப் போகலாமா எனக்கேட்கவும் என்.கே. “ஐய்யோ இவுங்க G.B.க்கே தெரியாம வருவாங்கன்னு எதிர்பார்க்கல்ல. அம்மா பிறகு என்னைத்தான் ஏசுவாங்க, இல்லையா தோழர்.”

அதற்கும் தலையாட்டினேன்.

முதன் முறையாக காரில் வேற்று மனிதர்களுடன், உட்கார்ந்து செல்வது..; நான் வீட்டு வாசலில் சென்றிறங்கும்போது, மற்றவர்கள் பார்ப்பது... என் மனதில் ஓடிக்கொண்டிருந்தது. நான் ஒன்றுமே பேசாமல் வந்து கொண்டு இருந்தேன்.

“எந்தா சகாவு! ஒந்நும் மிண்டாத்தது”—எம்.என்.

நான் பனி மாதிரி உறைந்து போயிருந்தேன்.

மனம் படபடக்க வீட்டின் முன்னால் இறங்கினேன்.

“சகாவிட வீட்டிலேய்க்கு ஒந்நு இறங்ஙியேச்சு, போகாமல்லோ?”

என் பதிலுக்கு யாரும் காத்திருக்காமல் காரிலிருந்து இறங்கிவிட, நான் எல்லோரையும் முந்திக்கொண்டு வீட்டினுள் ஓடினேன். என்ன செய்வதென்று தெரியவில்லை. அவர்களோ சொந்த வீட்டிற்குள் வருவது போல வந்து ஹாலில் கிடந்த பழைய கட்டிலிலும் நாற்காலியிலுமாக உட்கார்ந்தனர். என்னிடம் கோபப்பட இருந்தாளோ என்னவோ அம்மா நான் வந்த வேகத்தைக் கண்டு அதிசயித்தாள்.

“யம்மா, யாரெல்லாம் வந்திருக்கான்னு பாரேன்.” முந்தானையை இழுத்து மூடிக்கொண்டு வந்திருந்தவர்களைப்

பார்த்து கைகூப்பி 'வாருங்கோ, வாருங்கே'ன்னு உபசரித்தாள். எனக்கு சந்தோஷத்தில் தலைகால் புரியவில்லை. அங்கேயே நிற்பதா, நானும் உட்காருவதா; வந்தவர்களைச் சாப்பிடச் சொல்வதா?

பின்னால் சென்று அங்குமிங்கும் ஓடினேன். தேயிலை இருக்கான்னு பார்த்தேன். இல்லை; நல்லவேளை இரண்டு எலுமிச்சம் பழங்கள் கிடந்தன. 'டின்'னில் கொஞ்சம் சீனியும் இருந்தது. எல்லோருக்கும் 'போஞ்சி' கொடுத்தேன். அவர்களை வழியனுப்பினேன், வாசலில் நின்ற என் கண்களில் எதிர்த்தாப் போல் இருவர் எங்கள் வீட்டைப் பார்த்து ஏதோ தங்களுக்குள் பேசிக்கொள்வது போல் பட்டது. எனக்கிருந்த மனக் கொந்தளிப்பில் அதை நான் பொருட்படுத்தவில்லை.

கொந்தளிப்பு அடங்கியது.

"எம்மா, இவர்களை எல்லாம் யாருன்னு நினைக்கிறே?"

"எல்லாம் கம்யூனிஸ்ட் கட்சி ஆள்களா?"

"அப்படிச் சும்மா சொல்லிராதே; மனிதர்களில் மாணிக்கம் இவங்க எல்லாம்தான். கஷ்டப்படற தொழிலாளி, விவசாயி களுக்காக மட்டுமில்லம்மா, கஷ்டப்படாத மக்களுக்குமாகச் சேர்த்துத்தான் நல்லதொரு உலகம் செய்வோம்னு, நேர்மை நெறி தவறாதவர்களும், எந்தவிதத் தியாகத்துக்கும் துணிஞ்சவங்கன்னா பார்த்துக்கோயேன். சில பேரு கல்யாணம் பண்ணிக்கிட்டா கட்சி ஊழியம் பாதிக்கப்படும்ண்ணு கல்யாணமே வேண்டாம்னு இருக்கிற தோழர்களாக்கும், தெரிஞ்சுக்கோ. மணிசேகரன் அப்படித்தான். இன்னொரு விஷயம் என் மேலே அவுங்களுக்கெல்லாம் எவ்வளவு அக்கறை, கரிசனம் தெரியுமாம்மா? எனக்கோ அப்பா இல்லையேங்கிற கவலையே போயிட்டுன்னா பாத்துக்கேயேன். என்னைப் பற்றியே நான் இனி கவலைப்படத் தேவையில்லம்மா. நீயும் கவலைப்படாதே. நான் கம்யூனிஸ்ட் கட்சிக்கிட்டேயும் தொழிலாளி, விவசாயி மக்கள் கிட்டேயும் என்னை ஒப்படைச்சிட்டேன்."

அம்மா என்னையே பார்த்துக்கொண்டிருந்தாள்.

"நீ என்னவோ இதெல்லாம் பேசுற. எனக்கு என்னவோ அடிவயிற்றையே கலக்குது."

"ஏன் ... ஏன் அப்படி? நீ இன்னும் என்னைப்பற்றி புரிஞ்சுக்கல்ல. ஆனால் நான் என்னை நல்லா புரிஞ்சிருக் கேன்ம்மா. எனக்குத்தானே என்னைப்பற்றி நல்லாத் தெரியும். நீ... எண்ணைக்குமே, என்னைப்பற்றி எதற்குமே கவலைப்படாதே,

புரியுதா? எனக்குக் கஷ்டங்கள் வரலாம். மற்றவர்கள் யாராலாவது தீங்கு விளையலாம். ஆனால் நான் எப்போதும் எங்கேயும் சரியான பாதையில் தலைநிமிர்ந்து நிற்பேன்; தலைநிமிர்ந்து நடப்பேன். இந்தத் தைரியம் எனக்கு வந்திருக்குன்னா அதிலிருந்தே என் நெஞ்சுறுதியை புரிஞ்சுக்கோ. அதுமட்டுமல்லம்மா, எனக்குன்னு சொந்தமான ஒரு விஷயம் இருக்குன்னு வச்சுக்கோ, ஒனக்குத் தெரியாம ஒரு சின்ன அடிகூட எடுத்து வைக்கமாட்டேன். ஆனால் தொழிலாளி விவசாயி மக்களுக்கு எதிரா என்னைத் தூண்டுகிற எந்த சக்திக்கும் நான் அடிபணியமாட்டேன். துணிந்து எதிர்ப்பேன். அது யார் வடிவத்திலே, எந்த உருவிலே வந்தாலும் சரி, அப்படி வரும்போது நான் எதிர்க்கத் தயங்கமாட்டேன். ஆனா உனக்குத் தெரியும்மா; இத்தனை வயது அனுபவத்தில் நல்லது எது, கெட்டது எதுன்னு உனக்குத் தெரியாதா? அம்மா, நீயும் உன் மனசாட்சிக்கு விரோதமா என்னைத் தடுக்கமாட்டேன்னு நிச்சயமா நான் நம்புறேன்."

படபடன்னு இத்தனையும் அம்மாவிடம் சொல்லிவிட்டு அம்மா முகத்தில் என்ன பிரதிபலிக்கிறது என்றுகூடப் பார்க்காமல் போய் படுத்துக்கொண்டு விட்டேன்.

நான் பேசியது அம்மாவிற்கு நல்லாவே புரிஞ்சிருக்கும். அதனால் வீண் பயம் கொள்ள மாட்டாள், என்னை எதற்கும் தடுக்கமாட்டாள். என் லைன் கிளீயர்ன்னு நிம்மதியிலேயே தூங்கிப் போய்விட்டேன்.

42

மனிதனோ, மனுஷியோ ஒரு லட்சியத்தில் ஈடுபட்டு அது மனதிற்கும் பிடித்துப் போய்விட்டதென்றால் பிறகு அதிலிருந்து அவனோ அவளோ விலகிப் போவது மிகவும் கஷ்டமான காரியம்தான்.

காலையில் ஒன்பது மணிவாக்கில் கட்சிக் காரியாலயம் போவேன். மற்ற தோழர்களைப் போல் போஸ்டர் ஒட்டவும் சுவரிலெழுதவும் என்னால் போக முடியாது, கட்சி சர்க்குலர்கள் எழுதுவதும், காப்பிகள் எடுப்பதும் இவையே என் மிகப் பெரிய வேலையாயிருந்தது. வேறு எதுவும் செய்ய முடியாதது எனக்கு ஏமாற்றமாக இருந்தது. என்மீதே எனக்குக் கோபம் வந்தது.

ஒரு நாள் தோழர் என்.கே. 'லெனின் கிராடில்' (!) இன்று ஒரு கூட்டத்தில் நீங்கள் பேசுகிறீர்கள்" என்றார்.

உடனே 'சரி' என்றேன்.

பிறகுதான் மெல்ல "எனக்குப் பேச வராதே, நான் எங்கேயும் பேசினதில்லையே" என்றேன்.

"சும்மா ஒரு ஐந்து நிமிஷம்; பாரதியாரைப் பற்றிப் பேசினாப் போதும்."

கொஞ்சம் தைரியம் வந்தது. பேசுவதிருக்கட்டும். போய் பழகுவது நல்லதுதானேன்னு தீர்மானித்து விட்டேன்.

"நீங்களே அம்மாகிட்டே சொல்லி கூட்டிட்டுப் போனா நல்லது."

லெனின் கிராடில்!

அந்தத் தெரு முச்சந்திப்பில் ஒரு மேஜையும் மூன்று நாற்காலி களும் போடப்பட்டிருந்தன. ஒலி பெருக்கியில்

சின்னச்சின்ன இழை பின்னிப் பின்னி வரும்
சித்திரக் கைத்தறிச் சேலையடி நம்ம தென்னாட்டில்
எந்நாளும் கொண்டாடும் வேலையடி

என்று பாட்டுக் கேட்டுக்கொண்டிருந்தது. கிட்ட நெருங்க நெருங்க ஸ்பீக்கரில் பாட்டு அலறியது. வயிற்றைக் கலக்கியது. கட்சியிலுள்ள இரண்டு மூன்று பேர்களைத் தவிர யாருமில்லை. அளங்களில் வேலைக்குப் போயிருப்பவர்கள், மற்றும் கூலி வேலைகளுக்குப் போயிருப்பவர்கள் வந்து சேர பொழுது சாய்ந்து ஏழு மணியாகிவிடும். அதன் பிறகுதான் கூட்டம் ஆரம்பமாகும்.

பாண்டியன் வீட்டில் 'ஆம வடை'யும், டீயும் சாப்பிட்டேன். நான் கூட்டத்தில் பேச வந்திருக்கிறேன் எனத்தெரிந்ததும் எனக்கு அங்கு மிகுந்த மரியாதை தரப்பட்டது. நிறையப் பெண்கள் வந்து என்னையே பார்த்துக்கொண்டு நின்றார்கள். நான் இவர்கள் எதிர்பார்க்கிற அளவுக்கு இல்லாவிட்டாலும், ஓரளவிற் காவது பேசியாக வேண்டுமே என்று எண்ணியபோது இன்னும் வயிற்றைக் கலக்கியது 'பாத்ரூம்' போய் வந்தேன். பின்னும் மனக் கலக்கம் தெளியவில்லை. மணி ஏழு நெருங்க நெருங்க நாக்கு வறண்டது. தண்ணீர் குடித்தேன். அங்கு போடப்பட்டிருந்த ஒரு பெஞ்சில் உட்காரச் சொன்னார்கள் குழந்தைகள் வந்து சூழ்ந்து கொண்டன. காச்சு மூச்சென்று கத்திக்கொண்டிருந்தார்கள். அடித்து விளையாடினார்கள். ஓடிப்பிடித்து விளையாடினார்கள். ஓரிரு குழந்தைகள் என்னை எனக்குத் தெரியாமல் தொட்டுப் பார்த்தன.

தலைவர் எழுந்தார். பேச ஆரம்பித்தார். எல்லா சத்தமும் ஒடுங்கி அமைதி ஏற்பட்டது. அந்த அமைதி என்னை உறைய வைத்தது பயத்தில்.

இப்போது என் முறை வந்துவிட்டது. கால்கள் லேசாக நடுங்கியது. மனவலிமையை சேகரித்துக்கொண்டேன். தளர்வு வந்தது. நிமிர்ந்து நிற்க முடியவில்லை. மைக்கைப் பிடித்துக் கொண்டேன்.

இது சொல்லத் தெரிந்தது. "குழந்தைகளே, பெரியோர்களே, தொழிலாளர் தோழர்களே, விவசாயத் தோழர்களே, தாய்மார்களே, சகோதரிகளே."

தோழர்களே என்று என் வாயிலிருந்து வந்ததும் வலது பக்கமாக நிற்கும்—உழைத்து களைத்து வீடு திரும்பியிருக்கும்

அவர்கள் கண்களில் சந்தோஷம் மின்னியதைப் பார்த்தேன். தன்னுணர்வு வரப்பெற்றேன். எதிரில் தரையில் உட்கார்ந்திருக்கும் பெண்கள்; கட்டிய புடவையுடனும், கலைந்த கூந்தலுடனும் அப்படி அப்படியே வந்து உட்கார்ந்திருந்த கோலத்தைப் பார்த்தேன். என் முதுகு நிமிர்ந்தது.

"சகோதரிகளே, இன்றைக்கு பாரதியார் தினம், பாரதியார் பெண்கள் விடுதலைக்காகப் பாடிய ஒரு மகா கவிஞர். வறுமையினாலே எல்லோரும் கஷ்டப்படுகிறோம். ஆனால் பெண்களாகிய நம் கஷ்டங்கள் இரண்டு மடங்காகிறது. வெளியிலேயும் வேலை செய்துவிட்டு வந்து, வீட்டிலேயும் அடுப்படியிலேயும் கஷ்டப்படுகிறோம். வறுமையை ஒழிக்கப் பாடுபடும்போது, கூலி உயர்வுக்காகப் போராடும்போது நீங்களும் அந்தப் போராட்டத்தில் கலந்துகொள்ள வேண்டும். தனியாக யாரும் எதுவும் சாதித்துவிட முடியாது. அதனாலே நீங்களும் ஒன்றுபட வேண்டும். 'பெண் விடுதலை' என்னவென்றே தெரியாமல் பலரும் மேடையிலே பேசிவிட்டுப் போய்விடுகிறார்கள். பெண்கள்தான் முன்னைப் போலே இல்லாமல் படிக்கிறாங்களே, வேலைக்குப் போறாங்களேன்னு அது பெண் விடுதலை இல்லையா என்றும் நீங்கள் நினைக்கலாம். ஆனால் அந்தப் பெண்களும் தாங்கள் பெண்கள் என்பதாலே தனியாக பல கஷ்டங்களுக்கு உள்ளாக நேரிடுகிறது. இதை எல்லாம் புரிந்துகொள்ள, எல்லாப் போராட்டங்களிலும் உங்களை ஈடுபடுத்திக்கொள்ள, நாம் மாதர் சங்கம் அமைக்க வேண்டும். அதற்கு நீங்கள் முன் வர வேண்டுமென்று கேட்டுக்கொள்கிறேன்."

பிறகு... பிறகு... ஒன்றுமே பேசவரவில்லை. நாக்கு ஒட்டிக் கொண்டுவிட்டது.

"இத்துடன் பேச்சை முடித்துக்கொள்கிறேன். வணக்கம்."

இதற்குப் போய் ஒரே கை தட்டல். அதற்கு என் 'பேச்சு' தகுதிதானா? வெட்கமாக இருந்தது.

என்னை வீட்டில் கொண்டு விட நான், நீ என்று தோழர்களுக்குள் போட்டி. அது எனக்குப் பெருமையாக இருந்தது. தோழர் பெருமாள் என்னுடன் வீடு வந்தார். ஏற்கெனவே நெல் மூட்டை கொண்டு வந்து போட்டதை அம்மா ஞாபகம் வைத்திருக்கிறாள். பெருமாளைப் பார்த்ததில் ஒரே சந்தோஷம். இரவில் வீட்டிலேயே தங்கிப் போகும்படி சொன்னோம். பேச ஒரு ஆள் கிடைத்துவிட்டால் போதும் அம்மாவுக்கு! இருவரும் பேசிப் பேசி மிகவும் சொந்தமாகிவிட்டார்கள்.

○

43

ஆந்திராவில் பொட்டி ஸ்ரீராமுலு நாயுடு உண்ணாவிரதமிருந்து உயிர் நீத்த செய்தி கிடைத்தது. பரபரப்படைந்தேன். எட்டு மணிக்கே கட்சி காரியாலயம் சென்றேன். அங்கே தோழர்கள் மணி, நந்தகுமார் மற்றும் கமிட்டி உறுப்பினர்கள் பலரும் வந்திருந்தனர். நான் அந்த நேரத்தில் வந்ததில் வியப்பும் சந்தோஷமும் ஏற்பட்டதை உணர முடிந்தது. ஸ்ரீராமுலு நாயுடு மரணம் குறித்தும், ஐக்கிய தமிழகத்திற்கான, ஐக்கிய கேரளத்திற்கான போராட்டங்களை எப்படி கொண்டுசெல்வது என்பது பற்றியும் விவாதித்துக் கொண்டிருந்தார்கள். ஆபீசில் மொத்தம் ஒரு நாற்காலி, ஒரு மேசை, மறுபுறம் ஒரு ஸ்டூல். சுவரோரமாக இரண்டு பெஞ்சுகள், இவ்வளவுதான். ஒரு பழைய புத்தக அலமாரியில் கட்சி சர்க்குலர்கள் முக்கியமான செய்தித்தாள்கள் நிறைந்து வழிந்தது. பெஞ்சில் உட்காந்திருந்தவர்கள் ஒரு ஓரமாக ஒதுங்கி எனக்கு உட்கார இடம் தந்தார்கள். அடுத்த வாரம் எல்லா தாலுக்காக்களிலும், டவுனில் முக்கியமாக முனிசிபல் மைதானத்திலும் ஐக்கிய தமிழகத்திற்கான, போராட்டத்திற்கான பொது கூட்டங்கள் நடத்தவும், சர்வ கட்சி ஊர்வலத்தில் கலந்துகொள்வது பற்றியும் திட்டம் தீட்டினார்கள்.

நந்தகுமார், நந்தன், நந்து என்று மற்றவர்களால் இஷ்டம் போல் அழைக்கப்பட்டார் தோழர் நந்தன். இரவு வீட்டிற்கு படுக்கப் போவது தவிர, காலை முதல் காரியாலயத்தில் தான் என்றாகிவிட்டது. மணிசேகரன் மற்ற காம்ரேட்களால் காம்ரேட்

எம்.எஸ். என்று அழைக்கப்படுகிறார். அவர் ஜில்லாக் கமிட்டி செயலாளராச்சே, கேட்கவா வேண்டும். தினமும் ஊரிலிருந்து பசி என்றும் பாராமல், காசு இல்லையே என்றும் பாராமல் தலைநகருக்கு வந்துவிடுகிறார். அவர் என்னதான் தியாக சீலராயிருந்தாலும் மேடையில் பேசும் விற்பன்னர்களைப் போல் பேரெடுக்க முடியவில்லை என்பதைப் புரிந்துகொள்கிறேன். பேச்சாளர்களுக்குத்தான், அதுவும் படித்தவர்கள் என்றால் கேட்கவே வேண்டாம். கட்சிக்குள் செல்வாக்கு வளரும் போலும்; கட்சித்தலைமையின் கடைக்கண் பார்வை அவர்கள் மீது விழுவதையும் பார்த்தேன்.

என்னுடைய வேலை என்ன? சர்க்குலர்களுக்கு 'காப்பி' எடுப்பது – கார்பன் பேப்பர் உபயோகித்து 1+4. அழுத்தி எழுதியே எடுக்க வேண்டும். தாலுக்காக்களுக்கு அனுப்ப 10 காப்பிகள். ஜில்லா முழுவதுமுள்ள யூனிட்டுகளுக்கு அனுப்ப 30 காப்பிகள் எடுக்க வேண்டும். கூடவே கூட்டங்களில் 'மினிட்ஸ்' எடுக்கிற வேலை.

ஒரு தடவை காம்ரேட் எம்.எஸ். முனிசிபல் மைதான பொதுக்கூட்டத்தில் நான் பேச வேண்டுமென்றும், இப்படி பேசி பழகினால்தான் பயம் தீரும் என்றும், நம்ம ஜில்லாவிற்கு ஒரு பெண் தோழர் கிடைத்திருப்பது பெருமைப்பட வேண்டிய விஷயம் என்றும் சொல்லிச் சென்றார்.

அம்மா இதற்கு சம்மதிக்கணுமே! எனக்கிருக்கும் பயம் வேறு. குழம்பிய மனதுடன் வீடு வந்தேன். காரியாலயம் பக்கமே போகவில்லை.

அன்று காலை 10 மணி இருக்கும். வெளி ஹாலிலிருந்த அம்மா, "ஏண்டி, ஏ... இவளே...ன்னு கூப்பிட்டுக்கொண்டே என் முன்னால் அரண்டுபோய் வந்து நின்றாள். "குடி முழுகிப் போச்சே, நான் என்ன செய்வேன், யாருகிட்ட சொல்வேன்." என்று முன் தலையில் ஓங்கி, ஓங்கி அறைகிறாள். நான் நிதானமாக அம்மாவின் கைகளைப் பிடித்துத் தடுத்துவிட்டு,

"ஏன், என்னன்னு சொல்லேன்."

"ஏண்டி, என்ன நெஞ்சழுத்தம் உனக்கு? போ... போ... போயி முன்னாலே வீடேறி எவனெவன் வந்திருக்கான்னு போயிப்பாரு."

நானானால் எதற்குமஞ்சேன், எப்போதுமஞ்சேன்கிற மன உறுதியோடு மெல்ல ஹாலுக்கு வந்தேன்.

ஆஜானுபாகவான இரண்டுபேர் மீசையும் விழிகளும் பயமுறுத்த கிண்டல் சிரிப்புடன் நின்றுகொண்டிருந்தனர். அம்மாவிற்கு பயம் ஏற்பட்டதில் பொருளிருக்கிறது.

“உட்காருங்கோ, என்ன வேணும்?”

ஒரு போஸ்ட் கார்டை என்னிடம் தந்தனர். கோட்டாறு போலீஸ் ஸ்டேஷனுக்கு வந்திருக்கிறது. அநாமதேயம்.

...மேற்படி வீட்டில் இரவு சூதாட்டமும், குடியும் நடப்ப தாகவும், போலீஸ் நடவடிக்கை எடுக்கக் கேட்டுக்கொண்டும் எழுதப்பட்டிருந்தது.

எனக்கு எங்கிருந்து அந்த அலட்சியமும் தைரியமும் வந்தது?

“இது அநாமதேயக் கடிதம். இரண்டாவது என்னைக் கேட்பதைவிட இரவு வந்து கையோடு பிடித்துப் போகலாமே” என்றதும் அவர்கள் இருவரும் ஒருவரை ஒருவர் பார்த்துக் கொள்கின்றனர்.

“ஈ ‘கத்’தினு நிங்ஙள் எந்தா பறையுந்து?”

“அதுதான் இன்னைக்கே ராத்திரி வந்து பாருங்கோ. நீங்களே ஆட்களை கையும் களவுமா பிடிச்சுக்கிட்டுப் போகலாமே.”

மவுனமாயிருந்தார்கள்.

எனக்குச் சிரிப்பு வந்தது, அவர்களும் சினேக பாவத்துடன் சிரித்தனர். முதலில் புலியைக்கண்ட மான் போல்தான் பயந்தேன். எனினும் பயத்தை உள்ளடக்கி தைரியசாலி போல் பேசி முடிந்ததும், நிஜமாகவே என் துணிச்சலை நானே பாராட்டிக்கொள்கிறேன்.

“‘சாயா’ குடிச்சிட்டுப் போலாமே.”

“சாரமில்ல... எந்நால் ஞங்ஙள் இறங்ஙட்டே?”

சரி என்று தலையாட்டினேன்.

இதையெல்லாம் அம்மா வெளியே வராமல் உள்ளிருந்தே கேட்டுக்கொண்டிருந்துவிட்டு, அவர்கள் போனதும் பெருமூச்சு விட்டுக்கொண்டே வெளியே வந்தாள்.

“இதுக்குப்போயி இப்படி பயப்படறியே! ஏதாவது போராட்டத்திலே நான் ஜெயிலுக்குப் போனா என்னதான் செய்வியோ?”

“என்னது? செயிலுக்குப் போவியா?”

“யாரு கண்டா? அதனாலே இண்ணையிலேயிருந்து பாய், தலையணையில்லாம படுத்துப் பழகப்போறேன்.”

“இங்கேரு... நீ செய்ற காரியம் சரின்னு நினைக்கியா?”

“நான் போற வழி தப்புன்னு உன்னாலே சொல்ல முடியுமா?”

"உங்கிட்டே பேசி செயிக்க என்னால முடியாது. எப்படியோ போ..."

பொதுக்கூட்டத்திற்கு நாள் அடுத்துவிட்டது.

"நான் முனிசிப்பல் மைதானத்திலே பொதுக்கூட்டத்திலே பேசப்போறேன்."

"இங்கேரு, ஒன்னாணையா நான் நாண்டுக்கிட்டு நின்னுருவேன்."

"ஏன்... ஏன்... ஏன்னு கேக்கறேன்."

"இது ஒன்னோட நிக்கிற விஷயமில்லடி. நாளைக்கு நம்ம பொண்களை எல்லாமில்ல இது பாதிக்கும்? அதுகள்ளாம் வாழாண்டாமா? ஒன்னக் கேவலமாப் பேசினா அதுகளையும் பாதிக்குமே."

"என்ன மாதிரி எத்தனையோ பொண்ணடிகள் ஏழைகளும், பாழைகளுமா, வாழமுடியாம பட்டினியினாலேயே தீய்ஞ்சு போறாங்களே, நீ உன் குடும்பத்தை மட்டும் பாக்கிறே. நான் சமுதாயத்தையே பாக்கிறேன். பணமுள்ளவாதானே எப்படியும் வாழமுடியும். நீயேன் அதுக்கெல்லாம் கவலைப் படணும்?"

அம்மா கொஞ்சம் அமைதியானாள். இருவரும் 'உர்'னு உட்கார்ந்திருந்தோம். வாசலில் யாரோ நிழலாடியது. தோழர் நந்தன் நின்றுகொண்டிருக்கக் கண்டேன். அந்த நேரத்தில் யாரையும் எதிர்பார்க்காததினாலோ, பொதுக் கூட்டத்தைப் பற்றிய பயத்தாலோ, மனது வேகமாக அடித்தது. நிதானத்துக்கு வர சில நிமிடங்களாயிற்று.

"உள்ளே வாப்பா" – இது அம்மா.

அம்மா எத்தனைதான் என்னிடம் முறைத்துக் கொண்டாலும் கட்சித் தோழர்களைக் கண்டால், நெடுநாள் வராத தன் நெருங்கிய உறவினர் வந்ததுபோல் மகிழ்ந்து போவாள், எல்லாவற்றையும் மறந்து டீ போடுவதற்காக அடுக்களைக்குப் போனாள்.

நான் நின்றுகொண்டிருந்தேன். தோழர் நந்தன் தானே ஒரு நாற்காலியில் உட்கார்ந்துகொண்டு, நெடுநாள் பழகியவர் மாதிரி எதிரில் கிடந்த பெஞ்சைக் காண்பித்து என்னையும் உட்காரும்படிச் சொன்னார்.

தொண்டையை லேசாகக் கனைத்துவிட்டு, "நாளைக்கு சாயந்திரம் 5 மணிக்கெல்லாம் காரியாலயம் வந்துவிடுங்கள்."

"இல்ல... நான் வரமுடியாது."

ஒரு விநாடி அவர் முகம் மாறியது.

"ஏன்?"

"எனக்குப் பயமாயிருக்கு. பேச முடியாதுன்னு நினைக்கிறேன்."

"பூ இவ்வளவுதானா?"

கொஞ்ச நேரம் மௌனமாக இருந்தார்.

"ஒரு பேப்பர், பேனா இருக்கா?"

எடுத்துக் கொடுத்தேன்.

"நீங்க என்ன பேசணும்னு நான் சொல்லட்டுமா?"

நான் ஆச்சரியமாகப் பார்த்தேன்.

"முதல் பாயிண்ட்... ம்... எழுதுங்க தோழர்."

நான் எழுத ஆரம்பித்தேன். சொல்லச் சொல்ல குறித்துக் கொண்டேன். கடைசியாக மொழிவாரி மாகாணங்கள் அமைவது சரித்திரத்தின் போக்கில் தவிர்க்க முடியாதது ஆகும் என்று முடிக்கிறார்போல் அமைந்தது.

"இவ்வளவேதான் தோழர். இத்தன விஷயங்களை ஞாபகத்திலே வச்சுக்கிட்டு நீங்க நல்லாவே பேசலாம்னு எனக்கு நம்பிக்கையிருக்கு, என்ன... சரிதானே?"

நான் தலையாட்டிவிட்டு ஒருவித பிரமிப்புடன் உட்கார்ந் திருந்தேன்.

வாசல் கேட்டை திறந்துகொண்டு ராதாக்குட்டி வருகிறாள். வரும்போதே, "ஒன்றே குலம், ஒருவனே தேவன்" என்று சப்தம் போட்டபடியே வந்தாள். எங்களிருவரையும் பார்த்தும் சட்டென நின்றுவிட்டாள்.

"என்னவோ சொல்லிக்கிட்ட வந்தியே, சொல்லு"ன்னேன்.

"எக்கா, இன்னைக்கு ஒரு போர்டிலே 'ஒன்றே குலம் ஒருவனே தேவன்'னு கிட்டு அண்ணன் எழுதி வச்சிருக்கான் அப்புறம், 'வடக்கு வாழ்கிறது, தெற்குத் தேய்கிறது" அப்படின்னும் எழுதிக் கிட்டிருந்தான்கா."

"யடி, நான் உன்ன, பிள்ளையார் கோவிலிலேயே போய் விளையாடக் கூடாதுன்னு எத்தனை தடவ சொல்லியிருக்கேன். நீ கேக்காட்டா உங்க ஆத்தாகிட்டே சொல்லிக்கொடுக்கிறேன் பாரு."

திரும்பவும், "வடக்கு வாழ்கிறது, தெற்குத் தேய்கிறது."

"ஏண்டி, அப்போ மேற்கே என்ன சொல்லுவே?"

"மேற்கே... மேற்கேயா... ம்... மேற்கே மேய்கிறது."

"அப்போ கிழக்கே?"

"கிழக்கே... கிழக்கே காய்கிறது. சரிதானாக்கா?"

"போடி, வாலு."

"ஏதாவது வாங்கணுமாக்கா, நான் கடைக்குத்தான் போறேன்."

"ஆங்... அம்மாட்டே காசு வாங்கிட்டுப் போயி ரெண்டு சிகரெட் வாங்கிட்டு வா."

தோழர் நந்தன் என்னை வியப்புடன் பார்த்தார். என்ன பேசுவது என்று யோசிக்கையில்தான், ராதா வந்து வடக்கு வாழ்கிறது, தெற்கு தேய்கிறது என்று சொல்லிவிட்டுப் போகிறாள்.

"ஏன் காம்ரேட் இது புதுசாயிருக்கு? வடக்கு வாழ்கிறது, தெற்குத் தேய்கிறது. இதுலே எந்த அளவு உண்மையிருக்கு?"

சுதந்திரப் போராட்ட அலைகள் நாடெங்கும் வேகமாக அடிச்சதிலே சென்னை ராஜதானி மட்டும் வேணும்னு கேட்டவர்கள் இருந்த இடம் தெரியாமல் போனதைப் பார்த்தோம். அந்தக் கோரிக்கையும் தானே வலுவிழந்து செத்துப்போச்சு. அதே மாதிரி மொழிவாரி மாகாணங்களுக்கான போராட்ட அலைகள் நாடு முழுவதும் அடிக்கும்போது திராவிட நாடு கோரிக்கையும் செத்துப்போச்சு.

"வடக்கு வாழ்கிறது, தெற்குத் தேய்கிறதுங்கிறாங்களே, இதுலே அவங்க சொல்வதற்கு ஆதாரமானது ஏதாவது இருக்கான்னுதான், காம்ரேட் நான் கேக்கிறேன்."

"ம், இது இப்போ நல்லா வேலை செய்யுது. இங்கே தமிழ் நாட்டிலே தொழில் ஆரம்பிக்கலாம்னு ஆசைப்படறவங்களுக்கு இன்னிக்கு இது சாதகமாயிருக்கு. பவானிசாகர், பாவனாசம், அமராவதி இந்த அணைக்கட்டுகளை கட்ட, மத்திய சர்க்காரை நிர்ப்பந்தப்படுத்தணும்னா இந்த 'தெற்குத் தேயுது' சமாச்சாரம் ரெம்பச் சாதகமாயிருக்கே. இன்னும் இங்க பல மில்களை ஆரம்பிக்கணும்னா அதுக்கும் மத்திய சர்க்காரை நிர்ப்பந்திக்க, தமிழக அரசுக்கு இது உதவியாய் இருக்கு. நெளயு அண்டர்ஸ்டான்ட்?"

எனக்குப் புரிந்ததோ? இல்லையோ?

"இதனாலே என்ன ஆச்சு?"

என்ன ஒரு அசட்டுத்தனமான கேள்வி!

மெல்லக் கனவாய் பழங்கதையாய்...

"என்ன ஆகும்? இங்க தொழில் ஆரம்பிக்க விரும்பும் பணம் வச்சிருக்கிறவர்களும், 'தெற்குத் தேயுது'ங்கிறதை ஆதரிச்சாங்க' அதனால் அந்தக் கட்சிக்கு நல்ல பணபலம் கிடைக்குது. அதிலேதான் நிறைய பத்திரிகைகளை இறக்கி அவர்களுக்கு பிரச்சாரம் பண்ண வசதியாச்சு."

"நம்ம கட்சியைவிட அதிகமான பையன்கள் அந்தக் கட்சிக்கு கிடைச்சிருக்கான்களே, அது எப்படி?"

"இன்னைக்கு வேலையில்லாமத் திண்டாடிக்கிட்டிருக்கிற பையன்கள், ஐ மீன் கிராஜுவேட்ஸ், பட்டதாரிகள், படிச்சு முடிச்சு வெளியிலே வந்ததும், வேலையில்லாததற்குக் காரணம் இங்கே தொழில் வளர்ச்சியில்ல, அதுதான் 'தெற்குத் தேயுது'ங் கிறதை நம்புகிறான். அதனாலே அந்தப் பக்கம் போறான்."

"போறாது காம்ரேட்; நீங்க சொல்ற பதில் எனக்கு திருப்தி யில்ல. ஏன் அந்த படிச்சவங்க, ஏன் நாம பார்க்கிற மாதிரி பார்க்க மாட்டேங்கிறாங்க? அவங்க சொல்ற ஹிந்தி எதிர்ப்பு, திராவிட நாடு, தெற்குத் தேயுது, இது எப்படி எடுபடுது?"

காம்ரேடின் முகம் சற்று விகசித்தது.

"நீங்க கேக்கிற கேள்வியினாலே நான் ரெம்ப ஆச்சரியப்பட்டுப் போனேன்."

"ம்."

"இதுக்கு விரிவா சொன்னாத்தான் விளங்கவைக்க முடியும் தோழர். இன்றைய சமுதாயத்தின் ஆழமான பிரச்சினைகளுக்குப் பதிலாக மேல் எழுந்தவாரியான, அதாவது உடனடியாக முன் வந்து நிற்கும், சில பிரச்சினைகளை மாத்திரம் பார்ப்பதும், அதற்காகப் போராடுவதும், அதன் கீழ் பொதுமக்களைத் திரட்டுவதும் வெகு சுலபம். மேல் எழுந்தவாரியான, உடனடியா முன்னால நிக்கிற பிரச்சினை, நியாயமானதாகக்கூட இருக்கலாம். ஆனால் அதைவிட ஆழமான பிரச்சினைகளை மக்கள் கண்டு கொள்ளாமல் திசை திருப்பிவிடவும், அந்தப் பிரச்சினைகள் உதவியாகப் போய்விடுகிறது."

நான் யோசனையில் ஆழ்ந்தேன்.

திடீரென நந்தன் எழுந்தார். "நான் வரட்டுமா?"

நான் பதில் சொல்ல யோசிக்கும் முன்னர் வாசலை கடந்தாகிவிட்டது. ஏதோ இத்தனை நேரம் இருந்ததே தவறு போல் உணர்ந்து உடனே எழுந்து போய்விட்டது போல் எனக்குப் பட்டது. அவர் செய்கை.

என்னை கொஞ்சம் அவமானப் படுத்திவிட்டது போல் உணர்ந்தேன். ஏன் அப்படி உணரவேண்டும்? போனால் போகட்டுமே!

"எதைப்பத்தி இவ்வளவு நேரமா பேசிட்டிருந்தியோ?"

"இல்லம்மா... நாளைக்கு... நாளைக்கு..?"

"ம்?"

"நாளைக்கு ஒரு மீட்டிங்கிலே நான் பேசணுமாம்."

அம்மா முகம் கறுத்தது.

என்னது மேடையிலே ஏறி, நீ... பேசப்போறியா? நாஞ்சி நாடு முழுவதும் உன்னப்பத்தி என்ன நினைப்பா? என்ன பேசுவா? இதையெல்லாம் நீ கொஞ்சமாவது யோசிச்சியாடி?" கோபம் கொப்பளிக்க உரக்க பேசினாள் அம்மா.

"என்ன நினைப்பா?" நான் நிதானமாகக் கேட்டேன்.

இது ஒன்னோட நிக்கிற விஷயமில்லடி... அப்படியே நீ நாளைக்கு வெளியே போனேன்னாக்கா, நான் ஒன்னாண நாண்டுக்கிட்டுதான் நிப்பேன். என்ன நீ நினைச்சுக்கிட்டே." கோபத்தில் கீழுதடு தொங்கியது. கீழ்ப்பல் வரிசை தெரிய சீறும் ஒரு பெண்புலி போல் 'முசு, முசு' என்று பெருமூச்சுகள் கிளம்பியது. கண்களில் நீர் நிறைந்து வழியத் தயாரா இருந்தது.

"ஒன்னோட நிக்குமா? இன்னும் எத்தன பொண்ணடி இருக்கு?" திரும்பவும் மூசு மூசு என்று இறைத்தது.

அம்மாவின் பேத்திகள் – என் அக்காவின் குழந்தைகள் வரிசையாக என் கண் முன் தோன்றி ஃபோட்டோவிற்கு நிற்பதுபோல் போஸ் கொடுத்தன.

"நாளைக்கு அதுகளுக்கு சம்மந்தம் பேச வருகிறவோ உன்னப் பத்திக் கேக்கமாட்டாளா? யார் என்ன பதில் சொல்ல முடியும். பேரை அழிச்சிக்கிட்டோம்னா திரும்ப வரக்கூடியதா..." அம்மா அடுக்கிக்கொண்டே போனாள். பேசி முடித்து முந்தானையால் கண்ணீரையும் துடைத்துக்கொண்டாள். கொஞ்ச நேரம் கடந்தது.

நான் பேசத் தொடங்கினேன்.

"ஆமா... நான் கேக்கறேன், என்னைப்பத்தி நீ என்ன தான் நெனச்சிருக்கே? நான் ஒண்ணு தெளிவாச் சொல்வேன். உன் மக, நான் ஒரு நாளும் நேரான, நேர்மையான பாதையிலிருந்து ஒரு நூலிழை கூட விலகிப்போகமாட்டேன். அத மாத்திரம் நீ திடமா நம்பலாம். என் மேலே நீ வைக்கிற அந்த நம்பிக்கைக்கு

மெல்லக் கனவாய் பழங்கதையாய்...

கனவிலே கூட உனக்கு பழுது ஏற்படாது. என் நெஞ்சுறுதியையும், என் திடமான வைராக்யத்தையும் நீ கொஞ்சம் கூட குறைச்சு மதிப்பிடாதே, என் நேர்மையைப்பற்றி என் மனசுக்கு நல்லாத் தெரியும்.

“என்னை இந்த உலகமே எதிர்த்தாலும் அதை எதிர்த்து நிற்கும் மனபலம் என் நெஞ்சுக்கிருக்கு. நான் போற பாதையையும், லட்சியத்தையும் பற்றி யாராலும் குறைச்சு மதிப்பிட்டு சொல்லிவிட முடியாது. இந்த உலகம் முழுசும் வாழ்ற, கஷ்டப்படற ஏழை, எளிய சனங்களுக்காக, நியாயமான மனுஷன்களுக்காக, நேர்மை யானவர்களுக்காக, மனிதாபிமானத்துக்காக போராடிக்கிட்டு இருக்கும் மகத்தான பணியிலேயாக்கும் நான் என்னை ஈடுபடுத்திக்கிட்டிருக்கேன். இதுலேருந்து என்னை நீ தடுக்கவே முடியாதும்மா. நீ சொல்றியே உன் வாரிசுகள், பொண்ணடிகள் வாழ வேண்டாமான்னு? ஆயிரமாயிரம் பொண்ணடிகளும், கொத்தடிமைகளும் பட்டினிகிடந்து சாகையிலே உன் பொண்ணடிகள் மாத்திரம் எப்படி சௌக்யமா வாழணும்னு நீ நினைக்கிறேயேயம்மா, அது நியாயமா?”

அம்மா மவுனமானாள். பெரிய பெருமூச்சு விட்டாள்.

கொஞ்சம் சிந்திக்கட்டும் என்று காத்திருந்தேன். “மார்க்சும், ஏங்கல்சும் பத்தி நீ வாசிச்சியே! லெனினைப்பத்தி படிச்சியே! அந்த வழியிலே நான் போறதை நீ தப்புங்கிறியா?”

கொஞ்ச நேரத்திற்குப் பிறகு,

“ஆம்பிள்ளையானா சரி, நீ பொம்பளப்பிள்ளைல்லா? உன் எதிர்காலம் என்ன ஆகும்? இதையெல்லாம் நீ சிந்திச்சியா?”

“என் எதிர்காலத்தை பத்தி நீ ஏம்மா இவ்வளவு கவலைப் படற?”

“ஏன்னா இலை முள்ளிலே விழுந்தாலும், முள் இலையிலே விழுந்தாலும் சேதம் இலைக்குத்தான், தெரியுதா?”

கொஞ்ச நேரத்திற்கு இதுக்கு என்ன பதில் சொல்வது எனத் தெரியாது நின்றேன். பின்னலை முன்னால் எடுத்துப் போட்டு, சடையை அவிழ்த்துவிட்டேன். தலை சீவ ஆரம்பித்தேன். அம்மா என்னை வாதத்தில் ஜெயித்துவிட்டதாகக் கருதினாளோ என்னவோ உலை வைக்க அடுக்களைக்குப் போனாள்.

பின்னாலேயே போனேன். என்னை நிமிர்ந்து பார்த்தாள். திருப்பியும் தன்னைத் தாக்கவே வருகிறாளோ என்பது போல் பார்த்தாள்.

“எம்மா, இந்தப் பழஞ்சொல் என்னைப் பொறுத்தவரைக்கும் பொருந்தாதும்மா.”

"ஏன், ஏன் பொருந்தாது? எந்தக் கட்சியாகட்டும், எவனாகட்டும், எல்லாரும் ஒண்ணு போலவே இருப்பான்னு நினைக்கியா?"

"பொல்லாப்பும், பொறாமையும், சூதும் வாதும் நிறைஞ்ச சமுதாயத்திலேயிருந்து வர்றவாதானேம்மா எல்லோரும். அதனால் அந்தக் குணங்கள் இருக்கிறவோ எதிலேயும் ஒண்ணிரண்டு பேர் இருக்கத்தான் செய்வா. ஆனா அவாளை எல்லாம் அடையாளம் தெரிஞ்சுக்கிட எனக்குத் தெரியாதுன்னாம்மா நீ நெனச்சிட்டிருக்க? அப்படித் தெரியத் தவறிட்டாலும் வழிகாட்டத்தான் நீ இருக்கியே. நீயேதான் இங்க வர்ற தோழர்களைப் பாக்கிறியே. அனுபவசாலிகள்தான்னு தெரியல்லையா? நல்லவங்களா இருக்கிறவா எனக்கு வழி காட்டத்தான் செய்வா. நீயே தெரிஞ்சுக்கோ. எம்மா, நீ... நான்... அந்தத் தலைவர்கள், தோழர்கள் நம்ம எல்லோருமே ஒரே குடும்பம்மா!"

கொஞ்ச நேரம் யோசித்துவிட்டு சொன்னாள்:

"ஆமாமா... எவ்வளவு படிச்ச பெரிய மனுஷனுகோ எல்லாவரும் ஒண்ணு போல பழகுறானுகளே. கவுரவம்னு கொஞ்சமும் இல்லாம நம்ம வீட்டுக்கு வர்றதுமல்லாம என் பிள்ளைகளை விட எவ்வளவு அருமையா என்னை, 'அம்மான்னா அம்மாதா'ன்னு பேசுகதும் நடக்கதும்; நம்ம கஷ்டங்களை விசாரிச்சு, குடும்ப நிலவரத்தை விசாரிச்சு... யாரு செய்வா இப்படி? இருந்தாலும் ஒன் எதிர் காலம்னு நினைக்கையிலே என் அடி வயிறு என்னவோதான் செய்யி."

"யம்மா?"

"ம்."

"அன்னப் பறவை தெரியுமா?"

"ம்."

"அது வானத்திலே வட்டமிட்டு பறக்கும். என்னதான் தாகமெடுத்தாலும் தாமரைக்குளம் கண்ணுக்குத் தெரியற வரையிலே பறந்துக்கிட்டேதானிருக்கும். சாதாரண குளத்திலேல்லாம் இறங்கவே இறங்காது. என் கண்ணுக்கு அந்த தாமரைத் தடாகம் தெரிகிற வரையிலே..."

"உங்கிட்டே பேசி நான் என்னைக்கு செயிச்சேன்."

அம்மா வேலை செய்யப் போய்விட்டாள்.

○

மெல்லக் கனவாய் பழங்கதையாய்...

44

மறுதினம் மாலை நான்கு மணிக்கே கட்சி ஆபீஸ் புறப்பட்டுவிட்டேன். புறப்படுமுன் வாய் உலர, உலர தண்ணீர் குடித்துக் குடித்து சரி பண்ணிக்கொண்டேன். காரியாலயத்தில் தோழர்களுடன் ரெம்ப தைரியசாலி மாதிரி பேசிக்கொண்டிருப்பதில் என் பதட்டத்தைத் தணித்தேன். வரும்போது வழியில் ஒரு 'தட்டி' எழுதிவைக்கப்பட்டிருந்தது. அதில் என் பெயரைப் பார்த்ததும் ஆச்சரியமாய் இருந்தது. சும்மா ஏதோ பழகுவதற்காக ஐந்து நிமிடம் பேசச் சொல்வார்கள் என்று எண்ணியது போக, என் பெயர் 'தட்டி'யில் எழுதியிருப்பதைப் பார்த்ததும், அதற்குரிய தகுதி என் பேச்சில் இருக்குமா? வார்த்தைகளைக் கோர்வைப்படுத்தி, வார்த்தைகளின் தரத்தை உயர்த்தி, மாற்றி, வார்த்தைகளை அமைத்து மனதிற்குள் பலதடவைகள், கற்பனை 'மைக்' முன்னால் நின்று பேசிப் பேசிப் பார்த்துவிட்டேன்.

நந்தன், பாண்டியன், மணி இன்னும் ஸ்டேட் கமிட்டி தோழர் ஒருவர், தமிழ் மாகாணக் கமிட்டியிலிருந்து ஒருவர் பெஞ்சிலும், நாற்காலி களிலுமாக உட்கார்ந்து நிதி வசூலைப் பற்றி பேசிக்கொண்டிருந்தனர்.

மேஜையின் மீதிருந்த பேனாவை எடுத்தேன். துண்டுக் காகிதத்தில் ஏதோ கிறுக்கினேன். கோலம் போட்டேன். தாமரைப் பூ வரைந்தேன். நந்தன் என்னையே பார்த்துக்கொண்டிருப்பது தெரிந்தது. உணர முடிந்தது.

"வந்தது போல் வந்தான் காண்
போனது போல் போனான் காண்"

என்னை அறியாமலேயே இவ்வாக்கியங்களை எழுதினேன். எழுதிய துண்டு காகிதத்தை கசக்கிப் போடப் போனேன். நந்தன் அதை வாங்கினார். பிரித்துப் பார்த்தார்.

"புதுமைப்பித்தன். அது சரி, ஸ்பீச் தயாரா?"

"ம்."

"Audacity, more audacity, still more audacity."

அதே காகிதத்துண்டில் நந்தன் எழுதி என்னிடம் கொடுத்தார். நான் அதன் கீழ்,

"ஜுலியஸ் ப்யூசிக்" என எழுதினேன்.

முகத்தில் வியப்பு தெரிந்தது.

அந்த வியப்பு என்னைப் பாராட்டியது போல் இருந்தது. மகிழ்ந்தேன்.

என்னால் ஐந்து நிமிடத்திற்கு மேல் தாக்குப்பிடிக்க முடிய வில்லை. அதற்கு மேல் பேச முடியும் போல் தோன்றவே இல்லை.

கூட்டம் முடிந்தது.

யாரும் என்னைப் பாராட்டவுமில்லை. போதாது என்று குறைபடவுமில்லை. எனக்கு என்னைப் பற்றித் தெரிய வேண்டுமே! யாரிடம் என்ன சொல்லி கேட்டுத் தெரிந்துகொள்ள என்றும் புரியவில்லை. யாரும் இது ஒன்றும் புதிய விஷயமென்றோ அல்லது என்னைப் போன்றவளுக்கு இதுவே பிரமாதமான விஷயமென்றோ கருதுவதாகத் தெரியவில்லை.

நந்தன் முகத்திலிருந்து திருப்தியா, அதிருப்தியா என்றும் புரிந்துகொள்ள முடியவில்லை. இரவு முழுவதும் இதே சிந்தனைகளில் உழன்றேன். ஒரு சமயம் இனிமேல் இந்தக் கூட்டத்தில் பேசும் விவகாரமே வேண்டாம் என்ற தீர்மானத்திற்கு வந்து தூங்கிவிடலாம் என முயன்றேன். அதே சமயத்தில் இனி மேல் இதைவிட நன்றாகவும் அதிக நேரமும் பேசி எல்லோரையும் ஆச்சரியப்படுத்த வேண்டும், அதற்கு என்ன செய்வது எப்படி முயல்வது என்ற சிந்தனையில் மறுபடியும் தூக்கம் வராமல் போய்விட்டது. நிறையப் படிக்க வேண்டும். ஒரு வாரமாக புஸ்தகங்கள், பிரசுரங்கள் படிப்பதில் கழிந்ததே தெரியவில்லை.

அன்று காலை அலுவலகம் போனேன். அங்கு கட்சியின் 3வது மகாநாட்டு சுவரொட்டிகள் வைக்கப்பட்டிருந்தன.

பாண்டியன் ஒவ்வொரு கிளைகளுக்கும் கொடுக்கவேண்டிய போஸ்டர்களை எண்ணி எடுத்து வைத்துக் கொண்டிருந்தார்.

"தோழர் சர்குலர் ஒண்ணு முப்பது 'காப்பி' எடுத்துத் தரணுமே."

உடனேயே கார்பன் பேப்பரும், வெள்ளைப் பேப்பருமாக அடுக்கிக்கொண்டு, மேஜையின் அருகே ஸ்டூலை இழுத்துப் போட்டுக்கொண்டு எழுத உட்கார்ந்தேன். ஒரு தடவைக்கு 5 காப்பிகள் கிடைக்க வேண்டும். கையை கொஞ்சம் அழுத்தி அழுத்தியே எழுத வேண்டும். ஒவ்வொரு சமயம் பெருவிரலும், புறங்கையும் வீங்கிப்போவதுமுண்டு. வீங்கிய கையைப் பார்த்து எனக்குள் நானே பெருமைப்பட்டுக் கொள்வேன்.

... ...

அன்று வழக்கம் போல் ஒவ்வொருவராக வர ஆரம்பித்தனர். ஆந்திரா வெள்ள நிவாரண நிதி வசூல் கமிட்டி செயலாளர் வந்து ரிப்போர்ட் கொடுத்தார்.

மாணவர் இயக்கத்தில் செயல்பட பணிக்கப்பட்டுள்ள தோழர் வந்தார். தங்கள் ஏரியாவில் தி.மு.க. கொடி பறக்கவிடப் பட்டிருப்பதாகவும், நம் கொடி அதைவிடச்சற்று உயரமான கம்பத்தில் பறக்கவிடப்பட வேண்டுமென்று ஒரு தோழர், இன்னும் ஒன்றிரண்டு ஸ்தலப் பிரச்சினைகளுக்காக சில தோழர் களும் வந்து உட்கார்ந்துகொண்டிருந்தனர். நான் என்பாட்டிற்கு பிரதிகள் எடுத்துக்கொண்டிருந்தேன். எல்லோரும் தோழர் நந்தன் வரவிற்காக காத்திருந்தனர். ஒவ்வொருத்தருக்கும் பிரச்சினை களுக்கு பதில் சொல்லி வேலைகள் என்னென்ன என்று விளக்கிச் சொல்லி அனுப்பி வைத்தார்.

இப்போது எஞ்சி இருப்பவர்கள் தோழர்கள் பாண்டியன், நந்தன், நான் மாத்திரம்தான்.

எனக்கு கட்சியின் முதல், இரண்டாவது காங்கிரஸ்கள் எங்கு எப்போது நடந்தன என்று தெரியாமலிருந்தது.

"இரண்டாவது காங்கிரஸ் எப்போது நடந்தது தோழர்?"

தோழர் பாண்டியன் முந்திக்கொண்டு, ஏதோ என்னை பெரிசா குற்றஞ்சாட்டுவது போல்,

"இதுகூடத் தெரியாமல் நீங்க என்ன கட்சித் தோழர்?"

"சரி, சொல்லுங்களேன்."

"1948இல் கல்கத்தாவிலே நடந்தது. ஓர்மை வச்சிக்கிடுங்கோ."

பாண்டியன் எப்போதும் அப்படித்தான். இம்மாதிரி விபரங்களை ஞாபகத்தில் எப்போதும் வைத்திருப்பார். இன்னொரு விஷயம், நிதி வசூலுக்கும், சந்தா வசூலுக்கும் போய் பேசத் தெரியாமல் பேசி எதையாவது வாங்கிக் கட்டிக்கொண்டு வருவார். கொடுக்காதவர்களை 'குற்றவாளிக் கூண்டில் ஏற்றிவிட்டு' வக்கீல் மாதிரி வாதாடுவார். அப்போது அவர் நிலையைப் பார்க்க பரிதாபமாக இருக்கும்.

என்னிடமும் அது மாதிரி விமர்சிக்கிறேன் பேர்வழி என்று, "தோழர் நீங்கள் 'கு' எழுதினால் அது 'டு' மாதிரி இருக்கு" என்பார்.

"இவ்வளவுதானே, வார்த்தைகள் ஏதும் விட்டுப் போயிரல்லையே" என்று கேட்டால்,

"சின்ன தப்புன்னாலும் தப்பு தப்புதான்" என்பார். எனக்கு சிரிப்பதா, அவர் மீது அனுதாபப்படுவதா என்று தெரியவில்லை.

"போனாப் போட்டும், இனிமே சரியா எழுதுவேன் போதுமா?"

என்னை விமர்சித்துவிட்டதில் அவருக்கு பரம திருப்தி. இதையெல்லாம் கேட்டுக்கொண்டும் பார்த்துக்கொண்டும் இருந்த நந்தன் சிரித்துக்கொண்டிருந்தார்.

2வது காங்கிரசைப் பற்றி நான் என்ன தெரிந்துகொள்ள விரும்புகிறேன் என்பதைப் புரிந்துகொண்டவர் போல்,

"48லே பெப்ரவரி மாசம் காங்கிரஸ் நடந்தது. அதிலே தான் கட்சிக் கொள்கையிலே மாற்றம் வந்தது. அதனாலே கட்சியும் அடக்கு முறைக்கு ஆளாச்சு."

பின்னர் தோழர்களின் தலைமறைவு வாழ்க்கையைப் பற்றியும், தியாகங்கள் பற்றியும் நந்தன் சொல்லச் சொல்ல, நானும் 48லேயே கட்சிக்கு வரமுடிந்திருந்தால் இப்படிப் பட்ட சாகசங்களை எல்லாம் செய்திருப்போமா என்று என் மனம் ஏங்கியது.

பேசிவிட்டு மேலும் தொடர்ந்தார். "தோழர், இப்போ 3வது காங்கிரஸ் மதுரையிலேதான் நடக்குது. நீங்களும் போயிட்டு வரலாமே. கடைசி நாள் பெரிய ஊர்வலம், பொதுக்கூட்டம் அதிலெ எல்லாம் கலந்துக்கலாமே?"

நந்தன் சில வேலைகள் தரும்போது இந்த இடத்துக்குப் போகலாம், இந்த இடத்துக்குப் போக வேண்டாம் என்று சொல்வதிலிருந்தும், இன்னாரைக்கூட்டிக்கொண்டு போகலாம்,

போக வேண்டாம் என்று சொல்கையிலும் வெறும் தோழமை என்பதைவிட அதிகமான ஏதோ ஒன்று..? சகோதர பாசமாக இருக்குமோ..?

... ...

ஒரு வாரமாக நந்தன் காரியாலயம் வரவில்லை. தோழர் பாண்டியன் சொன்னார், ஏதோ குடும்ப காரியமாக வெளியூர் போயிருப்பதாக. அதனால் எனக்கென்ன?

தோழர் மணிசேகரன் நெல்லை ஜில்லாக் கமிட்டி கடிதம் ஒன்றை என்னிடம் கொடுத்தார்.

"என்ன தோழர் போறீங்களா? நீங்க போற முக்கியத்துவம் என்னான்ன, ஒரு பெண் பேசறாளேன்னு கூட்டங்களுக்குப் பெண்கள் வருவாங்கல்லையா. அதோட வீடு வீடா கேன்வாசிங் போனா பெண்களிடம் ஓட்டுக் கேட்க வசதியா இருக்கு மில்லையா? ஒரு வாரம் போலத் தங்க வேணும். போறேளா?"

நான் கடிதத்தைப் பார்த்தேன்.

"ம், இவர்தானே, இவர் மனைவிதானே தேர்தலில் நிக்கிறது. இந்தக் குடும்பத்தைப் பற்றி கேள்விப்பட்டிருக்கேன்."

"அப்படியா?"

"ஆமாம் தோழர், ஆனால் நான் தங்குவதற்கு..?"

"அதெல்லாம் நெல்லை ஜில்லா கமிட்டி ஏற்பாடு பண்ணுவாங்க, அப்ப நீங்க வர்றதாக எழுதிப் போட்டிரலாமா?"

"ம்."

"வீட்லே அம்மா சம்மதிப்பாங்களா?"

"அம்மாவா? இப்போல்லாம் நீங்க அம்மாகிட்டே பேசிப் பாருங்கோ, மார்க்ஸ், ஏங்கல்ஸ் பற்றியும் லெனின், ஸ்டாலின் பற்றியும் எங்கம்மா இப்போ பாடம் எடுக்கத் தயார் தெரியுமா தோழர்."

"அது சரி! அப்போ இனிமே உங்க அம்மா பற்றி நீங்க கவலைப்படத் தேவையில்லைதானே? ஆனாலும் நீங்க ஊரிலில்லாட்டா நாங்க வீட்டிலே போய் ஒங்கம்மாவை கவனிச்சுப்போம். சரியா?"

"ம், அது சரி."

அந்த ஒரு வாரமும் எனக்கு மிகுந்த அனுபவங்களும் படிப்பினைகளும் ஏற்பட்டது.

கோழி கொக் கொக்கரக்கோ என்று சப்தமிடுகையில் கோழிக்குஞ்சு 'கீச், கீச்' என்பது போல் பெரிய தலைவர்கள், கூட்டத்தில் பேசுகிறார்கள், நானும் பேசுகிறேன்.

பெரிய, பெரிய, தோழர்கள் எல்லோரும் என்னதான் பேசினாலும் சாதிக்க முடியாததை என்னால் ஐந்து நிமிடமே பேசி சாதிக்க முடியும். ஒரு பொண்ணு கூட்டத்திலே பேசுன்னா, அதனாலே அங்கங்கே சில பெண்கள் எட்டிப் பார்ப்பார்கள், அல்லது தங்கள் தங்கள் வீட்டு வாசல், திண்ணைகளில் மேடை தெரிகிறார் போல உட்கார்ந்து அந்தப் பொண்ணு பேசுகிற வரையிலும் கூட்டத்தில் பேசப்படுவதைக் கேட்பார்கள். என்னால்தானே இதைக் செய்யமுடிகிறது என்ற பெருமையே எனக்குப் போதுமாயிருந்தது.

நகரமக்கள், ஆலைத் தொழிலாளர்கள், விவசாயிகள், முண்டாசுக்கட்டிக் கொண்டிருக்கும் தாத்தாக்கள், எண்ணெயும், தண்ணியுமாக் கலந்து தலையில் தடவி, பிரபல சினிமா நடிகனின் விசிறிகள் நாங்கள், எனப் பறை சாற்றுவதுபோல் நெற்றிக்கு மேலே முடியைச் சுருட்டி, சேவல் கோழியின் பூவைப்போல் நிறுத்தி வைத்துக் கொண்டுள்ள இளைஞர்கள், இப்படியாப்பட்ட ஒரு கூட்டத்தில் அந்த மக்களிடம் கம்யூனிட் கட்சிக்கு ஏன் ஓட்டளிக்க வேண்டுமென்பதை எப்படி விளக்கிப் பேசுவது என்று நான் எண்ணமிட்டுக் கொண்டிருக்கையில், அந்தத் தலைவர் கம்யூனிஸ்ட் கட்சியின் மாகாண செயற்குழு உறுப்பினரான அந்தத் தோழர் பேசுகிறார்.

உழுதுண்டு வாழ்வாரே வாழ்வார் மற்றெல்லாம்
தொழுண்டு பின் செல்பவர்

என்றெல்லாம் பாடினார்கள். ஆனால் இந்த நாட்டின் முதுகெலும்பே நீங்கதான். இந்த நாட்டின் பொருளாதாரமே உங்க கையிலேதான் இருக்கு. தொழிலாளர்களுடைய நலனும் உங்க கையிலேதான் இருக்கு. உங்களுக்கு ஒரு உதாரணம் சொல்லி விளக்குகிறேன்.

"இந்த சின்ன நகரத்திலே ஒரு தொழிற்சாலை; என்ன தொழிற்சாலை? சோப்புத் தொழிற்சாலை என்று வைத்துக் கொள்வோம். அங்கே ஆயிரமாயிரமா சோப்புகள் உற்பத்தியாகிறது. இந்த நகரத்திலே உள்ள கொஞ்சம் வசதியுள்ளவங்க மாத்திரம் அந்த சோப்பை வாங்கினால் போதாது. இந்த நகரத்தை சுற்றிலும் எத்தனை எத்தனை கிராமங்கள். அந்தக் கிராமத்து மக்கள்தானே? அவர்கள் விவசாயிகள்தானே? அனைவரும் சோப்பு வாங்க முற்பட்டால் ஆயிரமாயிரமாக விற்றுப் போகுமல்லவா? அதனாலே அந்தத் தொழிலும் வளர்கிறதல்லவா? ஆனால்...

அதுக்கு விவசாயிகள் கையிலே பணம் இருக்க வேண்டுமல்லவா? அவனுடைய உற்பத்திப் பொருள்களுக்கு நல்ல விலை கிடைக்க வேண்டும். அவனது உற்பத்தி பெருக வேண்டும். அவனுக்கு நிலம் இருக்க வேண்டும். கூலி விவசாயிகளுக்கு கூலி அதிகப்படியாக வேண்டும். இதைத்தான் விவசாயிகளின் 'வாங்கும் சக்தி' என்கிறோம். நம் நாட்டில் உற்பத்தியாகும் பொருட்களுக்கு விலை போகும் சந்தையாக நாம் அலையத் தேவையில்லை. எனவே 'கிராமங்களும், விவசாயிகளும்தான் இந்நாட்டின் முதுகெலும்பு' என்கிற சொல் வெறும் வாய்ச்சொல் என்றில்லாமல், அதன் உட்பொருளை நீங்கள் புரிந்துகொள்கிறீர்கள் என நம்புகிறேன்..."

இவ்வாறு அவர் பேசிக்கொண்டிருக்கையிலேயே ஐயோ... இதென்ன நடக்கிறது? மைதானத்தைத் தாண்டிச் செல்கின்ற ரோட்டில் 'விருட், விருட்'டென்று பலகார்கள் வந்து திரும்புவதைப் பார்த்தேன். கூட்டத்தில் உள்ளவர்கள் எழுந்து கலைகிறார்களே, மாட்டு மந்தையோ, ஆட்டு மந்தையோ கலைகிறார்போல எங்கே போகிறார்கள்? இத்தனை நேரம் அவர்கள் காத்திருந்த சினிமா நடிகர் வந்துவிட்டார்! நாட்டின் பொருளாதாரம், விவசாயிகளுக்கு வாங்கும் சக்தி, உண்மையான சோஷிலிஸம் இதை எல்லாம் பற்றி யார் இப்போ கேட்டார்கள்?

இதோபார், 'ரத்தத்தின் ரத்தமே' என்றழைக்கிறான் தலைவன். அரசனின் அல்லது அரசியின் சூழ்ச்சிகளை, தான் ஒருவனே முறியடித்து, சூது நிறைந்த மந்திரியின் மகளைக் காதலித்து, மந்திரி அனுப்பிய விரோதிகளை தன் ஒருவனின் வாள் வீச்சாலேயே வென்றுவிட்டு அந்நாட்டின் அரசனாக வருகிறான். இவனல்லவோ தலைவன்!

தலைவா நீ வாழ்க, ஹாங்... அந்த சினிமாவிலே மந்திரி குமாரியை நம்ம தலைவர் எப்படியெல்லாம்... நம்மாலே தான் முடியல்ல... வீட்டுக்கு போனா ஏதோ ஒரு 'பட்டை' போட்டுட்டுப் போனாத்தான் என்ன? மந்திரிகுமாரி மாதிரி ஓடி வந்து நம்மைக் கட்டிக்கொள்வதற்குப் பதில், அடுப்பிலே 'ஒலை' காயுது, அரிசி வாங்கி வந்தியா? இல்லேன்னா காசைக் கொண்டா... புள்ளையப்புடி, நான் போய் வாங்கியாரன்... சே... இதா வாழ்க்கை?

இவன் இப்படி நினைக்கையிலே அவன் அந்தத் தலைவரு ராஜ உடையிலே வாளோடு வந்து நிக்கவும், மந்திரிகுமாரி அவன் மார்பிலே ஓடி வந்து சாய்ந்துகொள்ளும்போது ஆஹா... எப்படி இருக்கும்? இப்படித்தான் இந்த ஜனங்களின் சிந்தனை இருக்குமோ? இல்லாவிட்டால் ஒரு நடிகனுக்காக, நடிகைக்காக இப்படி ஓடுவார்களா? தாங்கள் பார்த்துவிட்டு

வந்து அதுபோல் கற்பனை செய்தாவது இன்புறச் செய்யும் நடிகையல்லவா அவர்களுக்குத் தேவை! இது புரியாமல் நாம பாட்டிற்கு பட்டினியை ஒழிக்கணும், பஞ்சத்தை ஒழிக்கணும்னா சோஷிலிஸம் கொண்டு வரப்பாடுபடணும் என்றெல்லாம் சொன்னால் இதை எல்லாம் கேட்க அவர்களுக்குத் தலை எழுத்தா என்ன?

மந்தைகளின் கூட்டம் பின் எப்படி சிந்திக்கும்? வாங்கும் சக்தி அதிகரிப்பினால் விளையும் நன்மைகளைப் பற்றி எல்லாம் எந்தவித சிரத்தையுமில்லாது கலைந்து போகிற கூட்டத்தைப் பார்த்து, கட்சிக்கொடியின் கீழ் நின்று பேசும் தோழருக்கு, தான் இறைக்கும் நீர் விழலுக்கு தானே என்று எண்ணிவிட்டாரோ என்னவோ, பேச்சு சுவாரசியமற்று போய்க்கொண்டிருந்தது. கைக்கெட்டியது வாய்க்கெட்டவில்லையே என்று ஏமாந்துபோன ஒரு பட்டினிக் குழந்தையின் நிலையில் நான் நின்றுகொண்டிருந்தேன்.

அங்கே, சினிமாவால் பிரபலமான தலைவர்கள், “கனக விஜயர் தலைமீது கல் கொண்டு வந்தான் தமிழன்.” ஒரே கைதட்டல்.

“பத்தினித் தெய்வம் கண்ணகிக்கு சிலை எடுத்தான் தமிழன்.” சொல்பவள் பத்தினியா, இல்லையா என்று நினைக்க அவர்களுக்குத் தெரியாது. மந்திரிகுமாரியாக பத்தினியாக நடத்த அவளின் வாய்ச்சொற்களில் பத்தினிப் பெண்கள் எல்லோரும் மெய்சிலிர்த்தனர்.

சூரிய நமஸ்காரம் செய்யத் தெரியாதவர்களும், சூரியனைச் சுற்றித்தான் உலகம் சுழல்கிறது என்பது தெரியாதவர்களும், நடிகர் தலைவனும், மந்திரிகுமாரி நடிகையும் ஏந்தி வந்த சூரியன் எனும் சின்னத்தை வணங்குவதில் ஆச்சரியமொன்றும் இல்லை.

“விவசாயிகளின் வாங்கும் சக்தி அதிகரிக்க வேண்டும். விவசாயிக்கு நிலம் வேண்டும். உழுபவனுக்கே நிலம் என்பதெல் லாம் காற்றிலேறி விண்ணையும் தாண்டி வெறும் வானவெளியில் கலந்து எங்கோ போய்விட்டதைப் பார்த்தேன். அடுத்த நாள் காலை வீட்டு முற்றங்களில் ‘உதய சூரியனி’ன் கோலங்கள்!

தேர்தல் முடிந்தது. சில அனுபவங்களை மாத்திரம் லாபமாகப் பெற்றுக்கொண்டு. தனியாகப் போவதால் கையில் ஏதாவது பணம் இருக்கட்டும் என, தந்த பத்து ரூபாயுடன் பஸ்ஸில் ஊர் நோக்கி திரும்பிக்கொண்டிருந்தேன். சோசலிஸம் வருவதும் ஜனங்களை விழிப்புணர்வு கொள்ளச் செய்வதும் அப்படி ஒன்றும் சுலபமான காரியமல்ல என்று தெரிந்தபோது, கிழக்கே உதிக்கும் நிலவைப் பார்த்தும் மனம் குளிர்மை பெற

மறுத்தது. பஸ்ஸின் வேகத்துடன் போட்டி போட்டுக்கொண்டு கூடவே வரும் நிலவு என்னை ஹே... ஹே... என்று ஏளனமாகக் கெக்கலி கொட்டிச்சிரிப்பது போலிருந்தது.

வீடு போய்ச் சேர இரவு எட்டு மணியாகிவிடும். 'நேரத்தே வரப்டாதா'?ன்னு அம்மா கேட்பாளே. யாராவது துணையுடன் போய்ச் சேர்ந்தால் நிம்மதியான வரவேற்பு இருக்கும். பஸ்ஸை விட்டு இறங்கியதும் காரியாலயம் வழியாகத்தானே போகணும். வேலையிலிருந்தாலொழிய இந்நேரத்தில் அங்கு தோழர்கள் யாரும் இருக்க மாட்டார்கள். எனக்கென்னவோ அங்கே போக வேண்டுமென்று தோன்றியது. மாடியில் ஏறிப்போனேன்.

அறை வாசலில் தெருவைப் பார்த்த வண்ணம் தோழர் நந்தன் நாற்காலியைப் போட்டு உட்கார்ந்திருந்தார். யார் வரவையோ எதிர்பார்த்து அங்கே உட்கார்ந்துகொண்டிருந்ததாகத் தோன்றியது.

நான் ஏன் அந்த நேரத்தில் அங்கே போனேன்? எனக்காக யாரோ காத்திருப்பார்கள் என்றா? இல்லையே?

நான், எனக்காக யாரோ காத்திருக்கக் கூடும் என்று வந்ததாக நந்தன் நினைத்துவிட்டால்?

"என்கிட்டே மீதி பணம் இருந்தது. இப்படியே தந்திட்டுப் போகலாம்னுதான் வந்தேன்."

ஒன்றும் பேசாமல் பணத்தை வாங்கி மேஜை டிராயரில் போட்டார்.

"ரெம்ப நேரமாகிப் போச்சே தோழர். நான் வீடு வரையிலும் வருகிறேன்."

மௌனமாக நடந்தோம். வீடு வாசல் வரை வந்ததும்.

"போட்டுமா?"

"சரி."

ஒரு நிமிஷம் மௌனமாக நின்றுவிட்டு தோழர் நந்தன் வந்த வழியே திரும்பி நடந்தார்.

இந்த மௌனத்திற்கு என்ன அர்த்தம்? எனக்குத் தெரிந்தால் தானே!

○

45

தட்டுக்கு ஏறிப்போய் மட்டிப்பாவில் நின்று கிழக்கே பார்த்தால் மருத்துவாமலையின் உச்சி தெரியும். மேற்கு வாசலைத் திறந்துகொண்டு வந்து நின்றால் வடக்கு மலை முகடுகளில் அநேகமாக மேகங்கள் கவிந்துகொண்டு வரும் காட்சி தெரியும். ஆனி, ஆடிச்சாரல், வெயில், காற்று, லேசான மழை. விசாகம் திருநாள் மகாராஜா திருவிதாங்கூருக்குக் கொண்டுவந்த மரச்சீனிப் பயிருக்கு இந்தச் சாரல் மழைதான் வேண்டும்.

யாரோ இப்பயிரை தங்கள் நாட்டிலும் பரவச் செய்ய எடுத்துச் சென்றபோது "போனால் போகட்டுமேடா, இந்தச் சாரலை அவன்களால் எடுத்துக்கொண்டு போக முடியாதே" என்று சொல்லிச் சிரித்தாராம் மகாராஜா. இந்தச்சாரல் மழை தென் திருவிதாங்கூருக்கே சொந்தமானதா? வெயிலும் லேசான மழையும் குளிர்ந்த காற்றுமாக... இந்தக் கால நிலை நமக்கே கிடைத்த வரப்பிரசாதம் தான். என்ன சுகம்!! என்ன சுகம்!!

இந்த நாட்களில் அம்மாவும் எப்படியோ உளுந்தும் அரிசியும் காயவைத்து திருவையில் திரிச்சி கருப்பட்டி பாகுபோட்டு களி செய்து தந்துவிடுவாள். மேலால் நல்லெண்ணையோ, நெய்யோ கொஞ்சம் விட்டு இன்னும் ஒரு உருண்டை சாப்பிடு, சாப்பிடு என்று என் கையில்...

இன்னும் வேடிக்கை என்னவெனில் நல்லா வெயிலடிக்கிறதேன்னு அம்மா புழுங்கல் நெல்லை நாலு வட்டி கொண்டு வந்து முற்றத்தில் காயப் போடுவாள்.

“எம்மா வடக்கே கறுத்துக்கிட்டு வருகு, நெல் காயப் போடாதே.”

“நாளைக்கு கோலம்மை நெல் குத்த வருவாளே. கொஞ்ச மாவது காயப்போட்டு குடுக்காண்டாமா? மலையடிவாரத்தில் தான் பெய்யும். இங்கே வராது.”

சொல்லி வாய் மூடியிருக்கமாட்டாள். அதற்குள் அடித்துக் கொண்டிருந்த வெயில் மாயமாய் மறைய, காற்றடித்துக் கொண்டு மழை பிலு பிலுவென தூர ஆரம்பித்துவிடும். “வாரு வாரு, வட்டி எடு, பொட்டி எடு”ன்னு நெல்லை அத்தனையும் அள்ளிப் போடவும் ஒரு களேபரம் ஓய்ந்த மாதிரி இருக்கும். அதோடு மழையும் ஓய்ந்து போயிருக்கும்.

இப்படி அம்மாவை ஏமாற்றி விளையாடும் மழை எனக்குச் சிரிப்பைத்தரும்.

“நாசமாப்போற மழை”ன்னு அம்மா ஏசிக்கொண்டே முணுமுணுப்பது இன்னும் சிரிப்பாக இருக்கும்.

மழைக்காலங்களில் இருண்டு மூடிக்கிடக்கும் அந்த மலைத் தொடர்களை வீட்டிலிருந்து வெய்யில் காலங்களில் முன்னிரவில் பார்க்க பயங்கரமானதாகத்தான் இருக்கும். அதில் இன்னும் பயங்கரம் என்னவெனில் அந்த இருளூடே மலைகளில் சிகப்பில் வைரக்கோடுகள் இழுத்த மாதிரி தெரியும் தீ! இரவில் தெரியும் இந்த தீவரிகள் எங்கேயோ ஒரு பயங்கரம் நிகழ்ந்துகொண்டிருப்பதைப்போல் மனதை அச்சுறுத்தும். அப்படி அவற்றைப் பார்த்திருந்துவிட்டு ஏதேதோ பயமான கற்பனை யுடன் படுக்கப் போய்விடுவேன். ஆனாலும் என்ன! பொழுது விடிகிற போது குருவிகளின் கீச்சுக் கீச்சும் முருங்கப்பூ பொறுக்கும் அணில்களின் சுறுசுறுப்பான கிறீச்சிடும் சத்தமும், எங்கேயோ கூவும் குயிலின் இனிய நாதமும் சேர்ந்து, ஒவ்வொரு நாளையும் முதலில் இனிமையாகவே நம்மை சிந்திக்க வைக்கிறது’

பனாரஸ் பட்டுடுத்தி அப்பாவுடன் வெளியே சென்று வந்த அம்மா, நூறாம் நம்பர் சேலைகள் தவிர எதுவும் உடுத்தறியாத அம்மா, இன்று மொர மொரப்பான அழுக்குப் புரண்ட வெள்ளைச் சேலையில்; தனக்கு என்ன சொத்து இருக்கு, தான் என்ன செய்ய வேண்டும் என்றெல்லாம் தெரியாத அம்மாவுடன், எல்லோராலும் தனிமைப்படுத்தப்பட்ட அமுக்கத்தில், சிரிக்க மறந்து கலகலப்பு மறந்து வெறும் சிந்தனையும் சோகமுமாய் உலாவிக்கொண்டிருந்தேன்.

நெல் வராவிட்டால் என்ன? அரிசி இல்லேன்னா என்ன? பட்டினிதானே! கிடந்தால் போச்சுன்னு மனதிற்குள்

நினைத்துக்கொள்வேன். நேராகக் கட்சி அலுவலகம் போவேன். பன்னிரண்டு மணி ஆனதும் அம்மா என்ன செய்தாளோன்னு மனம் பதறும். வீட்டிற்கு விழுந்தடித்துக்கொண்டு வருவேன். வந்தால் கத்தரிக்காய் தீயலும், வெள்ளரிக்காய் பச்சடியும் மணக்க மணக்க வைத்துவிட்டு அம்மா எனக்காகக் காத்திருப்பாள்.

“எப்படிம்மா செய்த? இல்லாள் அகத்திருக்க இல்லாதது ஒன்றுமில்லை; நீ நெனச்சா ஏதாவது செய்திருவியேம்மா! அது எப்படி?”

“ஆமா... மலக்கறிக்காரியும் தேங்காய்க்காரியும் பணமில் லேன்னா நம்பமாட்டேங்கிறா. ‘வந்து பேசிக்கிறோம்னு’ விலையைக் கூட சொல்லாமல் தூக்கிப் போட்டுட்டுப் போயிட்டாளுகளே.”

“அப்புறம்..? உனக்கு வைக்கச் சொல்லவா வேணும். தீயல் வச்சா, புளிச்சேரி வைப்ப, சாம்பார் வச்சா அவியலும் பப்படமும், பருப்பு வச்சா மிளகாப் பச்சடி; எவன்மா இப்படி ஒண்ணுக்கொண்ணு பொருத்தமா கண்டுபிடிச்சான்?”

அம்மா பதில் சொல்லாமல் வாழை இலையை அறுத்துக் கொண்டிருந்தாள். அண்ணைக்கு வெள்ளிக்கிழமை; அதனால் அம்மா இலையிலேதான் சாப்பிடுவாள்.

இப்போதெல்லாம் நாங்களிருவரும் சாப்பிடுவதோடல்லாமல், யாராவது தோழர்கள் ஒருத்தர் இரண்டுபேர் வீட்டிலே சாப்பிட வேண்டியதிருக்கிறது. கட்சி அலுவலகத்தில் ஒன்றிரண்டு பேருக்கு மேல் இரவு தங்க வசதி கிடையாது.

காலையிலேயே குலசேகரம் ரப்பர் தோட்டம், அல்லது ஆம்பாடி, பாலமோர் எஸ்டேட் முதலிய தோட்டக்காடுகளிலிருந்து லேபர் கேசுகளுக்காக வரும் தோழர்கள்; மத்தியானம் பாவம் ஒரு டீயாவது குடித்திருப்பாளோ என்னவோ, வீட்டில் இரவு தங்க வந்தால், இருக்கும் சாப்பாட்டை அவர்களே எடுத்துப் போட்டுக் கொண்டு சாப்பிட்டுவிடுவார்கள். எங்க அம்மா கையும் சும்மா சொல்லப்படாது. அளந்து இருவருக்கும் சமைக்கத் தெரியாது. குறைவாக சமைத்தாலே வீட்டில் தரித்திரம் வந்துவிடும் என்பாள்.

46

அன்றைக்கு கட்சி அலுவலகத்தில் வழக்கத்திற்கு மாறான கலகலப்பு. தோழர் பரமானந்தம் வந்திருக்கிறார். அவர் இன்னின்ன கூட்டங்களில் கலந்துகொள்ள வேண்டுமென மணி ஒரு அட்டவணை போட்டுக்கொடுத்தார்.

அங்கே வந்திருந்த கூட்டம் வெறும் அங்கத்தினர்களோ, சம்பந்தபட்டவர்களோ அல்லாமல் வேறு பல நிலையிலும் பரமானந்தத்தின் பக்தர்கள் என்று தெரிய வந்தது. அவரும் எல்லோரிடமும் உறவு முறை கொண்டாடிக்கொண்டும், சொந்தம் பாராட்டியும், உரிமை பாராட்டியும் பேசிக்கொண்டிருக்கக் கண்டேன். பெரிய தலைவர்கள் சொந்தம்னு சொன்னாலே பெருமை பிடிபடாத சிலரைக் கண்டேன். பொதுவாக அவர் எல்லோரிடமும் திருவிதாங்கூர் தமிழ்நாடு காங்கிரஸ் பற்றியும், ஒட்டுமொத்தமாக காங்கிரஸ் கட்சி பற்றியும் எல்லோரிடமும் அலசிக்கொண்டிருந்தார்.

மணி என்னிடம் "இப்படித்தான் தோழர் நிறையப்பேர் இவர் வந்தால் மட்டும் இங்கே வருவார்கள். பிறகு நம்மை எட்டிப்பார்க்க மாட்டார்கள். அவருடைய பேச்சிலே மயங்குகிறவர்கள் – அவ்வளவுதான். அதிருக்கட்டும், நீங்களும் இரண்டொரு பொதுக்கூட்டங்கள்ல பேசினா என்ன?"

நான் "சரி" என்றேன்.

நந்தன் அன்று மாலை ஒரு இன்ஸ்டிடியூட் பேர் சொல்லி இடத்தையும் குறிப்பிட்டு அங்கு வரும்படி சொல்லியிருந்தார். அதனால் காரியாலயத்திலிருந்து மத்தியானம் சீக்கிரம் வீட்டிற்கு கிளம்பிப்போய்விட்டு சாயங்காலம் அந்தக் குறிப்பிட்ட இன்ஸ்ட்டிடியூட்டிற்கு கிளம்பினேன்.

அங்கே வித்தியாசமான – வித்தியாசமான என்றால் உப்பளங்களில் வெய்யிலில் வேலை செய்து கறுத்துப்போன உறுதியான உடல் உரம் பெற்ற தோழர்களைப் போல் அல்லாமல், குலசேகரம், பாலமோர் எஸ்டேட்டுகளில் வேலை செய்யும் தோட்டத் தொழிலாளர்களையும் போலல்லாமல் வேறு விதமாக இருந்தனர். படித்த, மத்தியதர வர்க்கத்தினர்கள் எனக்கருதினேன். அதுவும் ரெம்ப வசதியான குடும்பத்திலுள்ளவர்கள் போல் தோன்றியது. நான் போய்ச் சேருகையில் எல்லோரும் அந்த இன்ஸ்டிடியூட் வாசலில் நின்றிருந்தனர். பிறகு எல்லோருமாக உள்ளே சென்றோம். அங்கே வகுப்புகள் நடத்துவதற்கான பெஞ்சுகளும், டெஸ்குகளும் போடப்பட்டிருந்தன; அப்போது அங்கே இருந்த வயதான ஒருவர், அவர் பேன்ட்டும், ஷர்ட்டும் போட்டிருந்தார், என்னைப் பார்த்ததும்,

“வாங்கம்மா வாங்க” என்றார். வயதான அவரது தோற்றம் என்னை அவருக்குக் கைகூப்பி வணக்கம் தெரிவிக்க வைத்தது.

“எல்லோரும் உக்காருங்க, நான் இப்போ வந்துருவேன்” என்று சொல்லிவிட்டுப் போனார். அந்த இடைவேளையில் நந்தன்,

“தோழர், இவர்தான் சாம் டேனியல். உங்ககிட்டே ஏற்கெனவே சொல்லியிருக்கேன்னு நினைக்கிறேன்.”

அங்கு வந்திருந்தவர்களில் ஒருவரைப் பார்த்த மாத்திரம், அவர் என்னைத் தெரிந்த பாவனையில் லேசாக அவர் முகத்தில் சிரிப்புத் தோன்றவே, நானும் அவரைப் பார்த்து என்ன கேட்பது எனத் தெரியாமல், “சௌக்யமா” என்று மாத்திரம் கேட்டு வைத்தேன்.

“ஓகோ... அப்படின்னா உங்க ரெண்டு பேருக்கும் ஒருத்தரை ஒருத்தர் முன்னாலே தெரியும் போலிருக்கே” என்றார் நந்தன்.

அவர்தான் சாமிநாதன். என்னுடன் ஆறாவது பாரம் வரையிலும் படித்தார்.

மனதில் இன்னும் கொஞ்சம் தைரியம் வளர்ந்தது.

அடுத்தது நந்தன் அறிமுகப்படுத்தியவர், அவருடன் கல்லூரியில் குறுகிய காலத்தில் உடன் படித்த மாணவர். நந்தன் "என்னடா ராஜன் நீயேதான் உன்னப்பத்தி சொல்லேன்."

"காம்ரேட்" வார்த்தையில் நல்ல அழுத்தம் இருந்தது.

"நானும் நந்தனும் ஸ்டூடன்ட்ஸ் மூவ்மென்டிலே ஒண்ணா வேலை செய்வோம். எங்கப்பா ரெம்ப ஸ்டிரிக்ட். நான் இங்கிலீஷ் லிட்ரேச்சர் படிச்சிட்டிருக்கேன்."

"ம். இன்னும் சொல்லேன். மார்க்ஸியம் லெனினிஸம் எல்லாம் கரைச்சுக் குடிச்சவன். எழுத்தாளன். பெரிய பேச்சாளன்" என்றார் நந்தன்.

"போதும், போதும், தம்பியைப் பத்திச் சொல்லேன்."

தம்பி என்கிறவரைப்பார்த்ததும் எனக்கே அவரிடம் பேச வேண்டும் போல் தோன்றியது. ஒரு குழந்தையின் நிர்மலமான முகம். ஒளிவு மறைவின்றி சிரிக்கும் விழிகள்.

"உங்களுக்கு எந்த ஊர் தோழர்" நான் கேட்டேன்.

"எனக்கு அழகியபாண்டிபுரம். என்னைப்பத்தி நானே எப்படிச் சொல்ல..? ம்... நான் கதைகள் எழுதுவேன். சுருக்கமா அவ்வளவுதான்; போதுமா..?" என்று மற்ற எல்லோரையும் பார்க்கவும், எல்லோரும் புன்சிரிப்பால் அதை ஆமோதித்தார்கள்.

அந்நேரம் உள்ளே சென்ற முதியவர் வரவே எல்லோரும் தயாரானோம். இன்னும் ஒரு சிலர் இதற்குள் வந்து சேர்ந்தனர். முதியவரை எல்லோரும் தலைமை தாங்கும்படி கேட்டுக்கொள்ள, அவர் தலைமையில் கூட்டம்; அந்தச் சிறிய கூட்டம் ஆரம்பித்தது; ஆனாலும் அது ஒரு கூட்டமாகத் தெரியவில்லை. நண்பர்கள் சும்மா கூடிப் பேசுவது போல் இருந்தது. எனினும் முறையாக தலைவர் எழுந்து உலக சமாதான இயக்கத்தின் அவசியம் பற்றிப் பேசினார். அதன் அகில உலக முக்கியத்தும் பற்றி விளக்கினார். புதிதாக வந்தவர்களில் ஒருவர் மிக மிக ஒல்லியான உருவம். எழுந்து நின்றார். நந்தனிடம் இந்தத் தோழர் யார் என்று கேட்டேன்.

"இவர் தோழர் கோபாலன், வடசேரி. முதலில் டவுன் கமிட்டி செக்ரட்டரி. இப்போ சமாதானக் கமிட்டியிலே டிரஷரர். நிதி வசூல் எல்லாம் இவர்தான்."

தோழர் கோபாலன் அதுவரை வசூலித்த பணம், கணக்கு விபரங்களை சொல்லிவிட்டு அமர்ந்தார். மேற்கொண்டு சமாதான இயக்கத்தை வளர்ப்பது பற்றியும் யார் யாரை அணுக

வேண்டுமென்பது பற்றியும், இப்போது முறையாக இல்லாமல் நண்பர்கள் சிலர் கூடிப் பேசுவது போல் உட்கார்ந்தவாறே அபிப்பிராயங்களையும் யோசனைகளையும் அலசித் தீர்த்தனர். இதற்குள் முதியவர் சாம் டானியலைத் தேடி, படிக்கும் மாணவர்கள் பலர் வரவே அவர்களைக் கவனித்துவிட்டு வருவதாகவும், எங்களைத் தொடர்ந்து பேசிக்கொண்டிருக்கும்படியும் முடிவுகள் எடுக்கும்படியும் சொல்லிவிட்டுப்போனார். அந்தக் கூட்டத்தில் நான் மாத்திரம் ஒரு பெண். ஆனால் அவர்கள் யாவரும் வேற்றுமை பாராட்டாது என்னிடம் சகஜமாக பழகியது எனக்குப் பிடித்திருந்தது. மனதிற்குத் தெம்பை அளித்தது. எனக்கு சர்வதேச அரசியலைப் பற்றி அவ்வளவாகத் தெரியாது.

இன்னொரு யுத்தம் வந்துவிடக் கூடும் என்கிற பயம். அதுவும் நாகசாகி, ஹிரோஷிமா போன்ற அணுசக்தி யுத்தம் வராமல் தடுக்க வேண்டுமென்கிறதிலும் அக்கறை வேண்டும் என உணர்ந்தேன். நந்தன் பேசுகையில் அதை கவனமாக கேட்கத் தொடங்கினேன்.

"ஒரு நாடு ஒரு நாட்டை ஆக்ரமிப்பது நியாயமாகாது. அந்த ஆக்கிரமிப்பை எதிர்த்து அந்த நாடு போராடுமேயானால் அது நியாயத்திற்கு உட்பட்டதாகும். எப்போதுமே நியாயமில்லாத ஒன்றைச் செய்யும்போது அந்த நாடு பொய்க் காரணங்களை சிருஷ்டிக்கவே செய்யும். இன்றைக்கு நாம் என்ன பார்க்கிறோம்; இரண்டாவது உலக யுத்தத்திற்கு பின் உலகம் இரண்டு அணியாகப் பிரிந்துள்ளதை பார்க்கவேண்டும். பிரிட்டனை பின்னே தள்ளிவிட்டு அமெரிக்கா இன்று மிகப் பெரிய வல்லரசாகி யுள்ளது. அதே சமயம் சோஷலிஸ்ட் நாடாகிய சோவியத் நாடு இன்று உலகிலுள்ள ஜனநாயக அணிக்கு தலைமையாக விளங்குகிறது. இன்னுமொரு உலக யுத்தம் மூண்டால் உலகின் கதி என்னவாகும் என்பதை ஹிரோஷிமா, நாகசாகி அணுகுண்டு வீச்சுகள், நமக்குத் தெரியவைக்கிறது. ஹிரோஷிமா, நாகசாகி மக்கள் ஒன்றுமறியா பிரஜைகள். அவரவர் தங்கள் தங்கள் காலைக் கடன்களில், வேலைகளில் ஈடுபட்டிருக்க, ஒரு சில நொடியில் அழிந்துவிட்ட கொடுமையை பற்றி வர்ணிக்க வார்த்தைகளே இல்லை. இருந்த இடத்தில், நின்ற இடத்தில் அப்படியே சாம்பலாகிப் போனவர்கள். சாம்பல் கூட இல்லாமல் வெறும் ஒரு கருமைப் புள்ளியாக மாறிப்போன மனிதர்கள், எத்தனை எத்தனை பேர்? இறந்து போனவர்களே பரவாயில்லை என்று நினைக்கிற அளவுக்கு அணுக்கதிர் வீச்சுக்கு ஆளான மனிதர்கள் பட்ட அவதி; எத்தனையோ வருடங்கள் ஆனபின்னும் இன்றும், அங்கே கருத்தரிக்கும் பெண்களின் குழந்தைகள் அங்கஹீனமாகப் பிறந்துகொண்டிருக்கும் மிகப் பயங்கரமான

நிஜங்களை ஏற்றுக்கொள்ளத் தயங்குகிறது நம் மனது. 'இனி ஒரு யுத்தம் ஏற்படுமானால் அது உலகின் நாசத்துக்கே வழி வகுக்கும்' என்று ஒரு பாட்டம் சொல்லிவிட்டு, பின்னர் உலகின் எந்தெந்த மூலை முடுக்குகளில் எல்லாம் ஏகாதிபத்தியத்தின் கைகள் வேலை செய்துகொண்டு இருக்கின்றன என்றும், அதை எதிர்த்து அங்கெல்லாம் உலகின் ஜனநாயக சக்திகள் பாடுபடுகிறது என்பதையும் விளக்கினார். நான் வாய் பிளந்து கேட்டுக்கொண்டிருந்தேன். பேசும்போது கண்களில் மின்னும் பிரகாசமான ஒளியும், குரலிலிருந்த உறுதியும் கனமும், பேசும் போது தொண்டையில் ஏறி இறங்கும் 'ஆடம்ஸ் ஆப்பிளும்' எனக்குத் திரும்பவும் ஏப்ரஹாம் லிங்கனை ஞாபகப்படுத்தியது. அகில உலக நிகழ்ச்சிகளை அன்றைய தினம் வரையிலான செய்திகளைத் தருவதில், எவ்வளவு படிக்கிறார் என வியக்க வைத்தது. என்னதான் உருப்போட்டாலும் நினைவில் நிற்காத நாடுகளின், தலைவர்களின் பெயர்களை இவரைத் தூக்கத்தில் தட்டி எழுப்பிக் கேட்டாலும் உடனே சொல்வார் போலிருக்கிறது. எனக்குப் பெருமையாயிருந்தது.

சமாதான இயக்கத்திற்காக என் பங்கை ஆற்றவும் உறுதி கொண்டேன்.

கூட்டம் முடிந்ததும் எல்லோரும் புறப்பட்டனர். மற்றவர்கள் போன பின் நந்தன், சுவாமிநாதன், ராஜன், தம்பி, இவர்கள் முதியவரிடம் சொல்லிக்கொண்டு போவதற்காகக் காத்திருந்தனர். நான் போவதா இருப்பதா என யோசித்தேன். இதற்குள் சு.ரா.வின் 'கோயில் காளையும் உழவு மாடும்' கதையைப் பற்றிப் பேசினார்கள். இலக்கியம் என்றால் எனக்கு நல்ல வெய்யில் காலத்தில் திடீர் எனப் பெய்யும் மழையில் நனைவது மாதிரி, அத்தனை பிடிக்கும். நானும் புறப்படுவதாக இல்லை. அவர்கள் பேச்சு புதுமைப்பித்தனின் சிறுகதைகள் வரையிலும் போனது. நான் கூட மாப்பசான் கதைகளைப் படித்திருக்கிறேன். அவரது சிறுகதைகளின் தொகுப்பு என்னிடம் இருப்பதை அவர்களிடம் பெருமையாகச் சொல்ல வேண்டுமென விரும்பினேன். ஆனால் அவர்கள் மாத்திரம் இலக்கியத்தைப்பற்றி, புஸ்தகங்களைப் பற்றி அன்று முழுவதும் பேசிக்கொண்டிருக்க வேண்டும், நான் கேட்டுக்கொண்டிருக்க வேண்டும் என்று மனம் விரும்பியது. ஏற்கெனவே நந்தனிடம் ஒரு சமயம் பேசிக்கொண்டிருக்கையில் 'சைமன்ஸ் பப்பா' பற்றி பேசியிருக்கிறேன். நந்தனுக்கு 'சைமன்ஸ் பப்பா' ரெம்பப் பிடித்த கதை என்பது தெரியும். புதுமைப் பித்தனின் கதைகளை நான் எப்படிப் படிக்க நேர்ந்தது என்பதே ஆச்சரியமான விஷயம்தான். புதுமைப்பித்தனைப் பற்றி எதுவும் தெரியாமலேயே அவரது கதைகள் தானாக என்னைப் படிக்கத்

தூண்டியிருக்கிறது. அவரைப்பற்றி ஏதாவது வார இதழில், மாத வெளியீடுகளில் வெளிவந்திருந்தாலும் அதுவும் அதை எழுதியவர் யார் என்ற அறிவோ, எதுமின்றியே வாசித்து வைப்பேன். இப்போது இவர்கள் புதுமைப்பித்தனைப் பற்றிப் பேச ஆரம்பித்ததும், நானும் புதுமைப்பித்தனின் சிறுகதைகளை நிறையப் படித்திருக்கிறேன் என்று சொல்லிக்கொள்ள வேண்டும் போலிருந்தது. ஆனால் அவர்கள் யாரும் எனக்கு இலக்கியச் சுவை ஏதுமிருப்பதாக எண்ணியதாகத் தெரியவில்லை. நந்தன் ஒரு கம்யூனிஸ்ட் ஆகையால் என்னையும் இந்த சமாதான இயக்கத்திற்கும் அழைத்திருக்கக் கூடும் என்றுதான் கருதி யிருப்பார்கள். ஆனபோதிலும் என்னைக் காட்டிக்கொள்ள வேண்டும் என்று பெரிதும் விழைந்தேன். முதலில் தொண்டையைக் கனைத்தேன். ஏதோ சொல்ல முயற்சித்தேன். வாய் ப்ளாஸ்ட்டர் போட்டது போல் ஒட்டிக்கொண்டிருந்தது. முதலில் உடலிற்கு அசைவு கொடுத்தேன். எழுந்திருந்து போய் மூலையிலிருந்த மண் கூஜாவில் இருந்து தம்ளரில் தண்ணீர் பிடித்துக் குடித்தேன். திரும்ப இருக்கையில் வந்து உட்கார்ந்தேன். அப்போது நந்தன் என்னிடம், மற்றவர்கள் கவனித்துக்கொண்டிருக்க, “தோழர் நீங்க புதுமைப்பித்தன் கதைகள்தானே படிச்சிருப்பீங்க. இந்தாங்க ரகுநாதன் எழுதின ‘புதுமைப்பித்தனின் வாழ்க்கை வரலாறு’” என்று சொல்லி என்னிடம் கொடுக்கவும் மற்றவர்கள் வினோதமாக என்னைப் பார்த்தனர்.

“ஓ நீங்க நிறைய வாசிப்பீங்களா?” இது ராஜன்.

“ஹேய், அவங்க மாப்பசான், பர்ல்பக், காண்டேகர், சரத்சந்திரர், பக்கிம் சந்தர் இப்படி நிறைய படிச்சாச்சு. அப்புறம் இன்னைக்குள்ள எழுத்தாளர்கள் பலரையும் தெரிஞ்சு வச்சிருக் காங்க. பாரதியார், வ.ரா., தொ.மு.சி. இப்படி எல்லா புஸ்தகங் களும் வச்சிருக்காங்க. என்ன தோழர் அப்படித்தானே?” இது நந்தன்.

எனக்கு நிஜமாகவே என்ன சொல்வது என்று தெரியாமல் திண்டாடினேன், அப்போது சாமிநாதன் “நீங்க இந்த கஸ்தூரிபாய் மாதர் சங்கத்திற்கு எப்போதும் வருவேள் இல்லியா?”

நான் தலையாட்டினேன்.

திரும்பவும் அவர், “ஆமா, நாங்க இவ்வளவு பேரும் பேசினோமே, ஏன் நீங்க ஒரு வார்த்தைகூட பேசமாட்டேன்கிறேள்?”

அப்போதும் பேசாமல் சிரித்தேன். என்னைப் பேச வைக்க வேண்டுமென்றுதானோ என்னவோ, ராஜன் என்னிடம்,

“உங்களுக்கு சஜ்ஜாத் ஜாகிரைத் தெரியுமா?”

"ஓ தெரியுமே."

"சரி, சரி, நீங்கதான் ஒன்னும் பேசமாட்டேன்கிறேளே, ஒரு பாட்டுப் பாடலாமே?"

"ஆமா, ஆமா கூட்டம் ஒரு பாட்டோடு முடியட்டுமே, அதுவும் நல்லாத்தானிருக்கும்."

நான் அங்கிருந்த நந்தனிடம் ரகசியக் குரலில் "கட்டாயமாகப் பாடவா?" என்றேன்.

"ம். பாடுங்க தோழர், சும்மா பாடுங்க."

"ஐயோ, நான் என்ன பாட்டுப் பாடறது?"

"பாரதியார் பாட்டுத்தான் பாடுங்களேன்."

"நீங்க ரண்டு பேரு மட்டும் என்னத்த ரகசியம் பேசறீங்க?" என்று ஒருவர் கேட்கவும் எனக்கு வெட்கமாகப் போய்விட்டது.

"நானே எழுதின ஒரு பாட்டு பாடட்டுமா?"

"நீங்க எழுதின பாட்டா? பரவாயில்லையே! பாடுங்கோ."

எல்லோரும் கேட்பதற்குத் தயாராயினர்.

இலக்கியவாதிகளாகிய அந்த நண்பர்களுக்கு நான் இப்போது நந்தனைவிட நெருங்கியவளாகி விட்டது போல் இரண்டு பக்கமும்—எனக்கும் அவர்களுக்கும்—தோன்றியிருக்க வேண்டும்.

நான் பாடுகிறேன்.

"போதும் போதும் நேற்றைய நாகசாகிக் கண்ட கொடுமைகள்!

ஹிரோஷிமா மண்ணும் இந்தக் கதையை இன்னும் சொல்லுமே!

பாரில் போரை ஒழித்திடவே பாதை ஒன்று காண்போமே!
துயில் விட்டெழுந்து நம்மணியில் சேர வாரும் தோழரே!

யுகயுகமாய் இவ்வுலகில் வாழும் மாந்தரெல்லாம்
மாய்ந்திடவே செய்வீரெனில் மடமை இதன் பேரென்றோ?
துயில் விட்டெழுந்து நம்மணியில் சேர வரும் பெரியோரே

இப்புவியின் விலங்கினங்கள் தாவரங்கள் யாவுமே
மனித இனம் பெற்ற செல்வம் இதை உணர்வீர் உணர்வீரே
எவருக்குமே இதை அழிக்க உரிமையில்லை
தெரிவீரே, போதும் போதும் நேற்றை நாகசாகி கண்ட...

உணவுமின்றி உடையுமின்றி தவிக்கும் மக்கள் ஒரு பக்கம்
உலகை அழிக்கும் ஆயுதங்கள் எத்தனையோ ஒரு பக்கம்!
இத்தனையும் பார்த்து நீங்கள் புரியாவிட்டால் அது வெட்கம்!
போதும் போதும் நேற்றைய நாகசாகி கண்ட கொடுமைகள்."

ஆரவாரமாக இல்லாவிட்டாலும் அவர்கள் கைதட்டி என்னைப் பாராட்டினார்கள்.

எல்லோர் முகத்தையும் பார்த்தேன். அவர்கள் விழிகளில் வியப்பும் கலந்திருந்தது. நிச்சயமாக அவர்கள் எல்லோருக்கும் என்னைப் பிடித்துவிட்டதுபோல் எனக்குத் தோன்றியது. அதை உறுதி செய்வது போலவே,

"தோழர் நாங்க ஒரு முற்போக்கு எழுத்தாளர் சங்கம் தொடங்கலாம்னு இருக்கோம்; நீங்க கட்டாயம் வரணும் என்னா?"

"ம். வருவேன்."

"எப்போ வச்சுக்கலாம்? அடுத்த வாரம்?"

சாமிநாதன் கேட்கவும், எல்லோரும் இசைந்தனர்.

அடுத்த வாரம் எப்போதடா வரும் என்று காத்துக்கிடந்தேன். அவர்கள் எல்லோரையும்விட நான்தான் அதில் ரெம்ப ஆசையுள்ளவளாக இருந்திருப்பேன்.

முதன் முதலாக ஒன்றை ஆரம்பிப்பது, அல்லது அமைப்பது என்பது எனக்கு நேரடி அனுபவமில்லாத விஷயம். அதுவும் ஒரு காரணம் என் ஆவலுக்கு. அவர்கள் எங்கே அதை அத்தனை முக்கியமாக எடுத்துக்கொள்ளாமல் விட்டுவிடுவார்களோ என்றும் கவலையாக இருந்தது.

நல்ல வேளை! ஒரு நாள் நந்தன் என்னை அந்தக் குறிப்பிட்ட கூட்டத்திற்கு வரச்சொன்னார். ரொம்ப உற்சாகமாக இருந்தது.

அடுத்த சில தினங்களுக்குள் திருவனந்தபுரத்தில் உறவினர்கள் வீட்டிற்குப் போயிருந்தபோதும் பலரை சந்தித்த போதும் அவர்கள் கம்யூனிஸ்ட் கட்சிக்குத்தான் ஓட்டுப் போடுவோம் என்ற முடிவுக்கு வந்துவிட்டிருப்பதைப் பார்த்தேன். ஒரு சில வயதான ஆட்கள், தங்களிடம் ஒரு வீட்டிற்கு அதிகமாக இருந்தால், தங்கள் வீடுகளையும் நிலங்களையும் கம்யூனிஸ்ட்டுகள் பிடுங்கிக்கொள்வார்கள் என்று பயப்படுவதைப் பார்த்து சிரிப்புத்தான் வந்தது. அவ்வளவு சீக்கிரமாகவா கம்யூனிஸ்ட்டுகள் அதிகாரத்திற்கு வந்துவிடப் போகிறார்கள்? ஏதோ தோவாளை, அகஸ்தீஸ்வரம், கல்குளம், விளவங்கோடு இந்தத் தாலுக்காக்களிலெல்லாம் கூட கம்யூனிஸ்ட் கட்சிக்கு நிறைய ஓட்டுகள் கிடைத்திருப்பதைப் பார்க்கையில் ஒரு புதிய சமுதாய மாற்றத்திற்கான வழி பிறக்கிறது என்று எனக்கு ஏதோ ஒன்று கட்டியம் கூறியது.

உப்பளம் தொழிலாளர்கள் கூட்டத்தில் “ஆஹா வென்றெழுந்தது பார் யுகப்புரட்சி...” என்று பாடினால் அப்படி கைதட்டுகிறார்களே! யுகப்புரட்சியைப் பற்றி அவர்கள் தெரிந்து கொண்டுவிட்டார்கள் என்பதை எண்ணும்போது..!

இதோ எழுத்தாளர்கள் சாமிநாதன், ராஜன், தம்பி இவர்கள் ஒரு பக்கம். இன்னும் இது போன்ற இளைஞர்கள் இவ்வணியில் சேர வருகையில், இப்படி எல்லாம் ஒட்டுமொத்தமாக கணக்குப் போட்டுப் பார்க்கையில் மக்களின் விழிப்புணர்ச்சிக்கு இவை எல்லாம் வெண்சாமரம் வீசிக்கொண்டிருக்கிறது என உணர்ந்தேன்.

எழுத்தாளர் சங்கக் கூட்டம் ஆரம்பித்துவிட்டோம்! எத்தனை பேர்? என்னையும் சேர்த்து நான்குபேர்! முதலில் என்ன செய்வதென்று ஆளுக்கு ஆள் யோசனை. கடைசியில் ஒரு கையெழுத்து பத்திரிகை நடத்துவதெனத் தீர்மானித்தோம்.

அப்படின்னா அதுக்கு என்ன பெயர் வைக்கலாம்? எந்தப் பெயரைத் தேர்ந்தெடுத்தாலும் அது பொருள் சரிப்படாமல் இருந்தது. எங்கள் எண்ணத்தையும் குறிக்கோளையும் புரட்சிகர வழிமுறைகளையும் உட்கொண்ட ஒரு பெயர் அகப்படுவது பெரிய கஷ்டமாக இருந்ததை அனுபவத்தில் கண்டேன். அல்லது அந்தப் பெயர் ஏற்கெனவே வேறு எதற்காவது இருக்கிறதாக இருந்தது.

சில பெயர்கள் – சே! ரெம்ப நீளம்.

சில பெயர்கள் – பெயரில் அழகில்லை.

சில பெயர்கள் – எண்ணங்களை பிரதிபலிக்கவில்லை.

இப்படிப் பேசிப் பேசி மதியம் ஒரு மணி ஆகிவிட்டது. எல்லோருக்கும் வீட்டுக்குப் போயாகணுமே.

கடைசியில் ‘கலங்கரை விளக்கம்’. எல்லோரும் முழு மனதோடில்லாவிட்டாலும் மற்ற எல்லாவற்றையும் விட இது என்னவோ நன்றாக இருக்கிற மாதிரி ஒத்துக்கொண்டு புறப்பட்டோம்.

வீடு போய்ச் சேருகிற வரையிலும் மனது குதியாட்டம் போட்டது. சமாதான இயக்கத்தை வளர்க்கவும் அதன் மூலம் உலக ஏகாதிபத்தியத்தை தடுத்து நிறுத்துவதில் இதோ குமரி முனையிலிருந்தும் ஒரு ‘கை’யாக நாங்கள் அமைத்த சமாதானக் கமிட்டி.

இலக்கியம்; அதுவும் சமுதாய முன்னேற்றத்தை முன்னே கொண்டுசெல்லும்; இலக்கியம் படைக்கும் இந்த நண்பர்கள்,

இயக்கத்திற்கும் பலத்தத் தூண்போல் விளங்கும், படித்த – படிக்கும் அறிவு ஜீவிகள், இவர்களைக் கொண்ட இந்தக் குழாம்; எஸ்டேட்டு களிலும் உப்பளங்களிலும் வேலை செய்யும் கொஞ்சம் கொஞ்சமாக ஸ்தாபன ரீதியாகத் திரண்டு பலமடைந்து வரும் தொழிலாளி வர்க்கம்; எங்கு பார்த்தாலும் பச்சைப்பசேல் என்ற நாஞ்சில் நாட்டு வயல்கள்; சம்பாவும், வாசரமண்டானும் மாறி மாறிப் பயிர் செய்யும் ஆயிரக்கணக்கான விவசாயிகள், இவர்கள் முழுமையாகத் தொழிலாளி வர்க்கத்துடன் திரட்டப்பட வேண்டும். அப்புறம் என்ன? சோஷலிஸம்தான்!

வீடின்றி, உணவின்றி தவிக்கும் மக்கள் இருக்க மாட்டார்கள். அநியாயங்கள் நடக்காது! பெண் விடுதலை! ஐம்பதோ நூறோ பவுனுக்கு உருப்படிகளைச் சுமந்து, ஐந்து கோட்டை விதப்பாடும் கொண்டு மாப்பிள்ளை வீட்டிலே போய், பின்னர் குடிச்சுத் தொலைத்தாலும் தொலைப்பான், இல்லாவிட்டால் வேலை வெட்டியின்றி, தான் ஆண் என்ற ஒரே காரணத்தைக் காட்டி மனைவி கொண்டு வந்ததை வைத்தே கால் மேல் கால் போட்டு உட்கார்ந்து ரோஷமில்லாச் சாப்பாடு சாப்பிட்டு, அவளையும் அவள் குடும்பத்தையும் 'கோறு' இறக்கிப் பேசும் நிலைமை மாறி, அடுத்த தலைமுறையிலாவது நாஞ்சில் நாட்டுப் பெண்களும் படித்து கல்வியிலும் அறிவிலும் முன்னேறியவர்களாக வாழப் போகிறார்கள்.

வீட்டிற்குள்ளே எப்படி வந்து சேர்ந்தேன்? அதே தெரிய வில்லை! அம்மா ஊஞ்சலில் படுத்துக்கொண்டு

மற்றுப் பற்றெனக்கின்றி நின்திரு
பாதமே மனம் பாவித்தேன்
நற்றவா உனை நான் மறக்கினும்
சொல்லு நா நமச்சிவாயமே...

என்னைக் கண்டதும் கண்ணாடிக்கு மேலாக விழியைச் செலுத்தினாள்.

"ஏண்டி, இவ்வளவு நேரம்? கொஞ்சமா வெயிலடிக்கி? நீ வருவே வருவேன்னு பார்த்தேன். ஒருவேளை ரெம்ப நேரமாகுமோன்னு நா சாப்பிட்டுட்டேன். போ. நீ போய்ச் சாப்பிடு. பாத்திரம் எல்லாத்தையும் ஒழிச்சுப் போட்டுட்டு வந்துரு."

47

திருவிதாங்கூர் தமிழகப் போராட்டம், ஐக்கியக் கேரளத்திற்கான போராட்டம் வலுவடைந்து கொண்டிருக்கிறது. தமிழ் எங்கள் மூச்சு, தமிழ் எங்கள் உயிர், தமிழ், தமிழ் என்று வெறியை சிலர் கிளப்பிவிட்டிருந்தனர். கம்யூனிஸ்ட் கட்சியின் தலைவர்கள் வந்து கட்சியின் ஜெனரல் பாடிக் கூட்டத்தில் விளக்கிப் பேசினார்கள். மொழிப் பற்று இருக்க வேண்டும், மொழி வெறி கூடாது என்றும், மொழிவாரி மாகாணப் போராட்டம் திசை மாறி மொழி வெறிப் போராட்டமாக மாறிவிடக் கூடாது என்றும் தெளிவாகப் பேசி விளக்கினார்கள்.

அன்று கடுக்கரையில் பெரிய பொதுக்கூட்டம் ஒன்று கட்சி ஏற்பாடு செய்தது. தோழர் பரமானந்தம் பேசினார். நானும் கடுக்கரை கூட்டத்தில் பேசுவதற் கென்று தோழர்களால் அழைத்துச் செல்லப்பட்டேன். அங்கு இரு விவசாயி தோழர்கள் – இருவரும் படித்த விவசாயிகள். பல ஏக்கர் நிலங்களுக்குச் சொந்த மானவர்கள். அவர்கள்தான் கூட்டத்திற்கான ஏற்பாடுகளைச் செய்தனர். செலவுகளையும் ஏற்றுக் கொண்டனர்.

நானும் மற்ற தோழர்களுடன் அவர்களில் ஒருவரது வீட்டிற்கு அழைத்துச் செல்லப்பட்டேன். சர்க்கரையும் தேங்காயும் போட்டு இடித்த அவலும்,

மட்டிப்பழமும் கருப்பட்டிக் காப்பியும் சாப்பிட்டோம். எல்லோரும் சுற்றுக்கட்டு படுப்புரை களில் உட்கார்ந்து பேசிக் கொண்டிருக்க, நான் மாத்திரம் உள்ளே சென்று பெண்டுகளிடம் பேச்சுக் கொடுத்துக் கொண்டிருந்தேன். தோழரின் அம்மாவாக இருக்கலாம், காதிலே பாம்படம் ஆட வெற்றிலை இடித்துக் கொண்டு இருந்தாள்.

“என்ன மக்கா, வா; இப்படி இரி. நீயும் கூட்டத்திலே பேச வரப்போறேன்னு மகன் சொன்னான். நீ யாரு, அப்படி இப்படி சுத்தி சுத்திப் பாத்தா சொந்தந்தாலா. ஒங்கம்மா எப்படி இருக்கா? நான் தெரண்டிருக்கச்சிலே ஒங்கம்மைக்கு கல்யாணம்.”

“அம்மா நல்ல சுகமா இருக்கா” என்றேன்.

“மக்கா, நீங்கள்லாம் பாடுபட்டு எப்படியும் நாமோ தமிழ்நாட்டோட சேந்திரணும். இல்லேன்னா பாரு மக்கா” நிறுத்திவிட்டு இடிபட்ட வெற்றிலையை எடுத்து வாயில் போட்டுக்கொண்டாள்.

தொடர்ந்தாள். “கேளு மக்கா, புத்தேரியிலே கிடந்த வயலை எல்லாம் வித்தாச்சு. ஏன் தெரியுமா? கோட்டை விதைப்பாட்டுக்கு மூணு கோட்டை நெல்லு ‘மணியம்கரம்’ அளக்கணும். நம்மோ பாடுபட்டு நமக்கு ஒண்ணும் கிடைக்கல் லேன்னா சவத்த வச்சிருந்து என்னத்துக்குன்னுதான் வித்துப் போட்டோம். எல்லாம் பத்மனாபசாமி ‘வக’ன்னு தனியா அதுக்கொரு கரம் தீர்க்கணும். இங்க பார்வத்திக்காரனுக்கும் இப்போம் நல்ல சக்கரம்தான். ஒண்ணுமில்லாம கிடந்தவனுக ளெல்லாம் பெரிய பண்ணையார்களாயாச்சு, நாமோ ராப்பகலா உழச்சு மணியம்கரம் கொடுக்கவும், இங்கவேற கரம் கொடுக்கவுமே விளையற நெல்லு சரியாப் போகும். பின்ன என்ன மக்கா? நான் சொல்லுகது?” என்னை பார்த்துக் கேட்டாள்.

எனக்கு இந்த ‘கரம்’ விஷயங்கள் அவ்வளவு தெளிவாகத் தெரியாததினாலே, நான் ஆமாம்னு மாத்திரம் சொல்லி வைத்தேன். அதற்குள் கூட்டம் நடக்கும் இடத்திற்குச் செல்ல என்னை அழைக்கவே நான் போய்விட்டேன். பரமானந்தம் பேசுகிறார் என்றால் கூட்டத்திற்குக் கேட்கவா வேண்டும்!

“மக்கள் ஒன்றுபட்டால் சாதிக்க முடியாதது ஒன்றுமில்லை. ஒன்றுபட்ட போராட்டத்தினால் திரு–தமிழகம் தாய்த் தமிழகத் துடன் இணையும் நாள் இதோ வந்துகொண்டிருக்கிறது. நாம் ஐக்கிய தமிழகம் வேண்டுமெனப் போராடும்போது, அது ஐக்கிய

கேரளத்துக்குமான போராட்டமும் ஆகும். தமிழகத்துடன் கிடக்கும் மலையாளம் பேசும் மக்கள் வாழும் பகுதி சேர்ந்து ஐக்கிய கேரளம் அமையவேண்டும். இது தமிழன் மலையாளி சண்டையல்ல. ஒன்றுபட்டுப் போராடுவோம்" என்று மாத்திரம் சொல்லிவிட்டு அதற்குமேல் எதுவும் பேசத்தெரியாமல் முடித்துக் கொண்டுவிட்டேன். இருப்பினும் எல்லோருக்கும் போலவே எனக்கும் அந்த மேடையில் ஒரு சிறுமியைக் கொண்டு மாலை அணிவித்தது பெருமையாக இருந்தது.

O

48

ஒருநாள் மாலை வீடு திரும்பிக் கொண்டிருந்தேன். தெரு முனையில் திரும்பும் போதே வீட்டின் வராண்டா கைபிடிச்சுவரில் அம்மா உட்கார்ந்து யாருடனோ பேசிக்கொண்டிருப்பது தெரிந்தது. யாராக இருக்கும்? வேறு யாருமல்ல, குலசேகரம் தோழர் தேவசகாயம். தனது இருபத்தைந் தாவது வயதிலிருந்தே அரசியலில் ஈடுபட்டவர். இப்போது வயது முப்பதிற்கு மேலிருக்கும்.

"தோழர் எப்போ வந்தீங்க?"

"ஓ, நான் மத்தியானமே வந்தாச்சு. அம்மா நல்லா சாப்பாடு தந்தாங்க, சாப்பிட்டுமாச்சி."

அவர் உடை மாற்றிக்கொண்டு உட்கார்ந் திருப்பதைப் பார்த்தால் உடனே போகிறாப்போல் தெரியவில்லை. நான் காப்பிப் போட்டு குடிப்பதற் காக உள்ளே போனேன். அவரது பை ஒன்று இருக்கக்கண்டேன். "ஓகோ, ஒருவேளை இங்கே சில நாட்கள் அல்லது ஒன்றிரண்டு நாள் தங்கும் எண்ணத்துடன் வந்திருப்பாரோ? காப்பி குடித்துவிட்டு நானும் வராண்டாவிற்கு வந்து அவர்களிருவருக்கும் எதிர்த்தாற்போல் சன்னலின் கரையில் உட்கார்ந்தேன்.

"சகாவே, நான் இங்கே ஒரு வாரம் போல் இருக்க வேண்டியது வரும். ஒங்களுக்கு தடை ஒண்ணுமில்லேல்லா?"

நான் அம்மாவைப் பார்த்தேன்.

"அவள்ட்டே ஏன் கேக்கனும்? ஒரு வாரமில்ல, ஒரு மாசமின்னாலும் தாராளமா இரி."

“இல்லேம்மா ஒங்களுக்கு அதுனாலே கஷ்டம் ஒண்ணும் இருக்கப்படாதில்லையா?”

“என்ன கஷ்டம். நாங்க குடிக்கிற கஞ்சியோ சோறோ நீயும் குடிக்கப்போற. அதிலென்ன இருக்கு? வீட்டிலியோ தாராளமா இடமிருக்கு. அது உங்களுக்கு உதவாம வேறு யாருக்கு உதவணும்?”

பிறகு, தோழர் தேவசகாயம் ஐக்கியத் தமிழகப் போராட்டத்தை சாக்காக வைத்துக்கொண்டு, மணிசேகரன் மற்றும் தோழர்கள் சிலரையும் தன்னையும் கைது செய்யப் பார்ப்பார்கள் என்பதால்தான் இந்த ஏற்பாடு என்று இங்கு வந்துள்ள காரணத்தை விளக்கினார். ஒரு கட்சித் தோழருக்கு, ஒரு தொழிற்சங்கத் தலைவருக்கு வீட்டில் தங்கிக்கொள்ள இடம் அளிப்பது எனக்கு பெருமைதரும் செயலாகவே பட்டது. இருந்த போதிலும் இது சரியில்லையோ என்றும் சந்தேகம் வந்தது. நாளைக்கு கட்சி காரியாலயம் சென்றதும் தோழர் நந்தனிடம் இது பற்றிப் பேச வேண்டுமென்று தோன்றியது. இது சரியில்லையோன்னு நான் நினைப்பது அம்மாவுக்கு கொஞ்சம் தெரிஞ்சாலும் போதும், கொஞ்சமும் யோசிக்காமல் அவசரப் பட்டு உடனேயே “பெட்டியத் தூக்கிக்கிட்டுப் போ”ன்னு அந்தத் தோழரிடம் சொன்னாலும் சொல்வாள். அம்மாவின் இந்த அவசர குணத்தினால், பல விஷயங்களிலும் நான் தனியாகவே முடிவெடுக்க வேண்டியதாயிற்று. சில வேளைகளில் அது மனதிற்கு சோர்வையே ஏற்படுத்திவிடுகிறது.

ஏதேதோ சிந்தித்துக்கொண்டே காரியாலயம் நோக்கிப் போய்க்கொண்டிருந்தேன். மணிமேடைக்குப் போகும் வழியில் ஒரு கட்டிட முகப்பில் பந்தலும் தோரணமும் அமர்க்களப்பட்டுக் கொண்டிருந்தது. திரு–தமிழக இணைப்பிற்காக ஒரு பிரமுகர் சாகும் வரை உண்ணா விரதம் ஆரம்பித்திருக்கிறார்!

நாஞ்சில் நாடு முழுவதும் கல்குளம், விளவங்கோடு தாலுக்காக்கள் உள்பட ஐக்கிய தமிழக கோஷம் வானுயர எழுப்பிக்கொண்டிருந்தது. காரியாலயத்திலும் சி.ஐ.டி.க்கள் வந்து போனதாகத் தெரிவித்தனர். தோழர் நந்தன் இன்னும் வரவில்லை. தோழர் பாண்டியனோ சற்று கலவரத்துடன் காணப்பட்டார்.

“விஷயம் தெரியுமா தோழர்?”

“ஏன்? என்ன விஷயம்?”

“நந்தன் வீட்டிலே தெரியுமா..?” சைக்கிள் வீலைச் சுற்றிச் சுற்றிவிட்டு துடைத்துக்கொண்டே என்னிடம் கேட்டார்.

“தோழர் மணிசேகரனுக்காக நம்ம தோழர் வீட்டை போலீசு சுத்தி வளைச்சிருக்கான். தோழர் சமாளிச்சுக்கிடுவாரு இருந்தாலும் அரெஸ்ட் பண்ணினாலும் பண்ணலாம்னு ஒரு சந்தேகம்!”

நானும் சற்று பரபரப்படைந்தேன். இருந்த போதும் அப்படி எல்லாம் ஏதாவது நடக்கணும்னு ஆசைப்பட்டேன்.

என்னையும்தான் அரெஸ்ட் பண்ணட்டுமே! நான் என்ன பயப்படவா போறேன்?

பாண்டியன் ஒரு சமயம் சொன்னது ஞாபகத்திற்கு வந்தது. ஒரு தோழியர், அதுவும் சட்டம் படித்து பட்டம் வாங்கியவரை போலீஸ் அரெஸ்ட் பண்ணி அழைத்துச் செல்லுகையில் அவள் கொண்டையில் கை வைத்தானாம். அந்த இடத்திலேயே அந்தப் பெண் தோழர் செருப்பைக் கழட்டி அந்த போலீஸ்காரனை அடித்ததாகவும்... இவை எல்லாம் ஞாபகத்திற்கு வந்தது. நான் மட்டும் என்ன? போலீஸ்ன்னா பயந்துருவேனா? அப்படி வந்தால் பார்த்துக்கொள்ளலாம். ஆனாலும் இரண்டொரு தினங்களாக நான் போகும்போதும், வரும்போதும் கடந்து செல்லும் போலீஸ்வேன்கள், ஜீப்களைக் கண்டால் மனம் பயங்கரமாக திக், திக், திக்குதான்.

பன்னிரண்டு மணியளவில் நந்தன் நிதானமாக வந்து சேர்ந்தார். முகத்தில் எந்தவிதக் கலவரமுமில்லை. தோழர் பாண்டியன்தான்,

“என்ன தோழர் என்னாச்சு?”ன்னு கேட்டார்.

“ஓ... ஒன்னுமில்ல. இன்ஸ்பெக்டர், சப்–இன்ஸ்பெக்டர் அப்புறம் ஒரு நாலு கான்ஸ்டபிள்களுடன் வீட்டுக்குள்ளேயும், வெளியிலேயும் செர்ச் பண்ணினான். கேள்விமேலே கேள்வியாக கேட்டான். அப்புறமா ஒரு தடையமுமில்லேன்னுட்டுப் பேசாம போயிட்டான். போலீஸ் வேனையும், நிறையப் போலீஸ் காரர்களையும் அதுவும் வீட்டைச்சுற்றி வேற வளைஞ்சிருந்தார் களா, வீட்டிலுள்ளவாளும், எங்க காம்பவுண்டிலே உள்ளவாளும் நல்லாவே பயந்துட்டிருக்காங்க. அவ்வளவுதான்.”

நான் மெதுவான குரலில் நந்தனுக்கு மாத்திரம் கேட்கும்படி,

“தோழர் தேவசகாயம் எங்க வீட்டிலே இருக்காரு” என்கவும்,

“ஹாங், அவரு ஒரு வாரத்துக்கு அங்கேயே இருக்கட்டும். அது ஜில்லா கமிட்டியின் யோசனைதான் தோழர், ஒங்களுக்கு அதுனாலே கஷ்டம் ஒண்ணுமில்லையே?”

“சே, சே! அப்படி ஒண்ணும் கிடையாது. தாராளமா இருக்கலாம்.”

“இன்னைக்கு சாயங்காலமா நான் ஒங்க வீட்டுக்கு வாறேன். வந்து அவரப் பாக்கிறேன்னு சொல்லிருங்கோ.”

“சரி தோழர்.”

காரியாலயத்தின் முன் ஒரு கார் வந்து நின்றது. என்.கே. தோழர் பரமானந்தரை அழைத்துக்கொண்டு வந்தார். அங்கே இருந்தால் பத்திரிகையாளர்களும், சி.ஐ.டி.களும் அவருக்கு தொந்தரவு என்றும், அதைத் தவிர்ப்பதற்காக பரமானந்தனை எனது வீட்டிற்கு அழைத்துச் செல்வது என்றும் முடிவு செய்தோம்.

அவர் முதலில் என்னிடம் கேட்டது,

“நீ பாடுவியா?”

“ம், பாடுவேன், சுமாரா.”

“என்ன பாட்டு பாடுவே?”

“பாரதியார் பாட்டுகள் ரெம்பப்பிடிக்கும்.”

“அப்படிவா, அப்படிவா. எல்லாம் மனப்பாடமா?”

“எல்லாமில்லே. தேசபக்தி பாட்டுகள், கண்ணன் பாட்டுகள், குயில் பாட்டிலே உள்ள அந்த இனிமைக்காக அதை நிறைய தடவை வாசிச்சு, வாசிச்சு கொஞ்சம் மனப்பாடம்.”

கையை ஆட்டிக்கொண்டே, “அது போறாது, அது போறாது. ‘பாரத சமுதாயம்’ அதப்பாடு, ‘அச்சமில்லை அச்சமில்லை’ அதப்பாடு” அடுக்கிக்கொண்டே போனார் பின்னும்,

“பூதப்பாண்டி ஊரைவிட்டு வெளியேறக் கூடாதுன்னு என்னை தடைபண்ணி வச்சிருந்தான் தெரியுமா? உனக்கு... ம்..?”

“தெரியுமே.”

“எப்படித் தெரியும்? எப்படித் தெரியும்? சொல்லு பார்க்கலாம். நீ என்னைவிட எவ்வளவோ சின்னவ. அதுனாலே ஒருமையிலேதான் பேசுவேன். ஆட்சேபனை இல்லையே...”

அம்மா அடுக்களையை விட்டு வெளியே வந்தாள். வந்திருப்பது யார் என்று அறிமுகப்படுத்தவும் சந்தோஷப்பட்டாள்.

என்னைப் பார்த்து, “சாப்பிடச் சொல்ல...”ன்னு மெல்லக் கேட்டாள். காது கேட்கும் கருவி வைத்திருந்ததினால் அவர் காதில் விழ,

“சாப்பாடா? கேக்கணும்மா? நாஞ்சி நாட்டு சாப்பாடு சாப்பிட்டு எத்தன நாளாச்சு, ஆமா... என்ன சமயல்?

"சாம்பார், கூட்டவியல், பப்படம்..."

"பலே, வேற என்ன வேணும். நம்ம அவியல் ஒரு அவியல் போறுமே..." தோழர் தேவசகாயமும், என்.கே.யும் சிரிப்பில் கலந்து கொண்டனர். மூவரும் சாப்பிட உட்கார்ந்தனர். சாப்பிட்டுக் கொண்டே தோழர் பரமானந்தம் அம்மாவைப் பார்த்து,

"பாசிப்பருப்பு பாயாசம் வைப்போமே, நாஞ்சி நாட்டிலே..."

"என்னது! பாசிப்பருப்பா... கொஞ்சநேரம் யோசித்து விட்டு, "சிறு பயறைச் சொன்னேளா?"

"ஆமா... அதேதான். அது சாப்பிட்டு ரெம்ப நாளாச்சு."

"அதுக்கென்ன, நாளைக்கே வச்சாப் போச்சு."

"அப்போ நாளைக்கும் இங்கேதான் சாப்பாடு."

தோழர் என்.கே. என்னிடம் ரகசியத்தில் "அவருக்கு டயபெட்டீஸ் தெரியுமா? இந்தத் தோழர் நாக்கை அடக்க மாட்டேங்கிறாரே, கிடைச்சா சாப்பிட்டுராரு. என்ன செய்ய?" என்று மற்றவர்களுக்கு கேட்காமல் என்னிடம் அங்கலாய்த்துக் கொண்டிருந்தார்.

"இருந்தால், அவரு இப்படித்தான் அவருபாட்டிலே பேசிக் கிட்டே இருப்பாரு. அதுவும் உங்கள மாதிரி யாராவது கிடைச்சா போறும்" என்று என்னைப் பார்த்துக் கண்ணை சிமிட்டிக் கொண்டே சொன்னார். ஏன் அப்படி சொன்னார் என்றே புரியவில்லை. அதை கேட்டு அம்மாவும் விழித்தாள். அதற்குள் தோழர்கள் பரமானந்தரை அழைத்துச் செல்ல காருடன் வரவே எல்லோரும் சென்றனர்.

தோழர் தேவசகாயம் பத்திரிகை படித்துக்கொண்டிருந்தார். நான் மாத்திரம் வெளி ஹாலில் கொஞ்ச நேரம் படுத்திருந்துவிட்டு, உட்கார்ந்திருந்தேன். பின்னால் ஏதோ நிழலாடியது. மந்தத் தனத்தினால் பின்னால் திரும்பிப் பார்க்கவே சோம்பல் ஆக இருந்தது.

"என்ன தோழர். ரெம்ப யோசனையிலாழ்ந்திருக்காப்ல இருக்கு."

"ஓ... தோழர் நீங்களா? வாங்க" என்றேன்.

"தேவசகாயம், பின்னால் தோட்டத்தில் பத்திரிகை படிச்சுக் கிட்டும், அம்மாவுடன் அரட்டை அடிச்சக்கிட்டும் இருக்காரு. அதுவும் ஒங்களப் பற்றித்தான் ஒரே கதை. நீங்க மாணவர் இயக்கத்திலேருந்ததும், அவர் உங்கள கட்சிக்குக் கொண்டு வந்ததும். வீட்டிலே உங்களுக்கிருக்கும் எதிர்ப்பு... இப்படி சொல்லிட்டிருந்தாரு."

தேவசகாயமும், அம்மாவும் எங்கள் பேச்சுக் குரல கேட்டு முன் ஹாலுக்கு வந்தார்கள்.

திருவிதாங்கூர் தமிழ்நாடு காங்கிரசுடன் சேர்ந்து கோர்ட் மறியலில் கட்சியும் பங்கெடுப்பது முதலிய விபரங்களை இரு தோழர்களும் பேசிக்கொண்டிருந்தனர். குலசேகரம் தோட்டத் தொழிலாளர் யூனியனுக்கு தெரிவிக்க வேண்டிய வேலைகள், செய்திகளையும் நந்தனிடம் தேவசகாயம் சொல்லிக் கொண்டிருந்தார்.

அம்மா என்னை டீ கலந்துதர கூப்பிடவே, கலந்து எடுத்துக் கொண்டு வந்து நான்கு பேருமாக டீ குடித்தோம். டீ குடித்துவிட்டு, தேவசகாயம் கொஞ்சம் வெளியே நடந்துவிட்டு, வயிற்று வலிக்கு கொஞ்சம் உலுவா (வெந்தயம்) வாங்கி சாப்பிட்டு வருகிறேன் என்று கிளம்பினார்.

தோழர் நந்தன் டீ குடித்துவிட்டு உடனே கிளம்பவில்லை. அந்தப் பழைய மேஜைமீது நான் எழுதிய சர்க்குலர் காப்பிகளும், வேறு சில புஸ்தகங்களும் பரவிக்கிடக்கிறது. ஒரு பழைய நாற்காலி. ஒரு பக்கத்தில் ஸ்டூல். ஒவ்வொரு புஸ்தகங்களாக புரட்டிக் கொண்டு நந்தன் உட்கார்ந்திருந்தார். நானும் ஸ்டூலில் உட்கார்ந்து கலைந்து கிடக்கும் புஸ்தகங்களை அடுக்கினேன்.

இருவரும் பேசாமல் உட்கார்ந்திருந்தோம். அந்த மவுனம் கனமாக இருந்தது. பேனாவால் ஏதோ கிறுக்கிக்கொண்டிருந்தார். நான் நகத்தைக் கடித்துக் கொண்டிருந்தேன். பக்கத்து வீட்டு ராதாக்குட்டி பாடிக்கொண்டே ஓடிவந்தாள். எங்கள் இருவரையும் பார்த்ததும் ஸ்தம்பித்து நின்றாள்.

“என்னா, ராதா புதுசாப் பாட்டு ஒண்ணும் இல்லையாடி?” நான் கேட்டேன். “திராவிட நாடு திராவிடருக்கே, எல்லாம் மறந்துட்டியா? பழசுமில்ல, புதுசுமில்ல, இப்போல்லாம் சினிமாப் பாட்டுத்தான் பாடுற நீ... என்ன சினிமா பாத்தே?”

“நாடோடி மன்னன் பாத்தேங்க்கா. ஒரே கூட்டம். போலீஸ்காரன் பொம்பிளைகளக்கூட லத்தியால அடிச்சான், தள்ளினான். “சினிமா நடிகன்னா உங்க புருஷனா, ஏன் இப்படிவந்து விழுதியோ”ன்னு கேட்டு, விரட்டி விரட்டுன்னு விரட்டினான்க்கா. நானும், ஆச்சியும் ஏண்டா போனோம்னு திரும்பி வந்துட்டோம். அப்புறம் இரண்டாம் பிளேய்க்குத்தான் போனோம்.”

தோழர் நந்தன், “உன் ராதா நல்ல சேய்தி எல்லாம் கொண்டு வர்றாளே!”

"ஆமாமா. அவ சொல்லித்தான் தெருவிலே யார் யாருக்கு கல்யாணம், யார் யாருக்கு பிள்ளை பிறந்திருக்கு எல்லாம் நான் தெரிஞ்சுக்குவேன்."

"சரி, சரி, ராதா நீ உள்ளே போய் அம்மாட்டே ஏதாவது வாங்கணுமான்னு கேட்டுட்டுப் போ, என்னா?"

"ஏனக்கா சிகரெட் வாங்கணுமா?"ன்னாளே பார்க்கணும்!

நந்தனுக்கும் சிரிப்பு வந்தது.

"அதிகப் பிரசிங்கி. அதெல்லாம் ஒண்ணும் வேண்டாம், போ."

ஓடிவிட்டாள்.

ராதாக்குட்டி போனதும் பிறகு என்ன பேசுவது என்று தோன்றாமல் உட்கார்ந்திருந்தேன். ஆனால் மனதிற்குள் மாத்திரம் நிறைய வசனங்கள் ஓடிக்கொண்டிருந்தது.

"என்னா, பலமா யோசிக்கிறீங்க."

"இல்ல, நாமெல்லோரும் ஒரே மாதிரி சித்தாந்தத்தைத் தானே கடைப்பிடிக்கிறோம்."

"சித்தாந்தம்னா?"

"அதுதான் சமுதாயம் மாற்றம்ங்கிறது தவிர்க்க முடியாதது. தொழிலாளி விவசாயி வர்க்கத்தின் தலைமையில் ஏற்படப் போகும் கம்யூனிஸ சமுதாய அமைப்பு."

"ஆமா, அதுக்கென்ன?"

"ஒவ்வொரு தோழர், ஒவ்வொரு மாதிரி இருக்றதைப் பார்க்கும்போது ஆச்சரியமாத்தானிருக்கு. என்ன வித்தியாசமான தோழர்கள்! வயித்து வலிக்கு கசப்பை பாக்காம வெந்தயத்தை வாய் நிறையப் போட்டு சவைச்சு திங்கிறவரு ஒரு தோழர்; டயபெட்டீஸ்ன்னு தெரிஞ்சும் லாலாக்கடை அல்வாவா, பாசிப்பயறு பாயாசமான்னு நாக்கை அடக்க முடியாத ஒரு தோழர்."

"ஆமா, அது அப்படித்தான், நீங்க 'முரண்பாடுகள் பற்றி' *(On Contradiction)* வாசிச்சிருக்கேளா, அதிலே..."

"ம், படிச்சிட்டேனே."

"என்னது, படிச்சிட்டேளா? அதுக்குள்ளேயா? யார் தந்தா உங்களுக்கு?"

“ஒரு திருநெல்வேலி தோழர் வச்சிருந்தார். நான் கேட்ட உடனே தந்தாரு.”

“அதிலே சமுதாயம் எப்படி இயங்கி வருகிறதுன்னு புரிஞ்சுக்கிட்டீங்களா?”

“அதுதான் வர்க்க முரண்பாடுகளினால் அவற்றின் இடைவிடாத, ஒன்றை ஒன்று எதிர்த்த, போராட்டத்தினால்தான் சமுதாயம் இதுவரை இயங்கி வந்துகிட்டிருக்கு.”

“அதுதான் வர்க்க பேதமற்ற அல்லது வர்க்கங்களில்லாத, அதாவது கம்யூனிஸ சமுதாயம்னு வரும்போது, அது எப்படி இயங்கும் சொல்லுங்க பாக்கலாம்.”

நான் சொன்னேன், “அப்படியும் தனி மனிதர்களுக்கு இடையே உள்ள முரண்பாடுகள் இருக்குமே. அந்த முரண்பாடு களினூடே சமுதாயம் இயங்கிக் கொண்டிருக்கும். முரண்பட்ட இரண்டு அம்சங்கள்தான் எதையும், எப்போதும் இயங்கவச்சுட் டிருக்கும். என்ன நான் சொன்னது சரியா தோழர்?”

“அதுதான் சரியான விடை.”

“நீங்க கேட்டேளே ஒவ்வொரு தோழர் ஒவ்வொரு மாதிரி இருக்காங்களேன்னு? அதுக்கும் இதுதான் விடை. போதுமா?”

“ஆனால் நான் சொல்லவந்தது…”

“நீங்க என்ன சொல்ல வரப்போறேண்ணு எனக்குத் தெரியும். சொல்லட்டுமா?”

“என்னது?”

“சொல்றேன். சில பெரிய மனிதர்கள் பெரிய மேதையா யிருக்கலாம். மார்க்ஸியத்தை கரைச்சக் குடிச்சிருக்கலாம். சின்ன வயசா இருக்கலாம், அல்லேன்னா வயது முதிர்ந்தவராகவும் இருக்கலாம். ஆனாலும் அவரிடமும் சில பலஹீனங்களும் இருக்கலாம். அல்லது ஏதாவதொரு விஷயத்திலே மாத்திரம் பலஹீனமானவராக இருக்கலாம். அதே சமயம் மார்க்ஸியம், லெனினிஸம் ஒன்றும் தெரியாத ஒரு தொழிலாளி தோழர், எந்த சந்தர்ப்பத்திலேயும் தன் பலஹீனமான உணர்ச்சிக்கு இடம் கொடுக்கமாட்டான். அவன் உறுதியை அசைக்கவே முடியாது. அவன் உயிரே போனாலும் சரிதான். இப்படியும் தோழர்கள், மனிதர்கள்…”

“ஆமா, நீங்க தோழர் பரமானந்தத்தைப்பத்தி என்ன நினைக்கிறீங்க?”

“ஏன்?”

"அவர் கட்சியிலே மூத்த தலைவர். இலக்கிய மேதை, அவர் சொல்கிற, பேசுகிற எல்லாத்தையும்; அவர் அனுபவங்கள் எல்லாத்தையும் வளரப் போற நாம் கேட்கணும், புரிஞ்சு கொள்ளணும்னு நினைக்கிறது, நடக்கிறது தப்பா? வயசில் பெரியவர், மேதைங்கிறதற்காக நாம் கொடுக்கிற மரியாதையை அல்லது காட்டுகிற பொறுமையை, அவர் சாதகமா எடுத்துக்க கூடாதில்லையா?"

நான் என்ன சொல்லப்போறேன்னு புரியாமல் தோழர் நந்தன் என்னை ஆச்சரியமாகப் பார்த்தார்.

அந்த ஆச்சரியமான பார்வை என்னை சற்றே அச்சமுறச் செய்தது. எல்லாவற்றையும் மனம் திறந்து ஒருவரிடம் சொல்லுகை யில் நாமாகவே அவர்கள் மனதை நெருங்கித் தொடுவது போல் தானே? அதனால் ஏற்படும் மன நெருக்கத்திற்கு நானே வழி வகுத்துவிட்டு பிறகு அந்தப் பாதிப்பினால் எழும் விவகாரங்களுக்கு அந்த ஒருவர் மீதே பழியைப் போட வேண்டியது வரலாம்.

மௌனம்!

பழையபடி அந்த மௌனம், மிகவும் இறுகிப்போன அழுத்தம் கூடிய மௌனம்.

இதயம் பாரமாய் கனத்துக்கொண்டிருந்தது. ஆமாம்! என் இதயம் அப்பாரத்தை சுமந்துதான் தீர வேண்டும்.

மெல்ல நந்தன் முகத்தை சந்தித்தேன். ஆச்சரியம் மாறி தன்னிடம் சொல்லவந்ததை விட்டு, பின்னர் சொல்லாமல் நழுவியதால் ஏமாற்றம் படர்ந்தது.

நான் சன்னலுக்கு வெளியே பார்த்தேன். இதயத்தின் பாரம் குறைவதாய்க் காணோம்.

மறுபடியும் ஓரக்கண்ணால் நந்தனின் முகபாவத்தை பார்த்தேன். லேசான கோபம் படர்வது தெரிந்தது.

என் மனதை நெருங்கிவிடும் முயற்சியோ? தொண்டையை சரி செய்துகொள்கிறார்.

"ம்... தோழர்... நீங்க ஒரு பாறை."

"அப்படின்னா"ங்கிற மாதிரி நிமிர்ந்து பார்க்கிறேன். திரும்பவும், "கன்னியாகுமாரியிலே எவ்வளவு பாறைகள்? இல்லையா? அதிலே ஒரு பாறை நீங்க..! எந்த உருவத்திலே அல்லது எத்தன வேகத்திலேதான் வரட்டுமே, வந்த அலைகள் தான் பாறையிலே மோதிச் சிதறுமே தவிர, பாறை அசையாது. அந்தப் பாறைகளைப் பாத்திருக்கீங்களா?"

நான் ஒன்றும் சொல்லாமல் பாறை மாதிரியே இருந்தேன்.

ஒரு நிமிடம் நான் என்னை மறந்தேன். நந்தனையும் மறந்து விட்டேன். மூன்று மகா சமுத்திரங்களும் வந்து மோதுமிடம் கண்களில் நிறைந்தது. சங்கிலித்துறையிலேயும் கன்னியாக நின்றுவிட்ட குமரியின் சன்னதியின் எதிரிலேயும் இன்னும் சுற்றிலும் பாறைகள், பாறைகள், பாறைகள்! வந்து மோதும் அலைகள், அலைகள், அலைகள்! பாறைகளின் மீது மோதிய வேகத்தில் அந்த வேகத்தினாலேயே அவை மேலெழும்பி சிதறுண்டு போவதும், தோல்வியடைந்து திரும்புவதும் கண்முன் தோன்றித் தோன்றி மறைந்தது.

“சரி நான் வரட்டுமா?”

“ம்... என்ன கேட்டிங்க?”

“என்னாச்சு உங்களுக்கு? நான் தமிழிலேதான் கேட்டேன். அதிருக்கட்டும் ...ம் ‘ஸ்பார்டக்கஸ்’ படிச்சு முடிச்சாச்சா? குடுக்கிறேளா?”

நான் என் கனத்துப் போயிருந்த இதயத்தையும் தூக்கிக் கொண்டு உள்ளே போய் புஸ்தகத்தை எடுத்து வந்தேன்.

“இதுவும் ஹோவர்ட் பாஸ்ட்தான். ‘ப்ரீடம் ரோட்’ வாசிச்சிருக்க மாட்டீங்கன்னு நினைக்கிறேன். இதையும் படியுங்கோ.”

“ஆமா, நான் படிச்சதில்ல” என்று சொல்லிக்கொண்டே வாங்கி வைத்துக்கொண்டேன்.

“ஒங்க அம்மாட்ட சொல்லிருங்கோ. நானும் வந்து ரெம்ப நேரமாச்சு. அதோ முக்கியமான விஷயம் சொல்ல மறந்திட்டேனே. வந்து... வர்ற ஞாயிற்றுக்கிழமை. தோழர் சர்மா வராரு.”

ஜில்லாக்கமிட்டி சனிக்கிழமை ராத்திரியும், ஞாயிற்றுக் கிழமை காலையிலே ஜி.பி.யும், இங்கே வச்சுக்கலாம்னு ஜில்லாக் கமிட்டி செயற்குழு முடிவு பண்ணியிருக்கு. உங்ககிட்ட கேட்டுட்டு சர்க்குலர் அனுப்பும்படி செக்ரட்ரி சொல்லிட்டுப் போயிருக்காரு.”

“சரி அம்மாட்டேயும் சொல்லிருக்கேன். சர்க்குலர் நாளைக்குக் கொடுத்தனுப்புங்கோ. காப்பி எடுத்து பாண்டியன் கிட்ட தந்தனுப்புகிறேன்.”

49

தோழர் சர்மாவைப் பற்றி தோழர்கள் பெரிசு பெரிசாக நிறையச் சொல்லியிருந்தார்கள். தலைமறைவு காலத்தில் அவர்கள் எந்த அளவு பாடுபட்டிருக்கிறார்கள் என்பது எல்லாம் நான் தெரிந்துவைத்திருந்தேன். ஒருவன் கம்யூனிஸ்ட் கட்சியுடன் தொடர்புள்ளவன் எனத் தெரிந்தாலே அவன் கைது செய்துகொண்டு போகப்பட்டு அவன் உயிருக்கே ஆபத்து விளையும் காலகட்டமல்லவா அது! அந்தக் காலகட்டங்களில் மலபாரிலும், சென்னையிலுமாக கட்சியை வளர்க்க அவர்கள் என்ன பாடுபட்டிருக்க வேண்டும்? அவர்களுக் கிருக்கும் பட்டப்படிப்பிற்கு எத்தனை பெரிய உத்தியோகத்தில் அமர்ந்திருக்க முடியும். அதைவிடுத்து அவர்கள் எல்லோரும் ஏன் புதியதொரு சமுதாயம் அமைக்கும் பணியில் தங்களை ஈடுபடுத்திக் கொள்கின்றனர்? இந்தத் தியாகசீலம் எல்லோரும் வாழவேண்டும் என்கிற மனிதாபிமானத்திலிருந்து பிறக்கிறதா? நானும் அப்படிப்பட்ட தியாகசீலியா? நான் எதைத் தியாகம் பண்ணினேன்? என்னிடம் என்ன இருந்தது தியாகம் பண்ண? கல்யாணம் பண்ண முடியாமல் கன்னியாஸ்திரியாகப் போவாங்களே அதுபோலவா? என்னைக் காத்துக்கொள்ளவா? எனக்கு என்று நானே ஒரு வாழ்க்கையை அமைத்துக் கொள்ளும் முயற்சியா?

"உண்டுண்டு உறங்குவதேயன்றி வேறொன்று மறியேன் பராபரமே"ன்னு அம்மா பாடுகிறாளே,

அது மாதிரி இருக்கக் கூடாது. வாழ்ந்தால் ஏதாவது செயல் புரிய வேண்டுமென்ற இளமை வேகமா?

எப்படியோ எனக்கும் கார்டு கொடுக்கப்பட்டு ஞானஸ்னானம் வழங்கியுள்ளனர்.

“யம்மா, நாளைக்கு நம்ம வீட்டுக்கு நிறையப் பேர் வறப்போறா”

“நிறையப் பேருன்னா?”

“ஒரு எழுபது எண்பது பேர் வரலாம். அப்புறம் மெட்ராசி லேருந்து சர்மான்னு ஒரு தலைவரும் வர்றாரு. தலைச்சேரி தெரியுமாம்மா? மலபார்ல இருக்கு. ரெம்பவும் ஆசாரமான குடும்பமாம். நீ சொல்வியே ‘போற்றி’, ‘நம்பூதிரி’ன் னெல்லாம், அந்த மாதிரின்னு வச்சுக்கியேன்.”

“ஆமா ... நீ இந்தப் பரமானந்தத்தையும்தான் பெரிய தலைவர்னு சொல்லுக!?”

“பின்ன இல்லாம?”

“நா மொதல்ல யாரோன்னு நெனச்சேன். புறவுதான் ஓர்மை வந்து; காங்கிரஸ்லேல்லாம் சேர்ந்தாருண்ணும் எவளோ ஒருத்தியக் கூட்டிக்கிட்டு ஓடிற்றார்னும் சொல்லிக்கிட்டா?”

“போம்மா, அப்படி எல்லாம் ஒண்ணுமிருக்காது. அவரு பொண்டாட்டி யாருன்னு நெனச்ச? படிச்ச பட்டதாரியாக்கும்! இவருடைய வீரத்தையும், பேச்சையும், தியாகத்தையும், திறமையும் பார்த்து அவரக் கல்யாணம் செய்துகிட்டவளாக்கும்! நீ சட்டுன்னு எல்லாத்தையும் ஒரேயடியாகக் குத்தம் சொல்லிருவேம்மா.”

“எனக்கென்னவோ புடிக்கல்ல. என் மனசிலே பட்டதச் சொல்லுகேன். வந்தால் நான் முகத்துக்கு நேரேயே கேட்டுருவேன்.”

“இங்க பாரும்மா, எதுவும் நமக்கு சரியாத் தெரியாம, யாரோ சொல்கத எல்லாம் கேட்டுட்டு நாமோ பேசப்படாது.”

“சும்மா ஒருத்தரும் சொல்லமாட்டா.”

“ஏன் மாட்டா. சொல்லலையா, கீழத்தெரு தெங்கம் புதூர் அத்தைக்கு மகளுக்கு நிச்சயாம்பலத்தோட, அவ பிள்ளை யழிச்சவன்னு சொல்லி உண்டாக்கி, அந்தக் கல்யாணமே நின்னு போகல்லையா? வேறு யாருமில்ல ஒனக்கு அம்மவழிலே உள்ள நெருங்கின சொந்தக்காரரேதான். அப்போ மட்டும் நீ அம்மாடி, அப்பாடின்னு அடிச்சுக்கிட்டயே. எந்தப்படுபாவி இப்படி பொய் சொல்லி உண்டாக்கிவிட்டுட்டான்னு.”

“அதுசரி..! அப்படி உண்மையாயிருந்தா அந்த முகூர்த்தத்திலேயே அதே தேரூர்ல இருந்து ஒரு மாப்பிள வந்து தாலிகட்டுவானா? அது யாரோ முதல்ல பேசின மாப்பிளைய விலக்கி வேறு ஒருத்தருக்கு பெண்ணக் குடுத்தரணும்னு வேல தாலா?”

“இதுவும் அப்படித்தானிருக்கும்னு நான் நெனைக்கேன்.”

அம்மா எதுவும் சொல்லல்ல. வழக்கமா விடுகிற ஒரு பெருமூச்சு மட்டும் நீண்டு கேட்டது.

அம்மா, அம்மாதான்.

நாளைக்கு விருந்தாளிகள் வருவார்கள் என்றதும் முன் ஹாலை ஒதுங்க வைத்து சுத்தம் பண்ணப் போய்விட்டாள்.

நான் எண்ணமிடலானேன்.

தமிழ் இலக்கியங்களில் மார்க்ஸியத்தைக் காண்பவர், கம்பராமாயணத்தில், இல்லாரும் இல்லை, உடையாரும் இல்லை என்பதை வைத்துக்கொண்டே கம்பனின் கம்யூனிசத்தைப் புட்டுப்புட்டு வைக்கிறவர், எப்படி அம்மா சொல்கிற மாதிரி..? அப்படியும் இருக்குமா? இருந்தால்..! நான் ஏன் இதைப் போட்டு இப்போ என் மனதை குழப்பிக்கணும்?

ஊஞ்சலின் ‘கிர்ரீங், கிர்ரீங்’ சப்தம் ஒரு ரிதமாயிருந்தது.

சாயந்திர வேளையில் லேசான வெயிலும், சிலுசிலுவென்ற ஆனி மாதக்காற்றும், ஆஹா...

சங்கடமே ஜகம்
சஞ்சலமே சுகம்
சங்கீதமே சுகமே

என்ற குந்தளவராளி.

அந்த ‘சுகமே’ன்னு பாடுகையில் நிஜமாவுமே ஒரு ‘சுகமா’கத்தானிருந்தது. அதில் நானே ரசித்து ஆழ்ந்து பாடிக் கொண்டிருந்தேன்.

யார் வருவது? கோமதி அக்கா!

ஏற்கெனவே ஐந்து குழந்தைகள். இப்பவும் நிறைமாதம், அவள் வயிற்றுப்பாரம், எப்படித்தான் மூக்கின் அந்த நுனியில் ஒரு சிவப்பு நிறத்தைக் கொண்டு வருமோ தெரியவில்லை. செய்கிற வேலையோ நெல் மூட்டை சுமப்பது. நெல் பிடித்து குத்துபவர்களுக்காகவும், வீடுகளில் ரைஸ்மில்லில் நெல் அரைத்து வாங்குபவர்களுக்குமாக நெல் சுமந்து செல்வாள், கைக்குத்து

அரிசி அநேகமாக 'இல்லை' என்றே ஆகிவிட்டது. கோலம்மக்கா குடும்பம் வாழணுமேன்னோ என்னவோ அம்மா மாத்திரம் இன்னும் அவளை வைத்தே வீட்டில் நெல் அவித்துப் போட்டு குத்தித் தீட்டி வைத்துக்கொள்கிறாள். கோலம்மக்காளுக்கு முடியாமல் போய்விட்டால் நம்ம வீட்டிலேயும் மிஷின் அரிசி தான்.

கோமதியக்காவை திரும்பிப் பார்த்தேன். அவள் கூடவே வரும் அவள் மகளைக் காணோம். பார்க்கணும் போல இருந்தது. அவ்வளவு அழகு அந்தப் பெண். வயது 13, 14 இருக்கும். தாவணி போட வேண்டிய பருவம். நிறமாக அம்மாவை அப்படியே உரித்து வைத்த மாதிரி இருப்பாள். அம்மாவும் மகளும் சிறிய உருவங்கள் ஆனாலும் கறுகறுவென்ற புருவமும் நீண்ட கருங்கூந்தலும் காவியமே சொல்லும்.

ஏன் கோமதியக்கா எப்படியோ இருக்கிறாள்? கண்ணிலே கண்ணீர், நோவு எடுத்திருக்குமோ?

"என்ன கோமதியக்கா?"

"அம்மையில்லையா?" அழுதுவிடுவாள் போலிருந்தது.

"அம்மா... யம்மா" என் சப்தமான குரல் கேட்டு அம்மா உடனே வந்தாள்.

கோமதியக்கா அம்மாவிடம் ஏதோ சொல்லி அழுதாள். ஊஞ்சலின் 'கிரீச்'சில் அவள் சொன்னது கேட்கவில்லை. ஊஞ்சலிலிருந்து இறங்கி அவளருகே போனேன்.

என்னன்னு விசாரித்தபோது, தொல்காப்பியம் சிவஞானம் பிள்ளை – நானும் அவர் இலக்கியச் சொற்பொழிவை ஒருமுறை கேட்டிருக்கிறேன்.

"இவனெல்லாம் பெரிய மனுசனா? தூ..." என்று துப்பினாள் கோமதியக்கா.

நிறைமாதம், தன்னாலே அத்தனை வேலைகளையும் செய்ய முடியல்லையே என்பதனால், மேற்படி பண்டிதர் வீட்டிற்கு வேலை செய்ய தன் மகளையும் உடன் அழைத்துச் சென்றிருக்கிறாள். அந்த மகா பண்டிதரின் அறையை அந்தக் குட்டி பெருக்கிக் கொண்டிருக்கும்போது, அந்தக் குழந்தையைப் பிடித்திழுத்து கை வைக்கக்கூடாத இடத்தில் கை வைத்திருக்கிறார். குட்டி அலறியடித்து அம்மாவிடம் ஓடி வந்திருக்கிறாள். சொல்லிவிட்டு அவள் தன் நிராதரவான நிலைமையும் எண்ணிக் கேவிக் கேவி அழும்போது யார் இதயம்தான் அழாது?

இவனெல்லாம் ஒரு இலக்கியவாதி. ராமாயண சொற்பொழிவு என்ன! கதாகாலட்சேபம் என்ன! ஆனால் வீட்டுக்குள்ளே பண்ணுகிற அக்கிரமம். இப்படி இலக்கியமும், இலக்கணமும் இந்த நாட்டுக்குத் தேவைதானா? அடுத்த வீடுகளுக்கு வேலைக்குப் போகாமல் இரண்டு வேளையாவது இந்த நாட்டில் உள்ள குழந்தைகளும், பொம்பிளைகளும் சாப்பிட முடிஞ்சதுக்கப்புறம் இந்த நாடு உன் இலக்கிய பிரசங்கங்களும், ராமாயணப் பிரசங்கமும் கேட்டால் போதும். போடா, உன்னை எல்லாம் செருப்பால அடிக்கணும்னு என்றாவது ஒருநாள் அவனைக் கேட்கணும் போல ஆத்திரம் வந்தது. ஆனால் கேட்கமுடியல்ல. கோமதியக்காவுக்கு சமாதானம் சொல்லி அனுப்பிவைத்த பின்னரும் அந்தப் பச்சைக் கிளியின் முகம் 13 வயதுகூட நிரம்பாத குழந்தையின் பயந்த அலறல் எனக்குக் கேட்டுக் கொண்டேயிருந்தது.

அந்த சமயம் ஏனோ, கலிங்கத்துப்பரணியும், கலித்தொகையும் படித்துவிட்டு தங்களை காப்பியத் தலைவிகளாக நினைத்து, கண்களில் காதல் அலைவீச பவனி வந்த ஓரிரு மாணவிகள் என் ஞாபகத்துக்கு வந்தனர். பண்டை இலக்கியமெல்லாம் வெறும் தலைவன், தலைவி என்றே எழுதப்பட்டுள்ளதாக எனக்கொரு பிரமை. முற்போக்கு இலக்கியவாதிகள் என்று சொல்லிக்கொண்டு மனைவிக்கு துரோகம் பண்ணும் சில எழுத்தாளர்கள் ஞாபகத்தில் வந்தனர்.

ஹோவர்ட் பாஸ்ட்டின் 'ப்ரீடம் ரோட்'ஐ படிப்பதற்காக புரட்டினேன். ஓடவில்லை. ஹோவர்ட் பாஸ்ட் ஒரு பக்கமும், நான் ஒரு பக்கமுமாகத் தூங்கிப் போய்விட்டோம்.

❍

50

"நீங்க வந்ததுலே ரெம்ப சந்தோஷம்" அம்மா வந்தவரை கரம் கூப்பி வரவேற்றாள்.

சர்மாஜி வந்ததுமே ரெம்ப நாட்கள் பழகியவர் போலப் பேச ஆரம்பித்துவிட்டார். அம்மாவிற்கு அவரைப் பார்த்த மாத்திரத்திலேயே ஒரு மரியாதை ஏற்பட்டிருக்க வேண்டும். அம்மா முகத்தில் அது நன்கு தெரிந்தது.

பகலில் 'ஜெனரல் பாடி' கூட்டம் முடிந்து எல்லோரும் சென்றனர். மாலையில் வெளியே சென்றுவிட்டு ஜி.க. தோழர்களும் வந்தனர். சற்று நேரம் பொறுத்து தோழர் நந்தனும் சர்மாஜியும் வந்தனர்.

இரவு 9 மணிக்கு மேல் ஜி.க. ஆரம்பமாயிற்று. ஒரு சின்ன செப்புக்குடத்தில் தண்ணீரும், தம்ளரும், ஒரு நெருப்புப் பெட்டியும் அவர்களுக்குக் கொடுத்தேன். உரசி, உரசி, பீடி பற்றவைத்துக் குடித்து, சில சமயங்களில் தீப்பெட்டி காலியாகிவிடும். அதுவும் தக்கலை முகமது அலி போன்ற தோழர்கள் நிறையவே பீடி குடிப்பார்கள். இரவு நேரத்தில் எந்தக் கடை இவர்களுக்கு திறந்திருக்கும். ஜி.க. நன்றாக விவாதித்து முடிவுகள் எடுக்க, எல்லாவற்றையும் விட தீப்பெட்டி, பீடி அவர்களுக்கு ரெம்ப அவசியமான சாதனங்கள் தான்.

நானும் அம்மாவும் படுக்கச் சென்றுவிட்டோம். எல்லா விஷயங்களும் நிதானமாக விவாதிக்கப்பட்டு முடிவெடுக்கப்பட்டபின் எங்கள் தூக்கத்தை

கலைக்கிறாற்போல் கொஞ்சம் உச்ச ஸ்தாயியில் பேச்சுகள் கேட்கும். அப்படின்னா கடைசியாக நிதி நிலைமை பற்றி விவாதிக்கிறார்கள். கூட்டமும் முடியப் போகிறது என்று தெரியவரும். பணமின்மை கட்சிக்கு ஒரு பெரிய பிரச்சனைதான்.

பொழுது விடிய ஒவ்வொருவராக இறங்கிச் சென்றனர். நந்தன் போகையில் தோழர் சர்மாவிற்கு வேண்டியதைக் கவனிக்கும்படி கேட்டுக்கொண்டார்.

சர்மாஜி குளித்துவிட்டு வந்தார். ஆனாலும் அம்மா அரைக்கிற கொத்தமல்லி துகையில் ருசியும், மணமும் அலாதிதான். சர்மாஜி ருசித்து நிறையவே சாப்பிட்டார்.

அம்மாவிற்கு திருப்தியாயிருந்தது. தனக்கு குறிப்பிட்ட எந்த ஒரு சௌகரியமும் வேண்டுமென்று அவர் எதிர் பார்த்ததாகவே தெரியவில்லை. வெறும் ஒரு 'பெட்ஷீட்' மாத்திரம் போதும் எனக் கேட்டு வாங்கி அவர் ஓய்வெடுக்க, தரையில் விரித்து படுத்துக்கொண்டார்.

அம்மாவிற்கு வியப்பானால் வியப்பு.

"பாத்தியாடி. வயசு 40 இருக்குமா 45 இருக்குமா, இவன்லாம் தாண்டி பெரியமனுசன். என்ன பவ்யம். நீ சொன்னியே இவர் படிப்பைப்பற்றி, இவ்வளவு படிச்சுப் போட்டா இந்த மாதிரி உழைக்கிறான்."

நான் என் வேலைகளை முடித்துக்கொண்டு ஹாலுக்கு வருகையில் அம்மாவும், தோழர் சர்மாவும் ரெம்ப அந்நியோன்ய மாகப் பேசிக்கொண்டிருக்கிறார்கள்.

"... ஆமாம்மா, ஒரு நல்ல தாயுள்ளம் தன் குழந்தையைப்பற்றி எவ்வளவு சஞ்சலப்படும்னு எனக்குப் புரிகிறது."

"நீங்கோ இவ்வளவு தூரம் சொன்ன பிறகும் நான் ஏன் இனி கவலைப்படப்போறேன்."

நான் வந்ததும் அம்மா பேச்சை நிறுத்திவிட்டு, வெளியே காய்கறி வேண்டுமா எனக் கேட்டு வந்திருக்கும், காய்கறிக்காரியை பார்க்கப் போனாள்.

தோழர் சர்மா அத்தனை நேரம் உட்கார்ந்தவர் எழுந்திருந்து ஹாலின் நடுவே நின்று சுற்று முற்றும் பார்வையை ஓட்டினார். கடைசியில் அந்தப்பார்வை என்னிடம் வந்ததும் நின்றது.

"காம்ரேட், வட்டிஸ்த ப்ராப்ளம் நௌ? அன்ட் வட்டிஸ்த சொலுசன்?" கேள்வியை கேட்டுவிட்டு பதிலுக்குக் காத்திராமல்

தொடர்ந்து வீட்டின் நிலையை ஆராயப்புகுந்துவிட்டார். சரித்திர கால நினைவுச் சின்னங்கள் மாதிரி கிடக்கும் இடிபாடுகளையும், நூறு வருடங்களுக்கு முன்னால் செய்யப்பட்ட தூண்தாங்கும் கற்களையும்—எனக்கே சில சமயங்களில் அந்தக் கற்களின் அடிப்பாகம் சதுரமும், அதன்மேல் வட்டமான பகுதியும், நடுவில் மரத்தூண்களைச் சொருகிக்கொள்ளும் ஒரு குழியும் அவை கொத்தி எடுக்கப்பட்டிருக்கும் நேர்த்தியையும் பார்க்கையில், பல்லவன் காலமும் ஆயனச் சிற்பியும் ஞாபகத்துக்கு வரத்தான் செய்யும்—நீண்ட நீண்ட படிக்கல்லுகளையும் புதை பொருள் ஆராய்ச்சியாளரைப்போல் வியப்புடன் பார்த்துக்கொண்டு நின்றார். அந்தச் சூழ்நிலைக்கும் தனக்கும் சம்பந்தமே இல்லாத மாதிரி ஒரு பெரிய பிரபுத்துவத் தோரணையில் நின்றுகொண்டிருக்கும் அப்பாவின் பெரிய ஃபோட்டோவைப் பார்த்தார். திரும்ப என்னைப் பார்த்தார். நானாகவே பத்திரிகை களிலிருந்து வெட்டி எடுத்து சட்டம் செய்து போட்டிருந்த தோழர் கிருஷ்ணப்பிள்ளையின் படம், சிட்டகாங் போராட்ட விராங்கனை கல்பனா தத்தின் படம், இவற்றை எல்லாம் நோட்டம் விட்டார். வரிசையாக அக்காமார்களின் கல்யாண ஃபோட்டோக்கள்—ஜோடி, ஜோடியாக நிற்பவை—அவற்றையும் பார்த்தார். கல்யாணம் ஆனவுடன் முதல் வேலை போட்டோ எடுத்துக்கொள்வதுதானே!

இருவருக்குமிடையே ஒரு மாதிரியான மவுனம் அங்கே ஆட்சி புரிகிறது. அவரது மவுனம் எத்தனையோ கேள்விகள் கேட்க, எனது மவுனமே அவற்றிற்கு பதில் சொல்லிக் கொண்டிருந்தது. மேலுக்கு ஏதோ புரட்சி, வீரம் என்றெல்லாம் துணிந்து செயலாற்ற என்னை ஈடுபடுத்திக்கொண்டு விட்டு அதிலேயே என்னை அர்ப்பணித்துவிட்டவள் மாதிரியும் நடந்து கொண்டாலும், என்னுள்ளே ஒரு சோகம் எங்கேயோ கனன்று கொண்டிருப்பது—அது அப்பா நிராதரவாக விட்டுச் சென்றதால் மாத்திரமல்ல, சுற்றமும், உற்றமும் கொண்ட இந்த சமுதாயத்தில் நொடித்துப் போனவர்களுக்கான ஒரு நிலைமை இருக்கே, மற்றவர்களால் நிசாரமாக நினைத்து, தள்ளிவைக்கப்படுகிற அல்லது புறக்கணிக்கப்படுகிற ஒரு நிலையால் ஏற்பட்ட ஒரு சோகம். அந்த சோகத்தை என்னதான் மூடிவைத்தாலும் புகை நடுவினில் தீயிருப்பதைக் காண்பது போல் தோழர் சர்மாவின் பூதக்கண்ணாடி போன்ற அறிவுக்கண்களுக்கு புலப்பட்டுவிட்டது ஆச்சரியமில்லை.

“ஓ, சகாவு கிருஷ்ணப்பிள்ளை. இவர் படம் எல்லாம் வச்சிருக்கீங்களே, அவரப்பத்தி தெரியுமா உங்களுக்கு?”

"அவருடைய நினைவு மலர்களிலேருந்து படிச்சுத் தெரிஞ்சிருக்கேன். மற்ற தோழர்களும், இங்கே சுசீந்திரத்திலே அவரு ஜெயிலிலே இருக்கும்போது பார்த்த தோழர்களும் கொஞ்சம், கொஞ்சம் சொல்லிக் கேட்டிருக்கேன்."

"என்னை கட்சிக்கு கொண்டு வந்தது இவருதான். ஆமா இவரேதான். என்ன அப்படி ஆச்சரியமாப் பாக்கறீங்க?"

"அப்போ உங்களுக்கு அவரைப்பற்றி தெரிஞ்சதை எல்லாம் நீங்க எனக்குச் சொல்வேளா தோழர்."

"ம், சொல்றேன். இன்னெரு நாள் விபரமாகச் சொல்றேன். ஏன்னா நீங்க இதை எல்லாம் கட்டாயமாத் தெரிஞ்சுக்கணும் …ம், அப்புறம் மெட்ராஸிலே நாங்க கம்யூன் அமைச்சு வாழ்ந்த தெல்லாம் கூட நீங்க தெரிஞ்சுக்கணும்."

"ஏன் தோழர், ஒவ்வொரு தோழருடைய வாழ்க்கையும் ஒரு வீரபுருஷனின் காவியமாத்தானிருக்கும் இல்லையா?"

"நிச்சயமா, யூ. ஜி. பீரியட்ல ஒவ்வொருவரும் பட்ட கஷ்டமும், சிறைவாசமும் இதையெல்லாம் பற்றி நீங்கள் மாத்திரமல்ல, இனிமேல் கட்சிக்கு வர்ற எல்லாருமே தெரிஞ்சுக்கணும்."

"அவர்களுடைய வாழ்க்கையைப் படிக்கும்போது கடந்த கால அரசியலும் நமக்குப் பாடமாயிருமில்லையா?"

"எக்சேக்ட்லி."

"அது சரி தோழர். உங்களைப் பற்றியும் நான் தெரிஞ்சுக்கலா மில்லையா?"

"நிச்சயமா."

எனக்கு அவர் என்ன கேட்க விரும்புகிறார், நான் எதைச் சொல்வது, எதைச் சொல்லாமல் விடுவது என்று தீர்மானிக்க வேண்டியதிருந்ததால் கொஞ்சம் நிதானிக்க வேண்டியதிருந்தது.

சற்று நேரம் பொறுத்து,

"சோ, வாட்ஸ் யுவர் ப்ராப்ளம் நௌ?"

நான் பதில் சொல்ல யோசிப்பதற்குள், அம்மாவும் அங்கு வரவே, தோழர் சர்மா அம்மாவிடமே,

"அம்மா, ஒங்க எந்தெந்த குழந்தைகள் எல்லாம் எங்கெங்கே இருக்காங்க?"

அம்மாவை முந்திக்கொண்டு நானே பேச ஆரம்பித்தேன்,

“பெரிய அண்ணன் ஒரு வேலையைத் தேடிக்கிட்டு எப்பவோ வீட்டைவிட்டுப் போனவன்தான். இன்னொரு அண்ணன் ஒரு அக்ஸிடென்ட்லே போயிட்டான்... இந்த வருத்தங்களை எல்லாம் தாக்குப் பிடிக்க முடியாம அப்பாவும்...” எனக்கு தொண்டைக்குழியில் ஏதோ அடைத்தது.

அம்மாவிற்கு விசனம் வந்திருக்க வேண்டும். சேலை முந்தானையில் மூக்கை துடைக்கும் சப்தம் கேட்டது. தோழரின் முகம் என்னவோ போலாவதைக் கவனித்தேன்.

“மூன்றாவது அண்ணன் எனக்கு மார்க்ஸிய லெனினிஸ புத்தகங்களைத் தந்து படிக்கச் சொல்லிட்டு, அவனும் ஒரு வேலையைத் தேடிட்டுப் போயிட்டான். ஆனால் ஏதோ எங்களை மறக்காமல் கொஞ்சம் பணம் மாசந்தோறும் அனுப்பித் தந்துக்கிட்டிருக்கான்.”

“தென் வாட் எபௌட் யுவர் சிஸ்டர்ஸ்?”

கேட்டுக்கொண்டே தம்பதி சமேதர்களாய் நிற்கும் ஃபோட்டோக்களைப் பார்க்கிறார்.

“அவோவோளுக்கு அவோ வீடு, பிள்ளைகள், படிப்பு, இங்கே வரவும், கவனிக்கவும் அவாளாலே முடியல.”

“ஸோ, இந்த வீடு (இடிபாடுகளையும், அரைகுறைகளையும் பார்த்துவிட்டு) இந்தக் குடும்பத்தின் பாரம், அம்மாவை பார்த்துக் கிற பொறுப்பு எல்லாம் ஒங்க இந்தச் சின்னத் தலையிலேயா?”

இப்படி அவர் கேட்டதும்,

“என்ன செய்யட்டும் தோழர்? நான் விரும்பினாலும், விரும்பாட்டாலும் அது என் தலையிலேதான்.”

மனதிலுள்ள சோகம் வெளிப்பட்டு விடாமலிருக்க சிரித்துக் கொண்டே அவரிடம்,

“அதனால என்னாச்சு தெரியுமா, சிலசமயம் எனக்கு அறுபது வயது ஆகிவிட்ட மாதிரி கூட தோணும். ஏன்னா அப்பா இருந்தால் இப்போ அப்பாவிற்கு அறுபது வயசுக்கு மேலேயிருக்குமில்லையா? அப்பாவுடைய ஸ்தானத்திலே நான் இருக்க வேண்டியதிருக்குதில்லையா?”

இதைக் கேட்டு அவர் சிரிப்பார்னு நினைத்தேன். ஆனால் அவர் என் ஹாஸ்யத்திற்குப் பின்னாலிருந்த சோகத்தை உணர்ந்து கொண்டார் போலத் தெரிந்தது.

“அம்மா சொல்லுவா, நாஞ்சில் நாட்டிலே பந்தீரண்டு பிடாகையும்ணு. அவ்வளவுபேரும் சொந்த மருமக்க வழிக்காரோன்னு. எல்லோரையும் விடுங்க. நெருங்கின சொந்தபந்தங்களே எப்படின்னு கேட்டிங்கன்னா, வீட்டிலே ஒரு குழந்தை பிறந்தா, பார்க்க வருவா. யாராவது செத்தா அதுக்கும் ‘துட்டி’யை விலக்கி வைக்கப்படாது அப்படின்னு அதுக்கும் வருவா. ஒரு குடும்பம் நொடித்துப் போறதுலே, அதைத் தெரிஞ்சுக்கிட்டுப் போயி மற்றவர்களிடம் பேசுவதிலேயும் அவர்களுக்கெல்லாம் ஏற்படுகிற சந்தோஷமிருக்கே... இப்படிப்பட்டவர்களிடமிருந்து அன்பையோ, அரவணைப்பையோ எதிர்பார்க்க முடியுமா? வசதியான அவர்களுடைய வாழ்க்கையிலிருந்து விலகி, தரித்திர நிலையிலிருக்கும் இந்த வீட்டுக்கு ஒரு நாள் வந்து போகக் கூட இந்த வீட்டு பொம்பிளப்பிள்ளைகளுக்கு மனசு வரல்ல. ‘வரும்படி’ ஏதுமில்லாத நிலைமை ஒரு பக்கம், எனக்கு ஒண்ணுமே தெரியலைன்னு ஒரு பக்கம். நாம அங்கு போனா யாரு என்ன நினைப்பா; இங்கே போனால் அது சரியா, தப்பா; யார்கிட்ட பேசலாம், பேசக்கூடாது; இதெல்லாம் தீர்மானிக்க முடியாத ஒரு பயம். அதே சமயம் எல்லாவற்றையும் சமாளிக்க ஒரு அறுபது வயசுக்குள்ள அனுபவங்களைத் தெரிஞ்சுக்கிட்டு அந்த நிலையிலேருந்து காரியங்களைக் கொண்டு போக வேண்டிய திருக்கே. அதனால் என் ஸ்தானம் எதுன்னே எனக்குத் தெரியல்ல. நான் அப்படி ஒண்ணும் உணர்ச்சிவசப்பட்டோ, வேதனைப் பட்டோ உங்ககிட்ட இதையெல்லாம் சொல்லல்ல. ஏன்னா; எது வந்தாலும் தாங்கிக்கலாம், சமாளிக்கலாம்கிற தைரியம் இருந்தாலும், ஒரு விரக்தி ஏற்பட்டுப் போச்சுன்னு நினைக்கிறேன். இதிலேயிருந்து மீளமுடியுமான்னு எனக்குத் தோணல்ல.”

இத்தனையும் பேசிய பின்புதான் ஏன் பேசினோம், பேசியிருக்கக் கூடாதோன்னு மனம் மேலும் சஞ்சலப்பட்டது.

அவர் என்ன நினைக்கிறார் என்று அவரைப் பார்த்தபோது கண்கள் சிவந்திருக்கக் கண்டேன். தூசி எதுவும் விழுந்திருக்க சந்தர்ப்பம் இல்லையே!

“நம்ம பார்ட்டிங்கிறது ஒரு குடும்பம். நாங்கள்லாம் இருக்கிறோமே. ஸோ, யு நீட் நாட் வொரி. உங்களுக்கு நாங்க உதவி செய்யத் தயாராயிருக்கோம்.”

51

திரு – தமிழகப் போராட்டம் மேலும், மேலும் உச்சநிலைக்குப் போய்க்கொண்டிருந்தது. போலீஸ் வேன்களும், ஜீப்களும் 'விர் விர்' என்று இங்கேயும் அங்கேயும் பறந்துகொண்டிருந்தது. சின்ன வகுப்புகளில் போலீசைப் பற்றி, அவர்கள் திருடர்களைப் பிடிப்பார்கள் என்று படித்தது என்னவோ நிஜம்தான். 'ஊர்ச்சேவகன் வருதல் கண்டு மனம் பதைப்பார்'ன்னு பாரதி பாடியதுபோல் நான் ஏன் பதைபதைக்கிறேன். தனியா போய் வரவே பயப்படுகிறேனே! இப்போ எல்லாம் போலீஸ், சட்டத்தைத் தன் கைகளில் எடுத்துக்கொண்டு ஆள்வோருக்கு சாதகமாவும், மூர்க்கத்தனமாகவும் நடந்துகொள்பவர்கள் என்பது எல்லோருக்கும் தெரிந்த விஷயம்!

நாளை மறுதினம் கம்யூனிஸ்ட் கட்சியும் நேரடியாகப் போராட்டத்தில் இறங்கப்போகிறது!

வெளியே என்ன நடக்கிறது என்று தெரிந்து கொள்ளாமல் வீட்டிற்குள்ளிருக்கவும் முடியவில்லை. நான் என்ன கோழையா? அதுதானே! நான் காரியாலயம் புறப்பட்டுப் போனேன். ஆனால் ஒரு விஷயம்! சந்து, பொந்து, முடுக்குகள் வழியாக வெல்லாம்தான் போனேன். திரும்பி வருகையில் தோழர் நந்தனோ, பாண்டியனோ என்னோடு வரவேண்டும் என்று கேட்டேன்.

பாண்டியன், "என்ன தோழர், பயமாருக்கா?"

"சேச்சே! பயம் ஒண்ணுமில்லை. ஒருவேளை என்னப் புடிச்சுக்கிட்டுப் போயிட்டா யாருக்காவது தெரியணும் இல்லையா? அதுக்காகத்தான்!"

நந்தன் சிரித்துக்கொண்டே என்னுடன் கிளம்பினார்.

போலீஸ் அராஜகத்தைப்பற்றி எல்லாம் அம்மாவிற்கும் கொஞ்சமெல்லாம் தெரியும்.

என்னைக் காணாது கவலைப்பட்டிருப்பாள் போலிருக்கிறது. எங்களைப் பார்த்ததும் நிம்மதியில் முகம் மலர்ந்தது.

நந்தன் போவதற்குத் தயாரானார்.

"அம்மா தேயிலை போடப் போயிருக்கா."

எனக்கும் சூடாக ஏதாவது உடனே குடிக்கணும் போல் இருந்தது. அம்மா டீயுடன் வருகிற வரைக்கும் என்ன பேசுவது? எதிரெதிராக மேஜையின் இரு புறமும் உட்கார்ந்து கொண்டு எவ்வளவு நேரம் சும்மா இருப்பது? எப்போதும் பழக்கமான விஷயம், ஏதாவது காகிதத்தில் சின்னத்துண்டு காகிதமாயிருந்தாலும் சரிதான். கையில் பென்சிலோ, பேனாவோ இருந்து விட்டால் எதையாவது கிறுக்குவது, வரைவது, எழுதுவது, கோலம் போடுவது...

இந்தப் பழக்கம் என்னிடமிருந்துதான் நந்தனுக்கும் தொற்றியிருக்க வேண்டும். நந்தனிடம் எப்போதும் பேனா இருக்கும். ஆனால் இந்த கிறுக்கல் பழக்கத்தை யார் முதலில் ஆரம்பித்தது?

என்னவோ. ஒரு படம் வரைகிறார் என்று தெரிகிறது. அதிலும், அதில் ஆழ்ந்து வரைவது தெரிந்தது. எனக்கு என்ன வரைகிறார் என்று தெரிந்துகொள்ள வேண்டும் போலிருந்தது. அம்மா இன்னும் தேயிலை எடுத்துக்கொண்டு வரக் காணோம்.

வரைந்து முடித்துவிட்டு ஒரு நிறைவோடு என்னைப் பார்க்கிறார். நான் அதைக் கேட்கும் பாவனையில் வலக்கரம் நீட்டினேன். வாய்திறந்து அதைக் கொடுங்கள் என்று கேட்கிற அளவுக்கு உரிமை எடுத்துக் கொள்ள தயக்கமா இருந்தது.

அது என் கைக்கு மாறியபோது, அது ஒரு இதழ் விரிந்தும், விரியாமலுமிருந்த ரோஜா மலர். பக்கத்தில் சன்னலருகே மல்லிகை மலர்கள் விரியத் தொடங்கி லேசான மணம் பரவத் தொடங்கியிருந்தது.

"எங்க வீட்டிலே மல்லிகை பூதான் இருக்கு."

"இல்ல ரோஜாவும் இருக்கு."

“அப்படின்னா?”

“ஒங்க மனம், குணம்.”

ஒரு கனமும், இதமும் நிறைந்த மவுனம். அது என்னை இறுக்கியது. அம்மா தேயிலை நிறைந்த இரண்டு டம்ளர்களுடன் வந்தாள்.

அந்த இறுக்கமான கனத்த மவுனத்தை கலைத்துவிட்டு,

‘அப்படின்னா அழகை என் மனதிலே, குணத்திலே பார்க்கிறேளா? நல்ல வேளை கண்ணு, மூக்கு, முகம்னு சொல்லாம மனசுன்னு சொன்னதிலே, குணம்னு சொன்னதிலே... இப்படிப் பட்ட ஒருத்தரோட தோழமை கிடைச்சதிலே; நான் ரெம்பப் பெருமைப்படறேன்னு’ சொல்ல விரும்பினேன். ஆனால் ஒன்றும் சொல்லவில்லை.

நந்தன் டீயைக் குடித்துவிட்டு எழுந்து போய், எவ்வளவோ நேரமாயிருக்க வேண்டும். அகத்தின் அழகைப் பார்க்கும் ஒரு பார்வை... ஓ, இத்தன்மை சாமான்யமானவர்களுக்கு இருக்க முடியாது... அப்படின்னா... அப்படின்னா... தோழர் நந்தன் ஒரு சாமான்யனல்ல!

தண்ணென்றிருந்த மனதிற்கு, புதியதோர் சாந்தியும் பிறந்தது.

பாதித் தம்ளர் டீயுடன் உட்கார்ந்திருந்த என்னை, தம்ளர்களை எடுக்க வந்த அம்மா, “என்ன?”ங்கிற அர்த்தத்தில் என்னைப் பார்க்கிறாள்.

மனம் துணுக்குற்றது.

52

1952 தேர்தலுக்குப்பின் நிலைமைகளைப் புரிந்துகொண்டேன். பார்லிமென்டில் கம்யூனிஸ்டுகளும், கம்யூனிஸ்ட் அனுதாபிகளும் 36 பேர் வந்து விட்டனர். இவர்கள்தான் முக்கியமான எதிர்க் கட்சி. இதன் தலைவர் ஏ.கே. கோபாலன்.

காரியாலயத்திலிருந்து வீட்டிற்குச் செல்ல புறப்படும் என்னிடம்,

"என்ன, தோழர் நீங்க கோட்டாறு மீட்டிங்கிற்கு வாறேளா?" எனக் கேட்டார்.

ஏற்கெனவே கோட்டாறு தோழர் தாசன் கூட்டத்திற்கு வரும்படியும், சில வார்த்தைகள் பேசும்படியும் கேட்டிருந்தார். எனவே அவர்கள் கூட்டத்திற்கு வருகிறீர்களா எனக் கேட்டதற்கு தலையாட்டிவிட்டு வீட்டிற்கு வந்துவிட்டேன்.

வீட்டிற்கு வந்ததும் அம்மாவிடம், "யம்மா யாராவது என்னைக் கூப்பிட வந்தால், எனக்கு வயத்த வலிக்குதுன்னு சொல்லிருவியாம்மா?"

அம்மா விழித்தாள், "ஏன் நீ போகப் பிரியப்பட வில்லையா?"

"இல்லேம்மா, ஏ.கே. கோபாலன் பற்றி உனக்கு சொல்லியிருக்கேன்லாம்மா? பெரிய கூட்டமா யிருக்கும். எனக்குப் போகவே பயமாயிருக்கம்மா. அதனாலே நீயே சொல்லி வந்தவங்கள அனுப்பிரும்மா."

"உம்" கொட்டிவிட்டு அம்மா வேலையைப் பார்க்க போய் விட்டாள். ஆனால் நிஜமாகவே மாடியில் போய் உட்கார்ந்து கொண்டேன். மனம் மாத்திரம், 'மாட்டிக்கொண்டால்' என்ன செய்வதென்றும், என்ன பேசுவதென்றும் தயார் பண்ணிக் கொண்டிருந்தது.

மாலை மணி ஐந்தாயிற்று. ஐந்தரையாச்சு. யாரும் வரவில்லை. அப்பாடா என்றிருந்தது. பயம் போய் சந்தோஷமாகப் பாடிக் கொண்டே வெளி ஹாலில் நடமாடிக்கொண்டு இருந்தேன்.

தூண்டிற் புழுவினைப் போல் – வெளியே
சுடர் விளக்கினைப் போல்
நீண்ட பொழுதாக எனது
நெஞ்சம் துடித்ததடி.

யாரோ வரும் சத்தம் கேட்கவே பாட்டை நிறுத்திவிட்டேன். இரண்டு தோழர்கள். எனக்கு அவர்களைத் தெரியும். வயிற்றில் புளி கரைக்கப்படுகிறது. கூட்டத்திற்கு அழைத்துச் செல்ல வந்தார்களாம்.

"நேரமாகாதாம். உங்கள உடனே கூட்டிட்டு வரச் சொல்றாங்க."

"இல்ல தோழர்... எனக்கு... கொஞ்சம் உடம்பு சரியில்ல. அதனால வர முடியல்லன்னு சொல்லிருங்கோ."

இருவரும் தயங்கி நின்றுவிட்டு போய்விட்டார்கள்.

அப்பாடா, வந்தவர்களையும் அனுப்பியாகிவிட்டது. இனிமேல் பயப்படவே தேவையில்லை. ஆனாலும் ஏ.கே.ஜி. பேசுவதைக் கேட்க முடியாமல் போகிறதே. எல்லா தோழர்களும் இப்போ அங்குதானிருப்பார்கள். தோழர் நந்தன் நான் வருவேன்னு எதிர்பார்த்திருப்பாரோ? போகலேன்னா வருத்தப்படுவாரோ? அவர் ஏன் வருத்தப்படணும்? நான் போகாவிட்டால் யாருக் கென்ன? ஆனாலும் போகணும் போலவும் இருந்தது. ம்... இனிமேல் நான் நினைச்சாலும் போகமுடியாது. அதுதான் சொல்லி அனுப்பியாச்சே வரமுடியாதுன்னு.

இனி உடல் சரியில்லேங்கிற வேஷமும் வேண்டாம்தானே. போய் முகம் கழுவி, தலைவாரிக் கொண்டு வராண்டா கைபிடிச் சுவரில் ஹாய்யா உட்கார்ந்தேன். பயம் நீங்கி மனதில் நிம்மதி பிறந்தது.

'சர்'ன்னு ஒரு கார் வந்து நிற்கவும், தோழர் சித்தரஞ்சன் கொடுத்துவிட்டதாக ஒரு 'சீட்'டும் ஒரு தோழர் கொண்டு வந்தார்.

“தோழர், நீங்கள் வருவீர்கள் என நிறையப் பெண்களும் வந்து காத்திருக்கின்றனர். ஒரு ஐந்து நிமிடம் வந்து சென்றால் போதுமானது. தோழர் ஏ.கே.ஜி.யும் வந்துவிட்டார். கூட்டம் ஆரம்பிக்கவிருக்கிறது. மறுக்காமல் வரவும்.”

எனக்குள் எங்கிருந்துதான் அந்த வேகம் வந்ததோ; உடனே உடை மாற்றிக்கொண்டு இரண்டே நிமிடத்தில், என்னை ஆச்சரியமாகப் பார்த்துக்கொண்டு நிற்கும் அம்மாவிடம் சொல்லிவிட்டு, புறப்பட்டுவிட்டேன்.

கூட்டத்தைப் பார்த்தேன். கூட்டம் நிறைந்து வழிந்தது. முதலில் லேசான நடுக்கம். பின்னர் சுதாகரித்துக் கொண்டேன். அது ஒரு மேடை என்பதையும், ஜனக்கூட்டம் என்பதையும் மறந்தேன். இவர்கள் எல்லாம் எதை உணர வேண்டுமென்று நான் உணர்கிறேனோ, அதை அவர்கள் மனதில் பதியும்படியான வார்த்தைகளில் சொல்லப் போகிறேன்.

“பெரியோர்களே” என்றழைத்தேன். உண்மையில் அங்கு நின்ற ஒவ்வொரு முதியவர்களையும் கண்களால் சந்திக்க முடிகிற வரையில், அவர்கள் முகங்களைப் பார்த்தே அழைத்தேன்.

“சகோதரர்களே” என்ற போதும் சரி, வீடுகளிலும், வாசல்படி களிலும் உட்கார்ந்திருந்த பெண்களை அழைத்தபோதும் சரி, ‘தாய்மார்களே’, ‘சகோதரிகளே’ என்றபோதும், அவர்கள் அனைவரையும் மனதிற்குள் கொண்டுவந்து உணர்வுப்பூர்வமாக அழைத்தேன். ஒவ்வொருவருடைய நிலையிலும், அவரவர்கள் கடமை என்னவென்று கூறினேன். அன்றைய நிலையில் ஒரு இடதுசாரி முன்னணி அமைப்பது நம் கடமை என்றேன். அந்த முன்னணி அரசாங்கத்தால் என்ன செய்ய இயலும் என்று என் மனதிற்குத் தோன்றியது போல் அவர்களுக்கும் தோன்றியிருக்கக் கூடுமல்லவா? எனவே நான் பேசினேன்.

“பணக்கார வர்க்கத்தினுடையவும், ஏகபோக முதலாளி களுடையவும் பிரதிநிதிகளாக மத்தியில் அரசாளும் ஒரு அரசாங்கத்தின் அரசியல் சாசனத்துக்குட்பட்டு, சட்டதிட்டங் களுக்கு உட்பட்டு, ஒரு மாநில அரசு என்ன செய்ய முடியுமோ, அதை இந்த முன்னணி அரசால் வஞ்சகமின்றி செய்ய முடியும்” எனக் கூறினேன்.

இவ்வாறு பேசி முடித்த பின்னர் கூட்டத்தினரைப் பார்த்தேன். சம்பிரதாயமான ஒரு சிறிய அளவு கைதட்டல் கூட இல்லை. நானும் ஒரு பிரமிப்புடன் விடைபெற்றுக் கொண்டு

மேடையை விட்டுக் கீழிறங்கினேன். ஏ.கே. கோபாலனின் பேச்சைக் கேட்கத் தயாரானேன்.

காலையில் கண்விழித்தபோது, பொழுது விடிந்து வெகு நேரமாகி விட்டிருந்தது. இருந்தாலும் சோம்பலில் புரண்டு கொண்டிருந்தேன்.

"காப்பியக் குடியேன். எவ்வளவு நேரமாதான் உருண்டுக் கிட்டு கிடப்பே. எந்தி, காப்பிய குடி, போ" என்றாள் அம்மா.

காப்பி குடித்தும் சோம்பல் தீரவில்லை. குளிக்கவும் இல்லை. நேற்று நான் பேசியது சரியாக இருந்ததா? கேட்டவர்கள் மனதில் பதியும்படி பேசினேனா? என் பேச்சிற்கென்று கொஞ்ச நிமிடங்களே ஆனாலும்—ஒரு 'தரம்' இருக்க வேண்டும். அதைத் தான் நான் விரும்புகிறேன். நந்தன் வந்திருந்தாரா? இன்று அவரைக் கேட்கலாமா? யாரிடம் கேட்பது என் பேச்சு எப்படி இருந்ததென்று? இப்படி உழன்றுகொண்டேயிருந்தேன்.

ஆனந்தம்மா அம்மாவிடம் கொஞ்சம் காப்பிப் பொடி கடன் வாங்க வந்திருக்கிறாள். அவள் பேசும்போது அடிக்கடி மூக்கை உறிஞ்சிக்கொள்வாள். விரல்களால் தேய்த்துவிட்டுக் கொண்டும் பேசுவாள். நானும் அவளிடம் பேசும்போது அவளை மாதிரியே மூக்கை உறிஞ்சிக்கொண்டும், கை விரலால் தேய்த்துக் கொண்டும் பேசுவேன். அவளுக்கு பொய்க் கோபம் வரும். அந்தக் கோபத்தை நான் விரும்புவேன்.

"எம்மா" – 'உம்' ஒரு உறிஞ்சல் – "நேத்துக் கேட்டியா? ஓங்க மக" – பின் ஒரு விரல் தேய்ப்பு – நேத்துக் கூட்டத்திலே ரெம்ப நல்லா பேசினாளாமே. என் கொளுந்தன் நேத்து கோட்டாத்துக்குப் போயிருந்தபோது கேட்டானாம்" 'உம்' ஒரு உறிஞ்சல் –"ஆட்கள்ளாம் அப்படியே... அப்படியே... கேட்டுட்டேருந்தாளாம். ஆனா இவதான் சட்டுன்னு முடிச்சிட்டாளாம்." –'உம்' உறிஞ்சல் –"ஏன் நீ ரெம்ப நேரம் பேசல்லையாம்?" ஊம்... "நாமெல்லாம் இவ பேசுகிறத ஒரு நாளு கேக்காண்டாமா? நம்ம தெருவிலேயுந்தான் எத்தன பேரு கூட்டம் போடறான்க. இவ கட்சிக்காரனுக போடயில இவளும் பேசணும், நாம கேக்கணும்... ஆமா... ஆமா, கட்டாயம் எங்களுக்கு கேக்கணும். நீ என்னம்மா சொல்லுக?"

"ஆமா, அவ வீட்டிலேயும் பேசிக்கிட்டேதானே இருக்கா. இனி கூட்டத்திலே வேற போயி கேக்கணுமாக்கும்?"

"அப்படிச் சொல்லாதம்மா. அவ ஆம்பிள கணக்கா எப்படி மேடையிலே ஏறி நின்னு பேசுகான்னு பாக்காண்டாமாக்கும்?"

எனக்கு எங்கிருந்தோ சுறுசுறுப்பு வந்தது. ஆனந்தம்மாவிடம் அவசர அவசரமா கேட்டேன்:

"நேற்று உன் கொளுந்தன் என்ன சொன்னான், நான் பேசியதைப்பத்தி?"

"நீ ரெம்ப நல்லாப் பேசினியாம். ஆனால் இன்னும் நீ பேசுவேன்னு எதிர்பார்த்தானாம். அதுக்குள்ள நீ முடிச்சுட்டு இறங்கிட்டியாம். ஆமா, எங்களுக்கும் இங்க ஒரு நாள் பேசித்தான் காட்டேன்."

"அதுக்கென்னா பேசினாப் போச்சு. இங்க 'எங்க'கூட்டம் நடக்கும்போது, நான் பேசாமலா போயிருவேன். வேணும்னா பாரேன்."

"நீ மட்டும் இந்தத் தெருவிலே மேடையிலே பேசு; நாங்கள்ளாம் உனக்கு ஆளுக்கொரு மாலை கொண்டு வந்து போடுவோம், தெரியுமா..? ஏன் சிரிக்கிறே? நாங்கள்ளாம் வெளியிலே வரமாட்டோம்னு நினச்சியா? நீ மட்டும் கூட்டத்திலே பேசு, அப்புறம் பாரு எங்களை" சொல்லிவிட்டு மூக்கையும், ஊம்ம்... என்று உறிஞ்சிவிட்டு காப்பிப் பொடியுடன் போய்விட்டாள்.

மனது குதூகலித்தது, பாண்டியன் வந்தார். எங்கள் வேலை முனிசிபல் தொழிலாளர் யூனியன் அமைப்பது. இருவருமாக நடந்து கோட்டாறு சக்கிலியர்கள் வாழும் பகுதிக்குச் சென்றோம்.

'ஆதிக்கண்ணு' – அவன்தான் எங்க வீட்டுக்கு வரும் சக்கிலியன். நான் அவனை அங்கே எதிர்பார்க்கவில்லை. அவனும் என்னை எதிர்பார்த்திருக்க முடியாது. தீபாவளிக்கு, பொங்கலுக்கு என்று 'பெட்டியை' எடுத்துக்கொண்டு வீடு, வீடா வந்து நாம் மேலிருந்து போடுவதை நம் வாசல்படியின் கீழ் நின்று வாங்கிக்கொண்டு போகிறவன், நாம அவன் வீடுதேடிப் போவதை என்னென்று நினைப்பான்?

ஒரு கிழிந்த பாயைக் கொண்டு வந்து ஒட்டுத்திண்ணையில் போட்டான். வீட்டிலுள்ள பெண்கள் ஒரு கயிற்றுக் கட்டிலைக் கொண்டுவந்து போட்டார்கள்.

'கொடியிறைச்சி'–இறைச்சி, அது செத்த மாட்டு இறைச்சியோ, எருமை மாட்டு இறைச்சியோ, வெய்யிலில் காய்ந்துகொண் டிருந்தது. கயிற்றில் கெட்டி தொங்கவிட்டிருந்தார்கள். அதில் வெயில் படப்பட வாசனை அதிகமாக வீசியது. எனக்கு குடலைப் புரட்டியது. பாண்டியன் அதை எல்லாம் கண்டு கொள்ளாது எல்லாத் தொழிலாளிகளிடமும், "அவர்களும்

எல்லோரையும் போல் மனிதர்கள் என்பதையும், நகரசுத்தித் தொழிலாளர்கள்தான்னாலும் நீங்க, ஒருநாள் வேலை செய்யாட்டா ஊரே நாறிப் போகும். அதனால் நீங்க ஒங்க வாழ்க்கைத் தரத்தை உயர்த்தணும், உங்க பிள்ளைகளும் படிக்கணும்" என்றார்.

அப்போ, ஆதிக்கண்ணுக்கு சந்தேகம் வந்தது,

"ஐயா, எங்க பிள்ளைக படிக்கப் போயாச்சுண்ணா, அப்புறம் யாரு எங்க வேலையப் பாக்கது? நாங்க செத்துப் போயாச்சுன்னா, இந்த வேலையப் பாக்க ஆளு வேண்டாமா? ஆண்டவன் எங்கள அதுக்குன்னே படைச்சிட்டானே ஐயா!"

"அப்படிக் கேளு. ஆண்டவன் ஒண்ணும் நீதான் கக்கூஸ் எடுக்கணும்னு ஒண்ணும் படைக்கல. எல்லாம் மனுஷங்கதான், தாங்கள் சவுக்கியமா வாழ, மத்தவன அடிமப்படுத்தி இப்படி ஏற்பாடு செஞ்சுக்கிட்டான்க. நாம எல்லோரும் நீ சொன்ன ஆண்டவன் முன்னாலே சமம்தான். அதோட நீ கேட்டியே கேள்வி, 'எங்க வேலைய யாரு செய்வா'ன்னு. வருங்காலத்திலே அதுக்கெல்லாம் விஞ்ஞான வழி இருக்கு. முன்னேறிவிட்ட நாடுகளி லெல்லாம் அந்த முறை வந்தாச்சு. அவரவர் வீட்டுக்குள்ளேயே பாதாளக் கிணறுகள் எடுத்து அதற்குள்ளேயே மலஜலம் விழுகிற மாதிரி செய்ய முடியும்."

"ஏண்ணே, பாம்பே கக்கூஸ்தானே, நீங்க சொல்லுதீங்க அண்ணே."

"ஆமா, நீ சரியாச்சொன்ன, அதேதான். இப்படி ஒவ்வொண்ணுக்கும் வழி கண்டுபிடிக்கும்போது, நீங்க இந்த நிலையிலே வாழ வேண்டாம். எல்லோரையும் போல – இப்போ உங்களுக்கு ஓட்டுரிமை இருக்கிற மாதிரி – நீங்க வாழக் கத்துக்கணும்" என்று சொல்லி முடித்துவிட்டு பாண்டியன் என்னைப் பார்த்து,

"இந்தப் பெண்கள் கிட்ட நீங்க மாதர் சங்கம் அமைக்கறதப் பத்தி பேசுங்க."

அப்போது ஒரு நடுத்தர வயது சக்கிலியப் பெண் கைளில், அது என்ன? ஓ! 'கலர்' வந்த விருந்தாளிகளான எங்களுக்குத்தான்.

"யம்மா, தாயி சோடாக் கலரு குடிங்கம்மா."

அவள் அதைக் கடையிலேயே சோடா ஒப்பனரால் உடைத்து, விரலை உள்ளே விட்டு மூடிக்கொண்டு வந்தாள். என்ன செய்வது? தோழர் பாண்டியனைப் பார்த்தேன். குடித்துத்தான்

ஆகவேண்டுமா? இதற்குள் பாண்டியன் பாட்டிலை காலி பண்ணியிருந்தார். அவர்கள் அன்பைப் பெற வேண்டுமென்றால் குடித்துத்தானாகணும். நான் மனதைக் கல்லாக்கிக் கொண்டு, முகத்தில் சிரிப்பை வரவழைத்துக் கொண்டு, அவர்களிடமிருந்து வாங்கி ஒரே மூச்சில் குடித்துவிட்டேன்.

அவர்களுக்கு சந்தோஷமான சந்தோஷம். எல்லோரும் என்னைச் சுற்றி உட்கார்ந்து கொண்டனர். பின்னர் என்ன? கேட்கவா வேண்டும். மாதர் சங்கம் – அதற்குத் தலைவர், உபதலைவர், கொஞ்சம் விபரம் தெரிந்த ஒரு பெண் காரியதரிசி, கமிட்டி. இத்தனையும் முடித்துவிட்டே இருவரும் திரும்பினோம்.

கொடியிறைச்சியின் வாசனை மட்டும் என் கூடவே வருகிற மாதிரி உணர்ந்தேன். கஷ்டமாக இருந்தது. இப்படி பல தடவை அவர்களிருக்கும் இடம் சென்று, அவர்கள் கை விரல் அடையாளமிட்டு, கடன் வாங்கும் கடைகளில் அப்படியே அந்தக் கடைக்காரன் சம்பள தினத்தன்று வட்டியுடன் காசைப் பிடுங்கிக்கொள்வதையும், 'குடி'க்கு அடிமையாகி சம்பளத்தை எல்லாம் தீர்த்துவிடுவதால், குறைந்தபட்ச கூலிக்கு ஆண்களும், பெண்களும் வேலை பார்த்தும், அவர்கள் தரித்திரர்களாய் வாழ்வதை எடுத்துரைத்தோம். அவர்களுக்கென்று யூனியன், 'நகரசுத்தி தொழிலாளர் சங்கம்' அமைக்கப்பட்டது. ஒற்றுமையின் பலத்தை உணரத் தலைப்பட்டனர்.

○

53

இப்போது கட்சிக் காரியாலயம் ஒரு பெரிய கட்டடத்திற்கு மாற்றப்பட்டுள்ளது. நிறையப் பேர் வரவும், போகவும் வசதியாயிருந்தது. அப்போது ரஷ்ய நாட்டுத் தலைவர்கள் குருஷ்சேவும் புல்கானினும் இந்தியா வந்து போயிருந்தனர். எல்லோரும் அதைப் பற்றியே பேசிக்கொண்டிருந்தார்கள். தோழர் நந்தன் கையிடுக்கில் 'இந்தியன் எக்ஸ்பிரஸ்', 'இந்து' பத்திரிகைகளுடன் வந்தார். வந்ததுமே மற்ற எல்லோரும் குருஷ்சேவும், புல்கானினும் வந்து போனதைப் பற்றியும், அவர்கள் சொல்லிவிட்டுப் போனதைப் பற்றியும், அலசிக்கொண்டிருந்தனர். நந்தன் வந்ததும்,

"தோழர் நேத்து நீங்கள் பேசியதை ஏ.கே.ஜி.யே பாராட்டினாரு. நீங்க சொன்ன கருத்துகள் நல்ல தெளிவாகவும், சரியாகவும் இருந்ததாகச் சொன்னார் தெரியுமா?"ன்னார்.

எனக்கு என் முகத்தை எங்கே கொண்டு வைத்துக்கொள்வது? அல்லது என்ன பதில் சொல்வதுன்னு தெரியவில்லை.

"அப்படியா"ன்னு மாத்திரம் சொல்லி நிறுத்திக் கொண்டேன். நானும் மற்றவர்கள் பேச்சில் கலந்து கொள்ளப் போய்விட்டேன்.

ஒரு மூலையில் தோழர் தேவசகாயம். அவரைச் சுற்றி நாலைந்து தோழர்கள். நான் அங்கு போனேன்.

"ஆமா, எல்லாம் 'அடி'யிலேதான் சரியாகும். குருஷ்சேவ் சொன்னாருண்ணு, நாம் முதலாளிகூட கை கோத்துகிட்டுப் போக இயலாது. எல்லாம் அடியிலே இறங்கணும். அப்பத்தான் எல்லாம் சரி

யாகும். ரணதிவே வழிதான் சரியாயிருக்க முடியும் தோழர்” என்று என்னைப் பார்த்து சொன்னார். ஆயுதம் தாங்கிய புரட்சிக்குத் தான் தேவசகாயம் எப்போதும் வக்காலத்து வாங்குவார். நான் ஒன்றும் பேசாமல், புரியாமல் கேட்டுக்கொண்டிருந்தேன்.

இன்னும் சில தோழர்கள், ‘சமாதான சகவாழ்வுக் கொள்கை’ தான் சரி என்றனர்.

“ஆவடியிலே வேற நேரு, சோஷலிசம்தான் நமது லட்சியம்னு சொல்லியிருக்காருல்ல. அப்புறம் என்ன? படிப்படியா நாம ஜனநாயக பாதையிலேயே சோஷலிசத்தை அடைய முடியும்னு தான் நான் நினைக்கிறேன். அதனாலே நாம் நேருவை எதிர்க்காண்டாம். இப்போ காங்கிரசைவிட பிற்போக்கா சுதந்திராகட்சி ஆரம்பிச்சிருக்கான்.”

“அப்போ காங்கிரஸ் முற்போக்குங்கிறியா?” இது ஒரு தோழர்.

“நம்ம தேசத்தை ஏகாதிபத்தியம் விழுங்காமல் காப்பாத்தணும்னா நாம நேருவை ஆதரிக்கத்தான் வேணும்.”

“அதெப்படி? உழுபவனுக்கு நிலம் வேணும்னா துப்பாக்கியால் சுடுகிற அரசு, நில வெளியேற்றத்தை தடுத்தால் போலீஸ் சித்தரவதை, தொழிலாளி கூலி உயர்வு கேட்டா போலீஸ் அடக்குமுறை – இந்த சர்க்காரை எப்படி ஆதரிக்க முடியும்?”

“ஆனால் வெளிநாட்டுக் கொள்கையில் முற்போக்காக இருக்கிற சர்க்காரை நாம் ஆதரிச்சால் என்ன தப்பு?”

“ஆனால் உள்நாட்டு கொள்கையில் பிற்போக்காத்தானே இருக்கிறது?”

இதையெல்லாம் கேட்டு எனக்கு ஒரே குழப்பமாக இருந்தது. புதுசா வந்த தோழர்கள் சிலர் ஒருவேளை தாங்கள் இங்கே வந்தது சரியில்லையோ? இவர்களே இவ்வளவு குழம்புகிறார்களே என்று பார்க்கிற மாதிரி எனக்குப் பட்டது. சோவியத் நாட்டுத் தலைவர்களே நேருவை பாராட்டிவிட்டுப் போயிருக்காங்க. அதனாலே புரட்சியாவது, கட்சியாவதுன்னு புதுசா வந்தவர்கள், சரியான அரசியலில் அறிவு பெறாதவர்கள், குழம்பிவிடுவார்களோன்னு நான் ரொம்பப் பயந்தேன். மார்க்ஸியம், லெனினிஸம்ன்னு படிச்ச தோழர்களே குழம்புவதைப் பார்த்தேன்.

தோழர் என்.கேயிடம் பேசிக்கொண்டிருக்கும்போது, அவர் குருஷ்சேவை பாராட்டிக் கொண்டிருந்தார். இதுவரையிலும் பல தடவை ஜெயிலுக்குப் போயும், தலைமறைவு வாழ்க்கையிலும்

பட்டகஷ்டங்கள் அவரை ரெம்ப பாதிச்சிருக்கணும். அதனாலே அவர் இனிமேல் சமாதானமாகப் போராடி, அதாவது தேர்தலில் நின்று ஜெயிச்சே புரட்சி கொண்டு வரணும்னு நினைக்கிறாரோன்னு பட்டது.

தேவசகாயம், தோட்டத் தொழிலாளர்களிடையே வருடக் கணக்கில் வாழ்ந்தும், அவர்களுக்கு எந்த வித விமோசனமும் தன்னால் கொண்டு வரமுடியாமல் மனம் கோபமடைந் திருக்கலாம். ஒரு ரப்பர் தொழிற்சாலைக்காக என்னதான் போராடியும் கொண்டு வரமுடியலையேங்கிற ஆதங்கம். ஒரு புரட்சியை அடிதடி கொண்டு, கொண்டு வந்துவிடலாம்னு அவரை நினைக்கவைக்குதோ?

அவர் பலதடவைகளிலும் வேண்டுமென்றே என்னிடம் நெருங்கி நின்று பேசுவார். நானும் அதை சாதாரணமாகத்தான் எடுத்துக்கொள்ள முடியுமே தவிர, வேறு ஒன்றும் செய்வதற்கில்லை.

"சகாவே, எனக்கு இங்கே வைத்தியரிடம் வயிற்று வலிக்கு மருந்து சாப்பிடணும். அதோடு நான் சைக்கிளிலிருந்து விழுந்து விட்டேன். கை எலும்பு முறிந்துவிட்டது. அதனாலே ஒரு இரண்டு ஆழ்ச்ச போல உங்க வீட்டிலே தான் இருக்கணும். என்ன?"ன்னு என்னைப் பார்த்தார். மறுக்க இயலவில்லை.

"ஓ, தங்கிக்கோங்களேன்."

மறுநாள் அம்மாவிடம் தேவசகாயம் வந்து தங்கப் போகிற விஷயத்தைச் சொன்னேன். அம்மா என்னையே ஒரு மாதிரி பார்க்கிற மாதிரி தோன்றியது. எனக்குப் புரியவில்லை.

"அம்மா!"

"ம்."

"நான் போய் அக்காவின் பிள்ளைகளை பாத்துவிட்டு வாறேன். உனக்குத்தான் ஐந்தாறு நாட்களுக்கு துணைக்கு ஆளிருக்கே."

"சரி போயிட்டுத்தான் வாயேன்." நான் போவதில் அம்மா வுக்கு ஒரு நிம்மதி போல் தோன்றியது.

"ஹாங்... ஹாங்... போயிட்டு வா, அதுவும் நல்லதுநான்."

இதிலென்ன நல்லது, கெட்டது இருக்கும்னு எனக்குப் புரிய வில்லை. நான் திருவனந்தபுரம் புறப்பட்டேன். பிள்ளை களுடன் இருந்துவிட்டால் எனக்கு அதுதான் சொர்க்கம் போல் தெரிகிறது. அங்கேயும் கட்சியின் கிளைக் காரியாலயம்

கரமனையிலிருக்கிறது. அங்கே போவது, அங்குள்ள தமிழ் பேசும் இடங்களில் சில கூட்டங்களில் பேசுவது, இப்படி நாட்களைப் போக்கிக் கொண்டிருந்தேன்.

அன்று மத்தியான வேளை. பிள்ளைகள் பள்ளிக்கூடம் விட்டு வர இன்னும் நேரம் இருக்கிறது. வெயில் கொஞ்சம், கொஞ்சமாக சாய்கிறது. அந்த நேரத்திலும் வெளியே பலாமரத்தில் உட்கார்ந்து ஒரு குயில் பலத்த குரல் எடுத்து, அந்த சுற்றுவட்டாரம் முழுவதும் கேட்கும்படி, கூவிக்கொண்டிருந்தது. நான் ஒரு நாவலுடன் ஈசிச்சேரில் சாய்ந்து வாசித்துக்கொண்டிருந்தேன். அது ஒரு துப்பறியும் நாவல். சுவாரசியமாக மூழ்கியிருந்தேன். அந்தக் குயிலின் கூவலும் என்னைத் தடுக்கவில்லை. கொஞ்ச நேரத்தில் தூக்கம் வருகிற மாதிரி இருந்தது. குயில் விடாமல் கூவிக்கொண்டே இருந்தது.

இனம் விளங்காத ஒரு தாக்குதல் என் மனதில். ஏப்ரகாம் லிங்கனா?

The kindly, earnest, brave
foreseeing man, sagacious, patient

மெல்ல, மெல்ல இனந்தெரியாத அந்த முகம் மறைந்து நந்தனின் முகம் என் முன்னால் தெரியக்கண்டேன். இப்போதும் பொருந்தியது அந்த வார்த்தைகள்.

The kindly, earnest, brave
foreseeing man, sagacious, patient

அன்னப் பறவை! இப்போது அதன் கண்களுக்கு தாமரைக் குளம் தென்படுகிறதா? வானத்திலே மனம் சிறகடித்துப் பறந்தது.

பள்ளிக்கூடம் விட்டு வரும் குழந்தைகளின் ஆரவாரம். மனதை குதூகலிக்கச் செய்தது. ஓடிப்போய் சின்னவனை அள்ளிக் கொண்டேன். அதன் கன்னங்களில் மாறி, மாறி முத்தங்கள். மனம் விட்டு சிரிக்கிறேன். குழந்தைகளும் சிரித்தார்கள். கையிலிருந்தவளை கர, கரவென்று தட்டாமாலை சுற்றிவிட்டேன். அவள் கோபத்தில் என்னைப் பிடிக்க ஓடிவந்தாள். நானும் ஓடினேன். வாசலைத்தாண்டி முற்றத்திற்கு ஓடினேன். பின் பக்கமாக பலா, புளிய மரங்களிடையே ஓடினேன். மரங்களைப் பார்த்துச் சிரித்தேன். சிரிப்பு எனக்கு மறந்து போகவில்லை! எனக்குச் சிரிக்க முடிகிறது! மரத்தை இரு கைகளால் அணைத்துக் கொண்டே மேலே கூவிக்கொண்டிருந்த குயிலைத் தேடினேன். அது எப்போதோ பறந்துவிட்டிருக்கிறது. போனால் என்ன? காக்காய் இருந்தது. அதன் கத்தல் கூட நன்றாக இருந்தது,

மெல்லக் கனவாய் பழங்கதையாய் . . .

இரண்டு, மூன்று, நான்கு... எத்தனையோ சிட்டுக்குருவிகள், அங்குமிங்கும் பறந்தன. அவை எல்லாம் என்னிடம் ஏதேதோ கேட்டது. நான் பதிலுக்கு.

> இனம் விளங்கவில்லை எவனோ
> என்னகம் தொட்டுவிட்டான்
> வினவக்கண் விழித்தேன் சகியே
> மேனி மறந்து விட்டான்
> மனதில் மட்டிலுமே புதிதோர்
> மகிழ்ச்சி கண்டதடி.

குருவிகளுக்கும் புரிந்திருக்கும். என்னிடம் ஏதேதோ பேசிற்று. தூரத்தில் கடல் ஓசை கேட்டுக்கொண்டிருந்தது. அது ஒரு பின்னணி சங்கீதமாக இருந்தது. இவையெல்லாம் ஏன் எனக்கு இத்தனை நாட்களாகத் தெரியவில்லை? அல்லது ஏன் நான் உணரவேயில்லை?

மாலை நேரங்களில் குழந்தைகளைக் கூட்டிக்கொண்டு அந்த நீளமான தெருவில் அங்குமிங்கும் நடந்து களிப்பேன். அப்போது பக்கத்திலிருக்கும் ஒரு நெசவாலையிலிருந்து வேலை முடிந்து பெண்கள் வீட்டிற்குத் திரும்பிக் கொண்டிருப்பார்கள். காலில் தட்டும் ஒற்றை வேட்டியின் நுனியை கையால் தட்டி விட்டுக் கொண்டே நடப்பார்கள். வேகமாய் போய்க்கொண்டிருப்பார்கள். ஒவ்வொருவர் கையிலும் நார்ப் பெட்டியில் மரச்சீனிக் கிழங்கு இரண்டு அல்லது மூன்று ராத்தல் இருக்கும். அந்தத் தொழிலாளிப் பெண்கள் எல்லோரும் அனேகமாக முண்டும், ஜம்பரும், மேலே ஒரு துவர்த்தும் துண்டும் இவ்வளவுதான். ஆனால் வசதி படைத்த வீட்டுப் பெண்கள் எல்லோரும் இப்போது புடவைதான் கட்டிக் கொள்கிறார்கள். காலையிலிருந்து சாயங்காலம் வரை வேலை செய்துவிட்டு, வெறுங்கிழங்குடன் செல்கிறார்கள். இதையே தொடர்ந்து தின்று வாழ்ந்தால் இவர்கள் என்ன ஆவார்கள். இவர்கள் வீட்டுக் குழந்தைகளுக்கும் இதையேதானே போய்க் கொடுப்பார்கள். அவர்கள் ஓடும் ஓட்டத்தைப் பார்த்தால் பாவமாக இருக்கும். எத்தனை பேர் கைக்குழந்தைகளை விட்டு வந்தவர்களோ? ஒவ்வொருத்தரைப் பார்க்கும்போதும் என் மனமும் அவர்கள் ஒவ்வொருவர் பின்னாலும் ஓடி, ஓடித் திரும்பும். இதோ இந்த நடுத்தர வயதுப் பெண் போகிறாளே. அவள் பிள்ளைகள் பள்ளிக்கூடத்திலிருந்து வந்து பசியுடன் காத்திருக்கும். அதுதான் ஓடுகிறாள். இந்த இளசு! கல்யாணமான புதுசு போலிருக்கு. கணவன் வீடு திரும்புமுன், தான் சென்று அவனுக்காக காத்திருக்க ஓடுகிறாள். இன்னுமொருத்தி, ஆமாம், இவள் கைக்குழந்தையை விட்டுவிட்டு வந்திருப்பாள். பார்த்தால்

அப்படித்தான் தெரிகிறது. காலையில் வரும்போது குழந்தைக்கு தாய்ப்பால் கொடுத்தது. இப்போது அவள் நெஞ்சுகள் கனக்க, குழந்தையை நினைத்துக்கொண்டு ஓடுகிறாள். போனதும் எல்லாவற்றையும் அப்படியே போட்டுவிட்டு குழந்தைக்கு பால் கொடுக்க உட்கார்ந்துவிடுவாள். அதுதான் ஓடுகிறாள். அட! இந்த சின்னப் பொண்ணப் பாரேன். வயதான அம்மா, அப்பாவுக்கு இவள் சம்பாத்தியத்தில்தான் சாப்பாடு, இவளும் ஓடுகிறாள்.

“இங்க பாருங்கோ, இந்தக் கஷ்டமெல்லாம் இன்னும் கொஞ்ச நாட்களுக்குத்தான். நம்ம பக்கத்து மாகாணம் ஆந்திராவிலே தேர்தல் நடக்குது. நம்ம கட்சிதான் – கம்யூனிஸ்ட் கட்சிதான் ஜெயிக்கும் – அதுதான் உங்க கட்சிதான் ஜெயிக்கும். அப்புறம் இங்கே பாருங்கோ, இங்கே நாலா பக்கமும் நாம போராடி வெற்றி கண்டுகிட்டிருக்கோம். இங்கேயும் நாம ஜெயிச்சுருவோம். சுவற்றிலே ஒரு செங்கல்லை உருவுவதுதான் கஷ்டம். அப்புறம்... அப்புறம்... அந்தப் பழைய சுவற்றை மடமடன்னு இடிச்சுரலாம். நம்ம நாடு முழுவதும் சோஷிலிஸம் வந்தாச்சுன்னா நீங்க இப்படி ஓட வேண்டாம். பஸ் வரும் உங்களுக்கு; நல்ல யூனிபார்ம் இருக்கும். உங்க பிள்ளைகளுக்கு நல்ல கிண்டர்கார்டன் இருக்கும். வயதான பெற்றோர்களுக்கு அரசாங்கம் எல்லாவித சௌகரியங்களையும் கொடுக்கும். வேலைக்கு வரும் சின்ன பிள்ளைகளுக்கு, இலவசமாகப் படிக்க நல்ல பள்ளிக்கூடங்கள். இன்னும் என்ன? என்ன? ... அப்போது ஒரு நாள் உங்கள் குடியிருப்புகளுக்கு, வீடுகளுக்கு வருவேன். இந்த நாட்டிலுள்ள எல்லாக் குழந்தைகளும் பட்டினி இல்லாமல் சத்துணவு சாப்பிட்டு அழகுடன் மகிழ்ச்சியுடன் இருக்கப் பார்ப்பேன். ஏன்... அப்படித்தானே?” இப்படி எல்லோரிடமும் மானசீகமாகப் பேசுவேன்.

நாட்கள் ஓடியதே தெரியவில்லை. ஆந்திராவில் தேர்தல் முடிவுகள் வெளிவரத் தொடங்கியது. எதிர்பார்த்த வெற்றி இல்லை. ஓட்டுகள் நிறைய கிடைத்தும், ‘சீட்’டுகள் கிடைக்க வில்லை. ஏன்? படித்த வர்க்கமும், நடுத்தர வர்க்கமும் ராமன் ஆண்டாலென்ன ராவணன் ஆண்டாலென்ன? என்று நினைத்து விட்டிருக்கும்! போதாக் குறைக்கு நேருவையும், இந்தியாவையும் பற்றிய சோவியத் பத்திரிகையில் வந்துள்ள அறிக்கைகளை அங்கே துண்டுப் பிரசுரங்களாக வெளியிட்டு ஜனங்களைக் குழப்பினார்கள். யானை தன்னைத்தானே தலையில் மண்ணை அள்ளிக் கொட்டிக்கொள்வதைப் போல் இந்த நடுத்தர வர்க்கம் செய்கிறது. பின்னால் தொழிலாளி வர்க்கத்தைவிட, வாழக்

கஷ்டப்படப் போகிறார்கள். வேலை இல்லாத் திண்டாட்டம் பெருக, விலைவாசி உயர இவர்கள் துணை போகிறார்கள். இங்கேயும் இந்த மலையாளத்து மக்கள்–நடுத்தர வர்க்கம் இதைச் செய்யுமோன்னு பயமாகத்தானிருக்கிறது. ஏற்கெனவே தமிழ்நாட்டில் நடுத்தர, படித்த வர்க்கம் இனவெறி கட்சிகளுக்குப் பலியாகிக் கொண்டிருப்பதைப் பார்த்தேன். இதற்கு என்ன வழி? மனது அலை பாய்ந்தது.

அடுத்த நாள் காலையில் கிளம்பத் தயாரானேன்.

“ஏண்டி, இன்னும் இரண்டு நாள்கூடத்தான் இருந்துட்டுப் போயேன். அங்கேயும் போய் என்னதான் செய்யப்போறே?”

“இல்லக்கா, மனசுக்கு ரெம்பக் குழப்பமா இருக்கு.”

“ம், என்ன குழப்பம்?”

எல்லாம் இந்த நாட்டிலே நடக்கிற குழப்பம்தான்!

“அதுதான் இங்கே ஒங்க கட்சிதானே ஜெயிக்கும்னு சொன்ன. பின்ன என்ன?”

“இங்கே சொல்லல்ல. தமிழ் நாட்டிலே பாரேன். சமுதாய மாற்றத்துக்குத் தேவையான விஷயங்களான–விவசாயிக்கு நிலம் வேணும். நிலச் சீர்திருத்தத்துக்காக எல்லாம் போராடாமல், மேலெழுந்த வாரியான, பொதுவா ஜனங்கள் சீக்கிரத்தில் உணர்ச்சிவசப்படக் கூடிய, ஹிந்தி எதிர்ப்பு, இந்தப் பேரை அழிச்சுட்டு அந்தப் பேர் வைக்கிறது, இதுக்காகப் போராட்டம், போராட்டத்தோட நின்னா சரி. தீக்குளிக்கிறது என்ன அநாகரிக மான வேலையிது. இந்த கலாச்சாரமும், கூடவே காதலைத் தவிர நாட்டிலே வேற பிரச்சனையே இல்லாத மாதிரி எடுக்கப்படும் சினிமாவும், அதிலே வர்ற தரங்கெட்ட கதாநாயகியும், கதாநாயக னும்–எங்கதான் கொண்டு விடுமோ?”

“ஆமா, நான் கேக்கிறேன், நீ ஏன் இதுக்கெல்லாம் போயி இவ்வளவு கவலப்பட்டு உடம்பக் கெடுத்துக்கற?”

“எல்லாருமே உன்ன மாதிரி நினைச்சுத்தான் நம்ம நாடு முன்னேற மாட்டேங்கு.”

அடுப்பில் ஏதோ தீய்ந்த வாசனை வரவும் அக்கா எழுந்து அடுக்களைக்கு ஓடினாள். கையில் இரண்டு ரூபாய் எடுத்துக் கொண்டு வந்து தந்துவிட்டு,

“வீட்டிலே சில்லரையேயில்ல. பஸ்ஸிற்கு ஒண்ணரை ரூபாய்தானே, மாத்தி எட்டணா சில்லரையைத் தந்துட்டுப் போ.”

நான் சில்லரையை மாத்தி, எட்டணா கொடுத்துவிட்டு, எனது பையை எடுத்துக்கொண்டு பிள்ளைகளிடமும் சொல்லி விட்டு புறப்பட்டேன்.

என்னை அனுப்பிவிட்டு வாசல் கதவை சாத்திக்கொள்ள வந்தாள்.

"ஏய் இங்க ஒங்க கட்சி செயிச்சிட்டா அத்தான் டிரான்ஸ்ஃபர் விஷயமா கொஞ்சம் கவனிச்சுக்கோ, என்னா?"

நான் சிரித்துக்கொண்டே தலையாட்டினேன். நடையைக் கட்டினேன்.

இந்தக் குழப்பங்களைப் பற்றிப் பேச, உடனே நந்தனைப் பார்க்க விரும்பினேன். இருந்தாலும் அதற்காக மனது இத்தனை அவசரப்பட வேண்டாம்! வெறும் அரசியல் விவாதத்திற்குத் தானே? பின்னே வேறு என்னவாக இருக்க முடியும்?

காலையிலேயே காரியாலயம் புறப்பட்டுவிட்டேன். தேவசகாயம் தானும் கூட வருவதாகச் சொல்லி என் கூடவே புறப்பட்டார். இருவரும் பேசிக்கொண்டே நடந்தோம்.

நான் கேட்டேன், "ஆந்திராவில் இப்படியாய்ப் போச்சே, தோழர்?"

"அதுதான் நான் சொல்றது. தேர்தல்ல நின்னு ஜெயிச்சு நாம ஒரு நாளும் ஆட்சியைக் கைப்பற்ற முடியாதுன்னு. இப்ப பாக்கலியா, அடிதடி நடத்திதான் புரட்சியைக் கொண்டுவர வேணும்." அவருடைய பல்லவி அதுதான். நான் ஒன்றும் பேசாமல் நடந்தேன்.

"இப்பப் பாரு. நம்ம (திரு-கொச்சி) ஸ்டேட்டிலே என்னா நடக்குது? காங்கிரசுக்குள்ளேயே சண்டை வந்தது. நாம ஒண்ணும் செய்யாமலேயே மந்திரிசபை கவிழ்ந்தது. பனம்பள்ளி ராஜினாமா பண்ணியாச்சு... என்ன... மனசிலாகுதா?"

"ம்."

"மத்த கட்சிகளுக்கு சேர்ந்து மெஜாரிட்டி இருக்கே, கூப்பிட்டு சர்க்கார் அமைக்க சொல்லலாமில்லையா?"

"ஆமா! அது ஏன் செய்யல்ல?"

"அதுலேதான் விஷயமே இருக்கு. என்னண்ணா... இப்போ 'கேர் டேக்கர்' சர்க்கார்னு வச்சிக்கிட்டு இருக்கானுக. அப்படியே ஆட்சியிலே இருந்தா அடுத்த தேர்தல்ல சர்க்கார் பலத்தோட, வேலை செய்ய முடியும்னுதான்."

மெல்லக் கனவாய் பழங்கதையாய்...

நான் கேட்டேன்: “நம்ம கட்சி எம்.பி.க்கள் இதை டெல்லியிலே பார்லிமெண்டிலே சொல்லலையா?”

“கேக்காம இருப்பாளா? கேட்டாங்களே, பார்லிமெண்டிலே இதை எழுப்பினாங்களே. ஆனால் டெல்லி என்ன சொல்லிச்சு. இது ஒரு ஸ்டேட் உள் விவகாரம்னு, உள்துறை மந்திரி சொல்லிட்டாரு. அதனாலேதான் ... நான் ... சொல்றேன் ... இதெல்லாம் சரிப்பட்டு வராது... இன்னும் கேளுங்க சகாவே... பிரஜா சோஷிலிஸ்ட், புரட்சி சோஷிலிஸ்ட், கேரளா சோஷிலிஸ்ட்... ஆமா, சோஷிலிஸத்துக்கும், இவன்மாருக்கும் மடுவுக்கும், மலைக்குமுள்ள வித்தியாசம்தான். அது ஒரு பக்கமிருக்கட்டும்... இவங்களோட நாம நின்னோம், சரி... இப்படி ஒரு இடது சாரி முன்னணின்னு, ஒரு வழி இருக்கான்னு சனங்க ஆதரிச்சாங்க, ஓட்டுப்போட்டாங்க... செயிச்சோம்.”

“அப்புறம் என்னாச்சு?”

நான் பேசாமலே கேட்டுக்கொண்டே நடந்துகொண்டிருந்தேன்.

அவர் தொடர்ந்தார், “பிரஜா சோஷிலிஸ்ட் கட்சி நம்ம காலை வாரி விட்டுட்டு காங்கிரசோட சேர்ந்து கிட்டு மந்திரிசபை அமைச்சான்க. சனங்ககிட்டே நிறைய வாக்குறுதி கொடுத்தாச்சு. அதுக்கு ஏதாவது செய்யணுமில்லையா? ஒரு நிலச்சீர்திருத்த மசோதா கொண்டு வரலாமா... வரலாமான்னு நினைக்கிறதுக்குள்ள காங்கிரஸ், பிரஜா சோஷலிஸ்ட் கட்சியின் காலை வாரி விட்டாச்சு. பிரஜா சோஷலிஸ்ட் கட்சியின் சர்க்காரை வச்சே ஐக்கிய கேரள, ஐக்கிய தமிழகப் போராட்டத்திலே துப்பாக்கிப் பிரயோகம் இவ்வளவும் செய்ய வச்சு, பிரஜா சோஷலிஸ்ட் கட்சி ஜனங்களுக்கு விரோதின்னு முத்திரைகுத்தி, அப்புறமா பிரஜா சோஷலிஸ்ட் கட்சியின் காலை வாரிவிட்டுட்டானுக.”

“அப்புறம்?”

இதற்குள் ஆபிஸ் வந்துவிடவே என் கேள்வியோடு பேச்சு நின்றுபோனது.

ஆபீஸ் இன்று ரெம்பக் களைகட்டியிருந்தது. நிறைய பேர்கள் இருந்தார்கள். கட்சியின் ஜில்லா மகாநாட்டிற்கான வேலைகள் மளமளவென்று செய்துகொண்டிருந்தோம். ஒவ்வொரு யூனிட் வாரியாகக் கூடி, பின்னர் தாலுக்கா, டவுன் கமிட்டிகளும் கூடி, கட்சி அறிக்கையின் மீது விவாதித்து முடிந்து, மகாநாட்டிற்கான பிரதிநிதிகளும் தேர்ந்தெடுக்கப்பட்டாகிவிட்டது.

மகாநாட்டிற்கு நானும் ஒரு பிரதிநிதி! விவாதத்தில் பங்கு கொள்ளலாம், என் அபிப்பிராயங்களைச் சொல்லலாம், மற்றவர்கள் விவாதிப்பதையும் கேட்கலாம். அதுவும் இந்த பரந்த பாரத மக்களின் நல்வாழ்விற்காகப் போராடும் ஒரு அரசியல் ஸ்தாபனத்தில் நானும் ஒருத்தியாகக் கலந்துகொண்டு முடிவுகள் எடுப்பதில் பங்குகொள்ளப் போகிறேன். இந்தப் பங்கு மகத்தானதில்லையா? கட்சியின் அகில இந்திய மகாநாட்டில் நிறைவேற்றுவதற்கான முடிவுகளையும், திருத்தங்களையும் நிறைவேற்றப் போகிறோம். கோவையிலிருந்து தோழர் ரமணி வருகிறார்.

தோழர் நந்தன் இன்னும் வரவில்லை என்பதை வந்த உடனே கவனித்தேன். ஆயினும் மற்ற தோழர்களிடம் அது பற்றி கேட்கத் தயங்கிக்கொண்டிருக்கும்போதே, தோழர் மணி, “நந்தனை இன்னும் காணல்லையே”ன்னு சொல்வதைக் கேட்டேன். ஏனென்றால் நிறைய வேலை இருந்தன. தட்டிகளும், போஸ்டர்களும் நிறைய எழுத வேண்டியிருந்தது. மற்ற தோழர்கள் அதைச் செய்யத் தொடங்கியிருந்த போதிலும், நந்தன்தான் அதைப் பொறுப்பாக செய்து முடிப்பார் என்று தோழர் மணி எதிர்பார்த்திருக்க வேண்டும்.

பாண்டியன் காத்திருந்து பார்த்துவிட்டு நந்தனைத்தேடி அவர் வீட்டிற்குப் போனார்.

நான் பேட்ஜ்களுக்கு ‘பின்’ போட்டு அடுக்கிக்கொண்டிருந்தேன். பாதி வழியிலேயே தோழரை பார்த்துவிட்டதால் இருவருமாக வந்தனர். பேட்ஜ்களில் தாலுகா பெயர், அங்கத்தினர் பெயர்கள் எழுதிக்கொண்டிருந்தேன்.

மணி பிற்பகல் ஒன்று. தோழர் தேவசகாயமும் மற்றவர்களும் லேபர் கோர்ட்டுக்குப் போனார்கள். யாருக்கும் சாப்பாடு என்ற ஒன்றிருக்கிற ஞாபகமே இருப்பதாகத் தெரியவில்லை. நானும் பசியை பொறுத்துக்கொண்டு வேலை செய்துகொண்டிருந்தேன்.

தோழர் மணி ஒரு பீடியைப் பற்றவைத்துக்கொண்டார். அவர் முகம் பசியைக் காட்ட ஆரம்பித்திருந்தது. பாண்டியன் மேஜை டிராயரை திறப்பதும், அடைப்பதுமாக இருந்தார். பிறகுதான் கவனித்தேன், சில்லரையை திரும்பத் திரும்ப எண்ணிப் பார்த்துக் கொண்டிருந்தார். மணி, பாண்டியனைப் பார்க்க, பாண்டியன் இவரைப் பார்க்க, இருவரும் விழிகளால் பேசினார்கள். எனக்கு விஷயம் புரிந்துவிட்டது. நான் போவதற்குப் புறப்பட்டேன்.

“போலாமா தோழர்?”

தோழர் மணி எங்கே கூப்பிடுகிறீர்கள் என்கிற பாவனையில் என்னைப் பார்த்தார்.

"ம். போலாம் வாங்க. வீட்டுக்கு சாப்பிடப் போலாம்."

"வீட்டிலே சொல்லியிருக்க மாட்டேளே?"

"அதனாலே ஒண்ணுமில்ல, எப்போ போனாலும் ஒருத்தர் இரண்டுபேர் கூடச் சாப்பிட முடியும்."

கட்டாயப்படுத்தவே ஒரு வழியாக என்னுடன் வரச் சம்மதித்துப் புறப்பட்டார்.

பாண்டியன், "நான் தோழர்?"

"ஆமா, நீங்களுந்தான். போய் இருக்கிறத மூணு பேரும் சாப்பிடுவோம்."

"அது சரிதான் தோழர்" என தோழர் மணி சொல்லவும் மூவரும் இறங்கி வெளியே நடந்தோம்.

"தோழர் ஒரு நிமிஷம்" நந்தன் பின்னாலேயே வந்தார்.

யாரைக் கூப்பிடுகிறார் எனத் தெரியாது மூவரும் நின்றோம்.

"சாப்பிட்டுவிட்டு திரும்ப வருவீங்கதானே?" என்னைப் பார்த்து கேட்கவும், நான் எதற்காக கேட்கிறார் எனப் புரியாமல் விழித்தேன். தோழர்கள் பாண்டியனும், மணியும் ஒருவரை யொருவர் அர்த்த புஷ்டியுடன் பார்த்துக்கொண்டனர். நான் குழம்பினேன். ஆனால் உடனேயே,

"எனக்கும்தான் வேலை பாக்கியிருக்கே, இவங்களோடேயே சாப்பிட்டுட்டு திரும்ப வருவேன்" என்றேன்.

அம்மாவுடன் சேர்ந்து நான்கு பேருமாக சாப்பிட்டோம். எல்லாமே போதுமானதாக இருந்தது. மோரில் மாத்திரம் அம்மா கொஞ்சம் தண்ணீர் கலந்திருக்கக் கூடும். எனக்கு சாப்பாட்டி லேயே மனம் லயிக்கவில்லை. திரும்பப் போவதிலேயே இருந்தேன்.

மூவரும் திரும்ப நடையைக் கட்டினோம். உண்ட மயக்கம். பாண்டியன் ஒரு பெஞ்சில் படுத்து உறங்கிப்போனார். தோழர் மணியும் நாற்காலியில் உட்கார்ந்தவாறே கண்ணயர்ந்தார். நந்தன் இதற்குள் போஸ்டர்கள் பலவும் எழுதி முடித்திருந்தார். அவை எல்லாம் மை காய்ந்துவிட்டதா என்று, நான் தரையில் உட்கார்ந்து பரப்பி பார்த்துக்கொண்டு இருந்தேன்.

திடீரென்று பாண்டியன் தூக்கத்திலிருந்து எழுந்தார். தோழர் மணி பீடி குடித்துக்கொண்டிருந்தார்.

பாண்டியன் என்னைப் பார்த்து, "தோழர் இன்னைக்கு உங்க ஊர்ல கூட்டம் இருக்கு. நீங்க இங்க வந்திட்டேளே?"

நான் விழித்தேன். நந்தனும் விழித்தார்.

"மீட்டிங்கா? எங்கே?"

"கீழத் தெருவிலே, அந்தத் தேரடி மூட்டிலே"

"எப்படி எனக்குத் தெரியாமல், டவுன் கமிட்டி காரியதரிசி, நந்தனுக்கும் தெரியாமலா கூட்டம் ஏற்பாடு பண்ணியிருக்க முடியும்?"

நான் "போஸ்டர் எதுவும்கூடப் பார்க்கலையே?"

"இல்ல... திடீர்னு இன்னைக்கு நெய்யாற்றங்கரை தோழர் பாலகிருஷ்ணபிள்ளை வாராரு. கூட தோழியர் சாரதாவும் வாரா. நீங்க அவுங்களை சந்தித்ததில்லையே? இன்னைக்கு நீங்க அவுங்களை பார்க்கலாம். நான் முதல்ல போறேன். நீங்க இரண்டு பேரும் வேலைய முடிச்சுட்டு ஆபீசை பூட்டி, சாவி எடுத்துட்டு வந்திருங்கோ."

சொல்லிக்கொண்டே, நாங்கள் எதுவும் கேட்பதற்கு முன்னால் பாண்டியன் புறப்பட்டுவிட்டார். தோழர் மணியும் குழித்துறையில் வேலை இருப்பதாக சொல்லிக்கொண்டு இறங்கிப் போனார்.

நான் அப்படியே ஸ்தம்பித்து உட்கார்ந்திருந்தேன். அன்றைக்கு கோட்டாறு கூட்டத்தில் பேசியதை நினைத்துப் பார்த்தேன். அன்னைக்கு நல்லாத்தானே பேசினேன். அதுதான் நான் செய்த தவறோ? என் ஏரியாவிலேயே எனக்கு செல்வாக்கு வந்துருமுனு யாரோ பயப்படுகிறார்களா? நிச்சயமா அது ஒரே ஒரு தோழராக இருக்க முடியாது என்னைப் போலுள்ளவர்கள் – வளர்வதை, கட்சியில் வளர்வதை – விரும்பாத ஒரு சக்தி இருப்பது எனக்கு மெல்ல மெல்ல புலனாயிற்று. அதன் காரண காரியங்களை ஆராயப் புகுந்தது மனது. இந்த எண்ணத்தில் நேரம் போனதே தெரியவில்லை.

"தோழர், என்ன யோசனை, புறப்படலாமா"ன்னு நந்தன் கேட்ட பிறகுதான் உணர்வு வந்தது. கையில் வாட்சைப் பார்த்தேன். மணி 4.30 ஆகிவிட்டிருந்தது.

"எனக்கு கூட்டத்திற்கு வரவே பிடிக்கல்ல."

"...ஆனால் அது சரியல்ல. வாருங்க போகலாம்."

"இல்ல... என்னப் பேசப் போடாட்டாலும் பரவா இல்ல, கூட்டம் நடக்கப் போற விபரம் கூட எங்கிட்ட சொல்லலையே?"

எனக்கு அழுகையே வரும் போலிருந்தது.

தோழர் என்னையே இமை கொட்டாமல் பார்ப்பதை உணர்ந்தேன். தொண்டையை கனைத்துவிட்டு, நிதானமாக சொன்னார்:

"நான் சொல்லப் போவதை நீங்க கேக்கறேளா?"

நான் தோழரின் முகத்தை நிமிர்ந்து பார்த்தேன்.

"சில விஷயங்களை நாம கவனிக்கத் தவறக்கூடாது. இன்னைக்குள்ள கட்சி நிலவரத்த நான் உன்னிப்பா கவனிச்சிட்டுத்தான் வாறேன். கட்சித்தடை நீக்கப்படறதற்கு முன்னாலே கட்சி செய்த தியாகம், தலைமறைவு வாழ்க்கை, அதிலே தோழர்கள் பட்ட கஷ்டங்கள், தலைமறைவா இருக்க உதவின குடும்பங்கள் பட்ட கஷ்டங்கள், போலீஸ் அடக்குமுறைக்கு ஆளாகி அவுங்க அனுபவிச்ச கொடுமைகள்; இவை நமக்குத் தெரியும். அதுக்கப்புறம்... கட்சியின் இந்தத் தியாக வாழ்க்கையினாலேயே, போராடித்தான் ஏதாவது சாதிக்க முடியும்னு, கஷ்டப்படுகிற மக்கள் புரிய ஆரம்பிச்சாங்க, கட்சி வளர ஆரம்பிச்சுது."

"ஆமாமா... அதுதான் இப்போ பாக்கிறோமே! வெகு ஜனக்கட்சின்னு சொல்லிக்கிறோமே, இல்லையா?"

"நம்ம தோழர் ராமமூர்த்தி மதுரையில் ஜெயிலில் இருந்து கொண்டே ஜெயித்ததைப் பார்த்தோம்... இப்படியாக வெகுஜனக் கட்சியாக வந்ததற்கு பிறகு பல நிலையில் உள்ளவர்களும் கட்சிக்கு வர்றாங்க. உதாரணமா மாணவர்கள், வியாபாரிகள், ஏன் குட்டி முதலாளிகள் கூட கட்சி உறுப்பினர்களாகிறதைப் பார்க்கிறோம். அதனாலே என்னாகிறது? அன்னைக்கு விரல் விட்டு எண்ணக்கூடிய தோழர்கள் மாத்திரம் இருக்கும்போது, அவர்களுக்கு மற்றவர்கள் கிட்ட இருந்த செல்வாக்கு கட்சிக்குள் மற்றவர்களுடைய வரவால், அதுவும் படித்தவர்கள் வரவால் போயிருமோன்னு பயம். ஆனால் அது சாதாரண நிலையிலுள்ள தோழர்களுக்குத்தான் பொருந்தும். ராமமூர்த்தி, பரமானந்தம், ஈ.எம்.எஸ், சர்மாஜி, ஏ.கே.ஜி., இந்தத் தோழர்களுக்கெல்லாம் பொருந்தாது. பின்னும் கேளுங்கள். கட்சிக்கு வருகிற சொற்ப வருமானத்திலே முழுநேர ஊழியராக இருக்கிற தோழர்களும், கட்சியில் தங்களுக்கு இருக்கும் பொசிஷன் போயிட்டா வேறு வேலைக்கும் போக முடியாம, என்ன செய்வோம்கிற பயம்தான் இப்படிப் பலதுக்கும் காரணம்னு நான் நினைக்கிறேன். இன்னும்

சொல்லப்போனா டவுன் கமிட்டியிலே கூட நான் இல்லாமலே சில சமயம் கூடி, சில முடிவுகள் எடுக்கவும் செய்யத்தான் செய்றாங்க."

"ஆனால் அதெப்படி நீங்க விட்டுக் கொடுத்திட்டிருக்கலாம்?"

"அதுதான் சொல்லவாறேன் கேளுங்க தோழர், என்னைப் பொறுத்தவரையில் நான் கட்சியில் ஒரு சாதாரண அங்கத்தினராக இருந்தாலும் என்னாலே மாறி வரும் சமுதாயத்திற்காக எவ்வளவோ செய்யமுடியும். ஆனால் இதற்காக நான் பயப்படல. இரண்டாவதா முழு நேர ஊழியரா இருந்து கட்சிக்கு பாரமா இருக்கவும் நான் விரும்பல்ல."

"அதென்ன சொன்னீங்க..? எல்லோரும் கட்சியிலே முழுநேர ஊழியரா இருக்கணும்கிறது, அதிகமாக வேலை செய்யத் தானே! தங்கள் முழு நேரத்தையும், வாழ்க்கையையும் கட்சிக்கு செலவிடணும்னுதானே நினைப்பாங்க? சொல்லப்போனா, அது பெரிய தியாகமில்லையா? அதெப்படி கட்சிக்கு பாரமாகும்?"

"ஆமா... எல்லோரும் முழுநேர ஊழியராக மாறிட்டா கட்சிக்கு வருமானம் எப்படி வரும்? நாம் வேலை செய்து கட்சிக்குப் பணமாகவும் தரலாமல்லவா? அதுவும் இன்னைக்குள்ள நிலைமையிலே கட்சி மேலும் வளரணும்னா பணம் எவ்வளவு தேவையான விஷயங்கிறத நீங்களே பார்க்கீறிங்களே."

"அதுவும் சரிதான். நீங்கள் சொல்றது எனக்கு ரெம்ப சரிதான்னு இப்போ புரிகிறது. நாமும் பணக்காரர்களுடைய கட்சியில்லையே, அவர்கள் பணத்தை அள்ளித்தர்றதுக்கு. நாம் தான் ஏழைகள் கட்சி ஆச்சே."

நான் வாட்சைப் பார்த்தேன். மணி 5.30 ஆகிவிட்டிருந்தது. ஆபீஸைப் பூட்டிவிட்டு கூட்டம் நடக்கும் இடத்திற்குப் போனோம்.

"நீங்க வீட்டுக்குப் போயிட்டு வரலாமே?"

"இல்ல, போனா என் பக்கத்து வீட்டு பொம்பிளைங்கள் எல்லோரும், 'நீ ஏன் கூட்டத்திலே பேசலே'ன்னு என்னைப் புடிச்சுக்கு வாங்க."

"சரி... பரவாயில்ல."

முதலில் திருவனந்தபுரத்திலிருந்து வந்திருக்கும் தோழியர் சாரதா பேசுவதாக இருந்தது. அவர்கள் அங்கு தங்கியிருந்த வீட்டிற்குள் போய் நானும் அவர்களைப் பார்த்தேன். என்னைப் பார்த்தால், அதுவும் இத்தனை பெரிய ஜில்லாவில் ஒரே ஒரு பெண்

தோழராகிய என்னைப் பார்த்தால் மிகவும் சந்தோஷப்படக்கூடும், ஏன் பாராட்டவும் கூடும் என எதிர்பார்த்தேன். ஆனால் அவர்களுக்கு என் பெயர்கூட சொல்லப்படவில்லை. அவரும் என்னை யாரென்று கேட்டுக்கொள்ளவுமில்லை.

நான் மிகவும் ஏமாற்றமடைந்தேன். சாரதா பேசிய பின்னர் பாலகிருஷ்ண பிள்ளை பேசினார். திரு–கொச்சி இராஜ்ஜியத்தில் பெண்களின் கர்ப்பம் கலைவது போல் (மலையாளத்தில் அவர் அலசிப் போவது என்கிற வார்த்தையை உபயோகித்தார்) அரசுகள் கவிழ்ந்துகொண்டு இருப்பதாகச் சொன்னார். கூட்டத்திலே ஒரே சிரிப்பு.

“நிலச்சீர்திருத்தம்பற்றி வெறும் அறிக்கை சமர்ப்பித்த ஒரு வார காலத்திற்குள் பனம்பள்ளி கோவிந்த மேனன் மந்திரிசபை கவிழ்ந்தது. திருவிதாங்கூரில் முதலில் ஆட்சிப் பொறுப்பில் வந்த பட்டம் தாணுப்பிள்ளை அந்த சமயத்தில் நிலச்சீர்திருத்த மசோதா கொண்டுவர முயற்சிகள்தான் செய்தார். உடனே மந்திரி சபைக்கு எதிராக கையெழுத்துக்கள் வாங்கப்பட்டது. காங்கிரஸ் முதலமைச்சராக இருந்த பரவூர் டி.கே. நாராயண பிள்ளை, ஆயிரக்கணக்கான ஏக்கர் நிலங்கள் வைத்திருப்பதைத் தடுக்க உச்சவரம்பு என்று சொன்னது தான் தாமதம், அந்த மந்திரிசபையும் இரண்டே மாதங்களில் கவிழ்ந்தது. எனவே கம்யூனிஸ்ட்கள் அல்லாத எந்த மந்திரி சபையாலும் நிலச்சீர்திருத்தம் கொண்டுவர இயலாது என்றும் இனிமேலாவது ஒரு நிலையான சர்க்கார் திரு–கொச்சியில் அமையவேண்டும்” என்றும் பேசினார்.

அடுத்த பொதுத்தேர்தல் தமிழகத்திலும், ஐக்கிய கேரளத்திலும்தான் நடக்கப்போகிறது என்று தோழர் நந்தன் எனக்குச் சொன்னார்.

கூட்டம் முடிந்து இருவரும் எனது வீட்டிற்கு வரும்போது இரவு மணி பத்தாகிவிட்டிருந்தது.

அம்மா, “தோச மாவு இருக்கு, ரண்டு பேருக்கும் தோசை சுடட்டுமா? சாப்பிட்டுவிட்டுப் போகச் சொல்லேன்.”

நானும் அனேகமாக கவனித்திருக்கிறேன். அம்மாவின் ஆர்ப்பாட்டமான குணம் நந்தனுக்கு பிடிக்கல்லையோ அல்லது மற்ற தோழர்களைப்போல் வரும்போதே “என்னம்மா என்ன?” என்று குசலம் விசாரித்துக்கொண்டே, அல்லது ‘காப்பியோ, டீயோ குடுங்களம்மா’ன்னோ என்று உரிமையுடன் சொல்லிக் கொண்டே வருகிற தோழர்களைப் போல் அல்லாமல் இவரது அமைதியான குணம் அம்மாவுக்கு ஒத்துக்கவில்லையோ? அல்லது இருவரும் பரஸ்பரம் ஒருவருக்கொருவர் ஒரு மதிப்பீடு

செய்துகொண்டதனாலுள்ள தயக்கமோ, அம்மா எப்போதும் அந்தத் தோழரிடம் மாத்திரம் நேரிடையாக எதுவும் சொல்லவும் மாட்டாள், கேட்கவும் மாட்டாள்.

நேரமாகிவிட்டதென்று கூறி தோழர் சாப்பிட மறுத்து விட்டார். வழியனுப்ப வாசல்வரை நானும் வந்தேன். அனேகமாக வீடுகள் அனைத்தும் உறங்கிவிட்டிருந்தன. அம்மா எனக்கு தோசை சுட அடுக்களைக்குப் போனாள். நான் கேட்டருகில் நின்றேன்.

"தோழர் போயிட்டு வரட்டுமா?"

சரி என்று சொல்ல மனம் வரவில்லை.

"ச...ரி" என்றேன்.

நான் அடுக்களைக்கு வந்தேன். சாப்பிடப் பிடிக்கவில்லை. நேரமானதுதான் காரணம் என்று தோன்றவில்லை.

"ஒரு தோசை போறும்மா, பசிக்கவே இல்ல."

அம்மா ஏதோ முணுமுணுத்தாள்.

54

அன்று கட்சியின் ஜில்லா மகாநாடு! அதன் ஏகப் பெண் பிரதிநிதி நான். அதாவது ஜில்லாவிலுள்ள எல்லா பெண்களுக்கும் நான் ஒரே பிரதிநிதி. காலையில் எழுந்திருக்கும்போதே மாநாட்டுப் பிரதிநிதி என்ற பெருமையுடன் கண் விழித்தேன். விவாதத்திற்காகக் கொடுக்கப்பட்டிருந்த கட்சி அறிக்கையைத் திரும்பவும் உன்னிப்பாகப் படித்தேன். கட்சியின் பெயரால் தேர்ந்தெடுக்கப்பட்ட எம்.எல்.ஏக்கள், நகரசபை அங்கத்தினர்கள் இன்னும் பஞ்சாயத்து உறுப்பினர்கள் இவர்களை மக்கள், அறியாமையினால் தலைவர், தலைவர் என்று சொல்லிக்கொண்டு இவர்கள் பின்னால் செல்லுவதால், இவர்கள் எல்லோருமே அந்தப் பதவிகள் தரும் சுகத்தில் திளைப்பதையும் பார்த்துக் கொண்டிருக்கிறேன். எம்.எல்.ஏக்கள் காரில் ஏறிச் செல்ல நேருகையில், அதனால் அவர்கள் அடையும் பெருமை முகத்தில் வழிவதைப் பார்க்கிறேன். தொழிலாளர்களின் போராட்டங்களின் போது தொழிற்சட்டங்கள் தெரிந்தவர்கள், வக்கீல்கள்; இவர்கள் கட்சிக்கு வேண்டியதிருக்கிறது. மேஜையில் ஓங்கிக்குத்தி 'ஐ அக்கியூஸ் யூ' என்பது போன்ற ஆங்கில வார்த்தைகளால் ஆர்ப்பாட்டமாக மேடையில் பேசுபவர்கள் கட்சிக்குத் தேவையாக இருக்கிறது. இவர்களின் மார்க்ஸீயப் பார்வை, தெளிவு எந்த அளவுக்கு இருக்கிறது அல்லது இல்லையோ என்பதைப் பற்றி கவலைப்படாமல், இவர்கள் எல்லாம் கட்சியால் தூக்கிவிடப்பட்டுக் கொண்டிருந்தார்கள். இவர்கள் ஜில்லாக்கமிட்டி,

மாகாணக்கமிட்டி, செயற்குழு உறுப்பினர்கள் பதவிவரைக்கும் வேகமாக உயர்த்தப்பட்டனர். மத்தியக் கமிட்டித் தலைவர்கள் பேச வரும் பெரிய, பெரிய கூட்டங்களுக்கு இவர்கள் தான் தலைமை வகிப்பார்கள் – அனேகமாக.

சித்தாந்த ரீதியிலும், கட்சிக்குள் பலஹீனமேற்பட்டிருப் பதைப் பார்த்தேன். 1952இல் நடைபெற்ற தேர்தலுக்குப்பின் யார், யார் கட்சிக்கு வந்தால் அதிக வோட்டுகள் கிடைக்கும் என்று மாத்திரம் பார்க்கும் ஒரு பார்வையும், அதன் காரணமாக யார், யார் எந்த இடங்களில் நின்று ஜெயிக்கலாம், எத்தனை எம்.எல்.ஏக்கள் வர முடியும் என்றே பார்ப்பதாக எனக்குத் தோன்றியது. அதே சமயம் இன்னின்னார் கட்சிக்குள்ளும், ஜனங்களிடையிலும் செல்வாக்கு பெற்றுவிட்டதால் தங்களுடைய ஸ்தானம் போய் விடும் என்று பயந்தே, திறமைசாலிகளும், உண்மையான, சிறந்த கம்யூனிஸ்ட்களும் புறக்கணிக்கப்படுவதையும், அதுவும் யார் மீதும் குற்றம் சொல்ல முடியாத விதத்தில் ஒரு 'சொல்லப்படாத கதையாக' நடந்து வருவதையும் அனுபவப் பூர்வமாக உணர்ந்தேன்.

இப்படியே எண்ணி, எண்ணி நாட்டையும், கட்சியையும் பற்றிக் கவலைப்படத் தொடங்கி நேரம் போனது தெரியவில்லை.

காலை 9 மணிக்கு மகாநாடு ஆரம்பம். ஏற்கெனவே அம்மாவிடம் மகாநாட்டுச் சிறப்புகளை சொல்லியிருந்தேன். அதனால் நான் குளிக்கவும், புறப்படவும் பெரிதும் உதவி செய்தாள். வாட்சை எடுத்துக் கொடுத்தாள். செருப்பு எங்கே என்று தேடிக்கொண்டிருந்தேன். கட்டிலுக்கடியில் குனிந்து தானே எடுத்துக் கொடுத்தாள். போகுமுன் புடவை கட்டிக்கொண்டது எல்லாம் சரியாயிருக்கா என்றும் ஒரு முறைக்கு இருமுறை கேட்டுக்கொண்டேன். பின்னே என்ன? கட்சி மகாநாடு என்றால் சும்மாவா?

ஆனால் மகாநாடு நடைபெறும் கட்டிடத்திற்கு அருகில் போகையிலேயே மனது அடித்துக்கொண்டது. வெளியே ஒரே சைக்கிள்கள். அமைதியாயிருந்தது. வாசலில் நின்ற தோழர் பாட்ஜை காட்டச் சொன்னார். பெயர்ப் பட்டியல் பார்த்து சரி பார்த்தார். அதற்குள் எனக்கு கைகால் லேசாக நடுங்கியது. பயத்தில் அல்ல, ஏதோ ஒரு உணர்வில். உள்ளே சென்றால் மகாநாடு ஆரம்பமாகிவிட்டிருந்தது. கடைசியாக வந்த என் மேல் எல்லோர் பார்வையும் விழ, திகைத்து நின்றேன். கோவை தோழர் ரமணி ஏதோ விளக்க ஆரம்பித்திருக்க வேண்டும். இவரும் பேச்சை நிறுத்திவிட்டு என்னைப் பார்த்தார். நான் செய்வதறியாது ஸ்தம்பித்து நின்றேன்.

“அரசியல் முக்கியத்துவம் வாய்ந்த இந்த மகாநாட்டிற்கு வரும் தோழர்கள் இத்தனை காலதாமதமாக வருவது சரியல்ல. நீங்களே இத்தனை பிந்தி வரலாமா?”

ஒரு விநாடி தயங்கினேன். எல்லோரையும் ஒரு தடவை பார்த்தேன்.

“இது நான் செய்தது தவறு என்று உங்கள் முன்னிலையில் ஒப்புக்கொள்கிறேன். இம்மகாநாட்டின் பிரதிநிதிகளும், தலைமைக் குழுவும் என்னை மன்னித்து விடுமாறு கேட்டுக்கொள்கிறேன்” என்றேன்.

ஒவ்வொருவர் முகத்திலும் வியப்பும், ஒரு சந்தோஷமும் தெரிந்தது. தலைவரும் புன்சிரிப்புடன் என்னை உட்கார அனுமதித்தார். நாம் செய்த தவறை மனம் திறந்து, தவறு என்று மற்றவர்களிடம் ஒப்புக்கொள்வதில் மனது இத்தனை சந்தோஷப்பட முடியுமா?

நான் கவலைப்பட்ட மாதிரியே கட்சிக்குள் இரு பார்வைகள். இரு கருத்துக்கள் மோதின. அதன் கூடவே தோழர் தேவசகாயம் மாதிரி ஓரிருவர் பலாத்கார புரட்சி வழியில் சிந்திப்பதைப் பார்த்தேன்.

தோட்டத் தொழிலாளரிடையே வேலை செய்யும் தோழர் ஒருவர், “தோட்டக் காடுகளில் வேலை செய்யும் தொழிலாளி களுக்கு வேலை நிரந்தரமில்லை. பெண்களுக்கு சம்பளமில்லை. குளிரிலும், மழையிலும் குடிசைகளில் வாழும் தொழிலாளிகளின் குழந்தைகள் கோரக் கொசுக்கடிக்கு ஆளாகி மலேரியா ஜுரத்திற்கு ஆளாகிறார்கள். அவர்களுக்கு கூலி உயர்வில்லை. ஒரு ரப்பர் தொழிற்சாலை ஏற்படுத்தப்படாவிட்டால் அந்தத் தொழில் உயர வாய்ப்பில்லை. அதனால் எத்தனையோ பேருக்கு வேலைவாய்ப்பு அளிக்கலாம் என்றபோதும்கூட அதற்கு முன் வராத சர்க்காரை எப்படி ஜனநாயக சர்க்கார் என்று சொல்வது? ஆவடியில் சோஷலிசத் தீர்மானம். அது வெறும் காகித சோஷலிஸம்தானே? பொதுத்துறைக்கு இரண்டாவது ஐந்தாண்டுத் திட்டத்தில் நிதி ஒதுக்கப்பட்டதும், அது தொழில் வளர்ச்சிக்கு வாய்ப்பை ஏற்படுத்தும் என்பதால் மட்டும் நாம் நேரு சர்க்காரை ஆதரிக்க முடியாது” என்று அடித்துப் பேசினார்.

தோழர் என்.கே. போன்ற தோழர்கள் குருஷ்சேவ்லைனில், இது ஒரு ஜனநாயக முற்போக்கு சர்க்கார்தான் என்று வாதிட்டார்கள். இப்படியாக இரு போக்குகள் தலை தூக்கி மேலிருந்து, கீழ்வரை வளரத் தொடங்கியது.

1956இல் பாலக்காட்டு காங்கிரசில் பி.சி. ஜோஷி கொண்டு வந்த, நேரு சர்க்காருக்கு நடைமுறையில் ஆதரவு அளிக்க வேண்டும் என்ற கருத்து அடங்கிய தீர்மானத்திலிருந்துதான் கட்சிக்குள் இப்படிப்பட்ட விவாதம் கிளம்பலாயிற்று.

மகாநாட்டில் வேறு எந்தத் தீர்மானத்தையும், விட இந்த அரசியல் கொள்கை நிர்ணய தீர்மானத்தின் மீதான விவாதம் தான் முக்கிய பங்குவகித்தது.

அடுத்த நாள் மாலை ஊர்வலமும், முனிசிபல் திடலில் பொதுக்கூட்டமும் நடந்தது.

ஜில்லா கமிட்டிக்கான தேர்தல் நடந்துவிட்டிருந்தன. தோழர் நந்தன் ஜில்லா கமிட்டிக்கு தேர்ந்தெடுக்கப்படுவார் என எதிர்பார்த்தேன். யாரும் அவர் பெயரை மறந்துபோய் கூட குறிப்பிடவில்லை. கட்சியின் போக்கைப் பற்றி நான் கணித்தது சரியாகவே போயிற்று.

பின்னர் சில மாதங்களாகவே மாதமொரு முறை டவுன் கமிட்டி கூடுவதிலும், மாணவர்கள் சிலரை அணுகுவதிலும், முனிசிபல் பஞ்சாயத்து தேர்தல்களிலுமாக கட்சி நடைபோட்டுக் கொண்டிருந்தது. ஆக்கப்பூர்வமாக ஏதாவது செய்ய விழைபவர்களுக்கு, மந்தகதியான இந்தப் போக்கு ஏற்புடையதாக இருக்கவில்லை. நான் முடிந்தவரை புஸ்தகங்கள் படிக்கத் தொடங்கினேன்.

மேதினக் கூட்டங்கள். நவம்பர், அக்டோபர் புரட்சி தினங்கள் கொண்டாடுவது, அதையொட்டி புஸ்தக விற்பனை. சோவியத் இலக்கியங்கள், கூடவே கட்சி பிரசுரங்கள் விற்பனை, இப்படியாக ஓடிக்கொண்டிருந்தது கட்சியின் புரட்சிப்பாதை.

◯

55

ஐக்கிய தமிழகமும், ஐக்கிய கேரளமும் பிரிந்த பின்னர், நாஞ்சில் நாடு - திருவிதாங்கூர் தமிழ்நாடு - கன்னியாகுமரி ஜில்லாவாயிற்று. தமிழகத்தின் ஒரு மாவட்டம்.

என்னால் சும்மா இருக்க முடியவில்லை. என்ன செய்வதென்றும் தெரியவில்லை. கட்சித் தலைவர்கள், நாட்டில் அரசியல் கட்சிகள் பற்றியும், விவசாயிகளின் போராட்டம் பற்றியும், தொழிலாளி, விவசாயி கூட்டணி தலைமையில்தான் போராட்டம் வெற்றி பெறச் செய்ய இயலும் என்பது பற்றியும் பாடம் நடத்தினார்களே தவிர, சும்மாயிருக்கும் எனக்கு எந்த வேலையும் தரவில்லை. தனியாக கிராமங்களுக்கும், சேரிக்கும் போகவும், அங்கேயே விவசாயி தொழிலாளர்களுடன் தங்கி, அவர்களை விழிப்புணர்ச்சி கொள்ளச் செய்யவும் நான் தயாரா யிருந்தேன்.

வழக்கம் போல் காலை கட்சி அலுவலகம் சென்றேன். கட்சி அலுவலகத்திற்குப் புதிதாக வரும் இளைஞர்களுக்குப் புதியதொரு சமுதாய மாற்றத்திற்கான தேவையையும், மனித நேய அடிப்படையில் அவர்கள் என்ன செய்ய வேண்டும் என்பதையும், மார்க்ஸிஸம், லெனினிஸம் சொல்லித் தருவதையும் தவிர்த்து, அவரவர் போக்கில் போக விட்டுவிட்டார்கள்.

தோழர் மணி, பாண்டியனிடம் கேட்டார்:

"வருகிற 10ஆம் தேதி மாகாண கமிட்டி கூட்டம்; நான் இங்கேயிருந்து எட்டாந்தேதியாவது பொறப்படணும், வசூல் ஆச்சா?"

பாண்டியன், "நகரக் கமிட்டி கோட்டாவைப் பொறுத்த வரையில் நான் வசூல் பண்ணிட்டேன். ஆனால் இன்னும் பல தாலுக்காக் குள்ளேயிருந்து நிறைய பாக்கி வரவேண்டியிருக்கு."

தோழர் மணி சலிப்புடன், 'ம்' என்று சொல்லிவிட்டு, பீடி பற்றவைத்துக் கொண்டார்.

நான் என்ன செய்வதென்று அறியாமல் பத்திரிகையைப் புரட்டிக்கொண்டிருந்தேன். சென்னையில் நடக்கப்போகும் தி.மு.க. மகாநாட்டைப் பற்றிப் பெரிதாக எல்லாப் பத்திரிகை களிலும் செய்திகள் வந்திருந்தன. அதைப் படித்த பின்னர் நந்தன் வருகிறாரா என்பதிலே, கண்ணும் கருத்தும் போயிற்று. எதிர்பார்த்தபடி நந்தன் வந்தார். எனக்கெதிர்ப் புறமாக மேஜை யின் அருகில் ஒரு ஸ்டூலை இழுத்துப் போட்டுக்கொண்டு உட்கார்ந்தார். கையில் வாரப் பத்திரிகை ஒன்று 'ஆனந்த விகடன்' இருந்தது. அதை அவர் மேஜைமீது வைத்ததும் நான் கையில் எடுத்துக்கொண்டேன். ஏதோ விஷயமிருக்கத்தான், அதைக் கொண்டுவந்திருக்கார்ன்னு புரிந்துகொண்டேன். பக்கங்களைப் புரட்டினேன். எனக்கு ஆச்சர்யம் தாங்கவில்லை. ஒன்று, இரண்டு, மூன்று... எண்ணினேன். எட்டுப் பக்கங்கள் தி.மு.கழக மகாநாட்டுப் படங்கள்.

"என்ன இது?"

"என்ன? என்ன இது?"

"எப்படி இதிலே தி.மு.க. மகாநாட்டிற்கு இப்படி விளம்பரம் வந்திருக்கு?"

"போன வாரம் நீங்க ஈ.எம்.எஸ். மீட்டிங்குக்கு வந்தீங்கள்ல?"

"ஆமா வந்தேன்."

"அரசியல் கட்சிகளைப்பற்றி என்ன சொன்னாரு? தொழிலாளிகளின், விவசாயிகளின் கட்சியைத் தவிர மற்ற எல்லா கட்சிகளும், ஒரு நாளைக்கில்லாட்டா ஒரு நாள், எல்லா நதிகளும் கடைசியில் கடலில் சங்கமம் ஆகிற மாதிரி, காங்கிரசோடு இணைந்துவிடும்னு சொன்னாரா இல்லையா? சுரண்டப்படுபவர்களின் பட்டினி அவர்களை ஒன்றிணைக்கிற

மாதிரி, சுரண்டுபவர்கள் எந்தப் பேரில் இருந்தாலும் அவர்கள் நலன் கருதி, அவர்கள் ஒன்றாகத்தான் செல்வார்கள்."

தோழர் மணி கையிலிருந்த பீடியை, கடைசியாக நீளமாகப் புகையை உள்ளே இழுத்துவிட்டு, சன்னலுக்கு வெளியே எறிந்து விட்டுச் சொன்னார்.

"விகடன் பத்ரம் எனக்குத் தெரிந்த நாளிலேருந்து ஒரு தேசிய பத்திரமாகும். வெள்ளைக்காரனுக்கு ஆதரவு, பிராமண எதிர்ப்பு, மொழி வெறி, இத்தனைக்கு பிறகும் அவன் தி.மு.க. மகாநாட்டிற்கு இவ்வளவு ஆதரவு கொடுக்கான்னா என்னத்தச் சொல்ல."

நந்தன், "கம்யூனிஸ்ட் கட்சி வளர்ந்துவிடக் கூடாது, அதே சமயம் ஒரு எதிர்க்கட்சியும் வேணும். பின் என்ன? அதுதான்."

"யாருக்கு?"

"தமிழ்நாட்டு முதலாளிகளுக்கு. 'வடநாடு வாழ்கிறது, தென்நாடு தேய்கிறது' முழக்கம் அவர்களுக்கு சாதகமா இருக்கு இல்லையா?"

"எப்படி?"

"அப்படிச் சொல்லி லைசன்ஸ்கள் வாங்கறதுக்கும் தமிழ் நாட்டிலே தொழில்கள் ஆரம்பிக்கணும்னு விரும்புகிற பணம் படைச்சவங்களுக்கும் சாதகமாயிருக்கா இல்லையா?"

"தமிழ்நாட்டிலே தொழில் வளரணும் இல்லையா?"

"அதனாலேதான் தி.மு.க. இன்னைக்கு இந்த அளவு வளர்ந்திருக்கு. 'உழுபவனுக்கு நிலம் சொந்தம்', 'உலகத் தொழிலாளர்களே ஒன்று சேருங்கள்'ன்னு சொல்லிக்கிட்டிருக்கிற நாம வளர முடியல. வேணும்னா பாருங்கோ. வர்ற தேர்தலில் தி.மு.க.விற்கு நிறைய சீட்டுகள் கிடைச்சாலும் ஆச்சரியப் படறதுக்கில்ல."

நான் நந்தன் பேசுவதையே கவனித்துக்கொண்டிருந்தேன். தி.மு.க.வைப் பற்றிய அவரது கணிப்பு சரிதான்னு பட்டது.

அன்றிரவு தூக்கமே வரவில்லை. எனக்குத் தெரிந்த கம்யூனிஸ்டுகளை நினைவில் கொண்டுவந்தேன். சகாவு கிருஷ்ணப்பிள்ளை. ஒரு மலையாள வாரப் பத்திரிகையில் இருந்து அவர் படத்தைக் கத்தரித்து, வீட்டில் இருந்த யாருடைய போட்டோவையோ கழட்டிவிட்டு அதில் கிருஷ்ணப் பிள்ளையின் படத்தை சுவரில் மாட்டி வைத்திருக்கிறேன். தலைமறைவு

வாழ்க்கையை மேற்கொண்டு, எங்கோ ஒரு குடிசையில் படுத்திருக்கும்போது நெஞ்சின் மீது நேராக ஏறிநின்று கொத்தி விட்ட நல்ல பாம்பை நினைத்தேன்.

"சகாக்களே முன்னோட்டு..." என்று எழுதும் முன் உயிர் பிரிந்துவிட்டதே? ஏன் அவர் அப்படி சாகவேண்டும்.

அன்றைக்கே, லட்சக் கணக்கான ரூபாய் மதிப்புள்ள தனது தறவாட்டு சொத்தை இந்தக் கம்யூனிஸ்ட் கட்சிக்கென தாரை வார்த்தாரே நம்பூதிரிபாட் எதுக்காக?

1948இல் பிரகாசம், மார்ச் முதல் தேதியன்று தடுப்புக் காவல் சட்டம் கொண்டு வந்தார். கட்சியின் தலைவர்களை வேட்டையாடினார்கள். அவர்கள் எல்லாம் ஏன் சிறைக்குப் போய் சித்ரவதைப்பட்டார்கள். வேலூர், சேலம் சிறைகள் சொல்லுமே கதைகள்!

மணவாளன், மாரி, மின்சாரக்கம்பத்தில் கட்டிவைத்து சுடப்பட்டார்கள். அவர்கள் ஏன் அப்படி உயிர்த் தியாகம் செய்தார்கள்? யாருக்காக? சாதாரண மனிதர்களின் அடிப்படைத் தேவைகள் கிடைக்க வேண்டும் என்றுதானே? அவனுக்கும் சோறு கிடைக்க வேண்டுமென்றுதானே? ஆனால் இந்தத் தியாகங்களை எல்லாம் உணர்ந்துவிடாதபடி 'சோறா? மானமா? என்று குழப்பிவிட்டு, தமிழன் உய்யவும் வழியைக் காண்பிக்காமல்,

தமிழன் என்று சொல்லடா, தலை நிமிந்து நில்லடா
தமிழன் என்றொரு இனமுண்டு
தனியே அவர்க்கொரு குணமுண்டு

உலகில் இருக்கும் மாந்தரில்
எழிலுடையோன் எங்கள் தமிழன்.

என்றெல்லாம் பேசிப்பாடி... இளைய தலைமுறையினருக்கு, சமூக முன்னேற்றத்திற்கான வழியைக் காட்டாமல், வெறும் உணர்ச்சிகளைத் தூண்டிவிடுகிறார்களே என்று எண்ணிக் கொண்டே தூங்கிப்போனேன்.

○

56

நாட்கள் ஓடிக்கொண்டிருந்தன. அம்மா விற்கும், எனக்கு வயது போகப் போக ஒரு கவலை ஏற்பட்டுக் கொண்டிருக்க வேண்டும். ஆனாலும் அதே சமயம் நானும் அம்மாவை விட்டுப் போய்விட்டால், தான் மாத்திரம் தனிமை ஆகிவிடுவோம்கிற பயமும் இருக்கும் போலிருந்தது. எந்த ஒரு நல்ல அம்மாவும் பிள்ளைகளுக்காக, தான் தியாகம் செய்யத் தயாராயிருப்பாளே தவிர தனக்காக பிள்ளைகள் எதையும் இழக்க நேர்வதை விரும்பமாட்டாள்.

அடிக்கடி பெருமூச்சு விடுவாள்.

"இப்படிப் போய்க்கிட்டிருந்தா என்ன அர்த்தம்?" என்பாள்.

"என்னம்மா சொல்றே" என்றால்,

விலைவாசியைத்தான் சொல்லுகேன். எங்கே போய் நிற்குமோ தெரியல்ல" என்பாள்.

இத்தனை தூரத்திற்கான பிறகு சொந்தத்திலிருந்து எவனும் பெண் கேட்க மாட்டான்னு அம்மாவுக்குத் தெரியாதா என்ன?

புதுசா எங்கேயிருந்தாவது தலைவர்கள், தோழர்கள் வந்தால், அம்மா அவர்களிடம் கேட்கிற முதல் கேள்வி "பிள்ளைகள் எத்தன?" என்பாள். கல்யாணம் ஆகிவிட்டதான்னு கேட்கமாட்டாள். இல்லேன்னா "என்ன ஜாதி?"ன்னு கேட்டுவிட்டு

“சும்மாத்தான் கேக்கிறேன், எனக்கு ஒண்ணும் ஜாதி வித்தியாசம் கிடையாது'ன்னும் கூடவே சொல்லிக் கொள்வாள்.

சில வேளைகளில் நான் நேரம் பிந்தி வீட்டுக்கு வந்தால் தான் மிகவும் கலவரப்பட்டு விட்டதாகச் சொல்வாள், இப்போ தெல்லாம் எங்கே போனாலும் “எங்க போற?” “யாரோட போற?” “எத்தன மணிக்கு வருவே” எல்லாம் கேட்டுத்தான் அனுப்புவாள்.

அம்மா என்னை நினைத்து பரிதவிக்கிற பரிதவிப்பு எனக்கு நல்லாவே உணர முடிகிறது. நான்தான் அன்னப்பறவையாச்சே! தாமரைக் குளம் கண்ணுக்குத் தெரிகிறவரையில் பறந்து கொண்டே..?

ஒருநாள் கிருஷ்ணப் பிள்ளையின் படத்தை தூசி துடைத்து சுவரில் மாட்டிக்கொண்டிருந்தேன். ஆனந்தம்மா வந்தாள். நின்றாள். மூக்கை உறிஞ்சிக்கொண்டாள். விரல்களால் மூக்கை அந்தப்பக்கமும் இந்தப்பக்கமும் தேய்த்துக்கொண்டாள்.

“அது யாரு போட்டோ வச்சிருக்கே?”

அவள் முகத்தில் ஏதோ குறும்பு தெரிந்தது. எனக்கு ஒன்றும் புரியவில்லை. ஃபோட்டோவைக் காண்பித்தேன்.

“ம்... ரெம்ப அழகோ இல்லையோ, சிரிச்ச முகமாத்தான் இருக்கு.”

நானும் என்ன சொல்கிறோம், அவ எப்படி எடுத்துக்குவா என்கிற ஞாபகமில்லாமலேயே,

“ஆனந்தம்மா, அவர் கண்ணுலே என்ன ஒரு பிரகாசம் பாத்தியா?”

ஆனந்தம்மா மவுனமானாள்.

“நான் ஓங்கிட்டே ஒண்ணு சொல்லுவேன். நீ கோவிச்சுக்கப் படாது.”

“என்ன, சும்மா சொல்லு ஆனந்தம்மா.”

“நீ கல்யாணம் பண்ணிக்கணும்.”

“ஏன் என்னப்பத்தி உங்களுக்கு பயமா இருக்கா?”

“சே, சே அப்படி எல்லாம் ஒன்னுமில்ல. நீ சில சமயத்திலே தனியா ஊஞ்சல்லே உக்காந்து பாடுறபோதெல்லாம், எனக்கென்னவோ நீ ஒரு நல்ல பையனா பாத்து, கல்யாணம்

பண்ணிக்கணும்னு தோணுகு. ஆமா இந்த போட்டோவிலே இருக்கது ஆரு?"

"ஆனந்தம்மா, போலீசுக்கு பயந்துகிட்டு தலைமறைவு வாழ்க்கைன்னு சொல்லியிருக்கேனே ஓர்மையிருக்கா?"

"ஆமா, சொல்லியிருக்கே, காடுகளிலேல்லாம் கூட போய்கிட்ட வேண்டி வந்திருக்கின்னு சொல்லியிருக்கியே."

"அந்த மாதிரி தலைமறைவு வாழ்க்கையிலே, ஒரு குடிசையிலே இருக்கும்போது, இவரை பாம்பு கடிச்சு செத்துப் போயிட்டாரு."

ஆனந்தம்மா உடனே பதறிப் போய் அந்தப் படத்தைப் பார்த்து "த்சு, த்சு" என்று சொல்லி கன்னத்தில் போட்டுக்கொண்டாள்.

அவள் போன பிறகுதான் ஒரு ஃபோட்டோ, வைத்திருப்பதில், அதற்கு இப்படி ஒரு மறுபக்கம் இருப்பது எனக்கு புத்தியில் உறைத்தது. உடனே அந்தப் படத்துடன் கூடவே 'சிட்டகாங்' போராட்ட வீராங்கனை கல்பனா தத்தின் படம் அதுவும் நான் எங்கிருந்தோ சேகரித்து வைத்திருந்தேன். பிறகு இன்னும் லெனின், ஸ்டாலின் எல்லா படங்களையும் அத்துடன் மாட்டி வைத்தேன். இனிமேல் கேள்வி இல்லை அல்லவா?

ஆனந்தம்மாவும் நானும் பேசிக்கொண்டிருக்கும்போதே அவள் மூத்த மகன் அவளைத் தேடிக்கொண்டு வந்தான்.

"என்னம்மா விஷயம்?"

"உங்க அக்காவை, எப்போ கல்யாணச் சாப்பாடுன்னு கேட்டுக்கிட்டிருக்கேன்."

"ஹய்யா! எக்கா, எக்கா உனக்கு கல்யாணம்னா கறிகாய் வெட்டறது பூராவும் என் பொறுப்பு."

அவள் மகளும் அங்கே வந்தாள்.

"கல்யாணத்துக்கு வேண்டிய தேங்காய் திருவுவதிலேருந்து ஊரழைக்கப் போக எல்லாம் நான்தான் செய்வேன். ஐய்ய, நான் நெறைய லட்டுத் தின்பேன்."

"ஆமாமா, கல்யாணமாவது, லட்டாவது."

"என்ன அப்படிச் சொல்லுக நீ. நீ கல்யாணம் செய்துக்கத்தான் வேணும். உனக்கு அலங்காரம் பண்ணுகதிலேயிருந்து நான்தான். ஆமா, பாத்துக்கேயேன்."

அம்மா முகத்திலே கூட ஒரு மகிழ்ச்சி வருவதைப் பார்த்தேன்.

"நீதான் சடங்கு, சாமத்தியம் எல்லாம் நம்பமாட்டே ஆனாலும் இருக்கட்டும், நம்ம வீட்டிலே வச்சுத்தானே கல்யாணம்."

"என்ன ஆனந்தம்மா, உம்பாட்டுக்கு பேசிக்கிட்டே போற, எனக்குக் குளிக்கணும்; நேரமாச்சு. நான் போறேன் போ."

இந்த உலகத்திலுள்ள எல்லாத் தொடர்புகளையும் துண்டித்து நமக்குத் தனிமையைக் கொடுப்பது இந்தக் குளியல் அறைதான். வேற எங்கேயும் கிடைக்காத தனிமை. யாரும் இந்தக் குறிப்பிட்ட நேரத்துக்கு, நம்ம தனிமையை கலைக்கவே வரமாட்டார்கள். நான் மட்டுமே இருந்தேன். என்னைப் பற்றி சிந்தித்தேன். ஆனந்தம்மா சொல்கிற, எனக்குக் கூட கல்யாணம்னு ஒண்ணு நடந்து, குடும்ப வாழ்க்கைன்னு ஒண்ணு அமையுமா? எனக்கே என்னை நினைத்து சிரிப்பாத்தான் வருது. கல்யாணம். அப்புறம் எல்லோரும் எங்களை விருந்துக்குக் கூப்பிடுவார்கள். சில மாதங்கள் போனதும் "எப்படி இருக்க, விசேஷம் ஏதும் உண்டா?" இப்படி சில கேள்விகள். அப்புறம், அப்புறம் எனக்குக் குழந்தை பிறக்கலாம். அது எப்படி இருக்கும்? நான் அப்போது 'இந்த நான்' இல்லை. நான் ஒரு அம்மா! அப்போது நான் எப்படி இருப்பேன். இப்படி எல்லாம் நினைக்க எனக்கு ஆதாரம் இருக்கா? இல்லவே இல்லை. ஆனந்தம்மா ஆசை நிறைவேறும் போல எனக்கத் தோன்றவே இல்லை. சே... சே... இந்த நினைப்புகளை நினைக்க ஆரம்பிச்சா, நினைத்து, நினைத்து அப்புறம் ஒரு நிராசை ஏற்பட்டு, இப்போது மனதில் இருக்கிற உற்சாகமும் போய், நான் என்னதான் ஆவேனோ? போதும் போ!

மளமளன்னு தண்ணியை மொண்டு, மொண்டு ஊற்றினேன். நிறுத்திவிட்டு சோப்புப் போட ஆரம்பித்தேன். நினைவு பின்னேயும் தொடர்ந்தது. எனக்குன்னு ஒரு துணை மனது வேணுமா? ஒரு மனது துயரப்படும் போது, கஷ்டங்கள் படும்போது, ஆறுதலுக்கு சாய்ந்து கொள்ள இன்டலக்ஷுவல் கம்பேனியன்ஷிப், அது வேணும், ஒருத்தரின் தோள்கள் வேணுமா? அப்பா இருந்தால், ஆறுதலாக தலையை வருடற மாதிரி வருட யாராவது வேணுமா? அந்த யாராவது யாராயிருக்க முடியும்? மறுபடியும் அன்னப் பறவை சிறகு அடித்துப் பறந்தது. அப்படி யார் இருக்கா? இருந்தாலும் நான் எப்படி அந்தப் பழக்கத்தை, அந்தத் தொடர்பை வைத்துக்கொள்ள முடியும்? எனக்குன்னு ஒரு வரம்பு கட்டிக்

கொள்ளணும்; கட்டிக்கொண்டிருக்கேன். இருந்தாலும் அந்த வரம்பின் கரை எப்போது உடைந்து உடைப்பேற்படுமோன்னு தானே அம்மாவின் பயம், பரிதவிப்பு. எனக்கும் அந்த பயம் இருக்கா? நிச்சயமாக இல்லை, அந்த வரம்பின் திறவுகோல் நான் எங்கே வச்சிருக்கேன் தெரியுமா? முதலில் ஏழு மலைகள் தாண்ட வேண்டும். பிறகு ஏழு மகா சமுத்திரங்களைத் தாண்ட வேண்டும். அப்புறம் அடர்த்தியான காடுகள். இவற்றைக் கடந்தால் வரும் அகழி. அதையும் கடந்து உட்சென்றால் அங்கு மாசற்ற ஒரு பளிங்கு பெட்டகத்திலிருக்கும் அந்தத் திறவு கோலை யார் எடுத்துவர முடியும்? யார் திறக்க முடியும்?

"ஏய் கதவைத்திற. எத்தற நேரமாத்தான் குளிக்க? கொஞ்சம் சோப்புக் குடு. கையிலே எண்ணச்சிக்கு போக மாட்டேங்கு"

"குளிச்சிட்டேன். கொஞ்சம் இரு. துறக்கிறேன்" கதவைத் திறந்துகொண்டு என் தனி உலகத்தை விட்டு வெளியே வந்து விட்டேன்.

நான் வெளியே போகப் புறப்படத் தயாரானேன். முன் அறையில் யார் யாரோ பேச்சுக்குரல். அவசரமா அங்கே வந்தேன். பிரமிப்பில் வாயடைத்து நின்றுவிட்டேன். முற்போக்கு எழுத்தாளர் யூனிட் அமைத்தோமே, அந்த சாமிநாதன், தம்பி, ராஜன், தோழர் நந்தன். என்னுடைய வரவேற்புக்கு ஒன்றும் காத்திராமல் அவர்களாகவே சகஜமாக உட்கார்ந்து எதை எதையோ சர்ச்சை பண்ணிக்கொண்டிருந்தார்கள்.

கட்சியின் இரண்டு விதமான கண்ணோட்டத்தைப் பற்றித்தான் பேசிக்கொண்டிருந்தார்கள். நான் வந்தவர்களைப் பார்வையால் வரவேற்றேன். அவர்களும் பேச்சு சுவாரஸ்யத்தில் பார்வைகளாலேயே எனக்கு விடையளித்துவிட்டு திரும்பவும் ஒரு நொடியில் அவர்கள் பேச்சிற்கே போய்விட்டனர்,

நான் அம்மாவிடம் "கொஞ்சம் தேயிலை போடும்மா."

"எத்தன பேரு வந்திருக்கா."

"ஒரு அஞ்சு டம்ளர் போடேன்."

திரும்பவும் அவர்கள் பேசுமிடத்திற்கு வந்தேன். அவர்கள் பேசுவதெல்லாம் எனக்குப் புரியும். நானும் கொஞ்சம் தெரிந்து வைத்திருக்றேன், என்கிற நினைப்பே இல்லாமல், இருக்கிற இடம் மறந்து, எல்லோரும் விவாதித்தனர். அதை விவாதம் என்று சொல்ல முடியாது, ஏனென்றால் இரு அபிப்பிராயங்கள் இருந்தால்தானே

விவாதம். மாறி மாறிப் பேசிக்கொண்டிருக்கிறார்கள். நான் தேயிலை கலந்து எடுத்து வரப்போனேன்.

சோவியத் யூனியன், 20ஆவது காங்கிரஸ், திருத்தல் வாதம் என்கிற வார்த்தைகள், அதிகமாக இடம்பெற்றன. நான் ஒரு சொம்பில் தேயிலையும், நான்கைந்து தம்ளர்களுடனும் வந்தேன். தம்பி, அவர் பக்கத்தில், பெஞ்சில் என்னையும் உட்காரச் சொன்னார். அவரே சொம்பிலிருந்த டீயை எல்லோருக்கும் ஊற்றினார். அவர் எடுத்துக்கொள்வதற்கு முன்னால், எனக்கு ஊற்றிக் கொடுத்தார். அந்த அன்பு கனிந்த செய்கை எனக்கு, நானும் அவர்களுடன் உட்கார்ந்து பேசலாம், கேட்கலாம் என்கிற தைரியத்தை எனக்குக் கொடுத்தது. முதலில் பேசாமல் கேட்டுக் கொண்டிருந்தேன். தம்பி, "இப்போ உலகக் கம்யூனிஸ்ட் இயக்க ஒற்றுமைக்கு யாரும் கவலைப்படற மாதிரி தெரியல நந்தன்."

நந்தன் "மூன்றாவது அகிலம் கலைக்கப்பட்ட பிறகு..."

தம்பி இடைமறித்தார். "அப்படி ஒரு தலைமைப் பீடம் மாதிரி ஒன்றும் அவசியமில்லைதானே. அதனாலேதான் அதைக் கலைச்சுட்டாங்கன்னு நினைக்கிறேன்."

"காங்கிரஸ் கவர்ன்மென்டின் வர்க்கத்தன்மையைப்பற்றி கட்சிக்குள்ள பலமான விவாதம் நடந்துக்கிட்டிருக்கு. சர்வதேச அரங்கில் இந்திய கம்யூனிஸ்ட் கட்சியின் நிலையும் என்னாங்கிறதும் இப்போ சர்ச்சைக்குள்ள விஷயம்தான். இது எப்படி முடியும்னு தெரியல."

சாமிநாதன் என்னைப் போலவே பேசாமல் கேட்டுக் கொண்டிருந்தார். அவர் எப்போதும் இலக்கியம் பற்றித்தான் ஏதாவது வாயைத் திறப்பார்.

எனக்கு மனதிற்குள் குழப்பமும் சஞ்சலமும் ஏற்பட்டுக் கொண்டிருந்தது. குருஷ்சேவும், புல்கானினும் இங்கே ஏன் வந்தார்கள் என்று கோபம் கோபமாக வந்தது, வயிற்றைக் கட்டி, வாயைக்கட்டி உழைக்கும் மக்களின் பட்டினிக்கு என்ன பதில்? இப்படிப் போனால் எப்படி சோசலிஷம் சீக்கிரம் வர முடியும்? மாகாணக்கமிட்டி, ஜில்லாக்கமிட்டி சர்க்குலர்களில் கூட இப்போதெல்லாம் 'லால் சலாம்' என்றோ 'புரட்சி வாழ்த்துக்கள்' என்றோ முடிப்பது இல்லை. கூட்டங்களில் 'இன்குலாப் சிந்தாபாத்' முழங்குவது குறைந்துவிட்டது. கட்சியின் அரசியல் கொள்கைகளுக்கும் இதற்கும் ஏதேனும் சம்பந்தம் இருக்குமோ? சமாதான ரீதியான சமுதாய மாற்றம் என்கிற சோவியத்தின் 20ஆவது காங்கிரசின் கருத்துக்களின் பிரதிபலிப்பாயிருக்குமோ?

பேச்சு முடிந்து எல்லோரும் போவதற்கு எழுந்தனர். போவதற்கு முன் நந்தன் என்னிடம்,

"நாங்கள் முக்கியமா ஏன் வந்தோம் தெரியுமா? ராஜன் அடுத்த வாரம் மேல் படிப்பிற்காக, கிழக்கு ஜெர்மனி போகிறார். உங்ககிட்டேயும் சொல்லிட்டுப் போகலாம்னுதான் எல்லோருமாக வந்தோம்."

ராஜன் என்னைப் பார்த்து சிரித்துக்கொண்டு நின்றிருந்தார். 'பாராட்டுக்கள்'ன்னு சொல்லவோ ஒன்றும் எனக்குத் தெரியவில்லை. 'அப்படியா'ன்னு மாத்திரம் சந்தோஷத்துடன் கேட்டேன். ஆனால் மனதிற்குள் உடனே ஒரு பொறாமை தோன்றி மறைந்தது. நானும் ராஜன் மாதிரி ஏன் ஒரு படிப்பாளியாயிருக்கக்கூடாது? அதெப்படி முடியும்? இவருக்கெல்லாம் மூளையிலே ஏதோ ஒன்று அதிகப்படியா வேலை செய்வதாயிருக்கலாம். நமக்கு அப்படி இல்லை. சரி, விட்டுத் தள்ளுவோம். என்னாலே என்னதான் முடியும்? நானும் என்னென்னவோ சாதிக்கணும்னுதான் நினைக்கிறேன். என்னதான் செய்வது? என்னுடைய ஸ்தானம்தான் என்ன? எனக்கு நிரந்தரமான ஏதாவது ஒரு வேலை இருப்பது நல்லது. அப்படி ஒருவேலையாக பாவித்துக்கொண்டு, ஒழுங்காகக் காலையில் கட்சி அலுவலகத்துக்குச் செல்வதென்றாகிவிட்டது. இடை இடையே திருவனந்தபுரம் செல்வது, அங்கே கார்ப்பரேஷன் தேர்தல்களில் தமிழர்கள் வாழும் இடங்களுக்குச் செல்வது, சின்னச்சின்ன பொதுக்கூட்டங்களில் பேசுவது, தோழர்களுடன் சேர்ந்து பிரச்சார வேலைகள்; மலையாளம் நன்றாகப் பேச வர ஆரம்பித்தது. மலையாளமும் தமிழும் கலந்து பேசுவது எனக்கே வேடிக்கையாக இருந்தது.

ஒரு நாள் திருவனந்தபுரத்திலிருந்தபோது நாகர்கோவில் தோழர் ஒருவர் அவசரமாக என்னைப் பார்க்க வேண்டும் என்று வந்து சேர்ந்தார்.

"என்ன விஷயம்?"

"நீங்க உடனே என்னுடன் நாகர்கோவில் வரணுமே."

"எதுக்கு?"

"அதாவது.., அது வந்து.., நீங்க மறுக்கக்கூடாது. கட்சி முடிவு. நீங்க வந்து நாகர்கோவில் முனிசிபல் தேர்தலில் போட்டி யிடணும்."

"என்ன சொல்றீங்க? நானா?!"

"ஆமாம்."

"நீங்கதான் கட்சி முடிவுன்னு சொல்றீங்களே தோழர். சரி எனக்கு இஷ்டமில்லாவிட்டாலும் ஒத்துக்கொள்கிறேன்."

"உடனே புறப்படலாமா."

"எந்தத் தொகுதி?"

"...தொகுதி."

"அங்கேயா? அங்கே கட்சிக்குன்னு ஒரு அனுதாபி கூட கிடையாதே?"

"அதென்னவோ ஜி.க. முடிவு."

அடுத்த நாள் காலையில் அம்மாவிடம் விஷயத்தை சொன்னேன்.

"நான் தேர்தலில் நிக்கறேன்மா."

தேர்தல் என்றதும் அம்மா முகத்தில் சந்தோஷத்தைப் பார்க்கணுமே! அம்மாவுக்குக் கூட தேர்தல் வியாதி இருப்பதின் அறிகுறிகள் தெரிகிறது. உடனே அம்மா கேட்ட கேள்வி "ஜெயிக்குமா?"

நான் ஒன்றுமே சொல்லவில்லை.

"கட்சி நல்ல வேலை செய்யுமா, இல்லையா?"

"முக்கியமான விஷயம் என்னன்னா கட்சியிலே இதுக்கெல்லாம் பணமிருக்குமா? நம்ம கிட்டயோ ஒண்ணுமே கிடையாது."

"ஏம்மா இப்பமே புடிச்சு இப்படி பயப்படணும் நீ. கட்சிக்கு என்னைக்குமே தோல்வி கிடையாது. தெரிஞ்சுக்கோ நாங்க தோல்வியையும் வெற்றியா மாத்துவோம்."

"என்னத்த சொல்லுக நீ?"

"அங்க, யம்மா... இதுவரை கட்சி கால் வச்சது இல்ல. இந்தத் தேர்தல் மூலமா அந்த இடத்திலே கட்சி போறதுக்கு, நம்ம கொள்கையை சொல்றதுக்கு, இது ஒரு பெரிய வாய்ப்பு இல்லையா... அப்படி அதன் மூலமா ஜனங்கள நம்ம அணியிலே திரட்ட முடியுமில்லையா?"

"ஆ... மா..." முகத்தை லேசாக ஒரு பக்கமாக ஒடித்துக் கொண்டாள்... "ஆமா நீ என்ன அதுக்கு பலிக்கடாவா?"

"என்னம்மா அப்படிச் சொல்லிட்ட? எத்தனை பேர் உயிரையே கொடுக்கல்லையா? ஜெயிலுக்குப் போகலையா? நான் என்ன, கொஞ்சம் வெயிலிலே சுத்துவேன் அவ்வளவுதானே."

"என்னவோ போ, நீயும் உன் கட்சியும்"

"... இன்னைக்கே நாமினேஷன் போடப்போறேன்."

அம்மாவிடமிருந்து பதிலே இல்லை.

"இந்த அனுபவம் எனக்குக் கிடைக்கணுமே!"

அதற்கும் பதில் இல்லை.

நான் கிளம்பத் தயாரானேன்.

"சரி, சரி, நல்ல வெயில், குடையை எடுத்துக்கோ."

○

57

கூழைக்கும்பிடு போட்டு, சிரிப்பை வரவழைத்து, எனக்கு ஓட்டுப் போடுங்கன்னு கேட்பது எனக்குப் பிடிக்கவேயில்லை.

எனக்குப் போடுகிற ஓட்டு.., நீங்கள் உங்களுக்காகப் போடுகிற ஓட்டு, அதனாலே கதிர் அரிவாள் சின்னத்திலே ஓட்டுப் போடுங்கோ, இப்படித்தான் என்னால் கேட்க முடிந்தது.

காங்கிரஸ் கட்சி அபேட்சகர் பணத்தை வாரி இறைக்கும்படியாயிற்று. முந்தின தினம்வரை எனக்காக ஓட்டு சேகரித்தவர்கள் எதிர்க் கட்சியிடம் பணம் வாங்கிக் கொண்டு மறைந்தே போய் விட்டதைப் பார்த்தேன்.

நாங்கள் எதிர்பார்த்தபடி வெற்றி கிடைத்தது. நம் கட்சிக்கு சில அநுதாபிகள் கிடைத்தனர். காங்கிரஸ் அபேட்சகரின் வெற்றி ஊர்வலம் தெருவில் போய்க்கொண்டிருந்தது.

தேர்தல் முடிவை என்னிடம் சொல்லக்கூட யாரும் வரவில்லை. அல்லது நான் என்ன உணர்கிறேன் என்பதைக் கேட்கவும் யாரும் வரவில்லை. அம்மாவும் அன்று யாருடனோ உறவினர் வீட்டிற்குப் போயிருந்தாள்.

தோழர்கள் யாரும் என்னுடன் இல்லை எனினும் தேர்தல் என்ற அனுபவம் என் மனதை நினைத்திருந்தது.

அன்று திட்டுவிளையில் மேதினக் கூட்டம். முன்பெல்லாம் மே தினத்தன்றே குறிப்பிட்ட ஓரிரு இடமானாலும் பொதுக்கூட்டம் நடத்த முடிந்தது.

இப்போது அப்படி முடிவதில்லை. பேசுவதற்கு யாராவது தலைவர்கள் வருகை, இப்படியாப் பார்த்துப் பார்த்து மே மாதம் முதல் வாரம் முழுவதும் அங்கங்கே கூட்டம் நடத்துவ தென்றாயிற்று. நான் திட்டுவிளைக்குப் போய்விட்டு இரவு ஒன்பது மணிக்குமேல் பஸ்சை விட்டிறங்கி காரியாலயம் வந்தேன். பாண்டியனோ, நந்தனோ இருக்கவில்லை. பாண்டியன் எனக்கு ஒரு குறிப்பு எழுதி வைத்திருந்தார்.

நாங்கள் வர சற்று தாமதமாகலாம்.
காத்திருக்கவும். வந்தபின் வீட்டில்
கொண்டு சேர்க்கிறோம்.

தோழமையுடன்
பாண்டியன்.

தேவசகாயம் அங்கிருந்தார். நான் அவரை துணைக்கு அழைத்துச் செல்வேன் என எதிர்பார்த்திருக்கக் கூடும். கண்களில் ஏதோ எதிர்பார்ப்பு இருந்தது.

“கூட்டத்திற்குப் போய் வந்ததில் என்கிட்டே மீதிப்பணம் இருக்கு. அதைப் பாண்டியனிடம் கொடுத்துவிட்டு பார்த்து சொல்லிவிட்டுத்தான் போகணும்னு வந்தேன்” என்றேன். நானும் உட்கார்ந்துகொண்டேன். தேவசகாயம் என்னுடன் வீட்டிற்கு வருவதைத் தவிர்க்கவே நான் விரும்பினேன்.

நான் உட்கார்ந்துகொண்டது நல்லதாகப் போயிற்று என்கிற மாதிரி சிரித்துக்கொண்டிருந்தார். நான் எதையும் கண்டு கொள்ளாமல் பத்திரிகையை புரட்டிக்கொண்டு இருந்தேன்.

“நீங்க நல்லா பாடறீங்க.”

“அப்படியா?”

“எனக்குக் கேக்கணும் போல இருக்கு. ஒரு பாட்டு பாடுறீங்களா?”

எனக்கு உள்ளங்கால் கீழே பூரான் ஊர்ற மாதிரி இருந்தது. பேசாமல் இருந்தேன். யாராவது உடனே வந்துவிடமாட்டார்களா என்று எதிர்பார்த்து நிதான மனதுடன் பத்திரிகையை புரட்டிக் கொண்டிருந்தேன்.

திடீரென்று என் மீது ஒரு சின்னக் காகிதச் சுருட்டல் வந்து விழுந்தது. மனதிலே ஆத்திரம் கொப்புளிக்க நிமிர்ந்து பார்த்தேன். மனது நிதானம், நிதானம், நிதானம் என்று எண்ணிக் கொண்டது. எப்படி புத்தி புகட்டுவது? மார்க்ஸிசம் லெனினிசம் இங்கே என்ன செய்ய முடியும்?

"தோழர்", நிதானமாக அழைத்தேன். "எனக்கு தாகமாக இருக்கு. பக்கத்து ஹோட்டலிலே காப்பி குடிக்கலாமா? வர்றீங்களா?"

இப்போது அவர் முகத்தில் சற்று பயம் தெரிந்தது. என் நிதானம் என்னை தலைதூக்கி நிறுத்தியது. நடந்துகொண்டே கேட்டேன்.

"தோழர் உங்களுக்கு எத்தனை ஸிஸ்டர்ஸ்?"

"இரண்டு."

"கல்யாணம் ஆயிற்றா?"

"ஒருத்திக்கு இன்னும் ஆகயில்ல."

"ஒரு சிறந்த கம்யூனிஸ்ட், விமர்சனம், சுயவிமர்சனத்துக்கு எப்போதும் தயங்கக் கூடாது. அப்படித்தானே தோழர்."

அவரிடமிருந்து பதிலே இல்லை.

"நீங்க நடந்துக்கிட்டது சரியா, தப்பான்னு மாத்திரம் இன்னைக்கு வீட்டிலே போய் கொஞ்சம் சிந்திச்சுப் பாருங்க என்ன?"

இப்போதும் பதில் இல்லை.

என் முன்பு அவர் கூனிக்குறுகிவிட்டது போல் நான் நினைத்துக்கொண்டேன். நான் நினைத்தது சரிதான். காப்பி குடிக்கும்போது நான் நிமிர்ந்து உட்கார்ந்து குடித்துக் கொண்டிருந்தேன். அவர் காப்பியிலிருந்து முகத்தை எடுக்காமலே குடித்துக்கொண்டிருந்தார்.

"என்ன மன்னிச்சிருங்க. நீங்க இதை யார் கிட்டேயும் சொல்ல வேண்டாம். என்ன மன்னிச்சிருங்க" என்றார்.

திரும்ப இருவரும் காரியாலயம் வரும்போது அங்கே நந்தன், பாண்டியன் இருவரும் இருந்தனர்.

நான் எதுவும் நடக்காத பாவனையில்,

"ஒரே தாகமாயிருந்தது, நானும் தோழரும் காப்பி குடிச்சிட்டு வந்தோம்."

"கொஞ்சம் இருந்திருந்தா நாங்களும் வந்திருப்போம்லா" பாண்டியன்.

ஏற்கெனவே சொல்லியிருந்தது போல் நந்தன் என்னுடன் வீட்டிற்கு வரப்புறப்பட்டார்.

வராண்டாவில் அம்மாவைச் சூழ மூன்று பெண்கள், ஆனந்தம்மா உள்பட உட்கார்ந்து கொண்டு அரட்டையில் இறங்கியிருந்தனர்.

எங்களைப் பார்த்ததும், "ஒங்களுக்குத்தான் விருந்தாளி வந்தாச்சு, நாங்க போறோம்"னு ஒவ்வொருத்தரா போய்விட்டனர்.

நந்தன் புறப்படத்தயாரானார். அம்மா அதற்குள் சூடாக பால் எடுத்துவந்தாள்.

"குடிச்சிட்டுப் போகச்சொல்லேன்"னா.

நந்தன் உட்கார்ந்தார்.

"எனக்கு உங்ககிட்ட கொஞ்சம் பேசனும்."

இதைச்சொல்ல எப்படி எனக்கு தைரியம் வந்தது!

நந்தன் கேள்விக்குறியுடன் என்னைப் பார்த்தார். நானும் உட்கார்ந்து கொண்டேன்.

அம்மா "ஓர்மையா கேட்டையும் பூட்டி, கதவையும் தாப்பாப் போட்டுட்டு வரணும்"னு சொல்லிவிட்டு போய் படுத்துவிட்டாள்.

லேசாக குறட்டை ஒலி வர ஆரம்பித்தது.

அதைத்தவிர அந்த இரவின் நிசப்தம், நந்தனுடன் உட்கார்ந் திருக்கும் தனிமை, மனதில் எதையோ வைத்து அழுத்தியது.

ஒரு பெருமூச்சை விட்டு ஆசுவாசப்படுத்திக் கொண்டேன். நானாகப் பேச நந்தன் காத்துக்கொண்டிருந்தார்.

மணி பத்தரை அடித்தது.

என் கையில் பேனா, பத்திரிகைத் துணுக்கு – கிறுக்கிக் கொண்டிருந்தேன். நந்தன் பொறுமை இழந்திருக்க வேண்டும்.

தேவசகாயம் நடந்துகொண்டதைப்பற்றி சொல்லலாமா வேண்டாமா? இப்படியே யோசித்துக்கொண்டிருந்தேன். இது ஆண்களின் உலகம். ஆனால் ஒரு பெண்ணால் எதுவும் சாதித்து விட முடியவில்லையா, அல்லது நான் எதற்கும் லாயக்கில்லையா? இந்த சிந்தனைகளை, எண்ணங்களை இவருடன் பகிர்ந்து கொள்ளலாமா? அப்படிச் செய்தால், ஒருத்தரிடம் நம் எல்லா எண்ணங்களையும் பகிர்ந்துகொண்டால், அது ஒருத்தரின் உள்ளத்தை நாமாக நெருங்குவது போலாகவில்லையா? நான் கட்டி வைத்திருக்கும் வரம்பு உடைந்துவிடுமோ? யோசித்துக் கொண்டே எதையோ கிறுக்கிக்கொண்டிருந்தேன்.

சுருக்கமா 'Iam totally unprepared'ன்னு எழுதிவிட்டிருந்தேன். பொறுமையை இழந்த நந்தன் என் கையிலிருந்த காகிதத் துண்டைப் பறித்தார்.

'unprepared' ஆ? எதற்கு என்று எழுதி என்னிடம் திருப்பித் தந்தார்.

'To face the man-dominated world'ன்னு எழுதி அவரிடம் நகர்த்தினேன்.

ஒரு நிமிடம் என்னை ஏறிட்டுப் பார்ப்பது எனக்குத் தெரிந்தது. என் கை, காகிதத்தில் இன்னும் ஏதோ, நட்சத்திரம், பூ என வரைந்துகொண்டிருந்தது.

அவர் தன் கைக்கடிகாரத்தைப் பார்ப்பது தெரிந்தது. ஆமாம் நேரமாகத்தான் செய்கிறது. அவர் போக வேண்டும்.

"நான் ஒண்ணு சொல்வேன், நீங்க தப்பா நினைக்கக் கூடாது?!"

என்னங்கிற பாவனையில் பார்த்தேன்.

"நீங்க கல்யாணம் பண்ணிக்கிறது நல்லது."

ஒரு வினாடி ஒண்ணும் புரியாமல் விழித்தேன். பதில் சொல்லத் தெரியாமல் மவுனமாயிருந்தேன்.

நந்தன் எழுந்தார். திரும்பவும் கைக் கடிகாரத்தை பார்த்தார்.

"நான் போயிட்டு வரட்டுமா? நாளைக்குப் பார்க்கலாம்."

சரிங்கிற மாதிரி தலையாட்டினேன். என் வாய் திறக்க மறுத்தது.

எனக்குத் தாத்தா இருந்து, அவர் 'அடி பெண்ணே உனக்கு கல்யாண வயசாச்சு, நான் உனக்கு மாப்பிள்ளை பாக்கப் போறேன்'னு சொல்லிவிட்டுப் போற மாதிரியல்லவா போகிறார்.

அல்லது, அம்மா வந்து "போயி இன்னைக்கு எண்ணை தேய்ச்சுக் குளி" அப்படின்னு சொல்கிற மாதிரி 'நீ போய் கல்யாணத்தைப் பண்ணிக்கோ', அப்படின்னா? என்ன இது? விளையாட்டா? அல்லது நான் பாட்டிற்கு ஒரு ஊருக்கு ஒரு பஸ்ஸில் ஏறி நேராப் போய் இறங்குகிற விஷயமா என்ன?

அதெல்லாம் இருக்கட்டும்; நான் ஏன் கல்யாணம் செய்துக்கனும்? தூக்கமே பிடிக்கவில்லை. நான் என்ன செய்து கொண்டிருக்கிறேன்? என்ன செய்வது? என்று சிந்திக்கத் தொடங்கினேன். சன்னல் வழியாக ஒரு நட்சத்திரம் தெரிந்தது.

கொஞ்சம் தள்ளி இன்னொன்னு... பலப் பல தெரிந்தன. இடையிடையே மேகங்களின் சஞ்சாரம். நிலவொளி லேசாக வர ஆரம்பித்தது. பவள மல்லிகையின் வாசனை அடிக்கடி வந்துகொண்டிருந்தது. நான் கட்சியின் அங்கத்தினர் கார்டு வாங்கியதின் பின்னர்... சில நிகழ்ச்சிகள் வருத்தம் தந்தன. சில நிகழ்ச்சிகள் மற்றவர்களின் தவறுகள் என நான் கருதுபவை. சில நிகழ்ச்சிகள், நான் நடந்துகொண்ட விதம் – சரியா, தப்பா என நினைத்தேன். சில விஷயங்கள் என்னையே, நான் நினைத்துப் பெருமைப்பட்டுக்கொள்ள வைக்கிறது. இப்படி எண்ணிக்கொண்டே வரும்போது சென்ற வாரம் நடந்த பெரிய பொதுக்கூட்டம், அஜய்கோஷைப் பார்த்தது நான் மேடையின் பக்கமாக கீழே ஒரு ஓரத்தில் நின்றுகொண்டிருந்தேன். சர்மாஜி என் பக்கத்தில் வந்து, என்னை அழைத்துச் சென்று தோழர் அஜய்குமார் கோஷுக்கு அறிமுகப்படுத்தினார். எத்தனையோ பேர், எத்தனையோ காரியங்கள், விலைமதிக்க முடியாத அவரின் சிந்தனைகள், நேரங்கள், இவற்றிற்கிடையே பார்த்த நேரத்தில் அறிமுகப்படுத்திய காரணத்திற்காக, அவர் ஒரு வந்தனத்தை மாத்திரம் எனக்குத் தெரிவித்துவிட்டு, என்னை அந்த நிமிஷமே மறந்துபோயிருக்கலாம். ஆனால் எனக்கு அது ஒரு பெரிய சம்பவமாக, 'The man-dominated world'ல் அலைக்கழியும், என் மனதிற்கு ஒரு ஒத்தடம் கொடுத்த மாதிரி யில்லையா? இப்பொழுதெல்லாம் சி.ஐ.டி.க்கள் என்னைத் தெரிந்துகொள்வது போல், எந்தக் கூட்டத்திலிருக்க நேர்ந்தாலும், சுற்றிக்கொண்டிருக்கும் அவர்களை நான் இனம் கண்டுகொள்ள முடிகிறது.

கள்ளச்சந்தைக்காரர்களைவிட, கடத்தல்காரர்களை எல்லாம்விட கம்யூனிஸ்ட்களால்தான் நாட்டிற்கு அதாவது அவர்களுக்கு – ஆபத்து வந்துவிடும் என நினைக்கும் ஆளும்வர்க்கத் தின் நிலை பரிதாபம்தான்!

தூங்குவதற்கு இரவு வெகுநேரம் ஆகியிருக்க வேண்டும். என்றைக்கும் எழுந்திருக்கும் நேரத்திற்கு விழிப்பு வரவில்லை. அம்மாவோ பாத்திரங்கள் கழுவி, குளித்து, காப்பியும் போட்டு வைத்துவிட்டு, நான் எழுந்திருக்காத கோபத்தில் என்னவோ, முணுமுணுக்கவும், பாத்திரங்களை ஓசைப்படுத்தவும் செய்து கொண்டிருந்தாள்.

இனி சரியில்லை என்று எண்ணிக்கொண்டே எழுந்தேன். குளித்து என் வேலைகளை முடித்துக்கொண்டு கட்சிப் பிரசுரங் களை படித்துக்கொண்டிருந்தேன்.

"போஸ்ட்."

எனக்குத்தான். ஆஹா... தோழர் சர்மாஜியிடமிருந்து. தேர்தலில் நான் வேலை செய்ததைப் பாராட்டி எழுதியிருந்தார். கடிதத்தையும் எடுத்துக்கொண்டு காரியாலயம் சென்றேன். அங்கே தோழர்கள் மணி, பாண்டியன், நந்தன் இன்னும் சிலரும் இருந்தனர். நான் தோழர் மணியிடம் கடிதத்தைக் கொடுத்தேன். அவர் ஏற்கெனவே ஜி.க.க்கு கடிதம் வந்ததாகவும் என்னைப் போகும்படியும் சொன்னார். இன்னும் சில தோழர்களும் என்னுடன் அங்கு வந்து சேர்ந்துகொள்வார்கள் என்றார்.

எனக்கு ஒரே சந்தோஷம். சும்மா கட்சி பிரசுரங்களைப் படித்துக்கொண்டும், மற்றும் மார்க்ஸிச லெனினிச புத்தகங்களைப் படித்துக்கொண்டும், கட்சி அலுவலகம் போய் வந்துகொண்டு மிருந்த எனக்கு ஏதாவது சுறுசுறுப்பாக செய்யணும் போலிருந்த தற்கு, இந்தத் தேர்தல் வேலைகள் நல்லதொரு மாற்றமாக இருந்தது. ஆனால் போவதற்கு முன்னர் இன்னும் அங்குள்ள அரசியல் கட்சிகள் நிலவரம் குறித்து தெளிவாக தெரிந்துகொண்டு செல்ல விரும்பினேன்.

“எனக்கொரு உதவி செய்வீங்களா?”

“ஓ. தாராளமா, என்ன செய்யணும்?”

நான் திருவனந்தபுரம் போறதுக்குள்ளே எனக்கு நீங்க சில விஷயங்கள் தெளிவா சொல்லித்தர முடியுமா?”

“கேளுங்கோ சொல்றேன்.”

“கட்சி, மக்கள் முன்னாலே வச்சிருக்கிற தேர்தல் அறிக்கை, அதை நான் படிச்சிட்டேன். ஆனாலும் அங்குள்ள கட்சிகள் நிலவரம் எனக்கு ஒரே குழப்பமா இருக்கு. அதைக் கொஞ்சம் விளக்கமா சொல்லிக் கொடுங்களேன்.”

நந்தன் சிறிது நேரம் யோசித்துவிட்டு,

“நம்ம கட்சி அங்கே கடுமையான போட்டியை சந்திக்க வேண்டியிருக்கு. எல்லாக் கட்சிகளும் காங்கிரசை எதிர்க்கிறோம்னு சொன்னாலும், உண்மையிலே கம்யூனிஸ்ட் கட்சியைத்தான் தோற்கடிக்கணும்னு நினைப்பார்கள். முஸ்லீம் லீக் கட்சியை காட்சி சாலையிலேதான் வைக்கணும்னு சொன்ன நேரு, இங்கே வாயே திறக்கல்ல பாத்தீங்களா?”

“அப்புறம் நமக்கெதிரா பொய்ப்பிரச்சாரம், நமக்கு சோவியத் நாட்டிலேயிருந்து பணம் வருதுன்னு சொல்வது ஒன்று.”

“இன்றைக்கு கட்சிக்கு இந்த அளவு அங்கே பலம் வந்திருக்குன்னா அதனுடைய உண்மையான சரித்திரம்

இதுதான். சுதந்திரம் கிடைப்பதற்கு முன்னாலேயும், சுதந்திரம் கிடைத்த பின்னாலேயும், வெள்ளையனாலும், பின்னர் காங்கிரஸ் சர்க்காராலும் எங்கெங்கே விவசாயிகள், தொழிலாளிகள் போராடினார்களோ, அங்கெல்லாம் போலீஸ் அடக்குமுறைதான். திருவிதாங்கூரில் சர்.சி.பி.யின் அடக்கு முறையை முக்கியமான இடங்கள், ஆலப்புழை, சேர்த்தலை, கொல்லம் தொழிலாளர்கள் எதிர்த்தார்கள் ராணுவம் கட்டவிழ்த்து விடப்பட்டது. இயக்கத்த அடக்க முடியல்ல. சி.பி.யின் நரவேட்டை இந்த இயக்கத்தை எப்படியும் அடக்கிவிட வேண்டுமென்பதுதான். இதன் உச்சகட்டம்தான் புன்னப்புர – வயலார் சம்பவம். அப்புறம் கண்ணனூர் ஜெயிலில் தூக்கிலிடப்பட்ட தோழர்கள். இந்தக் காலகட்டத்திலேதான். மொத்தம் 1982 துப்பாக்கிப் பிரயோகங்கள். உயிர் தியாகம் செய்தவர்கள் 3784 பேர். அங்கஹீனமானவர்கள் 10,000த்திற்கும் அதிகம். ஜெயிலில் 80,000 பேர் அடைக்கப்பட்டார்கள். அதில் 86 பேர் அங்கேயே உயிரிழந்தார்கள், தூக்கிலிடப்பட்டார்கள்.”

“1951இல் திருவிதாங்கூர் கொச்சி பொதுத்தேர்தல் நடந்ததும், அப்போ கட்சி சட்ட விரோதமாகவும் இருந்ததும், உங்களுக்கு தெரியுமில்லியா? அதனால் ஐக்கிய முன்னணி என்கிற பேரில் தான், புரட்சி சோஷிலிஸ்ட் கட்சி, கேரளா சோஷிலிஸ்ட் கட்சி களுடன் அமைக்கப்பட்டது முன்னணி. இந்த முன்னணிக்கு நல்ல வெற்றி கிடைச்சது. 1952இல் இந்தியா முழுவதும் தேர்தல் நடந்தது. மொத்த மாநிலங்களில் 239 ஸ்தானங்கள் கிடைத்தன. பாராளுமன்றத்தில் 31 ஸ்தானங்கள் கிடைத்தன. கட்சி நாட்டின் இரண்டாவது சக்தியாக உருப்பெற்றது. என்ன! எல்லாத்தை யும் குறிப்பெடுத்துக்கிட்டிங்களே, பரவாயில்லையே; நல்ல வேகமாகத்தான் எழுதிறீங்க!”

“இந்த நிலையிலேதான் இப்போ அங்கே எலெக்ஷன் நடக்கு. பின்ன நீங்க அங்குள்ள தேர்தல் கூட்டங்கள்ளேயும், மற்ற கூட்டங்கள்ளேயும் கலந்துகொள்ளும்போது உங்களுக்கு என்ன பேசணும்கிற தெளிவு கிடைக்கும் என்ன சரிதானே!”

“ம்.”

“என்ன உம்?”

“இப்போ கொஞ்சம் தெளிவாயிருக்கு.”

அப்போது தோழர் மணி என்னருகில் வந்தார்.

“சகாவே, நீங்க திருவனந்தபுரம் போறதாயிருந்தா, தேர்தல் தீர்ற வரையிலும் அங்கேயே தங்கறாப்பலே போங்கோ. சும்மா

அங்கேயும், இங்கேயும் அலைஞ்சுக்கிட்டிருக்காண்டாம். பின்ன உங்க வீட்டிலே அம்மாவையும், மத்த காரியங்களையும் நான் தோழர்களை அனுப்பி கவனிச்சிக்கிட ஏற்பாடு பண்றேன்."

எனக்குப் பெருமையும் மகிழ்ச்சியும் பிடிபடவில்லை. ஆனந்தம்மாவிடமும், மற்ற எல்லோரிடமும் சொல்லிவிட்டுப் போனால், அம்மாவையும் வீட்டையும் கவனித்துக்கொள்வார்கள். பின் என்ன கவலை? நான் போகத்தயாரானேன்.

தோழர் பாண்டியன் ஞாபகமாக கேரளா ஸ்டேட் கமிட்டி அறிக்கைகள், தேர்தல் வெளியீடுகள் எல்லாம் எடுத்துக் கொடுத்தார். பிறகு,

"நான் காலம்பற வந்து ஒங்கள பஸ் ஏத்திவிடறேன். தோழர். நீங்க புறப்பட்டு ரெடியா இருங்க."

அடுத்த நாள் காலை தோழர் நந்தனும், பாண்டியனும் வீட்டிற்கு வந்தார்கள். மூவருமாக பஸ் ஸ்டான்டிற்குக் கிளம்பினோம். அம்மாவும் எனக்கு வேண்டியதெல்லாம் ஞாபகமாக எடுத்துக் கொடுத்து, ஏதோ நான் எங்கேயோ, எதற்கோ பெரிய காரியமாகப் போவதாக மதித்து வழியனுப்பிவைத்தாள்.

❍

58

தேர்தல் முடிந்த அன்றே, நான் எதையோ விட்டுச் சென்றுவிட்டதைப் போலவும் அதனால் உடனேயே திரும்பிவிடவும் மனதை ஏதோ உந்தித் தள்ள, அவசரமாகத் திரும்பிவிட்டேன். அம்மா நான் அன்றைக்கே திரும்பிவிடுவேன் என்று எதிர் பார்க்கவில்லை.

ஆனால் நந்தன் அடுத்த நாள் காலையில் என்னைத் தேடிக்கொண்டு வீட்டிற்கே வந்தார்! அவர் நான் உடனே வரக்கூடும் என எதிர்பார்த் திருந்தாரா? என்னைத் தேடிக்கொண்டு வந்திருக்க முடியாது. தேர்தல் நிலவரம் அறிவதற்காகத் தானிருக்கும்.

"எப்படி இருந்தது எலக்ஷன்?"

"ஐய்யோ. நீங்களும் வந்திருக்கணும் தோழர். இரண்டு நாட்கள் முன்னாலாவது வந்திருக்கலாம்."

"அப்படின்னா, இங்க ஸ்தலத்திலே யாரும் இல்லாமல் இருக்கும்படியாயிரும். அதனாலதான் வரல. அது சரி, நம்ம பார்ட்டி நிலவரம் என்ன? அதச் சொல்லுங்கோ"

எனக்கு உறசாக மிகுதியிலே என்ன சொல்வது எதைச் சொல்வதுன்னு தெரியாமல் உளறினேன்.

"பெரிய பெரிய ஜாதாக்கள். அதிலேயும் நம்ம கோஷங்கள் – மலையாள பாஷைக்கேயான அந்த கம்பீர உச்சரிப்புகள் இருக்கே, அப்பா, நீங்க நேரிலே கேக்கணும். எனக்கு நிச்சயமா நமக்கு வெற்றி

வாய்ப்பு இருக்குன்னுதான் தோணுது. ஆனால் அதே சமயம் காங்கிரஸ் உட்பட உள்ள கட்சிகளுடைய பணம் நல்லாவே விளையாடியிருக்கு. அவர்களுடைய ரவுடிசம்னா என்னான்னு நேரிலே பார்த்தேன் தோழர்."

"ஏன் என்னாச்சு?"

"நாங்க கொஞ்சம் பெண் தோழர்களும் இன்னும் நிறைய தோழர்களுமா 'கான்வாசிங்' போயிக்கிட்டிருந்தோமா, பின் பக்கம் ஏதோ பெரிசா குரல்கள் கேட்கவே, திரும்பிப் பாத்தா ஒரு பெரிய கும்பல் எங்களைத்துரத்துவது போல வந்திட்டிருந்தானுக. சரி, பின்னாலதானே வர்றானுகன்னு நான் ஒண்ணும் பயப்படல்ல; யாரும் அதைக் கவனிச்ச மாதிரியும் தெரியல. ஆனா பாருங்கோ திடீர்னு முன்னாலே பாத்தா அதைவிட பெரிய கும்பல் எதிரிலே வர்றானுக. இப்போ என் மனசு பயத்திலே விறைச்சுப் போச்சு. போலீஸ் லத்தி சார்ஜோ, அல்லது நம்மை அரஸ்டோ பண்ணான்னா அது வேற விஷயம். இது, இந்தக் கும்பல் நடுவிலே நாங்க சின்ன பெண்கள் மாட்டிக்கிட்டோம்னா என்ன செய்வது? நான் என்னையறியாமல் 'போகவேண்டாம் நில்லுங்கோ'ன்னு கத்தினேன். எல்லோரும் என்னைப் பார்க்க 'நாம் ஒதுங்கி நிற்பது நல்லது'ன்னேன். மெல்ல மெல்ல ஒரு ஓரமா ஒதுங்கி பக்கத்திலிருக்கும் வீடுகளின் திண்ணைப் பக்கமா நகர்ந்தோம். ஆனால் என்ன நடந்தது தெரியுமா? வீட்டுக்குள்ளேயிருந்து வேடிக்கை பார்த்தவாள்ளாம் ஏதோ அசம்பாவிதம் நடக்குதுன்னு தெரிஞ்சுக்கிட்டு, நாங்க பொம்பளைங்கன்னுகூட பாக்காம, அப்படியே எங்களை வெளியில் நிறுத்திவிட்டு கதவுகளையும் சன்னல்களையும் அடைச்சுக்கிட்டு உள்ளே போயிட்டாங்க. அப்போ நான் இன்னும் பயந்திட்டேன். மற்ற தோழர்கள் எங்களை மறைத்துக்கொண்டு முன்னால் நின்றுகொண்டார்கள். அப்படியும் பயத்திலே பக்கத்தில் நிற்கிற தோழருடைய ஷர்ட்டின் நுனியை பிடிச்சுக்கிட்டேன். நாங்கள் பேசாமல் நின்றுவிட்டதாலே, ரவுடிகளாலே அத்துமீறி எதுவும் செய்ய முடியல்ல. ஆனால் அவர்கள் கையிலிருந்த சோடா பாட்டில்களை வீசி எறிஞ்சானுங்க. அப்புறம்..." எனக்குச் சொல்ல ஒரு மாதிரி இருந்தது. நான் நிறுத்திக்கொண்டுவிட்டேன்.

"அப்புறம் எப்படி வீட்டுக்கு வந்தீங்க?"

"அப்புறம் எப்படியோ தகவல் போய், போலீஸ் ஐ.ஜி உட்பட ஸ்தலத்துக்கு வந்து கூட்டத்தை விலக்கி எங்களையும் ஒரு காரிலே ஏத்தி அனுப்பி வச்சாங்க. இந்த மாதிரி சமயத்துலே வீரத்தைக் காட்டாம, சாதுரியமா நடந்துக் கிட்டதாலே ஒரு கலவரமே நடக்க இருந்தது முடியாமப் போச்சில்லியா! சரிதானே?"

நந்தன் ஒன்றுமே பதில் சொல்லாமல் பேசாமல் 'ம்' கொட்டிக்கொண்டிருந்தார்.

எனக்குக் கோபமாக வந்தது. பின் என்ன? நான் எவ்வளவு பெரிய விஷயம் சொல்லிக் கொண்டிருக்கிறேன்; என்னமோ இதெல்லாம் சாதாரண விஷயம் மாதிரி கேட்டுக்கிட்டிருந்தா?

நானும் பேசாமலிருந்தேன்.

நந்தனும் பேசாமலிருந்தார்.

அம்மா தேயிலை போட்டுக் கொண்டு வந்து தந்தாள். நான் டம்ளரை எடுத்துக்கொண்டேன். நந்தன் பேசாமல் என்னையே பார்த்துக்கொண்டு எதையோ யோசித்துக்கொண்டிருந்தார்.

"ஏன்; டீ குடியுங்கோ ஆறிப்போயிட்டிருக்கு"ன்னு நான் சொன்ன பிறகு டீயை கையில் எடுத்துக்கொண்டார்.

"பத்து நாளா நீங்க இல்லாதது ரெம்ப கஷ்டமாக இருந்தது தோழர்."

"ஏன்? நிறைய சர்க்குலர் எழுத வேண்டியிருக்கா?"

"இல்ல."

"பின்னே?"

"ஒண்ணுமில்லை."

திரும்பவும் ஒரே மவுனம்.

"நீங்க கொஞ்சம் காத்திருக்கேளா? நானும் உங்க கூட பார்ட்டி ஆபீஸ் வார்றேன்."

"வேண்டாம் தோழர், நீங்க இன்னைக்கு ரெஸ்ட் எடுத்துக்க லாமே. நாளைக்கு வாங்க. அதோட எலக்‌ஷன் ரிசல்ட்டும் தெரிய ஆரம்பிக்கும்... ம்... சரியா?"

"ம். சரி. நாளைக்கே வார்றேன்" எனக்கு உற்சாகம் குறைந்து விட்டது.

"தோழர் உங்ககிட்ட ஒரு விஷயம் சொல்லணும்."

"என்ன?" என்றேன்.

"புகை, காதல் இந்த இரண்டையும் எப்படித்தான் மூடி வைத்தாலும் அது சாத்தியப்படாது."

எழுந்து நின்றார்.

நான் குழம்பி நின்றேன்.

யோசித்தார். "பிறகு சொல்கிறேன். நான் வரட்டுமா?"

"சரி... நாளைக்குப் பார்க்கலாம்; அனேகமா நம்ம மந்திரிசபைதான் கேரளாவிலே"

அப்படி ஏற்படும்கிற நம்பிக்கையில் நந்தன் முகத்திலும் ஒரு சந்தோஷம் தெரிந்தது.

"சரி, நான் வார்றேன். நீங்க நாளைக்கு வந்தா போதும்."

◯

59

உண்மையிலேயே எனக்குக் களைப்பாகத்தான் இருந்தது. தூக்கம் கலைந்து எழுந்திருக்கையில், உள்ளமும் உடலும் யாராலோ, எதுவாலோ லேசாக்கப்பட்டு வானத்தில் பறப்பது போல் உணர்ந்தேன். எத்தனையோ காலமாக நான் இப்படி பறந்து கொண்டிருக்க வேண்டும்! கீழே கீழே, இன்னும் கீழே தாழ்ந்து பறக்கிறேன். பசுஞ் சோலைகள்! நடுவே ஒரு அழகிய தாமரைக் குளம். உடம்பெல்லாம் அந்தத் தண்ணென்ற சிலிர்ப்பை உணர்கிறது. என்ன இது? தூக்கம் தெளிந்தும் தெளியாத நிலை. எழுந்து உட்காருகிறேன். கண்ணைத் திறந்து சுற்று முற்றும் பார்க்கையில் இடிந்த மண்கூவரைக் கொண்ட தோட்டத்துப் பக்கம், அங்கே அம்மா, ஆனந்தம்மாவின் அரட்டை நடந்துகொண்டிருக்கிறது. மத்தியானத்திற்கு அம்மா என்ன பண்ணினாளோ? கவலையற்று தூங்கி விட்டேனே?

"யம்மா, எம்மா..."

ஆனந்தம்மாவும், அம்மாவும் வந்தார்கள்.

"என்னா நீ? இப்படி கிடந்து உறங்கினா? அம்மாதான் என்ன செய்வா? ஒன் வேலைக்கு ஏதாவது சம்பளம் கிடைச்சாலும் கொள்ளாம்."

ஆனந்தம்மா மூக்கை உறிஞ்சிக்கொண்டே கேட்டாள்.

எனக்கு சிரிப்பாத்தான் வந்தது.

"ஆனந்தம்மா, இந்த வேலை கிடைக்கிறதுக்கும், இப்படிப்பட்ட வேலைகள் செய்றதுக்கும் எத்தன

பேர் அவனவன் சொத்தையும் சம்பாத்தியத்தையும் இழக்கிறான்னு உனக்குத் தெரியுமா?"

"அது எதுக்காம்?

"அது... நீ, நான் உள்பட நம் நாட்டிலே யாருமே பட்டினி... அப்புறம். ம்... பொய், ஏமாற்று, வஞ்சகம் இதெல்லாம் இல்லாத ஒரு நல்ல சமூகமா வாழணும்கிறதுக்குத்தான்."

"அதுக்கு, நீ இப்படி எலக்ஷன்லேல்லாம் வேலை செய்து உங்க கட்சி ஆளுங்க ஜெயிச்சாச்சுன்னா வந்துருமா?"

"உன்ன ஒக்கல்ல எடுக்கச் சொல்லுகியா?"

"அட போ ஆனந்தம்மா, நீ ஒண்ணும் விட் அடிக்காண்டாம். சொல்லறதைக் கேளு, நான் யாரு? உங்கள்ள ஒருத்தி தானே? நான் ஒண்ணும் ஒரு கட்சிக்காக ஆகாயத்திலேருந்து விழல்ல, அது மாதிரிதான் கட்சி. கட்சின்னு சொல்றியே அதிலே உள்ள நாங்க எல்லோரும், நம் எல்லோருக்கும் வேண்டித்தான், நல்லா வாழ வழியிருக்கும்போது, ஏன் அதை நாமளும் செய்து பார்க்கக் கூடாது?"

"செய், செய்யி, நீ ஏதாவது செய்து எங்களுக்கெல்லாம் ஒரு நல்ல வழி பொறந்தா சரிதான். போ, போ அம்மா கூப்பிடுகா, குளிக்க வெந்நீர் போட்டிருக்காப் போலருக்கு."

"ஆமா, ஆனந்தம்மா, இன்னைக்கு என்னமோ எனக்குக் கூட 'பசி'ன்னு ஒண்ணு இருக்காப்பல இருக்கு. சாப்பிடணும்."

"உங்கம்மா என்ன வச்சிருக்கா தெரியுமா?"

"என்னவாம்?"

"ஒரு மரத்திலேயுள்ள இலையைப் போட்டு தொட்டுக்கக்கறி, அதிலே உள்ள காயைப் போட்டு குழம்பு."

"ஓகோ, முருங்கை மரத்தைச் சொன்னியா? ஆமா, ஆமா, இன்னும் கொஞ்சம் விட்டா மரப்பட்டையிலேயும் ஏதாவது செய்ய முடியுமான்னு அம்மா பாத்துருவா."

நானும், ஆனந்தம்மாவும் சிரிப்பதைக் கேட்டு அம்மா அங்கு வந்தாள்.

"ஏன் சிரிக்கியோ?"

"ஒண்ணுமில்ல. நான் குளிச்சிட்டு வார்றேன்மா."ன்னு நான் குளிக்கப் போனேன்.

60

அடுத்த நாள் காலையிலேயே, அதுவும் ஐந்து மணிக்கே எழுந்திருந்துவிட்டேன். போய் மடமடன்னு தண்ணியை ஊற்றிக் குளித்துவிட்டு வந்தேன்.

"என்னடி? இவ்வளவு அவசரமா புறப்படுகியே?"

"இன்னைக்கு காலம்பற இருந்தே ரிசல்ட் வர ஆரம்பிச்சுருமில்லா. ஆபீஸிலேன்னா உடனுடனே நியூஸ் தெரிஞ்சிட்டிருக்கலாம். ஒருவேளை நான் சாப்பிட வர நேரமானாலும் ஆகலாம்மா."

அம்மாகிட்டே பொய் சொல்றோமேன்னு தோன்றியது. உண்மையில் நான் எலக்ஷன் ரிசல்ட் தெரியத்தான் இவ்வளவு அவசரப்படறேனோ? புகை! காதல்! எங்கே புகைகிறது? யார் யாரும் காதலிக்கிறார்கள்? அப்படி எதுவும், எந்தத் தடயமும் இல்லையே?!

அவசரமாகப் புறப்படலானேன். எதையோ தெரிந்துகொள்ளப்போகும் ஒரு படபடப்பு. எதை?

"அப்போ இன்னைக்கே ரிசல்ட் தெரிய ஆரம்பிச்சுருமா."

"ஆமாம்மா இன்னைக்கே முக்காலும் தெரிஞ்சுரும்."

"ஆ... அம்மா, அப்பா, ஐய்யோ..."

"ஏன்? என்னடி ஆச்சு"ன்னு அம்மா கிட்டவந்தாள்.

“திடீர்னு பல் வலிக்குதும்மா.”

“போ... போச்சா... பல்வலின்னா, முதல்லேயே கவனி, இல்லேன்னா நீ தாங்கிக்க மாட்டே.”

அம்மா அடுக்களைக்குப்போய் ஒரு கிராம்பு கொண்டு வந்து தந்து “இதைக் கடிச்சு, பல் வலிக்கிற இடத்துலே வய்யி.”

வைத்தேன். வலி அதிகமாச்சே தவிர குறையவில்லை.

“எம்மா, நீ பிரசவ வலிதானே திடீர்னு வரும்பே, பல் வலி இப்படியா திடீர்னு வரும்?”

“நீ பல் டாக்டர் கிட்டே போய் காட்டிட்டு வந்துரு, இல்லேன்னா இரண்டு மூணு நாளைக்கு ரெம்ப கஷ்டப்பட்டுப் போவே, என்னா? போறியா?”

வாயைத் திறக்காமலே ‘சரி’ன்னு தலையாட்டினேன். அம்மா சொல்லி ஆனந்தம்மாவும், புடவை மாத்திக்கொண்டு என்கூட வருவதற்காக வந்தாள். இருவரும் அந்த வெயிலில் இறங்கி நடந்தோம். மீனாட்சிபுரம் கடந்து ‘டவர்’ போகிற ரோட்டில் திரும்பி நடந்தோம். கட்சி ஆபீசை கடந்துதான் போகவேண்டும். வாசலில் நிறைய சைக்கிள்கள். கேரளா தேர்தல் முடிவுகள் நமக்கு வெற்றியைத் தருவதாக இருந்தால் எல்லோரும் உற்சாகமாக இருப்பார்கள்! எனக்கு இப்பதானா பல் வலி வரனும்? அந்த உற்சாகத்திலே கலந்துக்க முடியாவிட்டாலும் பார்த்துவிட்டாவது போவேமே என்று நினைத்தேன்.

“ஆனந்தம்மா, ஒரு நிமிஷம் இந்த நிழலில் நின்னுக்கோ, இப்போ வந்துருவேன்.” மடமடவென்று ஆபீஸ் படிகள் ஏறி உள்ளே சென்றேன்.

எதிர்பார்த்தபடி நிறையப்பேர் இருக்கின்றனர். ஏ.கே.ஜி., ஈ.எம்.எஸ், அநிருத்தன் இன்னும் இப்படி பல தோழர்களின் வெற்றிச் செய்தி ஏற்கெனவே கிடைத்துவிட்டிருந்தது. எல்லோர் முகத்திலும் உற்சாகம்.

வெளியில் ஆனந்தம்மா காத்துக்கொண்டிருப்பாளே? எல்லோரையும் பொதுவாகப் பார்த்து, “நான் அவசரமா பல் டாக்டர்கிட்டே போறேன். முடிஞ்சா சாயங்காலம் வாறேனே.”

“என்ன பல்வலியா?” சிலர் கேட்டனர்.

இதற்குள் மற்றவர்களிடம் உற்சாகத்துடன் பேசிக்கொண்டிருந்த நந்தன் என்னைக் கவனிப்பதைப் பார்த்தேன்.

நான் போவதைப் புரிந்துகொண்டு "ஒரு நிமிஷம்" என்றார்.

என் கையில் சின்னக் 'கவர்' ஒன்றைக் கொடுத்தார். நானும் என்ன, ஏது என்று ஒன்றும் கேட்டுக்கொள்ளவில்லை. வாங்கிக் கொண்டு, ஆனந்தம்மாவை காக்க வைத்துவிட்டோமே–வேகமாக வெளியேறினேன்.

இருவரும் நடையைத் தொடர்ந்தோம். 'டவர் ஜங்ஷன்.'

ஆனந்தம்மா "எந்தப்பக்கம் போக?"

"கொஞ்சம் நின்னுக்கோ, பஸ் வரதைப் பார்த்துப் போவோம். வலது பக்கம்தான் போகணும்"னு சொல்லிக்கொண்டே கவரைப் பிரித்தேன். என்னை யாராவது பாராட்டி கடிதம் போட்டிருக்கலாம். நான்தான் நல்ல எலக்ஷன் வேலை செய்தேனில்லையா?

ஆனால் ஒரு சிறு காகிதம் உள்ளே மடித்திருந்தது. அது நந்தன் கையெழுத்து. எனக்கு... எனக்கு... ஏன் கடிதம் எழுதணும்? இரண்டு விரல்களிடையே பிரித்துப் பார்த்தேன்.

அன்புள்ள தோழர்,

நான் உங்களை நேசிக்கிறேன். புரிந்துகொள்ளக்கூடிய இரண்டு உள்ளங்கள் நெருங்கிப் பழகும்போது இப்படிப் பட்ட முடிவு ஏற்படுவது மிகவும் இயற்கையே. இருப்பினும் உங்கள் பதில் கடிதம் பெற நாளை சந்திக்கிறேன்.

தோழமையுடன்
நந்தன்.

ஒரு வினாடி நான் எங்கே நின்றுகொண்டிருக்கிறேன் என்பதையே மறந்துபோனேன். ஆனந்தம்மா ஏதோ சொல்கிறாள். அது கிணற்றிலிருந்து யாரோ பேசுவது போல் என் காதில் விழுகிறது அந்த 'டவர்' ஜங்ஷன் தாமரைத்தடாகமாக ஒரு நொடியில் எப்படி மாறியது? நான் தண்ணீரிலா சிறகடித்து நீந்திக்கொண்டிருக்கிறேன்? எந்தப் பக்கம் நீந்திக் கரை யேற? எல்லாப் பக்கமும் எத்தனை அழகான தாமரைப் பூக்கள்! என்ன அதிசயம்! இந்தத் தாமரைக் குளத்தில் நான் சுற்றி, சுற்றி நீந்தி விளையாடவா?!

ஐயோ! நான்கு கரைகளிலும் ஒரே ஜனக்கூட்டம் என்னை வேடிக்கை பார்க்கிறதே. அதோ அன்னப்பறவை, அதோ அன்னப்பறவை என்று எல்லோரும் என்னைச் சுட்டிக்காண்பித்து அதிசயிக்கிறார்கள்.

“ஏன் இப்படி நின்னுட்டே? பல் வலி அதிகமாயிப்போச்சா? இல்ல, மயக்கமா வருதா? நீ ஒழுங்கா காலம்பற சாப்பிடவுமாட்டே; ஏன்? ஏன் இப்படிப் பேசாமலிருக்கே? போகாண்டாமா? வா..!” என் கையை ஆனந்தம்மா பிடித்திழுத்தாள். “ஏன் கையெல்லாம் இப்படித் தண்ணியா வேத்திருக்கு? ஏன் இப்படி நடுங்கிற மாதிரி இருக்கு? உனக்கு என்னமோ உடம்பு சரியில்லைதான். வா. சீக்கிரமா டாக்டர் வீட்டுக்குப் போயிரலாம்.”

இப்போ நான் யந்திரம் போல் அவள் பின்னால் போனேன். டாக்டர் வீட்டிற்குப் போய்ச் சேர்ந்தோம்.

அந்த சுழல் நாற்காலியில் உட்கார்ந்தேன்.

“ஆ, காட்டுங்கள்” இது டாக்டர்.

“ஆ” காட்டினேன்.

“லேசா இப்பத்தான் சொத்தைவிழ ஆரம்பிச்சிருக்கு. மருந்து வைக்கிறேன். வலி போனப்புறம் பல்லை புடுங்கிரலாம்.”

வெளியிலே வந்தபின்பு ஆனந்தம்மா, “நீ பணம் கொடுக்கல்லையே”ன்னா.

“ஐயோ, மறந்துபோனேன்.” திரும்பவும் உள்ளே போய் “மறந்துட்டேன் டாக்டர். இந்தாருங்கோ ஃபீஸ்.” அவர் சிரித்துக் கொண்டே வாங்கிக்கொண்டார். இப்போது நான் கொஞ்சம் நிதானத்தைத் திரும்பப் பெற்றுக்கொண்டிருந்தேன். இருந்தாலும் கால்கள் தொய்ந்து போனதை சரிபண்ண முடியவில்லை.

“ஆன்ந்தம்மா! என்னாலே நடக்க முடியாது”

“கொஞ்சம் இரி, ஒரு குதிரைவண்டி பிடிச்சுட்டு வாறேன்”

வண்டி பிடித்துக்கொண்டு வந்தாள். இருவரும் அதிலேயே வீடு போய்ச் சேர்ந்தோம். வண்டியில் வந்து இறங்குவதைப் பார்த்த அம்மா “என்ன? என்ன”ன்னு ஓடி வந்தாள். ஆனந்தம்மாவுக்கு என்னன்னு சொல்லத் தெரியவில்லை.

முதல்லே அவளுக்குக் குடிக்கக் காப்பியோ, தேயிலையோ போட்டுக் கொண்டாம்மா. பிள்ள, தளர்ந்து போயிட்டா”

“ஆமா கொஞ்சம் வலியும் தாங்க மாட்டா. ஒரு நாள் பச்சை மோர் மிளகாயைக் கடிச்சா. அந்தக் காரம் உறைப்பு தாங்காம தலையைச் சுத்திக்கிட்டு வந்தது அவளுக்கு. உடனே படுத்துக்கோ. நல்ல சுக்குக்காப்பிப் போட்டுத் தாரேன்.”

ஆனந்தம்மா சமையல் செய்யணும்னு உடனே போய் விட்டாள். அம்மா கஷாயம் போடப்போனாள். எனக்கு அந்த ஒரு

நிமிட நேர தனிமை, என்ன நடந்தது என்று நினைத்துப் பார்க்க மிகவும் அவசியமாக இருந்தது. திரும்பவும் அந்தக் கடிதத்தை கையிலெடுக்க நினைத்தேன். திரும்பவும் அதைப் படித்தால் மனதில் ஏற்படும் உணர்வுகள் முகத்தில் கொப்புளிக்கும் 'தாயை மறைத்த சூலுண்டா'ன்னு அம்மா எதையோ என்னிடமிருந்து கண்டுபிடித்துவிடுவாள்னு எனக்குத் தெரியும். அதனால், இந்த மட்டோடு பேசாமல் கண்ணை மூடிக் கிடப்போம். பிறகு சாவதானமாகப் பார்க்கலாம் என்று கண்களை இறுக மூடிக்கிடந்தேன்.

கஷாயம் குடித்தேன். எதை எதையோ என் மனம் குடித்துக் கொண்டிருந்தது!

ஏழு கடல், ஏழு மலைகள் தாண்டி, இன்னும் அந்தப் பளிங்கு மாளிகையில் பெட்டகத்திலிருந்து அந்தச்சாவி எப்படி இவர் கைக்கு வந்தது, நான் மறந்துபோய்கூட வழி சொல்லித்தந்ததில்லையே. ஒரு கோடி காட்டியதாகக்கூட இல்லையே? *A sudden kindling of an eye!* அது கூட இல்லையே? இது எப்படி நந்தனால் சாத்தியமாயிற்று? இதற்குப் பெயர் ஞான திருஷ்டியா? என் முன்னால், "என்னாலே கண்டுபிடிக்க முடியாதுன்னு நெனச்சியா? இதோ பார், நீ ஒளித்து வைத்திருந்த சாவி"ன்னு என் முகத்துக்கு நேராக அந்தச்சாவியை ஆட்டிக் கொண்டு, கேலி பண்ணுவதாக உணர்ந்தேன். கோபம் பீறிட, வாரிச்சுருட்டிக்கொண்டு எழுந்திருக்கவும் அம்மா சுக்குக்காப்பியும் டம்ளருமாக நின்றாள்.

சுக்குக்காப்பி உள்ளே போனதும் கொஞ்சம் தெம்பு வந்தது; ஆனாலும் படுக்கையிலேயே விழுந்து கிடந்தேன். என்னைச் சுற்றிக் கட்டி வைத்திருந்த வரம்பு என்ற கோட்டைக் கதவுகள் திறக்கப்பட்டுவிட்ட பின், நான் சரணாகதி அடைவதைவிட வேற வழியே இல்லை, '*Surrender*' ஆனேன்.

61

உலகமே மூக்கின் மேல் விரலை வைத்து ஆச்சரியத்துடன் பார்த்தது. பரந்த இந்திய தேசத்தின் தென்னோரத்து மாநிலம் கேரளாவில், மக்களால் தேர்ந்தெடுக்கப்பட்ட ஒரு கம்யூனிஸ்ட் மந்திரிசபை பதவி ஏற்றது.

இரண்டொரு தினங்களுக்குப் பிறகு நந்தனும் நானும் கம்யூனிஸ்ட் மந்திரிசபை எப்படி செயல்படப் போகிறது என்பதை பற்றி பேசிக் கொண்டிருந்தோம். அம்மாவும் கூட வந்து உட்கார்ந்துகொண்டு சுவாரஸ்யமாகக் கேட்டாள். எங்கள் இருவருக்கும் அது சந்தோஷமாக இருந்தது. எங்களிருவரது முடிவுக்கு அம்மாவின் அங்கீகாரம் இப்படித்தான் வெளி ஆனது.

ஆனால் தோழர் நந்தன் ஏன் இப்படி... வர வர ஒரு உற்சாகமில்லாமலிருக்கிறார்? எதனாலிருக்கும்?

ஒரு நாள், "நான் சொந்தமாக ஏதாவது தொழில் செய்யலாம்னு பாக்கிறேன். நீ என்ன நினைக்கிற?"

"ஏன்?"

"இல்ல.., வருமானம் ஏதுமில்லாம நம்ம எதிர்காலம்?"

"நம்ம எதிர்காலத்தைப் பற்றி கவலைப்பட்டா, நாம் சுயநலவாதிகளில்லையா?"

நந்தன் சிரித்தார்.

நானே என் மனதிற்குள் யோசித்துப் பார்த்தேன். என்னால்தான் இப்படி எத்தனை காலம் இருந்துவிட முடியும்? சதா குடும்பச்சொத்துத்

தகராறு, சகோதரிகளின் பேராசை, அண்ணனின் நிராகரிப்பு, வாங்கிய கடன்கள் மேலுள்ள கேஸ்கள், கோர்ட், குமாஸ்தா, ஜப்தி இவை எல்லாவற்றையும் தலையில் போட்டுக்கொண்டு இதைவிட்டு எங்காவது ஓடிவிடத் துடிக்கும் எனக்கு..?

"சரி, அப்படியே ஆனாலும் நீங்க எதைத் தொடங்கி? எப்படி..? உங்க திறமையிலே எனக்கு நம்பிக்கை இருக்கு. ஆனால் என்ன செய்யப் போறீங்க; நான் தெரிஞ்சுக்கலாமா?"

"முதலாவதா... நான் யார்கிட்டேயாவது தொழில் கத்துக்கனுமில்லையா? அதைத்தான் முதல்லே செய்யப் போறேன். கேரளாவில் தொழில் வளர்ச்சிக்கு, அதுவும் சிறுதொழில் வளர்ச்சிக்கு கம்யூனிஸ்ட் கவர்ன்மென்ட் ரெம்ப முக்கியத்துவம் கொடுக்க யோசிச்சிருக்கு. வெளி மாநிலங்களிலிருந்து, மூலதனம் போட்டு தொழில் துவங்குபவர்களுக்கு உதவ, கேரளா கவர்ன்மென்ட் முன் வந்திருக்கிறது அதனாலே நான் சர்மாஜியைப் பார்த்து ஒரு ஏற்பாடு செய்துகொள்கிறேன். பிறகு பார்ப்போம்."

"அதிருக்கட்டும், நீங்க கட்சியை விட்டுப் போனா அதற்கு நான்தான் காரணம்னு நினைப்பார்களோன்னு கவலைப் படறேன்."

"அப்படி நீ கவலைப்படவே தேவையில்லை. நானும் மறந்து போயிட்டேன் சொல்ல. இன்னும் இரண்டு தினங்கள் கழித்து எனக்குக் கட்சியிலிருந்து ஒரு வழியனுப்பு உபசாரக் கூட்டம் வச்சிருக்காங்க. நீ கட்டாயம் வரணும்; அப்போ பாரு! யாரும் உன்னைக் குறை சொல்லப் போறதில்ல, அப்படி நினைக்கவும் இடமில்ல."

"எனக்கென்னவோ அதனாலே மனசு ரெம்பக் கஷ்டப்படுது. ஏன்னா, அரசியலில் ஈடுபடாத ஒரு வாழ்க்கை—அதுவும் இத்தன நாளா தொழிலாளிகள், விவசாயிகளுடைய கஷ்டங்களில், வாழ்க்கையில், பங்கெடுத்த நாம, அதவிட்டு விலகிப்போவது; அப்படிப்பட்ட ஒரு வாழ்க்கையை என்னால் கற்பனை பண்ணிக் கூட பாக்க முடியல்லையே. நம் வாழ்க்கை அப்போ ஒரு சூன்யமாத் தெரியாதா?

"அப்படி இல்லையே; நாம எங்கிருந்தாலும், எந்தத் துறையில் ஈடுபட்டாலும், அந்தத்துறையிலே சமுதாய முன்னேற்றத்திற்காகவும், சோஷிலிஸத்திற்காகவும் என்ன செய்ய முடியுமோ அதைச் செய்யத்தான் போறோம். போகப் போக நீயே தெரிஞ்சுக்குவே. அதிருக்கட்டும். பிரிவு உபசாரக் கூட்டத்திற்கு கட்டாயம் வந்துவிடு"

"சரி"ன்னு தலையாட்டினேன்.

இரண்டு தினங்கள் கழித்து மாலை 6.00 மணிக்கு கட்சி காரியாலயம் சென்றேன். ஏற்கனவே தோழர்கள் வந்து விட்டிருந்தனர். ஏனோ என்னால் மாத்திரம் சகஜமாக இருக்க முடியவில்லை. எல்லோரிடமும் பொய்யாகச் சிரித்தேன். கூட்டம் ஆரம்பமாகியதும், தலைமை வகிக்கிற தோழர் பேச ஆரம்பித்ததும் எனக்கு சற்று ஆசுவாசமாயிருந்தது. எல்லோரும் நந்தனைப் புகழ்ந்தனர். சிலர் உண்மையைச் சொன்னார்கள். ஒரு Voracious Reader-இப்படி இன்றைக்கு நம் கட்சியில் இந்த அளவிற்குப் படிக்கிறவர்கள் யாருமில்லை என்றார் ஒரு தோழர்; சர்வதேச அரசியலை கரைத்துக் குடித்திருப்பவர் என்றார் ஒருவர்; செயலில் நிதானமும், சாதுர்யமும் மிக்கவர்; கட்சிக்காக பட்டினி கிடக்கவோ, தூக்கமின்றி வேலை செய்வதிலோ சளைக்காதவர் என்றும், இன்னும் பொது அறிவு, மேடையில் பேசும் திறன், ஊழியர்களுக்கு வகுப்புகள் எடுக்கும் திறன் - இப்படியெல்லாம் எல்லோரும் பேசினார்கள். ஆனால் நான் எதிர்பார்த்ததை மாத்திரம் யாருமே சொல்லவில்லை. மறந்துபோய்க்கூட சொல்லிவிடவில்லை. அதுதான் இப்படிப்பட்ட ஒரு சிறந்த கம்யூனிஸ்ட், கட்சியை விட்டு போகக் கூடாதென்று யாரும் தடுக்கவில்லை! கூட்ட முடிவில் பலரும் கட்சி சின்னம் பொறித்த சில பொருட்களையும், பலர் சிகப்பு நூல்மாலைகளையும் நந்தனுக்கு அணிவிக்கவும் கொடுக்கவும் செய்தனர்.

ooo

இருவரும் இருட்டில் மவுனமாக எனது வீடு நோக்கி நடந்து கொண்டிருந்தோம்.

வீடு நெருங்குகையில் அம்மா என்னை எதிர்ப்பார்த்து வராண்டா கைப்பிடிச்சுவரில் உட்கார்ந்து காத்துக்கொண்டிருப் பதைப் பார்க்க பாவமாக இருந்தது.

இருவரையும் பார்வையாலேயே வரவேற்ற அம்மா உள்ளே எழுந்து சென்றாள். எங்கள் மவுனத்தின் இறுக்கத்தை அம்மா புரிந்துகொண்டிருக்க வேண்டும்.

நந்தன் உடனே புறப்படவில்லை. நாற்காலியை இழுத்துப் போட்டு மேஜையருகே உட்காராமல் ஜன்னல் பக்கம் காற்று கிடைப்பதற்காக உட்கார்ந்தார். நெற்றியில் லேசாக சரிந்த தலை முடியை ஒதுக்கிவிட்டுக்கொண்டு, ஷர்ட் கை மடிப்புகளை சரிபண்ணினார்.

மெல்லக் கனவாய் பழங்கதையாய்... 373

“கொஞ்சம் தண்ணி கொண்டுவாயேன்.”

நான் அடுக்களைப்பக்கம் சென்றேன். அம்மா அதற்குள் கொஞ்சம் பால் சூடாக்கிக் கொண்டிருந்தாள்.

“அம்மா! நாளைக்குப் போறாராம்.”

அம்மா பால் டம்ளரை என்னிடம் தந்துவிட்டு “அப்புறம் என்ன சொல்றாரு?”ன்னு கேட்டாள்.

“அப்புறம்னா?”

“இல்ல, சும்மாதான் கேட்டேன். சரி, பால் ஆறிரும்; கொண்டு குடு; எல்லாம் உனக்குத் தெரியாததல்ல. இருந்தாலும் என் மனசு கவலப்படத்தான் செய்யி; நான் என்னத்த சொல்லட்டும்.”

நந்தனும் எதையோ தீவிரமா யோசிப்பது தெரிந்தது. முகம் கவலையடைந்திருந்தது. எனக்கு என்ன சொல்வதென்றும் தெரியவில்லை. ஒரு நண்பனைப்போல் யோசனை சொல்லவோ அல்லது ஆறுதலாகப் பேசவோ எனக்குத் தெரியவில்லை.

“என்ன யோசிக்கிறீங்க”ன்னு மாத்திரம் கேட்க முடிந்தது.

“நான் நாளைக்குப் புறப்படணும்.”

“காலையிலேயேவா?”

“ஆமா, நான் ஒரு மாசம் வரைக்கும் இங்க வர முடியாதுன்னு நினைக்கிறேன். என் கிட்டேன்னு பணம் ஏதும் கிடையாது. சம்பளம்னு ஏதாவது கிடைச்சுத்தான் நான் வரமுடியும்னு நினைக்கிறேன்.”

நந்தன் பணமில்லையேன்னு பேசினபோது என்னாலேயும் உதவ முடியல்லையேன்னு மனது கலங்கியது. கண்களில் வரும் கண்ணீரைத் தடுக்க முயன்று தோற்றேன்.

“நீ இப்படி எல்லாம் பலஹீனமா இருக்கக்கூடாது என்ன. அப்புறம்... நான் போனபிறகு எப்போதும் போல பார்ட்டி ஆபீஸ் போயிட்டு வந்திட்டிருக்கணும். கட்சி வேலை மாதர் சங்க வேலைகள் எல்லாம் செய்துகிட்டிருந்தா உனக்கு அவ்வளவு கஷ்டமாக இருக்காது. எனக்கும் அப்பத்தான் சந்தோஷம்.”

“நான் அதெல்லாம் பற்றிக் கவலப்படவேயில்ல.”

“பின்ன என்ன வருத்தம்?”

“இல்ல. நாம் இவ்வளவு செயதும் கட்சியும், ஜனங்களும் நம்மை முழுசா மறந்துருவாங்களோன்னு நினைச்சு வருத்தமாயிருக்கு.”

"அதனாலென்ன? நாம செய்த வேலைகள் மாபெரும் மனித சமுதாயத்தையே மாற்றி அமைக்கச் செய்த வேலையின் பகுதி இல்லையா? நம்மை யார் மறுத்தாலும் மறந்தாலும் நாம் செய்த வேலைகள் செய்தது செய்ததுதான். அதை யாராலேயும் அழிக்கவோ, இல்லை என்று சொல்லவோ முடியாது? ம்... முடியுமா..? சொல்லு?"

"... ... ..."

"மவுனமா எவ்வளவு நேரம் இருப்ப? சரி, எனக்கு விடை கொடு. நான் போகணும். அம்மாவிடமும் சொல்றியா? நான் உனக்கு கடிதம் போடறேன். நீயும் எனக்கு உடனே பதில் எழுதணும்; தெரிஞ்சுதா?"

இரவு வெகு நேரமாகியும் தூக்கம் வர மறுத்தது. இன்பத்திலும், துன்பத்திலும் எனக்குத் துணை நின்ற புஸ்தகங்களைத் தேடினேன்.

நாட்கள் கசப்பான உண்மைகளுடனும், எதிர்கால இனிய கற்பனைகளுடனும் கடந்து போய்க்கொண்டுதானிருந்தது.

ooo

"போஸ்ட்."

என்னையும் மீறிய ஆவலில் ஓடினேன். எனக்குத்தான்; மனது அடித்துக்கொள்ள காகிதத்தைப் பிரித்தேன்.

"... ...

இங்கே நிலவரங்கள் மிகவும் வேதனையளிப்பவையாகவே இருக்கின்றன. அதாவது அரசியல் நிலவரம்; உலகமே வியக்கும்படி அமைந்த இந்த கம்யூனிச சர்க்காரை கவிழ்ப்பதற்கான முயற்சிகளும், பிரச்சாரங்களும் நடக்கின்றன. மத பீடங்களும் திருட்டுத்தனமாக தங்கள் பங்கைச் செய்கிறார்கள். என்ன ஆகும்னு தெரியவில்லை. பின்னர் உன் கடிதம் கண்டு.

உனது பிரியமுள்ள,
நந்தன்."

நான் வாசித்து முடிப்பது வரை அம்மா காத்திருந்தாள். நான் என்ன சொல்லப்போகிறேன் என்று எதிர்பார்த்துக் கொண்டிருந்தாள். ஆமாம். அம்மாவிற்கு திருப்தியாக நான் ஏதாவது சொல்லித்தானாக வேண்டும்.

"வேலையிலே சேர்ந்தாச்சாம்."

"ம்.., அப்புறம்?"

என்ன சொல்வது அம்மாவிற்கு? அம்மா எதையோ சீக்கிரமாக எதிர்பார்க்கிறாள். நல்ல தாயின் மனம் அப்படி அவசரப்படுவதில் நியாயமிருக்கத்தான் செய்கிறது.

"வேலை கிடைச்சதும் என்னம்மா செய்ய முடியும்? ஏன் அனாவசியமா கவலைப்படற?"

"இல்ல... கேட்டேன்."

கொஞ்ச நாட்களாக போஸ்ட்மேனை எதிர்ப்பார்ப்பதிலேயே என் நாட்கள் ஓடிக்கொண்டிருந்தது.

ஒரு நாள் வந்த கடிதம்—இரண்டு பக்கங்கள் நிறைய எழுதி இருந்தார். காவிய நயம் சொட்டும், அன்பு வார்த்தைகள்! இவை எல்லாம் நான் எதிர்பார்த்தேன். ஆனால் அதில் எழுதி யிருந்தனவையோ,

கட்சி இரண்டுவித அபிப்பிராயத்தில் தீவிரமாகிக்கொண்டு வருகிறது. உன்னுடைய அரசியல் ஞானம் உனக்குச் சரியான பாதை எது என்பதை உணர வைத்திருக்கும் என நம்புகிறேன். நிற்க,

முதல் முதலாக விவசாயிகளுக்கு உண்மையில் நிலம் தரக்கூடிய நிலச்சீர்திருத்தத்தை இந்தியாவிலேயே கொண்டு வந்த இந்த கம்யூனிஸ்ட் சர்க்கார் கவிழ்க்கப்பட்டதைத் தெரிந்து நீயும் மிகவும் பாதிக்கப்பட்டிருப்பாய். பினாமி முறையில் தப்பிக்கவோ, அல்லது குடியானவர்களை வெளியேற்றவோ செய்ய முடியாதபடி, திறமையான ஒரு மசோதாவைக் கொண்டு வந்து, நிறைவேற்றுவது என்பது லேசான காரியமல்ல. அதுவும் மத்தியிலிருக்கும் ஒரு வேறுபட்ட சர்க்காரின் அல்லது அதன் சட்டதிட்டங்களுக்கு உட்பட்டு எந்த அளவு மக்களுக்கு நன்மைகள் செய்ய முடியுமோ அதைச் செய்ய ஆரம்பித்த சர்க்காரை முளையிலேயே கிள்ளி எறிய, எல்லா சக்திகளும் ஒன்றுதிரண்டு ஓங்கி... நீ பார்க்க வேண்டுமே, 'விமோசன சமரம்' என்ற பெயரில் நடத்தி, சர்க்காரை—ஜனங்களால் தேர்ந்து எடுக்கப்பட்ட சர்க்காரை—இந்திராகாந்தி தலைமை ஏற்றுள்ள காங்கிரஸ் கட்சி—நேரு சர்க்கார் கவிழ்த்தது, சரித்திரத்தில் இடம்பெற்றுவிட்ட ஒரு முக்கிய நிகழ்ச்சியாகிவிட்டது. நமக்கு தோல்வி எப்போதும் பாடமாக அமையும் அல்லவா. இது, நமக்கு, மக்களுக்கு—ஒரு பாடம்தான். நேர்மைக்கும் நீதிக்கும்தான் வெற்றி—அந்த வெற்றி காலதாமதமாகக் கிடைக்கலாம்—என்பதில் நாம் நம்பிக்கைக்கொள்வோம். கட்சியின் இருவிதப் பாதையிலும்

நாமிருவரும் தேர்ந்தெடுக்கும் பாதை ஒன்றாகத்தான் இருக்குமென நம்புகிறேன்.

நான் வீடு ஒன்று குறைந்த வாடகையில் எடுத்துள்ளேன். கல்யாணமானவர்களுக்குத்தான் வீடு கொடுப்பேன் என வீட்டு உடமஸ்தன் சொன்னதால் நான் கல்யாணமானவன் என்று சொல்லியே வாடகைக்கு எடுத்துள்ளேன். என் மனைவி எப்போ வருகிறாளோ? தெரியவில்லை!

தோழமையுள்ள,
நந்தன்.

மனைவியாம்! எப்போ வராளாம்? தெரியவில்லையாம்! மூஞ்சியப்பாரு மூஞ்சிய! வெவ்வெவ்வே... எனக்கு அப்படித்தான் ஆத்திரம் வந்தது. பின் என்ன? கட்சிக்குள்ளேயானா இரண்டுவிதப் போராட்டம். என் அரசியல் ஞானம் எனக்கு உதவுமாம்; பெரிசா எழுதிவிட்டார். நான் யார்கிட்டே இதெல்லாம் மனம்விட்டுப் பேச முடியும்? எனக்கும் நிறைய குழப்பங்கள்தான்.

இத்தனை வருஷமா எல்லோருமே பாடுபட்டதெல்லாம் சிறை, உயிர்த்தியாகம், எல்லாமே வீணாகப் போய்விடுமோ? சாண் ஏற முழம் சறுக்கினால்போல், கட்சி இத்தனை தூரம் வளர்ந்த பிறகு, அதில் இப்படி இரண்டு அபிப்பிராயம்—ஒன்றுதான் மார்க்ஸியமாக இருக்க முடியும்—மற்றது எதிராகத்தானிருக்க முடியும். எனக்கு, நான் கட்சிக்குள் வருமுன்னர், நான் கற்றறிந்த நிகழ்ச்சிகள் பலவும் ஞாபகத்துக்கு வந்தது. தெலுங்கானா விவசாயிகள் சுட்டுக் கொல்லப்பட்டது; எத்தனாயிரம் கட்சித் தோழர்கள் அன்று தடுப்புக்காவலில் வைத்து இம்சிக்கப்பட்டார்கள். எத்தனை பேர் சுட்டுக் கொல்லப்பட்டார்கள். 1947லிருந்து 1952 வரைக்கும், நான் கட்சிக்கு வருகிறவரைக்கும், அந்தக் காலகட்டத்தில் கேரளாவில், கரிவெள்ளூர் கரவும்பாவி, பாடிக்குந்நு, மட்டாஞ்சேரி—இந்தப் போராட்டங்கள் நடந்ததெல்லாம் இப்போ வீணா? 1952 வரையிலும் இப்படிப்பட்ட போராட்டங்களினால், மக்கள் போராடித்தான் எதையும் பெற முடியும் என்று அனுபவப் பூர்வமாகத் தெரிந்துகொண்டனர். காங்கிரஸின் ஆகஸ்ட் 15, ஜனவரி 26 வாக்குறுதிகள் மற்றும் 5 வருடத்திட்டங்கள் இவை எல்லாம் பொய்யானவை என்று மக்கள் நன்கு புரிந்து கொள்ள ஆரம்பித்தனர். ஆனால் நான் கட்சி அங்கத்தினர் ஆன பின்னர் என்ன பார்த்தேன்? மாறி மாறி வந்த பொதுத் தேர்தல் வேலைகள்; நகர, பஞ்சாயத்துத் தேர்தல் வேலைகளே கம்யூனிஸ்ட் கட்சியின் வேலைகளாயிற்று. எனக்கெல்லாம் கட்சியில் எந்த வித ஸ்தானமும் இல்லை; வளரவும் முடியவில்லை. திறமையிருந்தும் தியாக மனப்பான்மையிருந்தும்! ஆனால் அதே சமயம் சில

பேச்சாளர்கள், அப்படிச் சொல்வதைவிட, சில வாயாடிகள், மற்ற கட்சியினரை தாக்கியே பேசுவதில் வல்லவர்கள், கில்லாடிகள் உடனடியாக மாகாணக்கமிட்டியில் இடம் பெற்றதைப் பார்க்க முடிந்தது. வாதம் பண்ணவும், பிரசங்கம் பண்ணவும் தங்கள் கல்வி முறையினால், தங்கள் தொழில் முறையினால், ஏற்கெனவே தெரிந்து வைத்துக் கொண்டிருந்த சில வக்கீல்கள், கட்சியில் முதன்மை ஸ்தானம் வகித்தார்கள்.

எம்.எல்.ஏ.க்கள், பஞ்சாயத்து தலைவர்கள் போன்றவர்கள் கட்சியில் பெரிய ஆட்களாய் விளங்கத் தலைப்பட்டனர்.

நான் என்ன செய்வது? என் நிலை என்ன? என் அரசியல் வாழ்வு–பொது வாழ்வு இத்துடன் நின்றுவிடுமா என பயந்தேன். ஏனென்றால் வாய் ஜாலமடித்து சில "சாமர்த்தியங்களை"க் கடைப்பிடித்து, முன்பந்தியில் அமரும் குணங்கள் நந்தனுக்கு மில்லை, எனக்குமில்லை. அப்படிப்பட்ட தோழர்கள் பலர் விரக்தியுற்று பின்னடைவதையும் பார்த்தேன்.

இம்மாதிரி சந்தர்ப்பத்தில் நானும், நந்தனும் ஒன்றாக இருக்க வேண்டும் போலிருந்தது. அப்போது மனம் சஞ்சல முற்றாலும் ஆறுதல் பெற முடியுமல்லவா? அதற்கு சமீபத்தில் வாய்ப்பு ஏற்படும் வெளிச்சமே இல்லை. மனதில் இருள் கவிழ்ந்தது.

"தன்னை வெறுக்கினும், தான் வெறுக்காது, தன்னை மறப்பினும் தான் மறக்காது;" இது உயர்ந்த அன்பின் பண்பு அல்லவா? நந்தன் என் நினைவின்றி வேலைகளில் ஈடுபட்டிருக்கலாம். ஆனால் என்னால் அப்படி முடியவில்லை. வெறும் நினைவிலேயே நாட்களை ஓட்டினேன்.

62

நெருங்கிய சொந்தமுள்ளவர்கள் வீட்டுத் திருமணத்திற்காக, அக்காமார்கள் வீட்டிற்கு வந்திருக்கிறார்கள். வெகுநாட்களுக்குப்பிறகு நிறையப் பிள்ளைகளும் சப்தமுமாக கலகலப்பாயிற்று வீடு. நெல்லிமரத்தில் ஏறி நெல்லிக்காய் உதிர்த்துப்போடும் அக்காவின் 13 வயது மகன். இன்னொரு அக்காவின் சின்னப்பெண் கை நிறைய மல்லிகை காயரும்புகளைப் பறித்தது. அம்மா என் விஷயமாக என் சகோதரிகளிடம் சொல்லியிருக்க வேண்டும். அவர்கள் என்னை அதிசயப் பொருளைப்போல் பார்த்தனர். அதில் சந்தோஷம் இருந்ததா? பொறாமை இருந்ததா? அல்லது இஷ்டமில்லை என்ற எண்ணம் தெரிந்ததா? என்னால் கண்டுபிடிக்க முடியவில்லை. முயற்சிக்கவுமில்லை; இருந்தாலும் நானும் அவர்களிடம் சொல்ல வேண்டியது முறையல்லவா? இல்லையெனில் பின்னால் என்னிடம், ஒரு வார்த்தை சொன்னால், நான் என்னவெல்லாம் உனக்குச் செய்திருப்பேன் என்று சொன்னாலும் சொல்வார்கள்.

அவர்கள் சந்தோஷத்தில் என்னைக்கட்டிப் பிடித்துக்கொள்வார்களோ? எனக்குச் சொல்லவும் வெட்கமாயிருந்தது எப்படிச் சொல்வது?

மத்தியான வேளையில் பிள்ளைகள் ஒவ்வொன்றாகத் தூங்கிக்கொண்டிருந்தன. அக்காமார் இருவரும் ஒருத்திக்கு ஒருத்தி பேன் பார்த்துக்கொண்டிருந்தார்கள்.

"இந்தப் பிள்ளைகள் பள்ளிக்கூடம் போனாலே அதுகள் தலையிலே பேன் வந்துரும். அதனாலே என் தலையிலேயும் பேன்; என்னா கடி! அப்பா!" என்று சொல்லிக்கொண்டே சொறிந்தாள்.

நான் மெல்லச் சென்று இருவர் அருகிலும் உட்கார்ந்தேன்.

"அக்கா, அம்மா உங்க ரெண்டு பேருகிட்டேயும் சொல்லி யிருப்பாள்னு நினைக்கிறேன்."

இருவரும் ஒருவருக்கொருவர் பார்வையால் பேசிக் கொண்டனர்.

"தோழர் நந்தன் உங்க ரெண்டு பேருக்கும் தெரியுமில்லா... ஆனால் நாங்க கல்யாணம் செய்துக்கறதுக்கு இன்னும் கொஞ்சம் நாளாகலாம்..."

"ஆமா, ஆமா, நீயும் உங்கம்மையும், எங்கள கேட்டா எல்லாம் செய்துகிட்டிருக்கியோ? யார் கிட்ட கேட்டுக்கிட்டு நீ வீட்டிலே வாடகைக்கு ஆள் வச்ச?"

"அது வந்து...க்கா, நானும் அம்மையும் சாப்பிட வேண்டாமா? செலவுக்கு என்ன செய்வோம்?"

"அதெல்லாம் எங்களுக்கு தெரியாது. அத்தான் எல்லாம் ரெம்பக் கோபத்திலே இருக்கா?"

"அத்தான் ஏன் கோபப்படணும். அம்மைக்கு, அவ அம்மை கொடுத்த வீடு. அவளுக்குப் போய்தானே நமக்கு?"

"அம்மைக்கு ஏதடி சொத்து? ஆத்தாதான் பாகம் வைக்கும் போதே 'தலை எண்ணிப் பாகம்' வச்சிட்டாளே. அதனாலே அம்மைக்கு ஒரு பாகம்தான் உண்டு; மீதியெல்லாம் எங்க சொத்துதானே!" இது ஒருத்தி.

இவளுக்கு ஏழு குழந்தைகள். அதனாலே தன்னுடையதையும் சேர்த்து அவளுக்கு எட்டு பங்கு வருமாம். இளையவளுக்கு மூன்று குழந்தைகள். அதனாலே நாலு பங்குதான் வரும். அதனாலே அவளுக்கு "தலை எண்ணிப் பாகம்" சம்மதமில்லை.

அவள் வேற மாதிரி பேசினாள்;

"மூத்த மகளுக்குத்தான் நிறையச் செய்தா. எனக்கு என்னத்த தந்திட்டா? சரிசமமா பங்கு வச்சாத்தான் நான் சம்மதிப்பேன். ஆனால் இப்பமே பாகம் வச்சு எனக்கு சொத்து வேணும்."

இதை எல்லாம் கேட்டுக்கொண்டே படுத்திருந்த அம்மா பொறுக்க முடியாமல் ஆவேசமா எழுந்து வந்தாள்.

பா. விசாலம்

அம்மாவும் பேசப்போனா பெரிய சண்டையாக வருமென எனக்குத் தெரியும். அம்மாவை பேசவிடாமல் தடுத்தேன். அம்மா கேட்டுக்கொண்டாள். "நீ போய் உன் வேலையைப் பாரும்மா. அவங்க சொத்துத்தானே. அவோளே எப்படி எடுக்கணுமோ எடுத்துக்கட்டும். நமக்கு ஒன்னும் வேண்டாம்" இதைக் கேட்ட அம்மா நான் இருக்கிறேன்கிற தைரியத்தில் மன அமைதி அடைந்து பேசாமலிருந்தாள். ஆனால் அவள் உதடுகள் துடிப்பதையும் கண்களில் நீர் நிறைவதையும் கண்டு என் மனம் பொறுக்கவில்லை.

தங்கையின் மணச்சேதி கேட்டு மனம் மகிழ்வார்கள் என்று எதிர்பார்த்தேன். ஏமாந்தேன். இல்லை, என்னை நாலு ஏச்சுக்களாவது ஏசியிருக்கலாம். அதுவுமில்லை. "யாருக்கோ வந்த விருந்து" என இருந்துவிட்டு திரும்பவும் கல்யாண வீட்டு வரவேற்பு வைபவத்தில் கலந்து கொள்ள போய்விட்டார்கள்.

ஒரு நாள்; போஸ்ட் என்ற குரல் கேட்டவுடன் ஆர்வத்துடன் ஓடி வாங்கினேன். அம்மா பேருக்கு ரிஜிஸ்தர் தபால் அம்மா வாங்க பயந்தாள். "கையெழுத்து போடும்மா"ன்னு நான் சொன்னதும் போட்டாள்.

வாங்கிப் பார்த்தால் எனது சகோதரிகள் தங்கள் சொத்தைப் பிரித்துத் தரும்படி வக்கீல் நோட்டீஸ் அனுப்பி இருந்தார்கள்.

நானும் அம்மாவும் என்ன செய்வது என ஆலோசித்தோம். நான் வக்கீலைப் போய்ப் பார்த்தேன். அம்மாவின் அம்மா, என் ஆத்தா, இந்த சொத்துக்களை பாகம் வைக்கும்போது கூட இருந்து பாகம் வைத்தவர். இந்த வக்கீல் மாமாதான். நான் அவரிடம் விபரங்கள் சொல்லி, கேட்டபோது அவர் சொன்னார்.

"கேளம்மா, உன் பாட்டிதன் ஒரே மகளான உங்க அம்மைக்கு ஏன் இப்படி எழுதி வச்சான்னு தானே கேக்கிற. உங்க அம்மையிடமிருந்து தனது வேறு பிள்ளைகள், வீட்டுக்கு ஆசைப்பட்டு உன் அம்மையிடமிருந்து வாங்கிக் கொண்டு விடக்கூடாதே என்றுதான். ஏன்னா வாழ்க்கையிலே எதிர்பாராத தெல்லாம் சம்பவிக்கலாமில்லையா? அதை எல்லாம் கருதி உங்கம்மைக்கும் அவள் பிள்ளைக்கும்னு எழுதி வச்சா. இப்போ அதுதான் அம்மைக்குக் கெடுதலா இருக்கு. என்ன செய்ய? பழைய மருமக்கத்தறவாட்டின் அநியாயத்தின் மிச்ச சொச்சம் இந்த 'தலை எண்ணிப் பாகம்'. நான் உன் அக்காமாரிடம் பேசிப்பார்க்கிறேன். சுமூகமா முடிச்சிரலாம். உன்னுடைய நிலைமைதான் எனக்குக் கவலையாயிருக்கு. உனக்குன்னு ஒண்ணுமேயில்லை. ம்... பார்க்கிறேன். ஏதாவது செய்ய முடியுமான்னு."

"நான் வர்றேன் மாமா" என்று சொல்லிவிட்டு வந்தேன். இவ்வளவு பெரிய மனிதர் எடுத்துச் சொன்னால் புரிந்து கொள்வார்கள் என்று எனக்கு நம்பிக்கையிருந்தது.

ஆனால் நாட்கள் போகப்போக அம்மாவிடமும் என்னிட மும் அவர்கள் விரோதம் வளர்ந்ததே தவிர..! சொத்தை பாகம் வைத்து எடுத்துக்கொண்டாவது எங்களை நிம்மதியா விட்டிருக்கலாம்.

'சாட்சிக்காரன் காலில் விழுவதைவிட சண்டைக்காரன் காலிலேயே விழலாமே'ன்னு நான் துணிந்து அத்தான்மார்களைப் போய்ப் பார்த்தேன்.

ஒருவன் பக்கா கம்யூனிச எதிர்ப்பாளர். "என் வீட்டிற்கு நீ ஏண்டி வந்தே"ன்னு என்னைக் கேட்டுவிட்டார். எப்படியோ வந்த அழுகையை அடக்கிக் கொண்டு வீட்டிற்கு திரும்பினேன். அவர் "உன் கட்சி பலத்தை பாத்திருவோமா"ன்னு கட்சியையே சண்டைக்குக் கூப்பிட்டார். நான் தனியாக நின்று குழம்பித் தவித்தேன்.

நம்பிக்கை இழக்காமல் இன்னொரு அத்தானிடம் போனேன். "தலை எண்ணிப் பாகம் வச்சாதான் நான் சம்மதிப்பேன். நீ எவனோடே எல்லாமோ, ஹோட்டல்லேல்லாம் போய் சாப்பிடறயாமே. எந்த சாதிலடி வழக்கம். இப்படிப் பொம்பளப் பிள்ள வெளியே போறது. அவன் வந்து எங்கிட்ட கேக்கான், இவன் வந்து கேக்கிறான். நாங்கள்ளாம் மானமா இருக்கண்ணுமா வேண்டாமா?"

"சரிதான். நிறுத்துங்கத்தான், உங்க மான மரியாதைகளைப்பத்தி எல்லாம் எனக்குத் தெரியும்"னு சொல்லிவிட்டு இறங்கி வந்து விட்டேன்.

என்னை ஏன் இப்படி அலையவிடனும்? அம்மாவை நினைத்தாலும் பாவமாயிருக்கு எனக்கு ஒரு உண்மை புலனா யிற்று அம்மா இருக்கும்போது பாகம் வைத்தால், அம்மாவும் என்னுடன் வந்துவிடக்கூடும். அம்மாவின் பங்கை எனக்குத் தந்துவிடக்கூடும். அதனால் அம்மாவின் காலம் கழிந்தால் அந்தப்பங்கும் எல்லோருக்கும் கிடைக்கும்.

இந்தச் சந்தர்ப்பத்தில் நந்தன் எனக்கு கை கொடுப்பாரோ என்னவோ? என்னவென்று இவ்விவரங்களை அவருக்கு எப்படி, எழுதுவது?

மறுநாள் 'போஸ்ட்' குரல் கேட்டது. நந்தனின் கடிதம்தான்.

“அன்புமிக்க தோழர்,

நான் இப்போது இங்கு ஒரு வழியாக வேலைகளைக் கற்றுக்கொள்கிறேன். தொழில் உற்பத்தித் துறையில், மேனேஜ் மென்ட் உட்பட கற்றுக்கொள்கிறேன். நான் வேலைபார்க்கும் முதலாளி எப்படி, எப்படி தில்லுமுல்லுகள் செய்கிறார்; எப்படி எல்லாம் பிறரை ஏமாற்றுகிறார் என்பதை நன்றாகப் பார்க்கிறேன். பிற்காலத்தில் நம்மை எவரும் ஏமாற்றிவிடாமலிருக்க இந்தப் பாடம் எனக்கு உதவும் என நம்புகிறேன். ஆனால் நான் இத்தனையும் கற்றுக்கொள்ள அவர் கொடுக்கும் சம்பளத்தைவிட நிறையவே உழைப்பை அவருக்கு கொடுக்க வேண்டியதிருக்கிறது. பசியில்லை, தூக்கமில்லை இரண்டுக்கும் நேரமில்லாததால். இதைவிட எனக்கு உன்னிடம் பேச நிறைய விஷயங்கள் இருக்கின்றன. சுருக்கமாக எழுதுகிறேன்.

கட்சியின் திருத்தல் வாதம் மிக உச்சகட்டத்தை அடைந்து கொண்டிருக்கிறது. காங்கிரசை விட பிற்போக்குக் கட்சிகள் இருப்பதால், காங்கிரஸ் முற்போக்கான கட்சி என்றும் அந்த முற்போக்கான காங்கிரசில் சில பிற்போக்காளர்கள் இருக்கின்றனர்; இந்த முற்போக்கில், பிற்போக்கை எதிர்க்க—நாம் காங்கிரஸ் கட்சியிலுள்ள முற்போக்கு சக்திகளை ஆதரிக்க வேண்டும். எனவே இந்த முற்போக்கில் பிற்போக்கு, பிற்போக்கில் முற்போக்காளர், அந்த பிற்போக்காளர், முற்போக்கு+பிற்போக்கு... என்ன? புரிகிறதா? முடியை பிய்த்துக்கொள்கிறாயா? இப்போது உன் முகத்தைப் பார்க்க விழைகிறேன். சிரிக்கிறாயா? விழுந்து விழுந்து சிரிக்கிறாயா? ஆனாலும் அதன் பின்னாலிருக்கும் அபாயகரமான விளைவுகள் கட்சியை இரண்டாகப் பிளந்து கொண்டு வருகிறது. உன் கணிப்புகள் என்ன? பதில் எழுது.”

தோழமையுடன்,

நந்தன்.

இங்கேயோ நான் எதையும் கணிக்க முடியாமல் திண்டாடிக் கொண்டிருக்கிறேன். எந்நிலைமையைப்பற்றி நான் எப்படி எழுத? அடுத்த வாரம், எப்போதோ வீட்டின் ஒரு சின்ன போர்ஷனின் மீது வாங்கியிருந்த கடனுக்காக அந்தக் கடன்காரன் திடீரென அமீனாவுடன் வந்தான்.

தனிமையிலிருந்த அம்மாவுக்கும் எனக்கும் என்ன செய்வதென்று தெரியவில்லை. அம்மா பதறினாள். ஒரு இருநூறு ரூபாய்க்காக இந்த மாதிரி வரலாமா என்று கேட்டாள். ஆனால் அமினா கட்சிக்காரனிடம் என்ன பணம் வாங்கினானோ,

வீட்டிலிருப்பவர்கள் அடிக்க வருகிறார்கள் என்று என் மீதும் அம்மா மீதும் பிராது கொடுத்து நிறைய போலீசை வேறு தருவித்துக்கொண்டான். அந்தப் போர்ஷனில்தான் எங்கள் சமையல் அறையும் மற்றும் அரங்கும் இருந்தது. எல்லா சாமான்களையும் எடுத்து வேறு இடத்தில் போட்டு 'சீல்' வைத்துவிட்டான். போலீஸ் தலைகளைக் கண்டதும் வீட்டைச் சுற்றிலுமுள்ளவர்கள் வேடிக்கை பார்க்கக் குழுமிவிட்டனர். ஆனால் யாரும் வந்து என்னவென்றுகூட கேட்கவில்லை. அம்மாவின் மாண்புமிக்க 'அந்த நாலுபேர்' அவர்கள்தான்.

இதனால் அம்மா மிகவும் குன்றிப் போய்விட்டாள். நான் முடிந்த அளவு தேற்றினேன். ஆனால் அம்மாவின் கோபம் என்மீது திரும்பி அது நந்தன் மீது ஏவப்பட்டது.

"எனக்கு உன் நிலைமை என்னாண்ணு இரண்டிலொன்னு தெரிந்தாகணும். இல்லாவிட்டால் நான் இப்படியே பட்டினி கிடந்து சாகிறேன்."

அம்மா பத்திரகாளியாக மாறிவிட்டாள். இது நிதர்சனம். இந்தக் காளிசத்தின் உத்வேகம் என்னைத் தாக்கியது. காளியின் உத்வேகம் அடங்க எதையாவது பலியிட்டுத்தான் ஆகவேண்டும். அது அது... என் தன்மானம்!

வீட்டிலும், உறவினரிடையிலும் இருப்பதே என்னால் சாத்தியமில்லாத விஷயமாயிற்று.

"தோழர் நந்தனுக்கு,

நான் உடனே புறப்பட்டு வருவதைத்தவிர வேறு வழியில்லை. உங்கள் பதிலுக்காகக் காத்திருக்கவும் இயலாது. நாளை மறுதினம் காலை கிழக்குக்கோட்டை பஸ்டான்டில் எதிர்பார்க்கவும்..."

அம்மா அன்று படுக்கையில் பேயறைந்தவள் போல் படுத்தவள்தான். காலையில் நான் புறப்படுவதைப் பார்த்து சற்று நிம்மதியடைந்தாள்.

"தனியாகவா போற?" விசனத்துடன் கேட்டாள்.

"இல்லம்மா இல்ல; தோழர் பாண்டியன் என்னுடன் வறாரு. எனது சின்ன கைப்பையில் ஒரே ஒரு மாற்றுடை. பஸ்ஸிற்காகும் சில்லறை மாத்திரம் எடுத்தேன். தோழர் பாண்டியன் துணையுடன் பஸ் ஏறினேன்.

பஸ்ஸைவிட்டு இறங்கவும் அங்கே நந்தன் எப்போதோ வந்து காத்துக்கொண்டிருக்க வேண்டும். கண்கள் கலங்கியிருத்தல்

கண்டேன். நந்தனும் பாண்டியனும் கொஞ்சம் தள்ளிப்போய் ஒரு ஐந்து நிமிடம் என்ன பேசினார்களோ தெரியவில்லை. ஆட்டோ ஒன்று வந்தது. மூவரும் ஏறிக்கொண்டோம். வீடு கிடைப்பதற்காக ஏற்கெனவே கல்யாணம் ஆகிவிட்டது என்று சொல்லி இருந்ததால் எனக்கும் எந்தவிதப் பிரச்சனையும் இருக்கவில்லை.

எனக்குப் பிரச்சனைத் தீர்ந்தது. நந்தனுக்குப் பிரச்சனை ஆரம்பித்தது.

இருவருக்கும் சாப்பாடு தருவதும் சாப்பிட வைப்பதும் பாண்டியனின் பிரச்சனையாயிற்று. அது தவிர அங்கே நிலவியது மவுனம், மவுனம், மவுனம்.

பேசிச் செய்வதைவிட மவுனத்தால்கூட இவ்வளவு காரியங்கள் நடந்தேறிக் கொண்டு போக முடியும் என்று வாழ்வில் முதல் முதலாக அன்றுதான் கண்டேன். இருவர் மவுனத்திற்குப் பின்னணியிலும் எத்தனை எத்தனை உணர்வுகள்? மவுனத்தால் உணர்வுகள் பரிமாறிக் கொள்கையில் ஏற்படுகின்ற அதிகரித்த பரிமாணமும் கனமும்! இதயம் தாங்காதப்பா, தாங்காது!

நந்தன் அன்று லீவு போட்டிருக்க வேண்டும். என் உறவினர்கள், அவர் உறவினர்கள் எல்லோருக்கும், நாங்கள் எங்கள் திருமணத்தைப் பதிவு செய்துகொள்ளப்போவதாக கடிதம் எழுதினார்.

இருவர் பக்கத்திலிருந்தும் யாரும் வரவில்லை.

அன்று காலை எனக்கு அதிரம்மியமாக விடிந்தது. நான் குளித்துவிட்டு, கொண்டுவந்திருந்த ஒரே மாற்றுப் புடவை பழையதுதான் – கட்டிக்கொண்டேன். அந்தப் புடவையில் காஞ்சிபுரம் பட்டுப்புடவையைவிட அதிக மதிப்பைக் கண்டேன். ஜரிகையின் பளபளப்பைவிட அந்தப் பழைமையின் மென்மையான நூல்கள், எனக்கு எத்தனையோ கவிதைகள் சொல்லிற்று.

"போவோமா?" நந்தன் ஒரு டாக்ஸி கொண்டுவந்து என்னை அழைத்தார். மணப்பெண்ணை கைப்பிடித்து அழைக்க அங்கு யாருமில்லை. ஆனால் இளஞ்சூரியனின் கதிர்களும், காற்றின் அசைவுகளும் என்னைக் கரம் நீட்டி அழைத்தன. சுற்றம் சூழ உறவினர் யாருமில்லை. இல்லாவிட்டால் என்ன? பக்கத்து வீட்டில், வாசற்படிகளில் நின்று காரையும் எங்களையும் வேடிக்கை பார்க்கும் குழந்தைகள், என்னவென்று எட்டிப் பார்க்கும் பெண்கள், தெருவிலுள்ளோர். போவோர், வருவோர்

மெல்லக் கனவாய் பழங்கதையாய் . . .

இவர்கள் எல்லோரும் எனக்கு தூரத்து, தூரத்து, இன்னும் தூரத்து உறவினர்களல்லவா? இந்நாட்டிலுள்ள, இவ்வுலகிலுள்ள மனித இனமே என் 'இனத்தார்' தானே! பின் என்ன குறை?

இதோ வந்துவிட்டது என் மணப்பந்தல்! கூட்டமில்லை! நெருக்கமில்லை! புழுக்கமில்லை! ஆபீஸ் ரூம் முன்னாடி பெரிய ஆலமரத்தின் கீழ் போடப்பட்டிருந்த ஒரு மேஜையின் அருகே ஒரு நாற்காலி. நிமிர்ந்த பார்வையில், அங்கே சர்மாஜி நின்றுகொண்டிருந்தார். நேர்த்தியான ஒரு கணவனிடம், தன் மகளைக் கைப்பிடித்துக் கொடுக்கும்போது ஒரு தந்தையின் முகத்தில் தோன்றும் பெருமிதத்தை, அவர் முகத்தில் கண்டேன். அவர் மனதால் எங்களை ஆசீர்வதிப்பதை அவர் கண்கள் சொல்லிற்று.

கையொப்பமிட்டோம். அது வாழ்க்கை ஒப்பந்தம், சட்டரீதியாக! மாலைகள் மாற்றவில்லை. ஆனால் மனதில் மாலைகளைவிட கனம் நிறைந்த சுமக்க முடியாத சந்தோஷங்கள். சாப்பாட்டுப் பந்தியில்லை. பாயசமில்லை. இல்லாவிட்டால் என்ன? எந்த மணப்பெண்ணிற்காவது கல்யாணத்தன்று பசி தெரியவா செய்யும்?

ஆனால்... ஆனந்தம்மாவின் சின்னக் குழந்தைக்கு லட்டு கொடுக்க முடியவில்லையே என நினைத்ததும்; ஒரு சிறு பொறிவிழுந்ததும் பொட்டித் தெறிக்கும், வெடிமருந்து கிடங்குபோல், அழுகை பொத்துக்கொண்டு வந்தது. உடன் இருந்த சர்மாஜியின் மனைவி என்னை ஆறுதலாக அணைத்துக்கொண்டு விடாமலிருந்தால் என்ன ஆகியிருப்பேனோ?

உறவு சொல்லத்தான் எத்தனைபேர்? அவர்கள் எல்லாம் எங்கே? ஏன் நான் தனியானேன்? என் கட்சித்தோழர்கள் தான் எங்கே? ஏன் அவர்கள் என்னை இப்படித்தண்டித்தனர்? நான் ஒரு அதிகாலைப் பறவையா?

ஆனாலும் என்ன? நாங்கள் நியாயமானவர்கள். கம்யூனிஸ்ட்டுகள், மார்க்ஸிஸ்ட்டுகள். இந்த உறுதியும் திடமும் எங்கள் கூட இருக்கும்போது வேறு எதுவும் எனக்குப் பொருட்டே யில்லை.

எங்கள் மவுனம் இன்னும் கலைக்கப்படவில்லை. சற்று முன் என்னிடம் சொல்லிக்கொள்ளாமல், நந்தன் வெளியே போய்விட்டிருந்தார். கசகசத்த உடம்பைக் கழுவி புடவை மாத்திக்கொண்டிருந்தேன். நந்தன் என்னை முதன் முதலில் பெயர் சொல்லி "இங்க வாயேன்" என அழைத்தார். இது

தான் அமிர்த வர்ஷிப்போ? கையில் பூவிருக்குமோ? பழங்கள்? அல்லது முதன் முதலாக எனக்குத் தருவதற்கென்று இனிப்புப் பண்டமோ?

கைகளில் விரித்தபடியே பத்திரிகை ஒன்று! "இங்கே பாத்தியா பத்திரிகை செய்தியை?"

"என்ன?" அவசரமாக வாங்கிப் பார்த்தேன். செய்தி இப்படி இருந்தது. "தோழர்கள் ஏ.கே.ஜி., ஈ.எம்.எஸ். உள்பட தலைவர்கள் முப்பத்திரண்டு பேரும் டாங்கேயின் தலைமையை உதறிவிட்டு கட்சியிலிருந்து வெளியேறினர்."

இனி, புதிய அத்தியாயம் ஆரம்பமாகும்.

○○○

பின்னுரை

இது நாவலா அல்லது சுயசரிதையா? விமர்சன மேஜையின் மீது கிடத்தி இந்நூலை நான் 'அறுத்தெடுக்க' விரும்பவில்லை. 'கம்பராமாயணம்' என்றதும் 'கம்பரால் இயற்றப்பட்ட இராமாயணம்' ஆகவே 'மூன்றாம் வேற்றுமை உருபும் பயனும் உடன் தொக்கத்தொகை' என்று 'ரஸிக்கும்' தமிழ்ப் பண்டிதர் கும்பலுக்கும், இலக்கியத்தை வகைப்படுத்திக் கண்டால்தான் அளவிட முடியும் என்று கூறும் நவீன விமர்சனப் பண்டிதர்களுக்குமிடையே எந்த வித்தியாசமுமிருப்பதாக எனக்குத் தெரியவில்லை.

இந்நூல் எனக்கு இலக்கிய இன்பத்தைத் தந்தது. விசாலத்தை நான் நன்கு அறிவேன் என்பதால் இந்நூலை நாவலாகப் பார்ப்பதில், நான் விசாலத்தின் வாழ்க்கையைப் பற்றி அறிந்திருந்த விபரங்கள் குறுக்கிடவில்லை. இதுவே இவ்வெழுத்தின் வெற்றி என்று நான் கருதுகின்றேன்.

இந்நூலில் வரும் பல கதாபாத்திரங்கள் உண்மை மாந்தர்களாகவே இருக்கலாம். ஆனால் ஆசிரியரின், (இது பொதுப்பால். ஆசிரியை என்பது எனக்கு உடன்பாடன்று.) எழுத்து ரஸாயனத்தில் இவர்கள் கலைப்பரிமாணம் பெறுகிறார்கள்.

உதாரணமாக, 'அப்பா' எவ்வளவு அற்புதமான மனிதர் அவர்! எந்தச் சித்தாந்தமும் வாழ்க்கையில் அவர் கடைப்பிடித்த முற்போக்குக் கொள்கைகளை அவருக்கு கற்றுத்தரவில்லை. அவர் இயல்பாக

அப்படி வாழ்கிறார். அவரால் வேறு எப்படியும் இருந்திருக்க முடியாது என்பதுதான் அவர் சித்தரிப்படும் விதத்தில் நாம் காணும் 'உள்ளீடான தர்க்கம்' *(intrinsic logic)*. அவர் வீழ்ச்சியில், நாம் ஒரு கிரேக்க நாடகக் கதாநாயகனின் வீழ்ச்சியில் காணும் அவலச்சுவையைக் காண முடிகிறது. இதில் படிப்பினை ஏதுமில்லை; அவரவர்களுடைய குணநலனே அவரவர்களுடைய விதி.

'மனிதாபிமானத்தை'த் தாரக மந்திரமாகக் கொண்ட 'அப்பா'வின் மகளாகிய இந்நாவலின் கதாநாயகி, மார்க்ஸிஸ்ட் கொள்கையினால் ஈர்க்கப்படுவது ஓர் இயற்கையான பரிணாமம். அவளின் சொந்த வாழ்க்கைப் போராட்டங்கள், பொதுப் பணிப் போராட்டங்களுக்கு அடிக்கற்களாக அமைகின்றன. இந்தியாவில், குறிப்பாகத் தமிழ்நாட்டில், பெண்ணாகப் பிறந்துவிட்டாலே, வாழ்க்கைப் போராட்டத்துக்குத் தயார் செய்துகொள்ள வேண்டிய அவல நிலை; அதுவும் 'வாழ்ந்து கெட்ட' குடும்பத்தில், பெண்தான் வீட்டு அடுப்பு எரிவதற்குக் காரணமாக இருக்க வேண்டுமென்றால் அப்பெண் எத்தனை சவால்களை மேற்கொண்டாக வேண்டுமென்று சொல்லித் தெரிந்துகொள்ள வேண்டியதில்லை. வாழ்க்கையில் எதிர்நீச்சல் போடுவதற்கான துணிச்சல் அவளிடம் இருக்கின்றது என்பதே அவள் தந்தை அவளை வளர்த்த விதம். இதுவே அவர் அவளுக்கு வைத்துவிட்டுப்போன சீதனம்.

அப்பேர்ப்பட்ட ஒரு தந்தையின் மனைவியாகப் பல ஆண்டுகளிலிருந்த அனுபவம் அம்மாவிடத்தும் ஏற்படுத்தி யிருக்கின்றது என்பதும் வியப்பில்லை. அம்மாவால் மகளைப் புரிந்துகொள்ள முடிகின்றது. இதுவே மகளுக்கு மகத்தான பலத்தையும் நம்பிக்கையையும் தருகிறது.

இந்நாவல் இரண்டு பகுதிகளாக அமைகிறது. தந்தையின் பொருளாதார வீழ்ச்சிவரை மகள் வாழும் உலகம், 'அக'த்தை சார்ந்ததென்றால் ('அகம்' எனும்போது 'களவு', 'கற்பு' வகையறாக்களை நினைவில் கொள்ளாதீர்கள்), பிறகு அவள் சமுதாயத்தைச் சந்திக்கும் அநுபவத்தைப் 'புற'மாகக்கொள்ள லாம். குழந்தைப் பருவத்தில் அவள் வாழ்ந்த 'அக' வாழ்க்கை யாகிய 'தந்தக்கோபுரம்' ஜப்திக்கு வரும்போது அவள் திடுக்கிட வில்லை. சமூக வாழ்க்கை அந்த அளவுக்கு அவளைத் தயார் செய்துவைத்திருக்கிறது.

இந்நாவலில் வரும் 'நந்தன்' ஓர் அற்புதமான கதாபாத்திரம். அவனுக்கும் கதாநாயகிக்குமிடையே அரும்பும் ஈர்ப்பு, ஒரு 'ரொமான்ஸ்' போல் சித்தரிக்கப்படவில்லை. அறிவு முதிர்ந்த பக்குவமற்ற இருவருக்கிடையே இயல்பாக ஏற்படுகின்ற மன ஒப்பந்தம். கம்யூனிஸ்ட் கட்சியின் முழு நேர ஊழியராக இருக்கும் போதும் நந்தன் தன் அடையாளத்தை இழந்து விடவில்லை. அவன் தனித்த முறையில் சிந்திக்கின்றான். இச்சிந்தனையே இக்கட்சியின் பலங்களையும் பலஹீனங்களையும் புரிந்துகொள்ள உதவுகிறது.

இந்நாவலில் பல அரசியல் தலைவர்கள் தங்கள் உண்மைப் பெயர்களுடனேயே வருகிறார்கள். இது இக்கதைக்கு ஓர் உண்மை அழுத்தத்தைத் தருகிறது.

இந்நாவலின் நிலைக்களன் நாகர்கோவில் பற்றியதென்றாலும் 'வட்டார நாவல்' என்ற முத்திரையினின்றும் வரவேற்கத்தக்க முறையில் விலகி நிற்பதுதான் இந்நாவலின் சிறப்பு.

ஸான் அந்தோனியோ **இந்திரா பார்த்தசாரதி**
யு.எஸ்.ஏ
27.1.94

(முதல் பதிப்பின் அணிந்துரை)